पृथ्वीच्या कोणत्याही कोपऱ्यामध्ये आणि कोणत्याही काळामध्ये जगले जाऊ शकते, अशा मानवी जीवनाच्या अर्थाविषयी आणि शोकांतिकेविषयी केलेले एक भाष्य.

– द न्यूयॉर्क टाईम्स

आपल्या काळातील नवी दृष्टी देणाऱ्या महत्त्वाच्या कादंबऱ्यांपैकी एक कादंबरी.

– पिट्सबर्ग, पोस्ट गझेट

या कादंबरीचे रसग्रहण करण्यासाठी किंवा ती समजून घेण्यासाठी वाचक चीनमध्ये राहिलेला किंवा चिनी समाजाची माहिती असलेला, असण्याची आवश्यकताच नाही.

– बॉस्टन ट्रान्स्क्रिप्ट

ज्या व्यक्तीला वाचता येते, तिने हे पुस्तक वाचून स्वत:मध्ये मुरवून घेतले पाहिजे. आपल्या सर्वांच्याच आयुष्यामध्ये हे धडे घेण्याची वेळ केव्हा ना केव्हा आपणा सर्वांवर आलेली असते.

वांगलुंग आणि त्याच्या कुटुंबाच्या या जीवनप्रवासामध्ये आपणही सारे सहभागी होऊ शकतो, आणि त्या अनुभवाने अधिक संपन्न आणि अधिक चांगले माणूस बनूनच पुढे जातो.

त्याची बायको ओ-लान ही अतिशय कणखर स्त्री आहे. तिच्या नवऱ्याच्या वागण्याने ती दु:खी होते, पण ते दु:ख तिच्याबरोबरीने मीही भोगले आहे. इतर अनेक स्त्रियांसारखेच तिचे आयुष्यही अपूर्ण आणि फसवणुकीने भरलेले आहे. पण तसेच वांगलुंगच्या दु:खानेही मला दु:खी बनवले आहे. त्याचा गोंधळ, अपराधी भावना, हट्टीपणा हे सगळे मीही त्याच्या बरोबरीने अनुभवले आहे. अतिशय कौशल्याने रंगवलेल्या या व्यक्तींची आणि माझी भेट झाली याबद्दल मी स्वत:ला भाग्यवान समजते.

हे पुस्तक स्थलकालाच्या पलीकडे का जाते, ते मला संपूर्णपणे उमगले आहे. पर्ल एस बकच्या मृत्यूनंतरही तीसहून अधिक वर्षे हे पुस्तक वाचकांमध्ये अधिक चांगले बदल घडवून आणते आहे. अशा चांगल्या कथाकथकाशी आपली भेट झाल्याबद्दल देवाचे आभारच मानायला हवेत.

– 'द गुड अर्थ,
मास मार्केट पेपरबॅक (एन्रिच्ड क्लासिक्स)

चिनी ग्रामजीवन, कष्टाळूपणा, शेती, अज्ञान आणि दारिद्र्याचं थक्कं करणारं चित्रण

– तरुण भारत, २ सप्टेंबर, २०१२

'द गुड अर्थ'
या जगप्रसिद्ध कादंबरीचा अनुवाद

काळी

लेखक
पर्ल बक

अनुवाद
भारती पांडे

मेहता पब्लिशिंग हाऊस

Mehta Publishing House Pvt. Ltd., Pune 411030.
© +91 020-24476924 / 24460313 / Mob. No. 9545000513
Email : production@mehtapublishinghouse.com
Website : www.mehtapublishinghouse.com

THE GOOD EARTH by PEARL BUCK

Translated into Marathi Language by Bharati Pande

काळी / अनुवादित कादंबरी

अनुवाद : भारती पांडे
Email : author@mehtapublishinghouse.com
मराठी अनुवाद व प्रकाशनाचे हक्क : मेहता पब्लिशिंग हाऊस प्रा. लि., पुणे ३०.

संस्थापक : सुनील अनिल मेहता

प्रकाशक : मेहता पब्लिशिंग हाऊस प्रा. लि.,
१९४१, सदाशिव पेठ, माडीवाले कॉलनी, पुणे – ४११०३०.

मुद्रक : ट्रिनिटी अॅकॅडमी फॉर कॉर्पोरेट ट्रेनिंग लिमिटेड

मुखपृष्ठ : फाल्गुन ग्राफिक्स

प्रकाशनकाल : फेब्रुवारी, २०१२ / पुनर्मुद्रण : डिसेंबर, २०२५

किंमत : ₹ ४५०

P Book ISBN 9788184983319

तीर्थरूप अण्णांच्या स्मृतीस....
तुमच्यामुळे इंग्रजी वाचायला लागले.
खूप वाचलं,
त्याचं हे निष्पन्न!
तुमच्या स्मृतीला सादर.

– भारती

मनोगत

शाळेत असताना इंग्रजी वाचनासाठी लावलेलं म्हणून पर्ल बकचं 'द गुड अर्थ' हे पुस्तक वाचलेलं होतं. खूप काही आठवत नव्हतं. पण 'पुस्तक छान आहे', एवढंच ध्यानात होतं. त्यामुळे हे नव्यानं छापलेलं 'पेपर बॅक' प्रकारातलं पुस्तक पाहिल्याबरोबर असं वाटलं की, हे आपल्या घरी असायला हवं.

एकदा पुस्तक विकत घेतलं की, ते थोडंफार चाळल्याशिवाय काही हातातल्या थैलीत जात नाही. तसं मी ते चाळायला लागले आणि शेवटी ते संपूर्ण वाचून काढलं, तेव्हा कुठं थोडं बरं वाटलं.

शाळेत असताना केलेल्या वाचनात 'किती समजलं' पेक्षा किती समजलं नव्हतं, हे या वाचनामुळे फारच ध्यानात आलं. पुन्हा एकदा वांगलुंगनं मनावर मोहिनी घातली. पर्ल बकची सरळ-साधी-सोपी भाषा कसं लिहावं ते शिकवायला लागली आणि अचानक मनात आलं, याच पुस्तकाच्या दोन-तीन प्रकरणांचं भाषांतर करून बघू या का? बघू तरी ही साधी सोपी वाटणारी वाक्यं आपल्याला मराठीत लिहिता येतात का?

सर्जनशील लेखनाबद्दल पूर्ण प्रेम असूनही भाषांतर करणं, हे अधिक कठीण काम आहे, असं मी या भाषांतराच्या अनुभवावरून नक्की म्हणू शकते.

भाषांतर करताना मूळ लेखकाची आणि आपली एकतानता व्हावी लागते. कारण आपल्याला नुसता समानार्थी शब्द नको असतो, तर अतिशय बारीक अशा अर्थच्छटेसकट मूळ लेखकाच्या मनातला भाव स्पष्ट होतो आहे की नाही, हे आधी तपासून बघून, मगच कोणता शब्द वापरायचा, ते ठरवावं लागतं. आणि त्याचवेळी मूळ लेखनातला प्रवाहीपणा किंचितही कमी होणार नाही, याकडेही तितकंच लक्ष द्यावं लागतं.

यापूर्वीही मी काही भाषांतरं, रूपांतरं केली आहेत. योगायोग असा की, माझ्या लेखनाची सुरुवातच पर्ल बकच्याच एका अतिशय गंभीर अशा दीर्घकथेच्या

भाषांतरानं झाली आहे. 'डेथ अँड डॉन' या तिच्या कथेचं रूपांतर मी 'सीमारेषा' या नावानं केलं होतं आणि 'प्रपंच'मध्ये ते प्रसिद्धही झालं होतं, असं मला आठवतंय.

'द गुड अर्थ' वाचल्यानंतर पहिली गोष्ट जाणवते, ती ही की चिनी शेतकऱ्याची म्हणून लिहिली गेलेली ही कथा खरोखरी जगातल्या कोणत्याही शेतकऱ्याची कथा होऊ शकेल. पण म्हणून तिचं जर मराठीत रूपांतर केलं असतं, तर पर्ल बकनं चिनी जीवनाचं, संस्कृतीचं जे तपशीलवार वर्णन केलं आहे, त्याला आपण मुकलो असतो. शिवाय कितीही म्हटलं, तरी चिनी जीवनातल्या काही वैशिष्ट्यपूर्ण घटना ज्या आपल्या संस्कृतीत रूपांतरित होऊ शकत नाहीत, अशाही या कादंबरीत आहेतच. त्याही काढून टाकाव्या लागल्या असत्या. त्यामुळे शक्य तितक्या सोप्या भाषेत हे भाषांतरच करायचं असं मी ठरवलं.

तीन-चार प्रकरणं झाल्यानंतर मी धाडस करून डॉ. अशोक केळकर यांच्याकडे गेले. अत्यंत गडबडीत असतानाही आणि मी 'शीत-भात न्यायानंच' हे वाचून पाहू शकेन, असं स्पष्टपणे बजावूनसुद्धा त्यांनी मला ज्या काही युक्तीच्या चार गोष्टी सांगितल्या. सर्वांत महत्त्वाचं म्हणजे एका अतिशय महत्त्वाच्या अशा उपयुक्त शब्दकोशाची माझी ओळख करून दिली. म्हणूनच माझ्या कामाला एक निश्चित दिशा मिळाली आणि माझा हुरूपही वाढला. इतका की, त्या पुढच्या दोन वर्षांत मी त्यांना एकदाही त्रास द्यायला गेले नाही.

अशी भाषांतराच्या उद्योगाला गती मिळाली आणि मग मात्र मला जळीस्थळी वांगलुंग आणि ओ-लान दिसायला लागली. मला अक्षरश: दुसरं काहीही सुचत नव्हतं. घरातल्या लोकांनाही त्याची इतकी सवय झाली की, एखाद्या गोष्टीकडे हाक मारून माझं लक्ष वेधावं लागलं, तर कुणीतरी हटकून म्हणायचंच, 'ती शेतात फिरायला गेली असेल' किंवा 'तिच्या वांगलुंगला काहीतरी अडचण आली असेल.' पण हे अगदी खरं होतं. मी 'द गुड अर्थ' वाचताना रंगून गेले नव्हते,

एवढी हे भाषांतर करताना त्या आयुष्याची प्रत्यक्ष साक्षीदारच बनून गेल्यासारखी झाले. त्यांची सगळ्यांची सुखदु:खं मला माझी, अगदी माझी स्वत:ची वाटायला लागली. मुलांना शाळेत घातल्यानंतर वांगलुंगला वाटणारा अभिमान माझ्या कौतुकाचा विषय झाला, तर त्याच वांगलुंगनं ओ-लानला वाईट वागवलं की माझा जळफळाट व्हायचा.

शेवटची एक गोष्ट माझ्या दृष्टीनं फार महत्त्वाची होती. हे पुस्तक मी माझे स्वर्गवासी वडील रा. द. पुसाळकर यांच्या स्मृतीला अर्पण केलं आहे. ते केवळ माझे वडील म्हणून नव्हे, तर त्यांच्यामुळे माझ्यासारख्या मराठी माध्यमात शिकणाऱ्या मुलीला शाळेच्या वयातच इंग्रजी वाङ्मयाचं संपन्न दालन उघडं झालं.

ऑफिसमधून आल्यानंतर ते नेहमी काहीतरी वाचत आडवे होत असत. वाचता वाचता ते कधीकधी हसत असत. मी त्यांना ताबडतोब विचारायची, ''अण्णा, का हसता? सांगा ना. मलापण सांगा ना ती हसायची गोष्ट.'' आणि हातातल्या पी. जी. वुडहाउसच्या पुस्तकात खुणेसाठी बोट सरकवत ते सांगायचे, ''बाबी, हे आपणच वाचायला लागतं. दुसऱ्यानं सांगितलं तर हसू येत नाही काही, तूच वाच, हं?'' आणि मी इंग्रजी वाचायला लागले. खूप वाचलं आणि त्या ऋणाची फेड म्हणून ही अर्पणपत्रिका!

या पुस्तकाच्या नामकरणाचीही अशीच कथा आहे. 'द गुड अर्थ' याच अर्थाचं नाव पाहिजे, हे नक्की, पण 'काळी आई', 'भूमाता' वगैरे सारखी गुळगुळीत नावं नकोत, हेही नक्की. मग अचानक विश्वकोशानं हात दिला. 'आई' या शब्दाचा अर्थ वाचताना 'काळी' हा शब्द सापडला. जमीन ही आपली आई आहे, या अर्थानं वापरलेला फक्त 'काळी' हा शब्द आणि मग डोक्यातून 'द गुड अर्थ' गेलंच. फक्त 'काळी' राहिलं.

– भारती पांडे

पर्ल बकबद्दल थोडंसं...

पर्ल बकबद्दल कितीही लिहिलं-वाचलं गेलं, तरी तिची खरीखुरी ओळख पटण्यासाठी तिची पुस्तकंच उपयोगी पडतात.

'द गुड अर्थ', 'द मदर', 'द इंपीरियल वुमन', 'पॅव्हिलियन ऑफ विमेन', 'लेटर फ्रॉम पेकिंग' यासारखी तिची पुस्तकं इतकी वर्षं, इतकी लोकप्रिय का आहेत, हे तिचं एखादं तरी पुस्तक वाचल्याशिवाय कळणार नाही.

आणि तिचं चिनी जीवनावरचं असो की अमेरिकन आयुष्यावरचं असो – कोणतंही पुस्तक वाचून खाली ठेवलं की मग साहजिकच ही लेखिका अशी इतक्या विविध रंगांनी, वळसेवळणांनी घडली तरी कशी, याबद्दल मनात विचार आल्याखेरीज राहात नाही.

अमेरिकन मिशनरी आई-वडिलांची ही मुलगी अमेरिकेत जन्मली आणि चीनच्या एका दुर्गम प्रदेशात चिनी दाईच्या पारंपरिक कहाण्या ऐकत मोठी झाली. मिशनरी वडिलांच्या भटकंतीची त्यांनी केलेली रसाळ वर्णनं, अमेरिकेतलं पूर्वायुष्य विसरू न शकलेल्या आईच्या शिळोप्याच्या गप्पा, वेगवेगळ्या देशांतून आलेल्या शेजाऱ्यांनी न कंटाळता दिलेली उत्तरं आणि रोज संध्याकाळी घरात नेमानं वाचलं जाणारं किंग जेम्सचं बायबल या साऱ्यांमुळे पर्ल सायडनस्ट्रिकरचं व्यक्तिमत्त्व फार वेगळ्या दिशेनं आकारू लागलेलं आपल्याला दिसतं.

थोडं चिनी तत्त्वज्ञानाचं शिक्षण, थोडं शांघायमधल्या वसतिगृहात राहून घेतलेलं शिक्षण आणि वयाच्या सोळा-सतराव्या वर्षी अमेरिकेत राहून दोन वर्षं घेतलेलं शिक्षण अशा अत्यंत परस्परविरोधी विचारप्रणालींचा प्रभाव पडल्यामुळे, पर्ल सायडनस्ट्रिकरची तटस्थपणे विचार करण्याची वृत्ती वाढीस लागली. एखाद्या प्रश्नाचा, घटनेचा दोन्ही बाजूंनी विचार करण्याची तिला सवय लागली. आईबरोबर मिशनमध्ये काम केल्यामुळे चिनी जीवनाचं, विशेषत: चिनी स्त्रियांच्या जीवनाचं पर्लला फार जवळून दर्शन घडलं. अमेरिकेतलं शिक्षण संपवून परतल्यानंतर जॉन

लॉसिंग बक या शेतीतज्ज्ञाशी पर्ल सायडनस्ट्रिकरचा विवाह झाला. विवाहानंतर बक दांपत्य उत्तर चीनमध्ये राहायला लागलं. त्या वास्तव्यात पर्ल बकला चिनी शेतकऱ्याचं भयानक कष्टाचं जीवन अतिशय जवळून पाहायला मिळालं. चिनी भाषेवर प्रभुत्व असल्यामुळे या अतिशय कष्टाळू आणि तरीही भयानक दारिद्र्यात दिवस काढणाऱ्या चिनी शेतकरी कुटुंबांशी मैत्री करायला पर्ल बकला फारशी अडचण आली नाही. या मैत्रीतूनच तिला मनुष्य स्वभावाच्या साऱ्या चिरंतन पैलूंचं स्पष्ट दर्शन घडलं. 'या कुटुंबांना भेटणं, त्यांच्याशी बोलणं म्हणजे माझ्या दृष्टीनं सत्याचा शोध घेणंच होतं,' असं ती म्हणते.

उत्तर चीनमध्ये पाच वर्षं राहिल्यानंतर जॉन लॉसिंग बक यांनी नानकिंग विश्वविद्यालयात नोकरी धरली. पर्ल बक तिथे इंग्रजी साहित्य शिकवू लागली. या दहा वर्षांच्या काळात तिला अडाणी चिनी शेतकऱ्यांच्या जीवनापेक्षा फार वेगळं असं आयुष्य तितक्याच जवळून पाहायला मिळालं. ते म्हणजे पाश्चिमात्य विचारसरणीच्या प्रभावाखाली जाताना हळूहळू आपली पुरातन संस्कृतीच नाकारणाऱ्या चिनी विद्यार्थ्यांचं! नव्या जुन्यातला अटळ संघर्ष तिला इथं जागा होताना दिसला.

या साऱ्या अनुभवांतून निर्माण झालेली आणि लहानपणापासून 'रोज काही तरी लिहिण्या'ची अंगी बाणवलेली सवय यामुळे पर्ल बकची पहिलीच कादंबरी 'ईस्ट विंड वेस्ट विंड' लोकांच्या नजरेत भरली.

१९३१च्या मार्चमध्ये बकची दुसरी कादंबरी प्रकाशित झाली 'द गुड अर्थ' आणि तिने अमेरिकन वाङ्मयात इतिहास घडवून आणला.

एका गरीब चिनी शेतकऱ्याच्या धकाधकीच्या आणि लांबलचक आयुष्याचं अगदी सरळ सोप्या भाषेत वर्णन करणारी ही कादंबरी अमेरिकन साहित्याचा एक मानदंड ठरली आहे. सर्वाधिक खप असलेली आणि सर्वाधिक भाषांत भाषांतरे झालेली ही एकमेव कादंबरी आहे. अधिकृतरीत्या एकूण तीस भाषांमध्ये या

कादंबरीची भाषांतरे झाली आहेत. एकट्या चिनी भाषेतच 'गुड अर्थ'ची सात भाषांतरं उपलब्ध आहेत.

या कादंबरीच्या निर्मितीबद्दल बोलताना पर्ल बक असं स्पष्ट म्हणते, "माझ्या डोळ्यांसमोर एक निश्चित कथानक, त्याचा आराखडा असं काहीच नव्हतं, होता तो फक्त एक चिनी शेतकरी, त्याची बायको आणि त्याची जमीन. या साऱ्यावर जो एक कमालीचा अन्याय होत होता, जुलूम होत होता त्याबद्दलचा आणि त्यांच्या असहायतेचा एक कमालीचा संताप माझ्या मनात सळसळत होता. त्याच्या उद्रेकातून ही कादंबरी निर्माण झाली. लिहिता-लिहिताच माझ्या लक्षात यायला लागलं, ही गोष्ट कोणत्याही एका विशिष्ट देशातल्या शेतकऱ्याची नाही, तर ती जगाच्या पाठीवर कुठेही घडू शकेल अशी आहे."

अत्यंत जीवघेण्या संघर्षानं व्यापलेलं, पण त्याच वेळी अत्यंत संथ असणारं वांगलुंग या चिनी शेतकऱ्याचं लांबलचक आयुष्य हा या कादंबरीचा गाभा आहे. वांगलुंगच्या लग्नाच्या दिवसापासून या कादंबरीची सुरुवात होते, ती त्याचे प्रौढ, सुशिक्षित, शहरी मुलगे त्याच्या मरणाची वाट पाहात आहेत, इथं ती संपते. हे सारं आयुष्य कोणत्याही देशात आणि कोणत्याही संस्कृतीत घडू शकेल, इतकं सामान्य आहे. या जीवनातले हर्ष-खेद, राग-लोभ, भय-भीती सारं काही अतिशय सामान्य माणसाचं आहे. लेखिकेच्या मनात त्या आयुष्याच्या असहायतेबद्दलचा तीव्र प्रक्षोभ खळखळत असतानाही ती एक प्रकारच्या तटस्थतेनं, अलिप्ततेनं ही कहाणी आपल्याला सांगत राहाते. आणि त्यामुळेच या सामान्य माणसाच्या गोष्टीला असामान्यतेचं वेगळंच पाणी चढतं.

लहानपणापासून कथेकऱ्यासारख्या ऐकलेल्या कथांचा परिणाम पर्ल बकच्या लेखनशैलीवर झालेला दिसतो. ऐकणाऱ्याचं चित्त गुंतून राहावं म्हणून कथेकरी वापरत असलेल्या सर्व क्लृप्त्या ही वापरताना दिसते. उदाहरणार्थ, वांगलुंगच्या

यशाची चढती कमान असताना तिकडं ह्वांगच्या घराण्याची दुर्दशा होणं, पराकोटीच्या कष्टानंतरही भुकेल्या वांगलुंगनं मुलानं चोरी करून मिळवलेलं अन्न फेकून देणं, नव्या क्रांतीकारक घटना डोळ्यांसमोर घडत असूनही वांगलुंग अडाणीच राहणं, परदेशी माणसांची थोडी चेष्टा, थोडी कुचेष्टा, कमालीच्या अंदाधुंदीच्या, लुटमारीच्या काळात गरीब बापड्या वांगलुंगची पापभीरूता आणि त्याच्या उलट चुपचाप असणाऱ्या ओ-लानचा सरळसोट व्यावहारिक दृष्टिकोन, हे सारं कथा सांगणाऱ्याच्या पठडीतलंच आहे.

आणि मग गोष्टीच्या ओघामध्ये ती इतरही अनेक गोष्टी सांगून मूळ कथेची रंगत वाढवते. उदाहरणार्थ, चिनी नव्या वर्षाचे रीतिरिवाज, लग्नपद्धती, दफनपद्धती एवढंच काय, पण अधूनमधून पाकक्रिया आणि जमिनीच्या मशागतीच्या पद्धतीही सांगायला ती कमी करत नाही. जी कथा ती सांगते आहे, ती खूप मोठ्या कालखंडामध्ये पसरली असल्यामुळे हा शैलीचा संथपणा तिला उपकारक ठरतो. घटना जसजशा घडत जातात, तशाच लेखिका आपल्याला सांगत जाते. त्यामुळे त्या कथावस्तू मधली नाट्यमयता थोडी मंदावल्यासारखी वाटली, तरी तिचा सार्वकालिक प्रभाव द्विगुणित झाल्याखेरीज राहात नाही.

१९३२ साली 'द गुड अर्थ' बद्दल पर्ल बकला पुलित्झर पारितोषिक मिळालं. १९३४ साली ती कायमची अमेरिकेत राहायला गेली. १९३० ते १९३५ या कालखंडातल्या उत्कृष्ट साहित्यासाठी असलेलं 'विल्यम डीन हॅविल्स' पदक १९३५ साली मिळालं आणि १९३८ साली ती नोबेल पारितोषिकाची तिसरी अमेरिकन विजेती ठरली. सिंक्लेअर लुइस आणि युवेन ओनील या दोघा अमेरिकन लेखकांना तिच्या आधी हे पारितोषिक मिळालं होतं.

या नंतरही पर्ल बकच्या प्रदीर्घ आयुष्यात लेखन-वाचन हेच सर्वांत महत्त्वाचं काम होतं. पुढे-पुढे तिच्या लेखनातली तटस्थता जाऊन आत्यंतिक मानवतावादी

दृष्टिकोनानं त्याची जागा घेतली आणि मग तिचं लेखन थोडंफार प्रचारकी थाटाचं झालेलं आपल्याला आढळून येतं.

पर्ल बकच्या प्रचंड साहित्यसेवेची तपशीलवार दखल घेणं इथं अशक्यच आहे. परंतु मानवजातीवरच्या प्रेमामुळं, त्यांच्या दुःखामुळं, हेलावणाऱ्या मनामुळं आलेला लेखनातला आग्रहीपणा सोडला, तर तिचं सारंच लेखन आजही खूप नव्या-नव्या बाबींमध्ये वाचकाला अंतर्मुख करू शकतं.

चिनी आणि अमेरिकन जीवनावरच्या अनेक कादंबऱ्या, तात्कालिक महत्त्वाच्या सामाजिक, राजकीय मुद्द्यांवरचे लेख, बालवाङ्मय, चित्रपट कथा, नाटकं आणि अनेक लघुकथा एवढी साहित्यसंपदा मागे ठेवून पर्ल बक १९७३ साली वयाच्या एक्याऐंशीव्या वर्षी निधन पावली.

आज २०१२ सालीही तिच्या उत्तमोत्तम कादंबऱ्यांची, लघुकथांची भाषांतरं होत आहेत आणि आवडीनं ती वाचली जात आहेत, यातच पर्ल बकच्या वाङ्मयाचं अक्षरत्व सिद्ध होतं.

■

एक

आज वांगलुंगच्या लग्नाचा दिवस होता. मच्छरदाणीतल्या अंधारात डोळे उघडल्यानंतर आजची पहाट वेगळी का वाटतेय ते त्याला कळलंच नाही. घरात अगदी सामसूम होती. फक्त समोरच्या खोलीतून त्याच्या म्हाताऱ्या वडिलांचं अशक्तसं खोकणं ऐकू येत होतं. रोज सकाळी हे खोकणंच पहिल्यांदा कानावर पडायचं. वांगलुंग नेहमी ते ऐकत पडून राहायचा. खोकण्याचा आवाज जवळ यायला लागला. वडिलांच्या खोलीचं दार उघडण्याचा आवाज आला की मगच तो हलायचा.

पण आज तो थांबला नाही. चटकन उठून त्यानं मच्छरदाणी बाजूला केली. पहाट चांगली लालबुंद होती आणि भिंतीच्या झरोक्यातून पंचरशी रंगाचं आकाश चमकत होतं. तो झरोक्याजवळ गेला आणि त्यानं त्यावरचा कागद फाडून टाकला.

"वसंत ऋतू आलाय, आता याची काहीच गरज नाहीये." तो पुटपुटला.

आपलं घर निदान आज तरी स्वच्छ, नीटनेटकं दिसावं अशी मनातली इच्छा मोठ्यानं स्वत:शी बोलून दाखवण्याची त्याला लाज वाटली होती. झरोका त्याचा हात जाईल इतकाच मोठा होता. त्यातून हात बाहेर काढून त्यानं हवेचा अंदाज घेतला. पावसाची चाहूल घेऊन येणारी एक सौम्य झुळूक पूर्वेकडून वाहात होती. शकुन तर चांगला होता. वाढत्या पिकाला पावसाची जरूर होती. अगदी आजच काही पाऊस पडला नसता, पण ही झुळूक अशीच वाहात राहिली तर चार-पाच दिवसांत पाणी पडलंच असतं. चांगलाच शकुन होता. कालच तो वडिलांना म्हणाला होता, "हे सणसणतं ऊन असंच पडत राहिलं, तर गहू कणसात भरणार नाही."

आज या झुळकीच्या रूपानं जणू देवच त्याला आशीर्वाद देत होते. फळाफुलांनी बहरण्याचं वचन देऊन! निळा सुती पायजमा कमरेशी घट्ट करत तो घाईघाईनं मधल्या घरात आला. कमरेच्या वर तो उघडाच होता. घरामागच्या छोट्या पडवीवजा स्वयंपाकघरात जुना चुलाणा होता. या पडवीचा अर्धा भाग गोठ्यासारखा वापरला जायचा. झावळ्या-झावळ्या उजेडात त्याच्या बैलानं मान वळवून पाहिलं आणि एक ओळखीचं हंबरणं हवेत सोडून दिलं.

ही पडवीही त्याच्या घरासारखीच मातीच्या विटांनी बांधलेली होती. त्याच्या शेतातली माती, त्याच्या शेतातलंच गवत या विटांमध्ये वापरलेलं होतं. या मातीतूनच त्याच्या पणजोबांनी हा चुलाणाही बनवला होता. इतक्या वर्षांच्या स्वयंपाकामुळे तो आता चांगला काळाशार भाजला गेलेला होता. या चुलाण्यावर एक मोठं थोरलं लोखंडी सतेलं होतं.

शेजारच्या रांजणातून वांगलुंगनं थोडंसं पाणी काढून सतेल्यात ओतलं. थोडंसंच, कारण पाणी फार महागामोलाचं होतं. पण मग थोडासा विचार करून त्यानं सगळा रांजण सतेल्यात रिता केला. आज तो सगळं शरीर स्वच्छ करणार होता. आईच्या अखत्यारीतनं मोकळं झाल्यानंतर आज प्रथमच कुणीतरी त्याच्याकडे – त्याच्या शरीराकडे – बघणार होतं, तेव्हा त्याचं शरीर स्वच्छ असणं आवश्यक होतं.

तो चुलाण्याच्या मागे गेला आणि तिथं साठवलेल्या गवतातलं मूठभर सुकं गवत त्यानं नीट चुलाण्याच्या तोंडाशी मांडलं आणि चकमकीनं ते पेटवलं.

हे सगळं करण्याचा त्याचा आजचा शेवटचा दिवस होता. सहा वर्षांपूर्वी त्याची आई वारली, तेव्हापासून रोज सकाळी तोच हे काम करत होता. रोज पहाटे उठायचं, चूल पेटवायची, पाणी उकळायचं आणि एका छोट्या वाडग्यामध्ये ओतून ते वडिलांना नेऊन द्यायचं. या वेळेपर्यंत त्याचे वडील अंथरुणात उठून खोकत बसलेले असायचे. एकीकडे पायानं अंथरुणाखालची पायताणं चाचपत असायचे. मुलगा उठेल आणि आपल्या खोकल्याला आरामदायी असं गरम पाणी आणून देईल, याची वाट बघत म्हातारा गेली सहा वर्षं बसायचा. आता बाप आणि मुलगा दोघांनाही विश्रांती मिळणार होती. आता एक बाई घरात येणार होती. उन्हाळा असो की हिवाळा, वांगलुंगला पहाटे उठून चूल पेटवावी लागायची. ती आता टळणार होती. त्यालाही उठल्या-उठल्या अंथरुणातच गरम पाण्याचं वाडगं मिळणार होतं आणि जर का पीकपाणी चांगलं झालं असतं, तर त्या पाण्यात चहाची पत्तीसुद्धा टाकता आली असती; मधूनमधून, कधी झालं होतं की असं.

आणि जर ही बाई दमली असती, तर वांगलुंगपासून झालेली तिची भरपूर मुलं कामाला लागली असती की! या तीन खोल्यांच्या घरात दुडदुड धावणाऱ्या मुलांच्या कल्पनेनं वांगलुंग क्षणभर थबकला. आत्तापर्यंत या तीन खोल्या त्यांना खूप वाटत

होत्या. त्याची आई वारल्यापासून तर हे घर अर्धं रिकामंच असायचं. घरं अपुरी पडणाऱ्या त्यांच्या नातेवाईकांना त्यांना नेहमीच काहीतरी सबब सांगून थोपवून धरावं लागायचं. त्याचा काका तर नेहमीच त्याच्या खंडीभर पोरांना घेऊन येऊन त्याची मनधरणी करायला पाहायचा, "दोनच्या दोन सडे फटिंग तुम्ही, तुम्हाला एवढं मोठं घर काय करायचंय? बापलेक एका खोलीत झोपले, तर म्हाताऱ्या रक्ताला तरुण गरम रक्ताची ऊब नाही का मिळणार!" पण वांगलुंगचे वडील नेहमी म्हणायचे, "माझ्या अंथरुणात माझा नातू झोपेल, तो मला ऊब देईल."

आता त्यांना नातू मिळणार होते – नातवामागून नातू. मग भिंतीच्या कडेकडेनं सुद्धा अंथरुणं घालावी लागणार होती – मधल्या खोलीतसुद्धा. घरभर अंथरुणंच अंथरुणं.

या अर्ध्या रिकाम्या घरातल्या अंथरुणांच्या कल्पनेत वांगलुंग इतका रमला की, चुलाण्याखालचा विस्तव केव्हाच विझून उकळलेलं पाणी थंडसुद्धा व्हायला लागलं. दरवाज्यात म्हाताऱ्या वडिलांची आकृती दिसायला लागली. अंगाभोवती कपडे घट्ट लपेटून धरत, खोकत-खोकत ते म्हणाले, "आज काय मला घोटभर पाणी मिळणार आहे की नाही?"

वांगलुंग दचकून भानावर आला आणि मग शरमलाच, "सरपणच ओलं आहे सगळं. त्यात या ओल्या वाऱ्यानं..." असं काहीबाही पुटपुटत त्यानं चुलाण्यामागून आणखी थोडं गवत काढून पेटवलं.

पाणी उकळेपर्यंत म्हाताऱ्याचं खोकणं चालूच राहिलं. उकळतं पाणी वाडग्यात काढल्यानंतर क्षणभर विचार करून वांगलुंगनं फळीवरची एक बरणी काढली आणि तिच्यातली चिमूटभर चहाची पत्ती त्या पाण्यात टाकली. म्हाताऱ्याचे डोळे अधाशासारखे मोठे झाले, पण लगेच त्याची कुरकुर सुरू झाली. "का एवढा थोरला चहा वाया घालवतोयंस? चहा पिणं म्हणजे चांदी खाण्यासारखं झालंय आजकाल." किंचित हसून वांगलुंग म्हणाला, "आजचा दिवस फक्त खा आणि आनंदात राहा."

छोटे-छोटे उसासे आणि हुंकार देत म्हाताऱ्यानं आपल्या वाळल्याकोळल्या पंजात वाडगा घेतला. चहाची सुरकुतली पानं गरम पाण्यात हलकेच उलगडताना पाहात राहिला. ते किमती पेय त्याला पिववत नव्हतं.

"थंड होईल ना तो." वांगलुंग म्हणाला.

"खरंय रे बाबा." म्हातारा धसकून म्हणाला आणि त्यानं चहाचे मोठाले घुटके घ्यायला सुरुवात केली. खाण्यात गुंगलेल्या एखाद्या बाळासारखी त्याची तंद्री लागली.

तरी वांगलुंगनं एवढं थोरलं गरम पाणी अंघोळीच्या टबामध्ये ओतून घेतलं, हे नजरेतून सुटण्याइतकी त्याची तंद्री गाढ नव्हती. मान वाकडी करून लेकाकडे

रोखून पाहात म्हातारा करवादला, "एवढ्या पाण्यावर एक पीक निघेल."

काही न बोलता वांगलुंगनं थेंब न् थेंब पाणी ओतून घेतलंच.

"काय रे?" म्हाताऱ्यानं मोठ्यानं विचारलं.

"नव्या वर्षानंतर मी एकदासुद्धा संपूर्ण अंघोळ केली नाहीये." वांगलुंग मधाळ आवाजात म्हणाला.

एका बाईमुळं आज आपण आपलं सारं शरीर स्वच्छ करणार आहोत, हे आपल्या वडिलांना सांगायची त्याला लाज वाटली. त्यानं घाईघाईनं टब उचलून स्वत:च्या खोलीत नेला. खोलीच्या दरवाज्याच्या बिजागऱ्या सुटावल्या होत्या म्हणून दार नीट लागत नसे. म्हातारा धडपडत मधल्या खोलीत आला आणि दाराच्या उघड्या फटीला तोंड लावून ओरडला, "असं केलंस तर ती बाई डोक्यावर बसेल डोक्यावर. सकाळी चहा काय, ही अंघोळ काय?"

वांगलुंगनं ओरडूनच उत्तर दिलं, "एकच तर दिवस आहे हे सगळं." मग क्षणभरानं तो म्हणाला, "माझी अंघोळ झाली की पाणी परड्यात टाकीन म्हणजे वाया जाणार नाही."

यावर म्हातारा गप्प झाला. वांगलुंगनं कपडे उतरवले. एक जाडसं फडकं वाफाळणाऱ्या पाण्यात बुडवून घट्ट पिळलं आणि स्वत:चं सडपातळ मजबूत शरीर खसखसून पुसायला सुरुवात केली. पाणी गरम असलं, तरी अंग ओलं झाल्यावर त्याला हुडहुडी भरायला लागली आणि त्यानं घाईनंच अंग पुसणं संपवलं. त्याच्या स्वच्छ शरीरातून एक वाफेचा विरळ ढग आता उठत होता. अंघोळ झाल्यावर आपल्या आईच्या पेटीतून त्यानं स्वच्छ कपड्यांचा एक जोड बाहेर काढला. आज किती थंडी वाजली, तरी तो त्याचे गरम कपडे घालणार नव्हता. आज अचानक त्याला ते थंडीचे कपडे नकोसे झाले होते. त्या कपड्यांचं भोकं पडलेलं मळकं आवरण, बाहेर डोकावणारा काळा मिचकूट कापूस हे सारं त्याला आजतरी स्वत:च्या स्वच्छ शरीरावर नको होतं. तिनं आपल्याला प्रथम पाहायचं, ते अशा घाणेरड्या कपड्यात तरी नको, असं त्याला वाटत होतं. नंतर हे कपडे धुणं, दुरुस्त करणं, शिवणंटिपणं तिलाच करायचं होतं. पण ते नंतर, आज नाही. निळ्या सुती पायजमा कुडत्यावर त्यानं सणावाराला घालायचा एकुलता एक लांब डगला चढवला. हा डगला घालायची वेळ वर्षात आठ-दहा वेळाच यायची. मग चटकन त्यानं स्वत:ची लांब वेणी सोडली आणि लाकडी कंगव्यानं केस विंचरायला सुरुवात केली.

म्हातारा परत दरवाज्याच्या फटीजवळ आला आणि तक्रारखोर आवाजात म्हणाला, "मला आज काही खायला मिळणार आहे की नाही? या वयात सकाळी सकाळी पोटात काही गेलं नाही, तर हाडांचं नुसतं पाणी होऊन

गेल्यासारखं वाटतं.''

''आलो, आलो'', असं म्हणतच वांगलुंगनं नीटनेटकी वेणी घातली आणि तिच्या टोकाला एक काळा रेशमी गोंडा लावून ती बांधून टाकली.

क्षणभर विचार करून त्यानं लांब डगला काढून ठेवला. वेणी डोक्याभोवती गुंडाळून घेतली आणि पाण्याचं टब उचलून तो बाहेर गेला. तो न्याहारीचं साफ विसरूनच गेला होता. थोडं मक्याचं पीठ पाण्यात शिजवून तो आता वडिलांना देणार होता. त्याला स्वत:ला काहीच खायचं नव्हतं. टबभर पाणी दाराशी ओतून टाकतानाच त्याला आठवलं, अंघोळीसाठी त्यानं रांजणातलं सगळंच पाणी वापरून टाकलं होतं आणि चुलाणाही विझला होता. वडिलांबद्दलच्या रागाची एक लहर त्याच्यावरून सरसरत गेली.

चूल पेटवताना तो चडफडतच होता, 'म्हाताऱ्याला स्वत:चं खाणं आणि पिणं याच्याशिवाय दुसरं काही सुचतच नाही सालं.' पण मोठ्यानं तो काहीच बोलला नाही. एवीतेवी हे काम करायची त्याची ही शेवटचीच वेळ होती. दाराजवळच्या आडातून त्यानं एक बादलीभर पाणी ओढलं आणि अगदी थोडंसं उकळायला ठेवलं. ते एवढंसं पाणी चटकन उकळायला लागलं, त्यात त्यानं थोडं मक्याचं पीठ कालवून शिजवलं आणि वाडग्यात ओतून म्हाताऱ्याला नेऊन दिलं.

''रात्री भात करतो हं. आत्तापुरतं हे पीठ खा, बाबा.''

''आता कणगीत भात थोडंसंच उरलंय.'' मधल्या खोलीतल्या जेवणाच्या टेबलापाशी बसून स्वत:च्या जेवणाच्या कांड्या उचलत म्हातारा म्हणाला.

''मग वसंतोत्सवाला आपण थोडा कमी भात खाऊ.'' वांगलुंग म्हणाला.

मोठ्यानं भुरके मारून आपली न्याहारी करत असलेल्या म्हाताऱ्याचं त्याच्याकडे लक्षच गेलं नाही.

वांगलुंगनं आपल्या खोलीत जाऊन पुन्हा नवा निळा डगला चढवला आणि वेणी पाठीवर सोडली. हजामत केलेल्या आपल्या डोक्यावरून आणि गालांवरून त्यानं हात फिरवून पाहिला. 'हजामत करून घ्यावी का?' त्याच्या मनात आलं. अजून पुरतं उजाडलंसुद्धा नव्हतं. न्हाव्यांच्या आळीवरून जायला भरपूर वेळ होता. दाढी-हजामत उरकून मग तो हवेलीत गेला, तरी चालण्यासारखं होतं. 'बघू, पैसे उरले तर बघू.'

त्यानं कमरेचा मळका कशा काढला आणि त्यातले पैसे मोजले. सहा चांदीची नाणी आणि दोन मुठी तांब्याचे पैसे होते. त्यानं रात्री काही मित्रांना जेवायला बोलावलं होतं, हे त्यानं वडिलांना अजून सांगितलं नव्हतं. त्याचा चुलतभाऊ, तिघे शेजारचे शेतकरी आणि वडिलांना सोबत म्हणून काका, बस. शहरातून परतताना त्यानं पोर्क, एखादा लहानसा मासा आणि थोडे चेसनटस् आणायचं ठरवलं होतं. कदाचित

दक्षिणेतून ताजे-ताजे आलेले बांबूचे कोवळे अंकुर आणि थोडं बीफसुद्धा. म्हणजे मग त्याच्या शेतात निघालेल्या कोबीच्या रश्शाला थोडी जास्त चव आली असती. अर्थात ही सगळी तेल, मसाले वगैरे घेऊन झाल्यावर पैसे उरले असते, तरची बात होती. हजामत केली, तर कदाचित बीफला पैसे उरले नसते. 'जाऊ दे! हजामत घ्यावीच करून'. त्यानं अचानक ठरवूनच टाकलं.

तो म्हाताऱ्याशी काही न बोलता घराबाहेर पडला. पहाट लालबुंद असली तरी सूर्य झपाट्यानं वर चढत होता आणि ढगातून बाहेर पडणाऱ्या किरणांमुळे वाढीस लागलेल्या गव्हाच्या, बार्लीच्या लोंब्यांवरचं दव चमकत होतं. वांगलुंगमधला शेतकरी क्षणभर जागा झाला आणि त्यानं वाकून ती भरायला लागलेली कणसं चापसून पाहिली. अजून तशी ती पोकळच होती. पावसाची वाट पाहात होती. त्यानं हवेत हुंगल्यासारखं केलं आणि आकाशाकडे आतुरतेनं नजर टाकली. पाऊस होताच तिथं, जडशीळ काळ्याभोर ढगात वाऱ्यावर कसाबसा जेमतेम तरंगणारा. त्यानं भूमातेच्या देवळात उदबत्ती लावायचं ठरवलं. आज नाहीतरी त्यानं उदबत्ती लावलीच असती म्हणा.

शेतातल्या वळणावळणाच्या निरुंद वाटेनं वांगलुंग चालत राहिला. दूरवर शहराच्या तटाच्या काळसर भिंती दिसत होत्या. तो तटाच्या ज्या दरवाज्यानं आत जाणार होता, त्या दरवाज्यापासून जवळच ह्वांगची हवेली होती. या घरात दासी म्हणून ती बाई लहानपणापासूनच राहिली होती. 'मोठ्या घरातल्या दासीशी लग्न करण्यापेक्षा न केलेलं बरं', असं लोक म्हणायचे खरं, पण जेव्हा त्यानं आपल्या वडिलांकडे स्वतःच्या लग्नाचा विषय काढला होता, तेव्हा ते म्हणाले होते, "आज काल लग्नाचा खर्च आणि हल्लीच्या बायकांची कपड्यादागिन्यांची हौस पाहिली, तर आपल्यासारख्यांना फक्त दासीच परवडतील."

मग त्याचे वडील एक दिवस ह्वांगच्या हवेलीत गेले होते आणि एखादी त्यांनी दासी लग्नाजोगी आहे का, अशी चौकशी केली होती. "फार तरुण नको आणि सुंदर तर अजिबात नको." त्यांनी पुस्ती जोडली होती.

'सुंदर नको,' हे त्यांचं सांगणं वांगलुंगला अजिबात आवडलं नव्हतं. "किती सुंदर आहे रे तुझी बायको." असं कुणी त्याला म्हटलं असतं, तर त्याला ते निश्चित आवडलं असतं. त्याचा नाराज बंडखोर चेहरा पाहिल्यावर त्याचे वडील म्हणाले होते – जवळजवळ खेकसलेच होते – "सुंदर बाई घेऊन काय करायचंय? आपल्याला अशी बाई पाहिजे, जी घर सांभाळेल, शेतात काम करेल आणि काम करता करता पोरं जन्माला घालील. हे सगळं काय एखाद्या नटव्या सुंदरीकडून होणारे? ती सतत तिच्या रूपाचा, तिला शोभून दिसणाऱ्या कपड्यालत्त्यांचा विचार करत बसेल. नको, नको, काही नको. आपल्या घरात सुंदर बाई नको. अरे, आपण

शेतकरी माणसं.

“शिवाय मोठ्या घरातल्या सुंदर दासी कुणी हाताळल्याखेरीज मोठ्या होतात का? सगळे कुमारसाहेब तिच्याशी खेळून तृप्त झालेले असतात. एखाद्या कुरूप बाईजवळ पहिला असणं, एखाद्या सुंदर बाईजवळ शंभरावा म्हणून जाण्यापेक्षा चांगलं नाही का?

“आणि तुला काय वाटतं रे? तुझे कामाधामाचे खडबडीत हात कोण्या सुंदर बाईला रुचतील, एखाद्या साहेबाच्या मऊ गुबगुबीत हातापेक्षा! आणि तुझा उन्हानं रापलेला राठ चेहरा तिच्याशी मजा मारलेल्यांपेक्षा जास्त चांगला वाटेल.”

आपले वडील खरं बोलताहेत हे वांगलुंगला वाटत होतं. पण त्यांचं बोलणं मान्य करताना त्याच्या जिवाची कुतरओढ झालीच. सरतेशेवटी तो चिडूनच म्हणाला, “बरं, बरं कळलं, पण निदान देवीच्या वणांनी भरलेली किंवा फाटक्या ओठाची तरी नको. मला बिलकूल नाही चालणार हं!”

“ते बघावं लागेल – काय मिळतंय, त्याच्यावर अवलंबून आहे ते!”

तर या बाईला देवीचे वण नव्हते किंवा फाटका ओठ नव्हता, एवढं तरी त्याला कळलं होतं – पण एवढंच, याहून जास्त काही नाही – त्यानं आणि त्याच्या वडिलांनी सोन्याचं पाणी चढवलेल्या चांदीच्या दोन अंगठ्या आणि कर्णफुलं आणली होती आणि हे दागिने त्याच्या वडिलांनी बाईच्या मालकाकडे साखरपुड्यानिमित्त नेऊनही दिले होते. आज जाऊन तिला घेऊन यायचं, यापलीकडे त्याला आणखी काहीच माहिती नव्हतं.

तो तटाच्या थंड काळोख्या दरवाज्यात शिरला. शहरातले पाणके दिवसभर भरलेल्या कावडी घेऊन इथून ये-जा करत असत. त्यांच्या कावडीतलं पाणी हिंदकळून दगडी रस्त्यावर पडत असे. त्यामुळे हा रस्ता-तटबंदीच्या विटामातीच्या जाड भिंतीतला हा बोगदा नेहमी ओलसर आणि थंड असे. अगदी उन्हाळ्यातल्या एखाद्या भर दुपारीसुद्धा. म्हणून मग कलिंगडवाले कलिंगडाच्या फाकी कापून इथं पसरून ठेवत. या ओलाव्यात आणि थंडाव्यात ती फळं चांगली रसरशीत होत असत. अजून कलिंगडाचा मोसम नव्हता, पण छोटी छोटी कडक हिरवी पीचची फळं मात्र विकायला आलेली दिसत होती. “पहिली पीचेस– मोसमाची पहिली पीचेस – घ्या, खा आणि पोटातली हिवाळ्याची सगळी विषं साफ करून टाका.” पीचेस विकणारे ओरडत होते.

वांगलुंग स्वत:शी म्हणाला, ‘तिला आवडत असतील तर परतताना तिला मी घेऊन देईन थोडी.’ या दरवाज्यातून तो परतणार होता, तेव्हा त्याच्या पाठीमागे एक बाई असणार होती, हे त्याला खरंच वाटत नव्हतं.

दरवाज्यातून आत शिरल्याबरोबर तो उजवीकडे वळला आणि लगेच न्हाव्यांच्या

आळीत पोहोचलाच. इतक्या सकाळी तिथं फारसं कुणी नव्हतं. आपला माल पहाटेच्या बाजारात विकून शेतावर लवकर परतावं, या विचारानं आदल्या रात्रीच शहरात आलेले काही शेतकरी तिथं होते. रात्रभर आपल्या टोपल्यांजवळ कुडकुडत बसून होते ते. आता टोपल्या रिकाम्या झाल्या होत्या. वांगलुंग त्यांना टाळूनच पुढं गेला. न जाणो, कुणीतरी ओळखीचं निघायचं – आणि आत्ता तरी त्यांची थट्टामस्करी त्याला नकोशी वाटत होती.

रस्त्यावर लांबचलांब कतारीत आपापल्या ठाणावर न्हावी बसले होते. वांगलुंग थेट शेवटच्या न्हाव्यापाशी गेला आणि स्टुलावर बसला. शेजारच्या न्हाव्याशी गप्पा मारणाऱ्या न्हाव्याला त्यानं खुणेनंच बोलावलं. तो चटकन आलाच आणि किटलीतलं गरम पाणी छोट्या पितळी वाडग्यात ओतत त्यानं धंदेवाईक प्रश्न विचारला, "सगळं का?"

"डोकं आणि दाढी." वांगलुंग उत्तरला.

"नाक-कान साफ करून देऊ?" न्हाव्यानं पुढं विचारलं.

"काय घेणार?" वांगलुंगची सावधगिरी.

"चार पेन्स." एक काळं फडकं गरम पाण्यात बुडवून काढत न्हावी उत्तरला.

"दोन देईन." वांगलुंग म्हणाला.

"मग मी एक कान आणि एक नाकपुडी साफ करून देईन." न्हाव्यानं चलाखपणे उत्तर दिलं. "कोणची करू?" शेजारच्या न्हाव्याकडे बघून त्यानं डोळे मिचकावले. एकच हशा पिकला. एका टवाळखोराच्या हातात आपली शेंडी गेलीय हे वांगलुंगच्या लक्षात आलंच. न्हावी जरी असले, तरी हे शेवटी शहरी लोक होते आणि शहरी लोकांच्या समोर त्याला नेहमीच क्षुद्र वाटायचं, का कोण जाणे?

"ठीक आहे, ठीक आहे." तो घाईघाईनं म्हणाला आणि त्यानं स्वत:ला त्या न्हाव्याच्या हाती सोपवून दिलं. न्हावीही जरा उदार होता. त्यानं सगळं झाल्यावर वांगलुंगचे खांदेही चेपून दिले – मोफत.

"या मामानं ही वेणी उडवली, तर बरा दिसेल हा! हल्ली फॅशन आहे वेणी कापायची." आणि त्याचा वस्तरा वांगलुंगच्या वेणीच्या इतका जवळून फिरला, की तो घाबरूनच ओरडला, "अरे, अरे वेणी कापेल ना. माझ्या वडिलांच्या परवानगीशिवाय मला नाही कापता येणार माझी वेणी." न्हावी मोठ्यानं हसला आणि मग नीट घेरा सोडून उरलेली हजामत करायला लागला. सगळं नीट व्यवस्थित झाल्यानंतर पाण्यामुळं सुरकुतलेल्या हातात पैसे मोजताना वांगलुंगला क्षणभर कसंसंच झालं. 'किती पैसे घालवले हे आपण!' पण मग सकाळच्या स्वच्छ वाऱ्याचा स्पर्श त्याच्या नितळ चेहऱ्याला आणि डोक्याला झाला आणि त्याला वाटलं, 'एकच तर दिवस करणार हे आपण.'

मग बाजारात जाऊन त्यानं खरेदी केली. नीट पारखून, तपासून पाहून मगच त्यानं दोन पौंड पोर्क विकत घेतलं आणि दुकानदाराकडून चांगलं पानात बांधूनही घेतलं. थोडा विचार करून मग त्यानं सहा औंस बीफही घेतलं. ताजं थलथलीत पनीर वगैरे सगळं घेऊन झाल्यावर त्यानं गंध्याच्या दुकानातून दोन उदबत्त्या घेतल्या आणि मग शरमेनं चूर होतच त्यानं ह्वांगच्या हवेलीच्या दिशेनं चालायला सुरुवात केली.

हवेलीच्या दाराशी पोचतापोचताच त्याचे पाय लटपटायला लागले. तो आधी आलाच कसा एकटा? वडिलांना तरी बरोबर आणायला हवं होतं. नाहीतर काका – शेजारचा चिंग – कुणालातरी बरोबर आणायलाच हवं होतं. आजपर्यंत अशा हवेलीत सहजसुद्धा त्यानं कधी पाऊल टाकलं नव्हतं आणि आज आता हे सगळं हे मेजवानीचं सामान हातात घेऊन तिथं जाऊन तो काय सांगणार होता? मी त्या बाईसाठी आलोय म्हणून!

तो हवेलीच्या बंद दरवाज्याकडे पाहात बराच वेळ उभा राहिला. दोन प्रचंड लाकडी दारं, काळी रंगवलेली, लोखंडी खिळे मारलेली! दोन दगडी सिंह दाराच्या दोन्ही बाजूंना जणू पहारा देत उभे होते. दुसरं तिथं कुणीच नव्हतं. त्यानं तोंड फिरवलं – छे! शक्यच नव्हतं हे त्याला जमणं!

त्याला अचानक अगदी थकल्यासारखं वाटायला लागलं. त्यानं जाऊन काहीतरी खायचं ठरवलं. सकाळपासून त्यानं काहीच खाल्लं नव्हतं – विसरलाच होता तो खायला खरं म्हणजे. तो समोरच्याच एका धाब्यात शिरला. एक कळकट चहावालं पोरगं त्याच्याजवळ आलं आणि 'दोन वाडगे शेवया'ची फर्माईश घेऊन परतलं.

शेवया आल्याबरोबर वांगलुंगनं त्या अधाशीपणानं संपवल्या. ते पोरगं तांब्याची नाणी खेळवत तिथंच उभं होतं.

"आणखी पाहिजे?" त्यानं निर्विकारपणे विचारलं. वांगलुंगनं नकारार्थी मान हलवली. आत्ता कुठं त्याचं लक्ष थोडं इकडेतिकडे गेलं. फारसं कुणी धाब्यात नव्हतं. थोडीच माणसं चहा पीत किंवा काहीतरी खात बसली होती. त्याच्या ओळखीचं त्यात कुणीच नव्हतं. गरिबांसाठीच होता तो धाबा आणि तिथल्या लोकांच्यात तो आज वेगळाच – सधन असा दिसत होता. म्हणूनच रस्त्यावरचा एक भिकारी त्याला पाहून थांबला आणि "ओ मास्तर, द्याना गरिबाला कायतरी, सकाळधरून उपाशी हाय." असं म्हणायला लागला, तेव्हा तो चमकलाच. त्याला आजपर्यंत कुणी मास्तरही म्हटलं नव्हतं आणि कुणी त्याच्याकडे भीकही मागितली नव्हती. तो खूश झाला आणि त्यानं भिकाऱ्याकडे तांब्याची दोन चिल्लर नाणी फेकली. म्हणजे एका पेनीचा पाचवा हिस्सा. भिकाऱ्यानं चपळाईनं ती झेलली आणि चटकन अंगावरच्या लक्तरात कुठंतरी ती लपवूनही टाकली.

वांगलुंग तिथंच बसून राहिला. सूर्य हळूहळू वर चढत राहिला. चहावालं पोरगं त्याच्याभोवती बराच वेळ घोटाळत राहिलं आणि मग उर्मटपणानं म्हणालं, "तुम्ही अजून काही घेणार नसलात, तर जागेचं भाडं द्यावं लागेल."

वांगलुंगला त्याचा भयंकर राग आला. तो तिथून उठणारच होता, तेवढ्यात त्याला आठवलं, त्याला ह्वांगच्या हवेलीत जायचंय आणि तिथून एका बाईला मागून आणायचंय. त्याला घाम फुटला. इतका की जणू काही तो शेतावर कामच करतोय.

"चहा आण एक कप." तो त्या पोराला कसंबसं म्हणाला. त्याचं वाक्य संपायच्या आत चहा आलासुद्धा. त्या पोरानं जोरात विचारलं, "पेनी कुठंय?"

एक कप चहाला एक अख्खी पेनी! वांगलुंगला भयंकर आश्चर्य वाटलं, रागही आला; पण कमरेच्या कशातून पैसे काढून देण्याखेरीज त्याला गत्यंतरच नव्हतं.

"चोर साले, लुबाडणारे नुसते!" तो पुटपुटला. तेवढ्यात त्याला त्याचा एक शेजारी आत शिरताना दिसला. त्यालाही वांगलुंगनं रात्री जेवायला बोलावलं होतं. त्यानं एका घोटात चहा संपवला आणि बाजूच्या दारानं तो बाहेर सटकला.

"करायला पाहिजे... ते करायलाच पाहिजे." तो निश्चयाने म्हणाला आणि सावकाश पुन्हा त्या प्रचंड दरवाज्यापाशी पोहोचला. आत्तापर्यंत मध्यान्ह टळून गेली असल्यानं दरवाजा किलकिला होता. दारवान जेवणखाण आटोपून दात कोरत आरामात दाराशी बसला होता. चांगला उंचनिंच, डाव्या गालावर एक मोठा मस आणि त्यातून तीन लांब केस वाढलेले असं त्याचं रूपरंग होतं. वांगलुंग दरवाज्यापाशी गेला, तेव्हा तो त्याच्या अंगावर जोरात ओरडलाच. त्याला वाटलं एखादा फेरीवालाच आला, काहीतरी विकायला.

फेरीवाला नाही, हे कळल्यावर तो म्हणाला, "मग काय? कशाला आलायेस?" मोठ्या प्रयासानं वांगलुंग म्हणाला, "मी... मी... वांगलुंग – तो शेतकरी...."

"बरं मग? वांगलुंग शेतकरी, पुढं काय?" दारवानाला मालक-मालकिणीच्या श्रीमंत पाहुण्यांखेरीज इतर कुणाशीच विनयानं बोलता येत नव्हतं.

"मी आलोय... मी आलोय... ते..." वांगलुंग पुन्हा चाचरला.

"तू आलायंस ते दिसतंय रे मला." मसावरचे केस पिळत उसन्या सहनशीलतेनं दारवान म्हणाला.

"इथे बाई आहे ना एक." वांगलुंग पुटपुटला. लाजेनं त्याचा आवाज अगदी अस्फुट येत होता आणि सूर्यप्रकाशात त्याचा घामेजलेला चेहरा चमकत होता. दारवान खदखदा हसला.

"तो आहेस काय तू?" तो खिंकाळला. "मला निरोप होता नवरदेव येणार आहे म्हणून. पण तुझी ही टोपली बघून, मला 'तूच तो' असं वाटलंच नाही."

"थोडं मांस, मासळी आहे, बस्स!" वांगलुंग ओशाळून म्हणाला. त्याला वाटलं, दारवान आता आपल्याला आत घेऊन जाईल. पण तसं काहीच चिन्ह दिसेना. शेवटी वांगलुंग आतुरतेनं म्हणाला, "मी, मी जाऊ का आत?" दारवानानं भयंकर घाबरल्यासारखं केलं, "आत? एकटा? मोठे मालक ठार करतील तुला." पण मग वांगलुंगचा निरागसपणा पाहून तो सरळच म्हणाला, "हे दार उघडायला चांदीची किल्ली लागते बाबा." आता वांगलुंगच्या डोक्यात प्रकाश पडला. याला पैसे हवे होते तर. तो केविलवाणेपणाने म्हणाला, "मी गरीब माणूस आहे हो!" दारवान म्हणाला, "तुझ्या कसात काय आहे ते तर दाखव आधी." आणि वांगलुंगनं अतिशय भाबडेपणानं टोपली खाली ठेवून जेव्हा खरंच कमरेचा कसा काढला, तेव्हा तर त्याला हसायलाच आलं. वांगलुंगनं कसा तळहातावर रिकामा केला. एवढ्या सगळ्या खरेदीनंतर आता त्याच्याकडे फारच थोडे पैसे शिल्लक होते. एक चांदीचं नाणं आणि चौदा तांब्याची चिल्लर.

"मी फक्त चांदी घेतो." दारवान थंडपणानं म्हणाला आणि वांगलुंगनं तोंड उघडण्याआधी त्यानं ते चांदीचं नाणं उचलून बाहीत सरकवलं आणि तोंड फिरवून तो आत चालायलाही लागला होता.

जाताना त्यानं मोठ्यांदा ललकाऱ्या द्यायला सुरुवात केली, "नवरदेव आले हो आले! नवरदेव आले हो आले."

वांगलुंगला या सगळ्या वागण्याचा भयंकर राग आला, पण करण्यासारखं काहीच नव्हतं. त्यानं मुकाट्यानं टोपली उचलली आणि आजूबाजूला न बघता तो दारवानाच्या पाठीमागून निघाला.

नंतर त्याला त्या हवेलीत आपण काय काय पाहिलं, हे कधीच आठवलं नाही. शरमेनं चूर होऊन खाली मान घालून, ललकाऱ्या मारत असलेल्या दारवानाच्या मागून चौकामागून चौक तो ओलांडत राहिला होता. चारही बाजूंनी किणकिणतं हास्य त्याच्या कानावर पडत राहिलं होतं. त्याला वाटलं, आपण शंभरेक चौक तरी नक्की ओलांडले असतील. दारवान अचानक गप्प झाला. त्यानं वांगलुंगला एका छोट्या खोलीत ढकललं आणि स्वत: आत गेला. त्या खोलीत तो क्षणभर उभा राहिला असेल, तोच दारवान आतून बाहेर आला आणि म्हणाला, "चल, चल, मोठ्या बाईसाहेब बोलावताहेत आत."

वांगलुंग लगेच निघाला, पण दारवानानं वैतागून त्याला थांबवलं आणि विचारलं, "तुझी ही मांसमच्छीची टोपली हातात घेऊन एवढ्या मोठ्या बाईसाहेबां समोर जाणारेस का अडाण्या? नमस्काराला वाकशील कसा रे मग?"

"होय रे होय!" वांगलुंगच्या हे लक्षातच आलं नव्हतं. पण टोपली खाली ठेवायचीही त्याला धास्ती वाटत होती. कुणीतरी त्यातलं काहीतरी चोरलं म्हणजे!

दोन पौंड पोर्क आणि सहा औंस बीफ आणि एक मासा एवढं सगळं दुसऱ्या कुणाला अगदी तुच्छही वाटू शकेल, असं त्याच्या स्वप्नातही आलं नव्हतं. त्याची भीती दारवानाला बरोबर कळली. तो मोठ्या आढ्यतेनं म्हणाला, "या घरात हे असलं खाणं आम्ही कुत्र्यांना घालतो." आणि त्यानं ती टोपली हिसकावून घेऊन एका दारामागे ठेवून दिली आणि वांगलुंगला पुढं ढकललं.

एका निरुंद व्हरांड्यातून ते पुढं गेले. व्हरांड्याचं छत नाजूक नक्षीकामाच्या खांबांनी तोलून धरलेलं होतं. व्हरांड्याच्या शेवटी एक दिवाणखाना होता. असा दिवाणखाना किंवा असं काहीच वांगलुंगनं आजपर्यंत पाहिलेलं नव्हतं. त्याच्या झोपडीएवढी दहा-बारा घरं या दिवाणखान्यात सहज मावली असती – नव्हे, कुठल्या कुठं गेली असती – इतका तो प्रचंड होता. मान वर करकरून छतावरचं नक्षीकाम-रंगकाम पाहण्यात तो इतका गुंगला, की दिवाणखान्याच्या काहीशा उंच अशा उंबऱ्याला अडखळून साफ आडवाच व्हायचा. पण दारवानानं त्याला सावरलं, "काय रे, एवढा लांबलचक दंडवत घालणारेस की काय? चांगला नम्र दिसतोस बाबा."

वांगलुंग चांगलाच वरमला आणि समोर पाहून नीट चालायला लागला.

दिवाणखान्यात मध्यभागाच्या ओट्यावर एक अगदी म्हातारी स्त्री बसली होती. तिच्या लहानशा सुरकुतलेल्या शरीरावर मोतिया रंगाच्या मौल्यवान सॅटिनची वस्त्रं होती. तिच्या शेजारी नक्षीदार घडवंचीवर पेटल्या दिव्याची अफूची गुडगुडी होती. तिनं आपल्या खोल गेलेल्या बारीक डोळ्यांनी त्याच्याकडे निरखून पाहिलं. तिचा छोटासा चेहरा आणि खोल काळे डोळे अगदी एखाद्या माकडासारखे दिसत होते. एखाद्या मूर्तीवर सोन्याचं पाणी चढवलं, तर ते जसं तुळतुळीतपणे बसेल, तशी तिच्या चेहऱ्यावरची कातडी घट्ट बसवल्यासारखी दिसत होती.

वांगलुंगनं जमिनीवर डोकं टेकून तिला नमस्कार केला.

"उठव त्याला." मोठ्या बाईसाहेब मोठ्या गंभीरपणे दारवानाला म्हणाल्या, "एवढा वाकून नमस्कार करायची आवश्यकता नाही. तो त्या बाईसाठी आलाय ना?"

"होय माताजी." दारवान म्हणाला.

"तो स्वत: का नाही उत्तर देत?" माताजींनी विचारलं.

"अडाणी, गावंढळ माणूस आहे तो माताजी." मसावरचे केस पिरगळत दारवान म्हणाला.

आता मात्र वांगलुंगला चांगलाच राग आला. रागाची एक नजर दारवानाकडे टाकून तो म्हणाला, "माताजी, मी खेड्यात राहणारा शेतकरी माणूस आहे. आपल्यासारख्यांशी कसं बोलायचं, हे मला समजत नाही."

माताजींनी वांगलुंगचं काळजीपूर्वक निरीक्षण केलं. त्या काहीतरी बोलणार, असं वाटत होतं. तेवढ्यात त्यांच्या हातानं हुक्क्याची नळी त्यांच्या तोंडात सरकवली आणि क्षणार्धात त्यांचं सगळं भान हरपल्यासारखं झालं. त्यांनी अधाशीपणानं अफूचे झुरके मारायला सुरुवात केली. त्यांच्या डोळ्यांतली चमक मालवल्यासारखी झाली आणि सगळ्या आठवणीही मलूल झाल्या.

वांगलुंग गुपचूप त्यांच्या समोर उभा होता. बऱ्याच वेळानं माताजींचं त्याच्याकडे लक्ष गेलं.

"हा कोण माणूस? इथं काय करतोय?" त्यांनी एकदम रागानं विचारलं. त्या सगळंच विसरल्या होत्या. दारवान काही न बोलता मख्खपणे उभा होता.

"मी, मी त्या बाईसाठी थांबलोय, माताजी." वांगलुंगनं कमालीच्या आश्चर्यानं चाचरतच उत्तर दिलं.

"बाई, कुठली बाई...?" माताजी पुढे काही बोलणार तोच त्यांचा हुक्का बघणाऱ्या दासीनं वाकून त्यांच्या कानात काहीतरी सांगितलं. माताजींनी स्वत:ला सावरलं, "हो, हो. मी विसरलेच होते. इतकी फालतू गोष्ट. तू त्या ओ-लान नावाच्या दासीसाठी आला आहेस ना? कोणा शेतकऱ्याशी तिचं लग्न लावून द्यायचं आम्ही कबूल केलंय खरं. तूच का तो शेतकरी?"

"होय माताजी, मीच तो." वांगलुंग उत्तरला.

"बोलाव गं तिला आणि चटकन ये म्हणावं." माताजींनी दासीला सांगितलं. आता जणू काही त्यांना हे काम उरकायची घाईच झाली होती. म्हणजे मग या भव्य दिवाणखान्यात बसून त्यांना आपली अफूची गुडगुडी शांतपणे पिता आली असती.

अगदी थोड्याच वेळात दासी परतली. तिच्यामागे काहीशा उंच चौकोनी बांध्याची एक तरुण स्त्री येत होती. तिनं स्वच्छ निळा सुती कुडता, पायजमा पेहरला होता. वांगलुंगची छाती धडधडत होती. ही बाई त्याची बायको होती.

"दासी, इकडे ये अशी." माताजी निसूरपणे म्हणाल्या, "हा तुला न्यायला आला आहे."

ती माताजींच्या समोर जाऊन हात बांधून खालमानेनं उभी राहिली.

"तू तयार आहेस?" माताजींनी विचारलं.

दुरून एकदा प्रतिध्वनी यावा, तसं तिचं खोल उत्तर आलं, "तयारे."

तिचा आवाज पहिल्यांदाच ऐकून वांगलुंगनं पाठमोऱ्या ओ-लानकडे पाहिलं. आवाज तर ठीक होता. ना मोठा ना बारीक आणि अगदी सरळस्वभावी वाटत होता. भांडखोर, रागीट वाटत नव्हता. तिचे केस नीटनेटके विंचरलेले होते आणि कपडेही स्वच्छ होते. घरंदाज चिनी बायकांची असतात, तशी तिची पावलं मात्र बांधलेली नव्हती. त्याच्या मनात क्षणभर नाराजी दाटून आली – क्षणभरच. जास्त वेळ त्याला

मिळालाच नाही, कारण माताजींनी पुन्हा बोलायला सुरुवात केली होती. त्या दारवानाला सांगत होत्या, “तिची पेटी दरवाज्याशी ने आणि त्यांना रवाना कर.” मग त्यांनी वांगलुंगकडे बघून बोलायला सुरुवात केली, “मी बोलतेय ते तिच्याशेजारी उभा राहून ऐक.” वांगलुंग पुढं येऊन, तिच्याशेजारी उभा राहिल्यावर त्या म्हणाल्या, “ही मुलगी दहा वर्षांची होती, तेव्हा या घरात आली आणि तेव्हापासून आत्तापर्यंत वीस वर्षांची होईपर्यंत ती इथंच राहिली आहे. त्या वर्षीच्या दुष्काळात तिचे आई-वडील उत्तरेकडून शांटुंगहून इकडे दक्षिणेत आले होते. तिकडं उत्तरेला खायलाही मिळत नव्हतं तेव्हा, म्हणून इकडे आले होते. परतही तिकडेच गेले म्हणा. त्यांच्याकडून मी तिला विकत घेतलं. त्यांच्याबद्दल मला आणखी काहीच माहिती नाही. तू तिचं मजबूत शरीर आणि चौकोनी गाल पाहतो आहेसच. उत्तरेकडे सगळ्यांची ठेवण अशीच असते. ती तुझी शेतातली, घरातली आणि इतरही सर्व कामं नीट करेल. ती सुंदर नाहीये, पण तुमच्यासारख्यांना त्याची जरुरीही नाही. फक्त श्रीमंतांनाच त्यांचं मन रिझवण्यासाठी सुंदर बायका लागतात. ती फारशी हुशारही नाहीये, पण सांगितलेलं काम चोख करते. स्वभावानं बरी आहे. माझ्या माहितीप्रमाणे ती अजून कुमारिका आहे. ती स्वयंपाकघरातली दासी नसती, घरात काम करणारी-वावरणारी असती, तरी माझ्या मुला-नातवांचं लक्ष जावं, अशी तर ती नाहीये. तेव्हा जर कुणी तिला भेटलाच असेल, तर एखादा दासांपैकीच असेल. पण इतक्या सुंदर सुंदर दासीबटकी आजूबाजूला वावरत असताना तिच्याकडे दासही पाहणार नाही. घेऊन जा तिला आणि तिचा नीट उपयोग कर. ती चांगली कामाची आहे. मठ्ठ आणि हळूबाई असली, तरीसुद्धा ती कामाला चांगलीच होती. आणखी पुष्कळ जीव जगात आणल्याचं पुण्य मला लाभावं, म्हणूनच फक्त मी देतेय तिला, कुणी लग्न करण्याजोगं सापडलं आणि मालक मंडळींपैकी कुणाला नको असली, तर मी माझ्या दासींची नेहमीच लग्नं लावून देत असते.”

मग त्या मुलीकडे वळून त्या म्हणाल्या, “तो सांगेल तसं वाग. खूप खूप मुलगे होऊ देत तुला. पहिलं मूल मला दाखवायला घेऊन ये.”

“होय माताजी.” ती नम्रपणे म्हणाली.

ती दोघं नंतर काय करावं, ते न कळून तशीच बावचळून उभी राहिली. वांगलुंगला तर काय बोलावं आणि बोलावं की बोलू नये, हेच कळत नव्हतं.

“हं निघा आता, निघा.” माताजी तिरसटून म्हणाल्या. वांगलुंग घाईनं लवून नमस्कार करून मागे वळला आणि चालायला लागला. त्याच्यापाठी ती मुलगी आणि तिच्यापाठी तिची पेटी खांद्यावर घेतलेला दारवान अशी तिघं आधीच्या खोलीत आली. इथंच वांगलुंगची टोपली होती. एक चकार शब्दही न बोलता दारवानानं पेटी खाली ठेवली आणि तो नाहीसा झाला. तो थोडाच एका फालतू

दासीची पेटी दारापर्यंत नेणार होता – हं!

आत्ता कुठं वांगलुंगनं प्रथमच तिच्याकडे नीट पाहिलं. तिचा चौकोनी चेहरा प्रामाणिक होता. रुंद छोटंसं नाक आणि मोठ्या काळ्या नाकपुड्या, एखादा आडवा घाव असावा तशी रुंद जिवणी होती. डोळे बारीक आणि निर्जीव काळ्या रंगाचे होते. पण त्यात नीट सांगता येणार नाही, असा उदासवाणा भाव होता. अगदी अबोल, जणू मुकाच असा तो चेहरा होता. वांगलुंगचं न्याहाळणं तिनं न लाजता किंवा काहीच प्रतिसाद न देता सहन केलं. त्याचं बघून होईपर्यंत ती स्थिर उभी होती. त्याला तिच्या चेहऱ्यात सौंदर्याची एकही खूण दिसली नाही. साधासा सावळासा सहनशील चेहरा. पण तिच्या सावळ्या चेहऱ्यावर देवीचे वण नव्हते आणि तिचा ओठही फाटका नव्हता. त्यानं दिलेली कर्णफुलं तिच्या कानात झुलत होती आणि हातात अंगठ्या चमकत होत्या. वांगलुंग खूश होऊन वळला – त्याला बायको मिळाली होती.

"ही पेटी आणि ही टोपली." तो घोगऱ्या आवाजात म्हणाला. एक शब्दही न बोलता ती वाकली आणि एक बाजू धरून तिनं पेटी खांद्यावर घेतली. धडपडत उभं राहण्याचा ती प्रयत्न करतेय हे त्यानं क्षणभर पाहिलं आणि तो एकदम म्हणाला, "मी घेतो ती पेटी. तू ही टोपली घे." नव्या कपड्यांची पर्वा न करता त्यानं तिची पेटी खांद्यावर घेतली. मुकेपणानंच तिनं टोपली उचलली. हे ओझं खांद्यावर घेऊन आल्या वाटेनं ते शेकडो चौक पार करत जाणं त्याच्या जिवावर आलं.

"मागचा दरवाजा असला एखादा तर..." तो पुटपुटला. थोड्या विचारानंतर तिनं मान डोलावली. जणू काही तो काय बोलला, ते कळायलाच तिला वेळ लागला असावा. मग तिनं वापरात नसलेल्या, गवत वाढलेल्या आणि तळ्यात कचरा साठलेल्या अशा एक चौकातून रस्ता काढला. एका वेड्यावाकड्या पाईन वृक्षाखाली एक जुनाट गोलाकार फाटक होतं. त्या फाटकातून ती दोघं बाहेर रस्त्यावर आली.

एकदा दोनदा त्यानं तिच्याकडे वळून पाहिलं. ती निर्विकारपणे रुंद पावलांवर थबक-थबक चालत होती. जणू काही वर्षानुवर्षं ती अशी त्याच्या मागून चालतेय. तटबंदीतल्या दरवाज्यात थांबून एका हातानं पेटी सांभाळत त्यानं कशातून पैसे काढले आणि तिच्यासाठी सहा हिरवी कडक छोटीशी पीचेस घेतली.

"घे आणि खाऊन टाक." तो घोगऱ्या आवाजात म्हणाला. एखाद्या लहान मुलासारखी तिनं ती अधाशासारखी हातात घट्ट धरली. शेताच्या कडेनं चालत असताना त्यानं पुन्हा एकदा तिच्याकडे पाहिलं, तेव्हा एक पीच मुठीत धरून ती ते कुरतडून खात होती. तो बघतोय असं लक्षात आल्याबरोबर तिनं पीच लपवलं आणि तोंडाची हालचालदेखील थांबवली.

असंच न बोलता चालत ती दक्षिणेकडच्या शेतापर्यंत आली. या शेतात भूमिदेवाचं छोटंसं देऊळ होतं. छप्पर खांद्यापर्यंत येईल, इतकं ते देऊळ छोटं होतं. मातीच्या विटांनी बांधलेलं आणि मातीच्याच कौलांच्या छपरानं शाकारलेलं. वांगलुंगच्या आजोबांनी हे देऊळ बांधलं होतं. याच शेतावर काम करता करता त्यांची हयात संपली होती. देवळासाठीही त्यांनी बरेच कष्ट घेतले होते. विटा, कौलं हातगाडीवर घालून शहरातून वाहून आणली होती. भिंतींना बाहेरून गिलावा करून घेतला होता. गावातल्या एका हौशी चित्रकाराकडून त्या भिंतीवर चित्रंही काढून घेतली होती. अर्थात त्या वर्षी पीकपाणी चांगलं झालं होतं, म्हणूनच हे सगळं जमलं होतं म्हणा. डोंगर, दऱ्या आणि बांबूचं जंगल असा देखावा होता तो. पण आत्ता इतक्या पावसाळ्यांनंतर बांबू अस्पष्टसे दिसत होते, तर डोंगर जवळजवळ नाहीसेच झाले होते.

या देवळाच्या कौलारू छताखाली दोन छोट्या मातीच्या मूर्ती होत्या. त्यांची मातीही या शेतामधलीच होती. गंभीर मुद्रेचा देव आणि तितक्याच गंभीर मुद्रेची देवी. त्यांना लाल कागदाचे सोनेरी किनारीचे कपडे चढवलेले होते. देवाला खऱ्या केसांची खाली वळवलेली मिशी होती. दर नव्या वर्षाला वांगलुंगचे वडील नवीन लाल कागद घेऊन त्यांचे कपडे नव्यानं नीटनेटके तयार करत असत आणि दर वर्षी उन्हापावसात, बर्फात त्यांचे नवे कपडे खराब होऊन जात असत.

आत्ता या वेळी नवं वर्ष नुकतंच सुरू झालेलं होतं, त्यामुळे त्यांचे कपडे छान नवीन होते. त्यांच्या नीटनेटक्या दर्शनाचा वांगलुंगला अभिमान वाटला. त्यानं बायकोकडची टोपली घेतली आणि त्यात काळजीपूर्वक ठेवलेल्या उदबत्त्या शोधून काढल्या. त्या मोडलेल्या असत्या, तर तो नक्कीच अपशकुन ठरला असता. किंचित धास्तावल्या मनानंच त्यानं उदबत्त्या निरखून पाहिल्या – ठीक होत्या, चला! त्यानं त्या दोन्ही उदबत्त्या देवासमोरच्या राखेच्या ढिगात खोवल्या. आजूबाजूची सगळी माणसं या देवळात धूपदीप करत असत, तेव्हा राखेचा ढीग बऱ्यापैकी जमलेला होता. चकमकीनं एक वाळलेलं पान पेटवून त्यानं या उदबत्त्या लावल्या.

ती दोघं शेजारी शेजारी उभं राहून स्वत:च्या शेताच्या देवाची प्रार्थना करू लागली. बाई उदबत्त्यांकडे लक्षपूर्वक पाहात होती. जेव्हा त्यांच्या पेटत्या टोकांवर राखेचा थर जमला, तेव्हा चटकन पुढं वाकून तिनं बोटानं ती टोकं स्वच्छ केली, आणि मग एकदम 'हे आपण काय केलं', या विचारानं घाबरून, तिनं वांगलुंगकडे पाहिलं. पण तिनं केलं, ते त्याला आवडलं होतं. जणू काही हे आपलं दोघांचं आहे असंच तिनं दर्शवलं, असं त्याला वाटलं. त्या क्षणी आपलं लग्न लागलं, असं त्याला मनोमन भासलं. उदबत्त्यांची संपूर्ण राख होईपर्यंत ती दोघं मूकपणे एकमेकांशेजारी

उभं राहून देवाची प्रार्थना करत राहिली. सूर्य पश्चिमेकडे कलला. वांगलुंगनं पुन्हा पेटी खांद्यावर घेतली आणि ती दोघं घरी गेली.

दरवाज्यात सूर्याचं मावळतं ऊन खाण्यासाठी म्हातारा उभा होता. वांगलुंग बायकोसह जवळ आला, तरी त्यानं काहीच हालचाल केली नाही. तिच्याकडे लक्ष देणं त्याच्या सासरेपणाला शोभणारं नव्हतं. म्हणून त्यानं आकाशातल्या ढगांचं निरीक्षण सुरू केलं आणि तो ओरडून म्हणाला, "तो बघ, चंद्रकोरीच्या डाव्या बाजूला ढग आहे ना, तो पावसाचा आहे बघ. उद्या रात्रीपर्यंत पाऊस आलाच पाहिजे." तेवढ्यात वांगलुंगनं बायकोकडून टोपली घेतलेली त्यानं पाहिली आणि तो ओरडला, "पैसे उधळलेस वाटतं?"

वांगलुंगनं टोपली मधल्या खोलीतल्या टेबलावर ठेवली आणि तो तुटकपणे म्हणाला, "रात्री लोक आहेत जेवायला." त्यानं बायकोची पेटी स्वत:च्या झोपायच्या खोलीत नेली आणि स्वत:च्या पेटीच्या शेजारी ठेवली. त्याला काहीतरी वेगळंच वाटलं. तो क्षणभर त्या पेट्या पाहात उभा राहिला. तेवढ्यात म्हातारा दाराशी येऊन कुरकुरला, "या घरात पैसा खर्च करण्याला काही सुमारच नाहीये!" खरं म्हणजे मुलानं लोकांना जेवायला बोलावलं, याचा त्याला मनातून आनंदच झाला होता. पण नव्या सुनेला चांगलं वळण लावायचं असेल, तर खर्चावरून सतत कुरकुर करत राहायलाच हवं होतं. पहिल्यापासूनच तिला उधळपट्टीची सवय लागून कसं चालेल?

वांगलुंगनं काही न बोलता टोपली उचलून स्वयंपाकघरात नेली. त्याच्या मागोमाग बायकोपण आली. त्यानं चुलाण्याच्या कडेला एकेक करून साऱ्या वस्तू मांडल्या आणि तो तिला म्हणाला, "हे बघ, पोर्क, बीफ आणि मासा आहे. सात जण आहोत आम्ही. तुला रांधता येतं का?" हे बोलत असताना त्यानं तिच्याकडे बिलकूल पाहिलं नाही – अयोग्य झालं असतं ना ते.

त्याची बायको तिच्या साध्या आवाजात म्हणाली, "मी त्या हवेलीत स्वयंपाकघरातली दासी म्हणूनच काम केलंय पहिल्यापासून. तिथं प्रत्येक जेवणाला मांस असायचं."

मान डोलावून वांगलुंग बाहेर गेला आणि मग पाहुणे यायला लागेपर्यंत परत आत आलाच नाही. त्याचे काका नेहमीप्रमाणे भुकेलेले आणि तरी मजेत असे होते. पंधरा वर्षांचा चुलतभाऊ उद्धटपणे आणि बाकीचे शेतकरी मित्र संकोचाने असे सारखे हसत होते. त्यांच्यापैकी दोघे गावात राहणारे होते. शेतीकामात त्यांची एकमेकांना नेहमीच मदत होत असे. तिसरा चिंग हा त्याच्या अगदी शेजारीच राहात असे. नेहमी अगदी गप्प-गप्प असणारा असा एकलकोंडा होता हा चिंग.

मधल्या खोलीत 'पहले आप, पहले आप' करत शेवटी एकदाचे सगळे जागच्या जागी बसले. वांगलुंग बायकोला वाढायला सांगायला आत गेला. ती म्हणाली, "मी सगळं तयार करून तुमच्या हातात देते. तुम्ही टेबलावर ठेवाल का? मला पुरुषांसमोर जायला आवडत नाही." तिच्या बोलण्यानं वांगलुंग एकदम खूश झाला. त्याला बायकोचा अभिमानही वाटला. 'ती मला घाबरत नाही पण परक्या पुरुषांसमोर जाणं तिला पसंत नाहीय.' तिच्याबद्दल त्याला एकदम खूप आपलेपणा वाटला.

त्यानं तिच्या हातात जेवणाची पातेली घेतली. टेबलावर मांडली आणि मोठ्यानं म्हटलं, "हं करा सुरुवात, काका, बाबा आणि मित्रांनो सावकाश होऊ द्या." त्याचा गमत्या काका लगेच म्हणाला, "म्हणजे काय, तुझी सुंदर बायको आम्हाला दाखवणार नाहीयेस वाटतं." तेव्हा वांगलुंग नम्रपणे पण निश्चयाने म्हणाला, "नाही, एवढ्यात नाही. आम्ही अजून एक झालेलो नाही. लग्नविधी पूर्ण झाल्याखेरीज इतरांनी तिला पाहणं योग्य नाही."

त्यानं आग्रह करकरून सगळ्यांना खायला घातलं. सगळे सावकाश आणि आडवा हात मारून जेवत होते. मग कुणी माशाच्या रश्श्याची स्तुती केली, तर कुणाला पोर्क आवडलं आणि वांगलुंग पुन:पुन्हा विनयानं म्हणत राहिला, "आमचं आपलं गरिबाचं – कसंतरी बनवलेलं जेवण – तुम्ही म्हणून गोड मानून घेताय झालं. कसलं हे जेवण – ठीकाय इतकंच."

पण मनातल्या मनात तो स्वयंपाकावर चांगलाच खूश झाला होता. जे काही होतं; त्यातच त्याच्या बायकोनं थोडं व्हीनेगर, थोडी वाईन, थोडी साखर, थोडा सोया सॉस घालून जे काही बनवलं होतं, ते इतकं रुचकर होतं, की वांगलुंगनं असे पदार्थ यापूर्वी कधीच चाखले नव्हते.

जेवणानंतरचा चहा, मग नेहमीचे लग्नातले विनोद हे सगळं झाल्यानंतर एकदाचे पाहुणे गेले. तोवर बायको चुलाण्यामागे बैलाशेजारी गवताच्या ढिगावर झोपून राहिली होती. जेव्हा वांगलुंगनं तिला उठवलं, तेव्हा तिच्या केसात गवत अडकलं होतं. तिला जागं करण्यासाठी त्यानं हाक मारली, तेव्हा तिनं जणू काही मार चुकवावा, तसा हात डोक्याशी नेला. तिनं डोळे उघडले, तेव्हा ते इतके निर्व्याज होते की वांगलुंगला ते एखाद्या बाळाचे असावेत, असं वाटलं. तिला हाताला धरून त्यानं स्वत:च्या खोलीत नेलं.

इथंच त्यानं आज सकाळी तिच्यासाठी स्नान केलं होतं. टेबलावर त्यानं एक लाल मेणबत्ती पेटवली. त्या मंद प्रकाशात त्याला अचानक जाणवलं, की आता इथं तो आणि त्याची बायको दोघंच जण होते. त्याला खूप संकोचल्यासारखं झालं, पण त्यानं मनाला दाटून सांगितलं, 'ही तुझी बायको आहे आणि जे करायला हवं

ते करायलाच हवं.' त्यानं संकोचत कसेबसे कपडे उतरवायला सुरुवात केली. त्याची बायको हलकेच पडद्याआड गेली आणि झोपायची तयारी करायला लागली. वांगलुंग घोगऱ्या आवाजात म्हणाला, "झोपायला येताना मेणबत्ती विझवून ये." आणि त्यानं अंथरुणावर अंग टाकलं. जाड वाकळ खांद्यापर्यंत ओढून घेऊन त्यानं झोपेचं सोंग घेतलं, पण त्याला झोप लागलेली नव्हती. त्याच्या शरीरातली नस न् नस जागी झाली होती, थरथरत होती. बऱ्याच वेळानं खोलीत अंधार झाला आणि त्याची बायको अगदी आवाज न करता हलकेच त्याच्या शेजारी आली. एका वेगळ्याच उत्साहानं त्याचं मन भरून आलं. इतकं की तो उत्साह त्याचं शरीर फोडून बाहेर सळसळेल, असं वाटायला लागलं. अंधारातच एक घोगरं हास्य त्याच्या ओठाबाहेर पडलं आणि त्यानं तिला कवटाळलं.

■

दोन

हे खरं जगण्यातलं सुख होतं. दुसऱ्या दिवशी सकाळी तो अंथरुणातच पडून आता सर्वस्वाने त्याची झालेल्या त्या बाईच्या हालचाली निरखत राहिला. ती बिछान्यावरून उठली आणि तिनं स्वत:चे सैलावलेले कपडे नीट केले. गळ्याशी, कमरेशी बंद बांधून, हाताखांद्याच्या हालचालींनी तिनं ते अंगासरशी करून घेतले. मग तिनं तिच्या कापडी बुटात पाय सरकवले आणि तेही बंदांनी घट्ट बांधून टाकले. भिंतीतल्या छोट्याशा झरोक्यातून येणारा दिवसाचा प्रकाश तिच्या चेहऱ्यावर चमकत होता. तिच्या चेहऱ्यात काहीही बदल झालेला नाही, हे पाहून वांगलुंगला कमालीचं आश्चर्य वाटलं. गेल्या एकाच रात्रीत स्वत:मध्ये खूप बदल झालाय, असं त्याला उत्कटतेनं वाटत होतं. पण इथं तर ही बाई त्याच्या अंथरुणातून अशी उठत होती की जणू काही असं उठण्यात तिचं आयुष्य गेलंय. म्हाताऱ्याचं चिरचिरं खोकणं पहाटेच्या उजेडाबरोबर वाढायला लागलं, तेव्हा तो तिला म्हणाला, "बाबांना पहिलं वाडगाभर गरम पाणी नेऊन दे, त्यांच्या छातीला बरं असतं ते." ती तिच्या कालच्याच आवाजात बोलली, "चहाची पत्ती घालायची का पाण्यात?" या साध्या प्रश्नानं वांगलुंगला गोंधळात पाडलं, 'हो तर, घालायचीच चहापत्ती, तुला काय वाटलं, आपण भिकारी आहोत?' असं म्हणायला त्याला फार आवडलं असतं. या घरात रोजच पाण्यात चहापत्ती टाकली जाते, असं या बाईला भासवणं त्याला आवडलं असतं. ह्वांगच्या हवेलीत प्रत्येक जणच भरपूर चहापत्ती घातलेला हिरवागार चहा पीत असणार. तिथं म्हणजे दास-दासीदेखील नुसतं गरम पाणी पीत नसणार. पण त्याला माहीत होतं, पहिल्याच दिवशी सुनेनं पाण्याऐवजी चहा दिला असता, तर म्हातारा खवळलाच असता. शिवाय रोज चहा पिण्याइतके ते खरंच श्रीमंत नव्हते. म्हणून मग बेफिकिरीचा आव आणत तो म्हणाला, "चहा! नको, नको.

चहानं उलटा त्यांचा त्रास वाढतो.''

मग तो अंथरुणाच्या उबेत मजेत पडून राहिला. त्याच्या बायकोनं चूल पेटवली, पाणी उकळलं. त्याला खरं म्हणजे गाढ झोपून राहायला खूप आवडलं असतं. पण गेल्या इतक्या वर्षांच्या लवकर उठण्याच्या सवयीचं गुलाम असलेलं त्याचं वेडं शरीर झोपू शकतच नव्हतं. म्हणून मग तो आळशीपणानं नुसतं लोळण्याचं सुख चाखत तसाच पडून राहिला.

त्याला अजूनही स्वत:च्या बायकोबद्दलचे विचार मनात आणण्याची लाज वाटत होती. त्याच्या मनात त्याचं शेत, पाऊसपाणी, पीक कसं काय येईल; चिंगकडून पांढऱ्या कांद्याचं बी विकत घ्यायचंय, ते काय भावानं घ्यावं, अशा विचारांची वर्तुळं घरघरत होती. पण त्यातूनही नव्या आयुष्याबद्दलचा एक विचार पुन:पुन्हा पुढं येतच होता आणि गेल्या रात्रीबद्दलचा विचार करताना अचानक त्याच्या मनात चमकून गेलं – मी आवडलो का पण तिला? त्याला हे नवंच होतं. आत्तापर्यंत त्याच्या मनात ती आपल्याला आवडेल की नाही आणि घरकामात आणि झोपायला समाधान देऊ शकेल की नाही, इतकंच आलं होतं. तिचा चेहरा साधासुधा आणि हात घट्टे पडलेले असले, तरी तिचं उफाड्याचं अंग मऊसूत आणि अलवार असं होतं. हे आठवल्याबरोबर त्याला पुन्हा एक घोगरं हसू फुटलं. काल रात्री फुटलं होतं तसंच! म्हणजे ह्वांगच्या सगळ्या कुमारसाहेबांना तिच्या कुरूप चेहऱ्यापलीकडे काहीच दिसलं नव्हतं म्हणायचं. तिचा बांधा थोराड होता – स्थूल नव्हता. तिचं शरीर सुंदर होतं, गोलाई आणि मृदुता असलेलं असं होतं. त्याला एकदम वाटलं, 'नवरा म्हणून मी तिला आवडायला पाहिजे.' आणि मग त्याची त्यालाच लाज वाटली.

खोलीचं दार उघडलं आणि ती तिच्या नि:शब्द पद्धतीनं आत आली. दोन्ही हातांनी तिनं एक वाफाळणारा वाडगा धरला होता. तो अंथरुणात उठून बसला आणि त्यानं तो वाडगा घेतला. पाण्यावर थोडी चहाची पानं तरंगत होती. त्यानं चटकन तिच्याकडे पाहिलं. ती एकदम घाबरली आणि म्हणाली, "मी बाबांना चहा नाही दिला. तुम्ही सांगितलंत तसंच केलं. पण... तुम्हाला... मी.'' ती त्याला घाबरतेय हे पाहून वांगलुंगला बरं वाटलं आणि तिचं बोलणं संपायच्या आत तो म्हणाला, "मला आवडतो चहा – मला आवडतो.'' आणि त्यानं मोठ्यानं आवाज करत चहाचे घुटके घ्यायला सुरुवात केली. आता त्याच्या मनात एक नवीच उभारी होती. पण 'मी या बाईला आवडलोय,' या शब्दांनी स्वत:च्या मनाशी बोलायलाही त्याला लाज वाटत होती.

पुढच्या काही महिन्यात या आपल्या बायकोचं निरीक्षण करण्याखेरीज आपण

दुसरं काहीच काम करत नाहीयोत, असं त्याला सारखं वाटत राहिलं. खरं म्हणजे तो रोजच्यासारखंच काम करत होता. रोज कुदळ खांद्यावर घेऊन शेतात जात होता. पिकाची देखभाल करत होता, बैल नांगराला जुंपत होता, नांगरट करत होता. पश्चिमेकडच्या शेतात त्यानं कांदा-लसूण लावायची तयारी केली होती. पण हे सगळं काम त्याला आरामासारखं वाटत होतं. कारण सूर्य माथ्यावर आला, की तो घरी जाई, तेव्हा जेवण तयार असायचं. टेबल स्वच्छ पुसलेलं असायचं. वाडगे आणि चॉपस्टिक्स् नीटनेटक्या मांडलेल्या असायच्या. आत्तापर्यंत कितीही दमलेला असला, तरी घरी येऊन जेवण बनवणं त्याला भागच पडायचं. एखाद्या वेळी म्हाताऱ्याला लवकर भूक लागली, तर तो पाण्यात कालवलेलं पीठ शिजवून ठेवायचा किंवा लसणीच्या कांडीबरोबर खायला एखादी भाकरी थापून ठेवायचा.

आत्ता जे काही अन्न असेल, ते तयार असायचं. घरात आल्याबरोबर तो टेबलाशी बसून जेवू शकायचा. मातीची जमीन आता स्वच्छ झाडलेली असायची. सरपणाचा ढिगारा पुन्हा वाढलेला असायचा. तो सकाळी शेतात गेला, की ती विळा नि दोरी घेऊन बाहेर पडायची आणि काड्याकुटक्या, पालापाचोळा, वाळकं गवत गोळा करून, दुपारचं जेवण शिजवायला पुरेसं इंधन गोळा करून परतायची. सरपण विकत घ्यायला लागत नाही, म्हणून वांगलुंग अगदी खूश होता. दुपारी ती एक टोपलं नि फावडं घेऊन शहराच्या रस्त्याला जायची. या रस्त्यावरून घोडे, खेचरं, बैल, गाढवं यांची ये-जा चालायची. जेवढं मिळेल तेवढं शेण गोळा करून ती ते परड्यात खतासाठी जमवून ठेवायची. ही सगळी कामं ती न बोलता आणि कुणी न सांगता करायची. दिवस मावळला, तरी बैलाला गवत घालून पाण्याची बादली त्याच्यापुढे ठेवेपर्यंत तिचं काम संपत नसे.

तिनं त्या दोघांचेही फाटलेले कपडे स्वत: कातलेल्या सुतानं शिवून ठीकठाक केले. हिवाळी कपड्यांची भोकंही कशीबशी झाकली. सारी अंथरुणंपांघरुणं उन्हात घातली, वाकळी उसवून आतला मळलेला आणि गोळा झालेला कापूस स्वच्छ केला. त्यातली कीड काढून टाकली. वाकळी धुऊन स्वच्छ केल्या आणि पिंजलेला स्वच्छ कापूस भरून त्या पुन्हा नव्यासारख्या बनवल्या.

दिवसभर ती काही ना काही करत असायची. शेवटी तीन खोल्यांचं ते घर अगदी स्वच्छ, लखलखीत दिसायला लागलं. एखादं श्रीमंत सुखवस्तू घर असावं तसं! म्हाताऱ्याचा कफही कमी झाला. तो उन्हाला पाठ देऊन पेंगत पेंगत दिवस घालवू लागला.

पण ती बोलायची कधीच काही नाही – ही बाई – गरजेपुरतंच बोलायची. रुंद पावलांवर सावकाशीनं घरभर फिरणारं तिचं थोराड शरीर, विकारहीन चेहरा आणि

डोळ्यातला किंचित भित्रा भाव हे सगळं वांगलुंग चुपचाप निरखत असायचा. पण तिच्या मनात काय आहे, हे काही त्याला कळायचं नाही. रात्री त्याला तिच्या मऊ सुदृढ शरीराचा स्पर्श ओळखीचा वाटायचा. पण दिवसा त्याच्या ओळखीचं सारं काही तिच्या निळ्या सुती पायजमा कुडत्यात लपलेलं असायचं – आणि ती त्याला एखाद्या प्रामाणिक अबोल दासीसारखी वाटायची – फक्त दासी – आणखी कुणीच नाही.

'तू बोलत का नाहीस?' असं त्यानं विचारणंही योग्य झालं नसतं. तिची कर्तव्यं ती नीट पार पाडत होती. मग आणखी काय हवं?

कधीकधी शेतातली मातीची ढेकळं फोडत असताना त्याच्या मनात तिच्याबद्दलचे विचार यायचे. 'त्या शेकडो चौकांमध्ये तिनं काय पाहिलं असेल? तिचं तिथलं आयुष्य कसं गेलं असेल? त्या आयुष्याबद्दल काही बोलावंसं, सांगावंसं तिला कधीच वाटत नसेल का?' त्याला काही कळेनासंच व्हायचं. मग त्याला स्वतःच्या कुतूहलाची, तिच्यातल्या स्वारस्याची लाज वाटायची. अखेर बाप्यामाणसानं बाईमाणसाकडे किती लक्ष द्यायचं?

एका बाईला – जी एका मोठ्या घरात दासी होती– म्हणजेच पहाटेपासून मध्यरात्रीपर्यंत सतत काम करत होती – तिला पुरेसं काम या तीन खोल्यांत आणि दोन वेळच्या स्वयंपाकघरात नक्कीच नव्हतं. एके दिवशी वांगलुंग शेतात काम करत असताना तो त्या फरीतलं गवत साफ करत होता. त्याच्यावर तिची सावली पडली. त्यानं वर पाहिलं, तर एक खुरपं घेऊन ती तिथं उभी होती. गहू दाण्यात भरायला लागला होता आणि तण काढून वांगलुंगला अगदी थकायला होत होतं. त्या वेळी ती आली होती. ती फक्त एवढंच म्हणाली, ''रात्रीपर्यंत काहीच काम नाहीये घरात.'' आणि त्याच्या डाव्या बाजूच्या फरीतलं गवत काढायला लागली होती.

त्या दोघांवर ऊन तापत होतं. उन्हाळ्याची सुरुवात झालेली होती. थोड्याच वेळात तिच्या चेहऱ्यावरून घामाच्या धारा वाहायला लागल्या. वांगलुंगनं त्याचा कुडता काढून ठेवला होता आणि तो उघड्यानंच काम करत होता. तिचा पातळ कुडता घामानं चिंब होऊन तिच्या खांद्यावरून पाठीला घट्ट चिकटला होता. एका लयीत जोडीनं तासन्‌तास काम करताना वांगलुंगला त्या कामातले कष्ट जाणवेनासे झाले. त्याच्या मनात या लयबद्धतेखेरीज दुसरा कोणताच विचार मूळ धरू शकत नव्हता. एक संथ लय ताल, माती वखरणं, ज्या मातीतून त्यांची शरीरं – घरं – देवदेवता सारंच बनलं होता. बस! तेवढी लय शिल्लक होती. फक्त समोर काळीभोर भारी जमीन पसरली होती. खुरपं लागताच ढेकळं फुटून माती होत होती. कधीतरी मध्येच एखादा विटेचा तुकडा किंवा लाकडाची ढलपी मातीतून निघायची.

हे काही विशेष नव्हतं. कधी काळी, कोणत्या तरी युगात इथं बायका-पुरुषांची प्रेतं पुरली गेली होती, घरं उभारली गेली होती आणि इथंच कोसळलीही होती. कधीतरी त्यांचं घरसुद्धा असंच कोसळणार होतं – त्यांची शरीरंही अशीच मातीला मिळणार होती. प्रत्येकाची पाळी येतच असते – मातीकडे परत जाण्याची. ती दोघं एकमेकांबरोबर एकमेकांच्या लयीत काम करत राहिली. त्यांच्या वाट्याच्या मातीला फुलवण्यासाठी बरोबरीनं काम करत राहिली.

सूर्य मावळल्यानंतर त्यानं दुखणारी पाठ हलकेच सरळ केली आणि तिच्याकडे एक नजर टाकली. तिचा घामेजलेला ओला चेहरा मातीच्या फराट्यांनी भरला होता. मातीसारखीच तीसुद्धा लाल मातकट दिसत होती. तिचे ओले कपडे तिच्या मजबूत चौकोनी शरीराला घट्ट चिकटले होते. तिनं सावकाश हातातलं काम पुरं केलं आणि मग ती तिच्या नेहमीच्या साध्या निर्विकार आवाजात म्हणाली, "मला मूल होणार आहे." संध्याकाळच्या नीरव वेळी तिचा आवाज नेहमीपेक्षा अधिकच निर्विकार वाटत होता.

वांगलुंग स्तब्ध उभा राहिला. यावर काय बोलणार? तिनं खाली वाकून विटेचा एक तुकडा उचलला आणि दूर फेकून दिला. 'जेवायला वाढलंय' किंवा 'चहा आणलाय,' इतक्या साधेपणानं तिनं हे सांगितलं होतं. तिला हे इतकं सरळ साधं मामुली वाटत असेल कदाचित, पण त्याला – त्याला काय वाटत होतं, हे त्याचं त्यालाच कळत नव्हतं. त्याचं हृदय उचंबळून आलं आणि अचानक किनारा गाठावा, तसं शांतही झालं. चला, या जमिनीवर फळाफुलायची आता त्यांची पाळी होती!

त्यानं एकदम तिच्या हातातलं खुरपं काढून घेतलं आणि तो घोगऱ्या आवाजात म्हणाला, "चल, पुरे झालं आता, दिवसपण मावळलाय, आपण म्हाताऱ्याला सांगू."

ती दोघं नेहमीसारखं घरी गेली – ती दहा-बारा पावलं त्याच्यामागून – बायकोला शोभेल अशी. म्हातारा दरवाज्याशी भुकेजून उभा होता. सून घरात आल्यापासून त्यानं स्वयंपाकाला हात लावला नव्हता. तो उतावीळपणे ओरडून म्हणाला, "असं अन्नाची वाट पाहात बसायला लागणं माझ्या वयाला काही चांगलं नाही."

वांगलुंग आत जाता जाता म्हणाला, "तिला दिवस गेलेसुद्धा इतक्यात." हे वाक्य 'मी शेतात पेरणी उरकली आज' इतक्या सहजपणे बोलण्याचा त्यानं प्रयत्न केला, पण त्याला ते जमलं नाही. तो अगदी हळू आवाजात हे बोलला होता, पण त्याला स्वत:लाच आपण मोठ्यानं ओरडून बोलतोय, असं वाटत होतं.

म्हाताऱ्यानं क्षणभर काहीच न कळता डोळे फडफडावले. मग लक्षात आल्यावर तो आनंदानं खदखदून हसला आणि नवऱ्याच्या मागून येणाऱ्या आपल्या सुनेला

म्हणाला, "वा, वा! म्हणजे पीक नजरेच्या टप्प्यात आलं म्हणायचं."

अंधारात तिचा चेहरा दिसत नव्हता. पण ती संथपणे म्हणाली, "मी आत्ता जेवण बनवते."

"हो, हो, बनव जेवण." म्हातारा लहान मुलाच्या उत्साहाने तिच्या मागोमाग स्वयंपाकघरात गेला. जसा नातवंडाच्या विचारानं त्याला जेवणाचा विसर पडला होता, तसाच जेवणाच्या विचारानं त्याला नातवंडांचा विसर पडला.

पण वांगलुंग टेबलाजवळ बसून राहिला. पंजावर डोकं टेकवून विचार करत राहिला – या त्याच्या शरीरापासून अगदी त्याच्या हाडामांसातून – एक नवा जीव.

■

तीन

बाळंतपणाची वेळ जशी जवळ यायला लागली, तसा तो बायकोला म्हणाला, "कोणातरी बाईला मदतीला बोलवायला पाहिजे त्या वेळी."

पण तिनं 'नको' अशी मान हलवली. ती टेबलावरची रात्रीच्या जेवणाची भांडी उचलत होती. म्हातारा झोपायला गेला होता. ती दोघं रात्रीच्या अंधारात मिणमिणत्या दिव्याच्या उजेडात एकटीच होती.

"कोणी बाई नको?" त्यानं धसक्यानं विचारलं. तो आता अशा प्रकारच्या संभाषणांना सरावला होता. तिचा सहभाग मानेच्या किंवा हाताच्या हालचाली इतकाच असायचा. फार फार तर एखादा शब्द, अगदी नाईलाजानं उच्चारलेला – बस. ती बोलत नाही, हेही त्याला आजकाल जाणवत नसे.

"पण घरात दोघे पुरुषच, म्हणजे कसं होणार? वाईट दिसेल ते. माझी आई गावातल्या एका बाईला बोलवायची. मला तर यातलं काहीच कळत नाही. हवेलीत कुणी तुझ्या चांगल्या ओळखीचं – एखादी म्हातारी वगैरे नाही का तुझ्या मदतीला यायला?" इतक्या दिवसात त्यानं प्रथमच हवेलीचा विषय काढला होता. ती एकदम त्याच्याकडे वळली. तिचे बारीक डोळे विस्फारले गेले होते आणि चेहऱ्यावर भयंकर राग होता. त्यानं तिचं हे रूप कधीच पाहिलं नव्हतं.

ती वसकन ओरडून म्हणाली, "त्या घरातलं कुणी नको." त्याच्या हातातला पाईप खालीच पडला आणि तो तिच्याकडे पाहातच राहिला. पण अचानक तिचा चेहरा पूर्वीसारखा झाला. जणू काही ती काही बोललीच नव्हती, अशा आविर्भावाने ती जेवणाची भांडी – चॉपस्टिक्स् वगैरे गोळा करायला लागली.

"हे काय अजबच आहे." तो अचंब्यानं म्हणाला. तिनं काहीच उत्तर दिलं नाही, तेव्हा तोच पुढे म्हणाला, "आम्ही दोघं-बाप्या माणसं. बाळंतपणासारखी गोष्ट.

शिवाय म्हाताऱ्यानं तुझ्या खोलीत येणंसुद्धा बरं दिसायचं नाही आणि मी-मी तर गाईलाही विताना बघितलं नाहीय. माझं हे अरभट हात म्हणजे बाळाला इजाच व्हायची. म्हणून मी म्हणत होतो – हवेलीतलं कुणीतरी – तिथं दासीबटकी सारखी बाळंतपणं चालूच असतील ना....''

ती एकटक त्याच्याकडे पाहात राहिली. हातातल्या चॉपस्टिक्स्ची जुडी नीट टेबलावर ठेवून ती क्षणभरानं म्हणाली, ''मी माझ्या मुलग्याला घेऊनच पुन्हा त्या घरात पाऊल ठेवीन. मी त्याला लाल कुडता आणि लाल फुलाफुलांचा पायजमा घालीन, त्याच्या टोपीवर गिलिटाचा बुद्ध शिवीन, पायातल्या बुटांवर वाघाची तोंडं लावीन. मीसुद्धा नवे बूट आणि नवा काळ्या साटणीचा कोट घालीन. इतकी वर्षं जिथं दासीचं काम केलं, त्या स्वयंपाकघरात तर मी जाईनच; पण माताजी बसतात, तिथंही मी जाईन आणि सर्वांना माझा थाटमाट दाखवीन.''

इतकं बोलणं त्यानं तिच्याकडून आजपर्यंत कधीच ऐकलं नव्हतं. ती अगदी सावकाश पण अजिबात न अडखळता, न थांबता बोलत होती. त्याच्या लक्षात आलं की, हे सगळं तिनं आधीच विचार करून नीट ठरवून ठेवलेलं होतं. त्याच्या बरोबरीनं शेतात मुक्यानं काम करत असताना ती हाच विचार करत असायची, तर कमाल आहे या बाईची! ती इतक्या गुपचूप दिवसामागून दिवस शेतात काम करत होती, की ती होणाऱ्या मुलाचा काही विचार करतेय असं वांगलुंगला एकदासुद्धा जाणवलं नव्हतं आणि इथं तर तिच्या कल्पनेतला मुलगा जन्माला येऊन नव्या कपड्यात नटलासुद्धा होता आणि ती – त्या बाळाची आईसुद्धा नव्या कपड्यात होती. प्रथमच तिच्यापुढे तो गप्प झाला. त्याला काय बोलावं, तेच सुचेनासं झालं; म्हणून त्यानं सगळं लक्ष तंबाखू पाईपमध्ये नीट दाबून भरणं, पाईप पेटवणं, यांवरच एकवटलं.

''तुला पैसे लागतील ना मग?'' त्यानं घोगऱ्या आवाजात विचारलं.

''जर मला तीन चांदीची नाणी दिलीत...'' ती घाबरतच म्हणाली, ''मला ठाऊक आहे, हे पैसे खूपच होतात. पण मी नीट काटकसरीनं वापरीन ते. एक दमडीसुद्धा फुकट जाऊ देणार नाही. कापडवाल्याकडून कापडसुद्धा फुटामागे इंचभर तरी जास्तीच मिळवीनच मी.''

वांगलुंगनं कमरेचा कसा काढला. आदल्याच दिवशी त्यानं पश्चिमेकडल्या शेतातल्या तळ्यातून एक-दीड गाडी वेत काढून शहरातल्या बाजारात विकले होते आणि तिला हवे होते, त्यापेक्षा थोडे जास्तच पैसे त्याच्या कशात होते. त्यानं चांदीची तीन नाणी टेबलावर ठेवली. मग थोडा विचार करून त्यानं आणखी एक नाणं टेबलावर टाकलं. एखाद्या दिवशी चहाच्या दुकानात थोडा जुवा खेळावासा वाटला तर गाठीशी असावं, म्हणून खरं म्हणजे त्यानं ते बाजूला ठेवलं होतं. अर्थात

आपण खेळलो, तर हारू, या भीतीनं तो खेळत कधीच नसे. फक्त खेळणाऱ्यांच्या अवतीभवती घुटमळे आणि फासे कसे टाकतात, ते बघत राही. बहुतेक सगळा फावला वेळ तो गोष्टी सांगणाऱ्याच्या तंबूपाशीच घालवायचा. तिथं एखादी छानशी जुनी गोष्ट ऐकायला मिळायची आणि शिवाय कथेकऱ्याच्या वाडग्यात पै-पैसा टाकला, तरी पुरे व्हायचं.

"तेही घे", कागदाच्या सुरळीने पाईप पेटवता पेटवता तो म्हणाला, "त्याचा कोट रेशमी कपड्याचा कर जमलं तर... काही झालं, तरी तो पहिला आहे."

तिनं लगेच ते पैसे उचलले नाहीत. निर्विकार चेहऱ्यानं त्या पैशांकडे पाहात ती उभी राहिली. मग पुटपुटत्या आवाजात ती म्हणाली, "जन्मात पहिल्यांदा मी चांदीची नाणी हातात घेतेय!" मग एकदम तिनं ती नाणी उचलली आणि मुठीत घट्ट धरून ती झोपायच्या खोलीत निघून गेली.

वांगलुंग तिथंच बसून राहिला – त्या चांदीच्या नाण्याचा विचार करत, पाईप ओढत. त्याच्या जमिनीतून ही नाणी उगवली होती. त्याची जमीन – जिथं तो नांगरत होता, पेरत होता, कष्ट करत होता, ती त्याची माती. त्याला स्वतःचं आयुष्यही याच मातीतून मिळालं होतं आणि आता घामाच्या थेंबाथेंबानं ती शिंपून तो तिच्यातून अन्न पिकवत होता – आणि अन्नाच्या कणाकणातून चांदी पिकवत होता. कोणालाही ही चांदी द्यायची, म्हणजे जिवाचा तुकडा काढून देत असल्यासारखं त्याला दुःख व्हायचं. आज प्रथमच हे देणं त्याला दुःखाचं वाटलं नव्हतं. आज त्याला ती कष्टानं कमवलेली चांदीची नाणी कुणा परक्या दुकानदाराच्या हातात दिसली नाहीत. तर चांदीपेक्षाही मौल्यवान असं काहीतरी त्याला या जागी दिसत होतं – त्याच्या मुलाच्या अंगावरचे कपडे आणि ही जी विलक्षण बाई होती – त्याच्या आवतीभोवती आंधळ्यासारखं फिरत होती. काही न बोलता, काही न बघता – तिलाच पहिल्यांदा त्यांचं बाळ असं दिसलं होतं – नटलेलं, सजलेलं.

तिची वेळ जवळ आली, तरी ती कुणालाच बोलवायला तयार नव्हती. ती वेळ एका संध्याकाळी आली. सूर्य नुकताच मावळला होता. ती त्याच्याबरोबर शेतात काम करत होती. गहू पिकून कापला होता आणि शेतं पाण्यानं भरली, तेव्हा भात लावलं होतं. आता ते तरणं भातही पिकलं होतं आणि ओंब्या नुसत्या भरदार फुलून आल्या होत्या – पाऊस वेळेवारी झाला होता आणि ऊनही हवं तसं तापायला लागलं होतं.

दोघं मिळून दिवसभर विळ्यानं भात कापत होती, पेंढ्या बांधत होती, वाकत होती, लवत होती. वाकताना ती थोडी अवघडतच होती. पुऱ्या दिवसांचं ओझं वागवत होती ना. शिवाय ती त्याच्यापेक्षा विळा हळू चालवत होती. त्यामुळे त्यांची कापणी बरोबरीनं पुढं जात नव्हती. तो खूप पुढे जात होता आणि ती मागे पडत

होती. सकाळची दुपार झाली आणि दुपारही संध्याकाळकडे कलू लागली असताना, तिचा कापणीचा वेगही कमीकमी व्हायला लागला. शेवटी त्यानं रागारागानं तिच्याकडे वळून पाहिलं. तेव्हा मात्र ती थांबली आणि हळूहळू सरळ उभी राहिली. तिच्या हातातून विळा गळून खाली पडला. तिच्या चेहऱ्यावर फुटलेला घाम वेगळाच होता – एका नव्या वेदनेचा घाम.

"माझी वेळ झालीय, मी घरात जाते. मी बोलवेपर्यंत खोलीत येऊ नका आणि येताना एक नवा वेत घेऊन या. खाच पाडून – म्हणजे मला बाळाची नाळ कापता येईल." एवढं बोलून, पुढे काहीच विशेष घडणार नसल्यासारखी शेतातून चालत ती घरी गेली. ती घरात जाईपर्यंत तो तिच्याकडे पाहात राहिला. मग कडेच्या तळ्याजवळ जाऊन त्यानं एक सडसडीत हिरवागार वेत कापून घेतला. काळजीपूर्वक छिलून झाल्यावर त्यानं विळ्याच्या टोकानं नीटपणं त्याचं टोक छेदलं आणि मग विळा खांद्यावर टाकून तो घरी गेला. या वेळेपर्यंत चटकन येणारा शरदऋतूतला अंधार पडलाच होता.

तो घरी पोहोचला, तेव्हा टेबलावर गरमागरम जेवण होतं आणि म्हाताऱ्यानं जेवायला सुरुवातही केली होती. बाळंतपणाच्या वेदनांमध्येही तिनं त्यांचं जेवण तयार केलंच होतं! त्याच्या मनात आलं, 'अशी बाई सहजासहजी सापडायची नाही.' तो त्यांच्या खोलीच्या दाराजवळ गेला आणि म्हणाला, "वेत आणलाय."

ती हाक मारून आत बोलावेल, याची वाट पाहात तो उभा राहिला, पण तिनं तसं केलं नाही. ती स्वत:च दरवाज्याजवळ आली आणि फटीतून तिचा हात बाहेर येऊन वेत घेऊन गेला. ती एक अक्षरही बोलली नाही, पण धावून धावून दमलेल्या एखाद्या जनावरासारखी ती धापा टाकतेय, एवढं मात्र त्याला ऐकू आलं.

म्हातारा स्वत:च्या वाडग्यातलं लक्ष काढून म्हणाला, "जेव, नाहीतर थंड होईल सगळं." मग थोड्या वेळानं तो म्हणाला, "उगाच काळजी करत बसू नकोस. अजून खूप वेळ लागेल. माझा पहिला मुलगा जन्मला, तेव्हा चांगलं उजाडलं होतं. मला चांगलं आठवतंय – देवा रे – मला आणि तुझ्या आईला किती मुलं झाली असतील. दहा-बारा तर नक्कीच. मला आठवतसुद्धा नाहीय नक्की – एकटा तू जिवंत आहेस बघ त्यांच्यापैकी. कळलं ना बाईला एकापाठोपाठ एक मुलं का व्हावी ते?" पुन्हा थोड्या वेळानं तो नवंच काहीतरी सुचल्यासारखं म्हणाला, "उद्या या वेळेला मी आजोबा झालेलो असेन नातवाचा." आणि एकदम मोठ्यानं हसायला लागला. खाणं थांबवून खूप वेळापर्यंत त्या अंधाऱ्या खोलीत त्याचं खुसखुसणं ऐकू येत राहिलं.

वांगलुंग मात्र खोलीच्या दाराशी आतून ऐकू येणाऱ्या त्या जनावरासारख्या जडजड धापा ऐकत उभा राहिला. गरम रक्ताचा वास दरवाज्याच्या फटीतून झपकन

आला. वांगलुंगला मळमळल्यासारखं झालं आणि भीतीही वाटली. आतून ऐकू येणारं धपापणं, बारीकसं किंचाळणं लवकर लवकर आणि मोठं व्हायला लागलं. पण त्याखेरीज दुसरा कोणताच आवाज तिनं केला नाही. त्याला ते सगळं असह्य होऊन तो आत घुसणार, तेवढ्यात एक बारीक पण जोरदार रडणं त्याच्या कानावर पडलं आणि तो सगळं विसरला.

बायकोच्या धापा, गुरासारखं ओरडणं, हे सारं चटकन विसरून जाऊन त्यानं मोठ्यानं विचारलं, "मुलगा आहे ना?" परत एकदा ते बारीक रडणं त्याच्या कानावर पडलं – "हो ना? मुलगाच आहे ना?" उत्तर आलं नाही. तेव्हा तो पुन्हा ओरडला, "तेवढं तरी सांग – मुलगा की...."

दुरून येणाऱ्या प्रतिध्वनीसारखा तिचा फिकट स्वर उमटला, "मुलगा."

तेव्हा कुठं तो टेबलाजवळ जाऊन बसला होता. किती चटकन झालं होतं सगळं. जेवण तर केव्हाच थंडगार होऊन गेलं होतं. म्हातारा बसल्या जागी गाढ झोपला होता. तरी – किती चटकन झालं होतं सगळं. त्यानं म्हाताऱ्याला खांदा हलवून उठवलं, "मुलगा झाला, मुलगा." तो विजयानं ओरडला, "तुम्ही आजोबा झाला आणि मी बाप."

म्हातारा एकदम जागा झाला आणि झोप लागण्याआधी जसा हसत होता, तसाच परत हसायला लागला. "हो, हो तर – आजोबा – आजोबा." असं काहीसं बोलत तो उठला आणि हसत हसतच झोपायला निघून गेला.

वांगलुंगनं थंडगार झालेल्या भाताचा वाडगा उचलला आणि भरभर खायला सुरुवात केली. त्याला अचानकपणे भयंकर भूक लागली होती. इतकी की घास उचलून नीट तोंडात घालायलासुद्धा त्याची तारांबळ उडत होती. झोपायच्या खोलीतून बायकोचं घसपटत चालणं – मुलाचं सतत रडणं यांचे आवाज येतच होते.

"आत्ता या घरात शांतता कशी ती कुणाला मिळायची नाही." तो मोठ्या प्रौढीनं स्वतःशीच बोलला.

भरपूर खाऊन झाल्यावर तो पुन्हा खोलीच्या दरवाज्यापाशी गेला. तिनं हाक मारून त्याला आत बोलावलं. तेव्हा तो आत गेला. वाहिलेल्या रक्ताचा वास अजूनही खोलीत होता, पण खाटेखालच्या लाकडी टबखेरीज इतर कुठंही कसलाही मागमूस नव्हता. त्या लाकडी टबमध्येही तिनं पाणी ओतलं होतं आणि ते चटकन दिसणार नाही, असं मागे सरकवून दिलं होतं. लाल मेणबत्ती पेटवलेली होती आणि ती अगदी नीटनेटकी पांघरूण घेऊन पडली होती. या भागातल्या रिवाजाप्रमाणे त्याच्या जुन्या पायजम्यात गुंडाळलेला त्याचा मुलगा तिच्याशेजारी होता.

तो खाटेजवळ गेला आणि क्षणभर त्याच्या तोंडून शब्दच फुटेनासा झाला. त्याचं हृदय भरून आलं. बाळ निरखून पाहण्यासाठी तो खाटेवर ओणावला.

बाळाचा चेहरा गोल, सुरकुतलेला, अगदी काळा असा होता. डोक्यावरचे केस चांगले लांब, काळेभोर आणि ओलसर होते. आता तो रडायचा थांबला होता – डोळे अगदी घट्ट मिटून पडला होता.

त्यानं आपल्या बायकोकडे पाहिलं. तिनं त्याच्या नजरेला नजर दिली. सोसलेल्या यातनांमुळे तिचे केस घामानं ओलेगच्च झाले होते आणि डोळे खोल गेले होते. पण एवढं सोडलं, तर ती नेहमीसारखीच दिसत होती. त्याला मात्र तशी झोपलेली बघून तिची दया आली. त्या दोघांबद्दलच्या प्रेमानं त्याचं मन भरून आलं. काय बोलावं, ते न कळल्यामुळे तो कसाबसा म्हणाला, ''उद्या शहरात जाऊन चांगली पौंडभर लाल साखर आणतो. उकळत्या पाण्यात विरघळवली, की तुला प्यायला होईल.'' मुलाकडे पाहताना अचानक सुचावं तसं तो म्हणाला, ''चांगली टोपलीभर अंडी आणून, लाल रंगवून गावात वाटावी लागतील. म्हणजे कळेल सगळ्यांना, मला मुलगा झाला ते.''

■

चार

बाळंतपणाच्या दुसऱ्या दिवशी बाई नेहमीसारखी उठली आणि तिनं नेहमी सारखाच स्वयंपाक केला. फक्त ती वांगलुंगबरोबर शेतात कापणीला मात्र गेली नाही. वांगलुंग एकटाच शेतात गेला. मध्यान्हीपर्यंत त्यानं एकट्यानंच काम केलं. यानंतर त्यानं व्यवस्थित कपडे केले आणि तो शहरात गेला. बाजारातून त्यानं अगदी ताजी नाहीत, पण चांगली अशी पन्नास अंडी पेनीला एक अशी घेतली. अंडी उकडताना उकळत्या पाण्यात टाकली. अंडी चांगली सुरेख लाल रंगवणारा कागदही त्यानं विकत घेतला. अंड्यांची टोपली घेऊन तो मिठाईच्या दुकानात गेला. तिथं एक पौंडहून थोडी जास्तच लाल साखर त्यानं विकत घेतलेली आणि हलवायाकडून ती नीटपणीने खाकी कागदात बांधूनही घेतली. पुडक्यावरच्या दोऱ्याखाली शकुनाची लाल पट्टी सरकवतच हलवायानं हसतमुखानं विचारलं, "नव्या बाळाच्या आईसाठी ना?"

"पहिला मुलगा झालाय!" वांगलुंग अभिमानानं म्हणाला.

"नशिबवान आहात." हलवाई म्हणाला. त्याचं लक्ष दुकानात आलेल्या नीटनेटक्या पोशाखातल्या दुसऱ्या गिऱ्हाईकाकडे गेलंसुद्धा होतं. हे वाक्य तो आजपर्यंत कित्येकांना उद्देशून म्हणाला असेल. रोज कमीतकमी एकाला तरी नक्कीच! पण वांगलुंगला मात्र ते खास आपल्यासाठीच म्हटलंय, असं वाटलं आणि हलवायाच्या सभ्यपणाचं त्याला खूप बरं वाटलं. पुनःपुन्हा कमरेत वाकून हलवायाचे आभार मानतच तो दुकानातून बाहेर पडला. कडक उन्हात धूळभरल्या रस्त्यातून चालताना त्याला सारखं वाटत होतं, 'त्याच्यासारखा भाग्यवान तोच.'

पहिल्यांदा असा विचार मनात आला, तेव्हा तो खूप आनंदला होता. पण मग एकदम एक भीतीचा डंख त्याच्या मनाला झाला. या आयुष्यात इतकं भाग्यवान

असणं चांगलं नसतं. मनुष्यप्राण्याचा – विशेषत: गरीब माणसाचा आनंद न पाहवणारे दुष्टात्मे आजूबाजूला मातीत, हवेत नेहमीच भरून राहिलेले असतात. तो एकदम वळला आणि गंध्याच्या दुकानी जाऊन त्यानं चार उदबत्त्या विकत घेतल्या. त्याच्या कुटुंबातल्या प्रत्येक माणसाच्या नावानं एकेक – त्या उदबत्त्या घेऊन तो सरळ भूमिदेवांच्या छोट्याशा देवळात गेला आणि देवासमोरच्या राखेच्या ढिगाऱ्यात त्यानं त्या चारी उदबत्त्या खुपसल्या. इथंच त्यानं आणि त्याच्या बायकोनं आधी उदबत्त्या पेटवल्या होत्या आणि त्यांची राख या ढिगात मिसळलेली होती. त्यानं काळजीपूर्वक उदबत्त्या पेटवल्या, त्या नीट जळताहेत, हे पाहिलं आणि मगच तो शांत मनानं घराकडे चालायला लागला. या दोन छोट्याशा ओबडधोबड संरक्षक मूर्ती – आपल्या छोट्याशा छपराखाली शांतपणे बसलेल्या – केवढी ताकद होती त्यांच्यामध्ये.

मग कुणाच्या काही लक्षात येण्याआधीच ती त्याच्या बरोबरीनं शेतात कामाला यायला लागली. कापणी झाली होती. सारं धान्य घरासमोरच्या खळ्यात येऊन पडलं होतं. त्या दोघांनी लाकडाच्या फळकुटांनी कणसं धोपटून दाणे वेगळे केले आणि मग वाऱ्यावर पाखडून त्यातलं तूसही काढून टाकलं. मग लगेच हिवाळी गव्हाच्या पिकासाठी जमीन तयार करणं होतंच. तो नांगर घेऊन शेत नांगरायचा. ती मागून मातीची ढेकळं फोडत यायची.

आता ती दिवसभर काम करत होती. बाळ एका फाटक्या वाकळीवर गाढ झोपलेलं असायचं. ते रडायला लागलं की ती काम थांबवायची. जमिनीवर मांडी घालून एक स्तन उघडा करून बाळाच्या तोंडी द्यायची. वरून सूर्य तापत असायचा. हिवाळ्याचं आक्रमण रोखू पाहणारा, उन्हाळ्यातलं आपलं तेज घालवून बसायला नाखूश असलेला सूर्य! बाई आणि तिचं मूल मातीच्याच रंगाची होती. असं वाटायचं की, या मातीच्याच या मूर्ती घडवल्याहेत. शेतातली धूळ आईच्या आणि बाळाच्या मऊ काळ्या केसांवर शिडकावलेली असायची.

तिच्या मोठ्या थोरल्या मातकट स्तनातून बाळासाठी पांढरंशुभ्र दूध स्रवायचं. बाळ जेव्हा एका स्तनाशी पीत असायचं, तेव्हा तिच्या दुसऱ्या स्तनातूनही हे दूध कारंज्यासारखं उसळायचं. तीही ते खुशाल वाहू द्यायची. या हावरट खादाड बाळालाच काय, पण अशा कितीतरी बाळांना पुरून उरेल इतकं दूध तिथं होतं. ती ते दूध निष्काळजीपणानं वाहू द्यायची, कारण तिला स्वत:ची श्रीमंती माहीत होती. कधी कधी स्वत:चे कपडे ओले होऊ नयेत, म्हणून ती दुसरा स्तन उचलून धरायची आणि दूध जमिनीवर वाहू द्यायची. ते जमिनीत मुरायचं आणि काळ्याभोर मातीवर आणखी गडद, आणखी श्रीमंत असा डाग उमटायचा. बाळ गुटगुटीत आणि हसरं होतं, आई पुरवत असलेला न संपणारा जीवनरस पिऊन!

हिवाळा आला. त्याला तोंड देण्याची त्यांची पूर्ण तयारी झालेली होती. पूर्वी कधीच आलं नव्हतं, इतकं पीक या वर्षी झालं होतं. ते छोटं तीन खोल्यांचं घर भरभरून वाहात होतं. आढ्याला सुकवलेल्या कांद्यालसणीच्या माळाच्या माळा लटकत होत्या. मधली खोली, म्हाताऱ्याची खोली आणि त्यांची खोली या सगळ्या खोल्यांतल्या रांजणाच्या आकाराच्या मोठमोठ्या वेताच्या टोपल्या धान्यानं ओतप्रोत भरलेल्या होत्या. यापैकी बरंचसं विकलं जाणार होतं. पण वांगलुंग काही इतर गावकऱ्यांसारखा जुव्यात किंवा नाजूकसाजूक पदार्थ खाण्यासाठी पैसे उडवणारा माणूस नव्हता. असा खर्च केल्यानंतर साहजिकच या लोकांना सुगीच्या काळात पडत्या भावानं धान्य विकावं लागायचं. वांगलुंग आपला बर्फ पडायला लागलं किंवा नव्या वर्षाच्या सुरुवातीला शहरी गिऱ्हाईक पडेल त्या किमतीला वस्तू विकत घ्यायला लागलं की मगच धान्य विकायला काढायचा.

त्याच्या काकाला तर त्याचं धान्य पुरतं पिकण्याआधीच विकून टाकावं लागायचं. कधीकधी तर तो कापणी मळणीचा त्रास वाचावा आणि हातात लगेच पैसा खेळावा, म्हणून उभं पीकच विकून टाकत असे. नाहीतरी त्याची बायको अगदी मूर्ख, आळशी आणि लठ्ठ होती. कायम चांगलंचुंगलं खायला पाहिजे, शहरातले नवे बूट पाहिजेत, हे पाहिजे अन् ते पाहिजे अशी कटकट करणारी होती. वांगलुंगची बायको त्याचे, म्हाताऱ्याचे, स्वत:चे आणि बाळाचेसुद्धा बूट स्वत: घरी बनवायची. ती जर बूट विकत घ्यायचे म्हणाली असती, तर वांगलुंगला काय करावं, ते कळलंच नसतं.

त्याच्या काकाच्या मोडकळीला आलेल्या घराच्या आढ्याला कधीच काही लटकत नसायचं. त्याच्या स्वत:च्या घरात एक डुकराची तंगडीसुद्धा टांगलेली होती. चिंगचं – त्याच्या शेजाऱ्याचं एक डुक्कर आजारी आहे, म्हटल्याबरोबर चिंगनं ते मारलं होतं. तेव्हा वांगलुंगनं ती तंगडी विकत घेतली होती. डुक्कर खूप आजारण्याच्या आधी मारलं गेल्यामुळे त्याचं मांस सगळं शाबूत होतं आणि ही तंगडी तर चांगलीच मांसल होती. ओ-लाननं त्या तंगडीला भरपूर मीठ लावून सुकवलं होतं. त्यांच्या एकदोन कोंबड्यासुद्धा अशाच मीठ भरून पिसंसुद्धा सुकवून आढ्याला टांगलेल्या होत्या.

म्हणूनच जेव्हा हिवाळ्याचे चावऱ्या थंडीचे वारे ईशान्येकडच्या वाळवंटातून घोंघावू लागले, तेव्हा हे कुटुंब या सगळ्या समृद्धीमध्ये शांतपणे घरात बसू शकलं होतं. लवकरच त्यांचं बाळ एकटं बसायला लागणार होतं. बाळाच्या महिन्याच्या वाढदिवसाला त्यांनी शेवयांची खीर केली होती, कारण शेवया म्हणजे दीर्घायुष्य! लग्नाला आलेल्या सगळ्यांना वांगलुंगनं याही मेजवानीला बोलावलं होतं. सगळ्या पाहुण्यांना प्रत्येकी दहा अशी उकडलेली लाल अंडी दिली होती. त्याचं अभिनंदन करायला येणाऱ्या प्रत्येकाला त्यानं अशीच दोन-दोन अंडी दिली होती. गुटगुटीत,

चांदोबासारख्या गोल गरगरीत चेहऱ्याच्या आणि आपल्या आईसारखी गालाची हाडं उंच असलेल्या त्याच्या मुलामुळे त्या सगळ्यांना वांगलुंगचा हेवाच वाटला होता.

आता हिवाळा आला, तसं शेताऐवजी घरातच वाकळ अंथरून त्याला ठेवलं जायचं – उजेडासाठी दक्षिणेकडचा दरवाजा उघडला जायचा. तिथून सूर्यप्रकाश आत यायचा आणि उत्तरेकडचा वारा नुसताच घराच्या जाड भिंतींवर आदळत राहायचा. दारातल्या खजुराची आणि शेतातल्या विलो आणि पीच वृक्षांची पानं लवकरच गळली, पण पूर्वेकडच्या बाजूंची पानं मात्र बांबू वाऱ्यानं पार जमिनीपर्यंत वाकले, तरी झाडांना घट्ट धरून राहिली.

या कोरड्या वाऱ्याचा जमिनीत पेरलेल्या गव्हाला काहीच उपयोग नव्हता. वांगलुंग अतिशय आतुरतेनं पावसाची वाट पाहात होता आणि अचानक एका रुक्ष काळवंडलेल्या दिवशी – जेव्हा वारा साफ पडला होता आणि हवा अगदी स्तब्ध उष्ण झाली होती – तेव्हा पाऊस आला.

ते सगळे कमालीच्या आनंदानं घरातूनच पाऊस बघत राहिले. जोरात उभाच्या उभा जमिनीत घुसणारा – घरावर – घराभोवती शेतावर पडणारा पाऊस, छपरावरून गळणाऱ्या पागोळ्या हे सारं डोळे भरून पाहात राहिले. बाळाला खूप आश्चर्य वाटलं आणि पावसाच्या उभ्या चंदेरी धारा पकडण्यासाठी खिदळतच त्यानं हात पुढे केले. बाळाबरोबर बाकीचे सारेही हसले. म्हातारा बाळाजवळ खाली बसत म्हणाला, ''आजूबाजूच्या बारा गावांत याच्यासारखं पोर नसेल. माझ्या भावाच्या कार्ट्यांना तर चालायला येईपर्यंत आजूबाजूचं काही दिसतसुद्धा नाही.'' मग शेतात गव्हाला हिरवे कोवळे अंकुर फुटले आणि ओल्या तांबडसर मातीतून ते जोमानं वरही आले.

ही वेळ भेटीगाठीची; कारण याच वेळी शेतकऱ्याला पटत असतं की देवच त्यांची शेतीची कामं नीटपणे पार पाडतोय – कावडीकावडीनं पिकाला पाणी घालून पाठी मोडत नाहीयेत – देव सुरळीत पाणी घालतोय पिकाला आणि मग आज सकाळी याच्या घरी, तर उद्या सकाळी त्याच्या घरी, असे ते चहाला जमत – अनवाणी अन् तेल्या कागदाच्या मोठ्या छत्र्या घेऊन. बायका काटकसरी असतील, तरच बूट बनवायच्या, दुरुस्त करायच्या आणि नव्या वर्षाला काय करायचं, याचे बेतही करायच्या.

पण वांगलुंग आणि त्याची बायको सगळे इतरांकडे जाणाऱ्यांपैकी नव्हते. त्यांच्या खेड्यातल्या सगळ्या झोपड्यांमध्ये त्यांच्याइतकं उबदार आणि भरलेलं घर दुसरं नव्हतं. वांगलुंगला वाटायचं, आपली कुणाशी घसट वाढली, तर तो नक्की उसनं मागेल. नव्या वर्षाचा सण जवळ येत होता आणि कपडालत्ता, बूट, खाणंपिणं या सगळ्याला पुरेल एवढा पैसा कुणाजवळ असतो! म्हणून तो घरातच बसायचा. बायको जेव्हा शिवणटिपण करायची, तेव्हा तो शेतीची अवजारं नीट करायचा.

त्यानं सारी अवजारं काढली, नीट तपासली. जिथं जिथं दोर तुटले होते, तिथं स्वत: वळलेले काथ्याचे दोर बांधले. दाते तुटले होते, तिथं चांगलं डोकं वापरून नव्या बांबूंचे तुकडे बसवले. त्यानं शेतीच्या अवजारांची दुरुस्ती केली. तशी त्याच्या बायकोनं घरातल्या सामानाची दुरुस्ती केली. एखादं मातीचं भांडं गळायला लागलं, तर इतर बायकांसारखं ती ते फेकून देत नसे, नवं आणू या म्हणत नसे; तर चिकणमाती आणून, ती लिंपून, ते भांडं चांगलं भाजून नव्यासारखं करत असे.

अशी ती दोघंही घरात बसत आणि स्वत:च्या कामाची दुसऱ्यानं केलेली स्तुती ऐकून खूश होत असत. अर्थात ही स्तुती एखाद-दुसऱ्या वाक्यापेक्षा जास्त नसायची म्हणजे, 'या मोठ्या रांजणात वेगळा काढलेला गहू बियाण्याचा ना?' किंवा 'आपण कडबा विकू आणि घरात फाटीच जाळू.' बस! किंवा क्वचित वांगलुंग असंही म्हणायचा, "आज शेवया फार छान झाल्याहेत" आणि ओ-लान उत्तरायची, "या वेळी सपीट फार छान झालंय आपल्या गव्हाचं."

या चांगल्या वर्षी वांगलुंगला त्याच्या जरुरीपेक्षा चांगली ओंजळभर चांदीची नाणी जास्त मिळाली. ही नाणी कमरेच्या कशात ठेवायची त्याला धास्ती वाटत होतीच, पण बायकोखेरीज दुसऱ्या कुणाकडे तो हे बोललासुद्धा नाही. त्या दोघांनी खूप विचार केला आणि मग त्याच्या बायकोनं मोठ्या हुशारीनं त्यांच्या खाटेमागच्या भिंतीत एक छोटंसं बीळ पाडलं, वांगलुंगनं सारी नाणी आत ठेवली आणि तिनं भिंत पुन्हा पहिल्यासारखी करून घेतली. इतकी की तिथं काही आहे हे कुणालाही कळलं नसतं. पण वांगलुंगला आणि ओ-लानला मात्र त्यामुळं एक वेगळीच श्रीमंती आल्यासारखं वाटायला लागलं. आपल्याकडे आपल्या जरुरीपेक्षा जास्त पैसे आहेत, याची वांगलुंगला सतत जाणीव असायची. त्यामुळे इतर लोकांच्यात आणि स्वत:शीही अगदी सहजपणे, तो मोकळेपणाने वावरायला लागला होता.

■

पाच

नवं वर्ष जवळ येऊ लागलं, तशी प्रत्येक घरात तयारी सुरू झाली. वांगलुंगनं शहरात जाऊन गंध्याच्या दुकानातून लाल कागदाचे चौकोनी तुकडे विकत आणले. यांपैकी काहींवर सुखसमृद्धीची सोनेरी अक्षरं रेखाटली होती. हे तुकडे त्यानं शेतीच्या अवजारांवर शुभशकुन म्हणून लावले. नांगर, फावडी, विळे, खतं, पाणी नेण्याच्या कावडी, बैलांचं जू या सगळ्यांवर त्यानं एकेक तुकडा चिकटवला. एक बारीक कातरकाम केलेलं झिरमिळ्यांचं असं फुलाफुलांचं तोरण त्यानं दरवाज्यावर लावलं. देवांचे नवे कपडे करण्यासाठीही त्यानं लालचुटुक कागद आणला होता. म्हाताऱ्यानं कापऱ्या हातांनी सुंदर असे कपडे बनवले. वांगलुंगनं देवळात जाऊन ते देवांवर चढवले आणि नव्या वर्षाखातर थोडा धूपही जाळला. त्याच्या घरातल्या मधल्या खोलीत जेवणाच्या टेबलाच्या पाठच्या भिंतीवर एक देवाचं चित्र चिकटवलेलं होतं. त्यासमोर नव्या वर्षाच्या आदल्या संध्याकाळी पेटवण्यासाठी त्यानं दोन लाल मेणबत्त्याही आणल्या होत्या.

मग परत एकदा शहरात जाऊन वांगलुंगनं डुकराची चरबी आणि पांढरीशुभ्र साखर विकत घेतली. वांगलुंगच्या बायकोनं ती चरबी मळून-मळून चांगली मऊसूत आणि पांढरीफेक केली. स्वत:च्या शेतातल्या तांदळाचं स्वत:च्या जात्यावर स्वत:च्या बैलानं दळून दिलेलं पीठ घेऊन, साऱ्या गोष्टी एकत्र करून तिनं नवीन वर्षासाठी केक्स बनवल्या. त्यांना मूनकेक्स म्हणायचं – ह्वांगच्या हवेलीत अशाच केक्स बनायच्या.

जेव्हा या मूनकेक्सच्या रांगाच्या रांगा भाजण्यासाठी टेबलावर तयार झाल्या, तेव्हा अभिमानानं आपलं ऊर फुटेल की काय, असं वांगलुंगला वाटलं. त्याच्या बायकोला ज्या श्रीमंती गोष्टी करता येत होत्या, त्या करणारी एकही दुसरी बाई

त्यांच्या खेड्यात नव्हती. काही केक्सवर तिनं लाल-हिरवा सुकामेवा वापरून पानं-फुलंही बनवली होती.

"हे खाणं जिवावर येईल." तो म्हणाला. लहान मुलानं रंगीबेरंगी वस्तू पाहून खूश व्हावं, तसा म्हातारा खुशीत टेबलाभोवती घुटमळत होता. तो म्हणाला, "माझ्या भावाला – तुझ्या काकाला आणि त्याच्या पोरांना हे बघायला बोलव." पण नव्या समृद्धीनं वांगलुंगला सावधही बनवलं होतं. भुकेल्या माणसांना अशा केक्स फक्त बघायला बोलवता येत नसतं.

"नव्या वर्षाच्या आधी या केक्स बघणं वाईट असतं." तो घाईनं म्हणाला. कोपरापर्यंत तांदुळाच्या पिठानं आणि चरबीनं बरबटलेले हात तसेच घेऊन ओ-लान म्हणाली, "यातल्या एक-दोन साध्या केक आपल्या पाहुण्यांसाठी ठेवायच्या आहेत – बाकीच्या आपल्यासाठी नाहीचेत. आपण हे असलं खाण्याइतके श्रीमंत नाहीयोत. मी या केक्स मोठ्या हवेलीतल्या माताजींसाठी बनवतेय. नव्या वर्षाच्या दुसऱ्या दिवशी मी बाळाला घेऊन तिकडे जाणार आहे, तेव्हा या केक्स भेट म्हणून जाणार आहे."

मग तर त्या केक्सचं महत्त्व एकदम कितीतरी वाढलं. ज्या दिवाणखान्यात आपण अगदी नम्रतेनं – खरं म्हणजे लाचारीनंच दबून उभे होतो, तिथं आपली बायको पाहुणी म्हणून जाणार. नवे रेशमी कपडे ल्यालेल्या त्याच्या मुलाला घेऊन आणि पांढरी साखर, चरबी, तांदळाचं पीठ असे किमती पदार्थ वापरून बनवलेल्या या केक्स भेट म्हणून घेऊन जाणार, या कल्पनेनं वांगलुंग खूप खूश झाला.

मग या भेटीपुढे नव्या वर्षाचं बाकीचं सगळं क्षुद्रच होऊन गेलं. ओ-लाननं शिवलेला नवा काळा सुती कोट पहिल्यांदा घालताना त्याच्या मनात एवढंच आलं, 'मी हवेलीच्या दारापर्यंत त्यांना घेऊन जाताना हा कोट घालीन.'

नव्या वर्षाच्या पहिल्या दिवशी खाऊनपिऊन मस्त झालेले त्याचे शेजारी, काका, चुलतभाऊ हे सगळे त्याला आणि त्याच्या वडिलांना शुभेच्छा देण्यासाठी आले; तेव्हा त्यांच्यांकडेही त्याला जास्त लक्ष देता आलं नव्हतं. त्यानं त्या रंगीबेरंगी केक्स नीट उचलून ठेवण्याकडे मात्र स्वत: लक्ष दिलं होतं. नाहीतर या सर्व पाहुण्यांना त्या द्याव्या लागल्या असत्या ना. अर्थात जेव्हा साऱ्या पांढऱ्या केक्सचंसुद्धा खूप कौतुक व्हायला लागलं, तेव्हा 'अरे हे तर काहीच नाही, तुम्ही त्या रंगीबेरंगी केक्स पाहायला पाहिजेत', असे ओठांपर्यंत आलेले शब्द थांबवताना त्याला कोण प्रयास पडले. अर्थात त्यानं ते शब्द बाहेर पडू दिले नसतेच, कारण हवेलीत ताठ मानेनं प्रवेश करणं त्याच्या दृष्टीनं सगळ्यात महत्त्वाचं होतं.

नव्या वर्षाचा दुसरा दिवस. हा बायकांनी एकमेकांकडे जाण्याचा आणि भेटी देण्याचा असतो. आदल्या दिवशी पुरुषांच्या भेटीगाठी, खाणंपिणं मनसोक्त पार

पडलेलं असतं. या दिवशी ती तिघं भल्या पहाटे उठली. बाईनं बाळाला नवे कपडे घातले, लाल कोट घातला, पायात वाघाचे चेहरे लावलेले तिनं स्वत: बनवलेले बूट घातले. वांगलुंगनं जुन्या वर्षाच्या शेवटच्या दिवशी स्वत: बाळाचं जावळ काढलं होतं. त्या चकचकत्या डोक्यावर तिनं पट्टीची लाल टोपी घातली. तिनं ठरवल्याप्रमाणे या पट्टीवर सोन्याचं पाणी दिलेली बुद्धाची मूर्ती शिवलेली होती. इतकं झाल्यावर तिनं बाळाला बिछान्यावर ठेवलं आणि स्वत:च्या तयारीला लागली. ती स्वत:चे लांबसडक काळे केस विंचरतेय, तोवर वांगलुंग झटपट तयार झालासुद्धा. तिनं केसांचा नीटनेटका अंबाडा घातला आणि वांगलुंगनं तिच्यासाठी आणलेला, सोन्याचं पाणी दिलेला पितळी आकडा त्यात खोचला. वांगलुंगच्या कोटाच्या कापडाचाच तिचा काळा कोट तिनं अंगात घातला. चोवीस फूट कापड दोघांच्या कोटासाठी तिनं घेतलं होतं आणि कापडवाल्यांच्या पद्धतीप्रमाणे वर दोन फूट जास्तीचे.

मग त्यानं बाळाला उचललं आणि तिनं केक्सची टोपली घेतली आणि ती दोघं हिवाळ्यानं उजाड झालेल्या शेतामधल्या पायवाटेनं निघाली.

वांगलुंगला त्याचं बक्षीस हवेलीच्या मोठ्या दारापाशीच मिळालं. कारण जेव्हा बाईनं हाक मारल्यावर दार उघडण्यासाठी दारवान आला, तेव्हा त्यानं मोठे-मोठे डोळे करून सारं निरखलं आणि मग त्याच्या मसावरचे ते तीन लांब केस पिरगाळत तो मोठ्यानं म्हणाला, "अरे, शेतकरी वांग होय! या वेळी एकाऐवजी तिघं जण – अं!" मग त्यांचे नवे कपडे आणि कडेवरचा मुलगा बघून तो म्हणाला, "मागच्या वर्षीपेक्षा जास्त भरभराट या वर्षी होऊ दे, असा आशीर्वाद द्यायची काही जरूर नाही रे बाबा आता तुला."

वांगलुंग साधारण बरोबरीच्या माणसाशी बोलावं, तशा बेफिकीर आवाजात म्हणाला, "हं, पीकपाणी बरंय." आणि मोठ्या आत्मविश्वासाने त्यानं दरवाज्यातून आत पाऊल टाकलं.

दारवान आता चांगलाच प्रभावित झाला होता. म्हणाला, "माझ्या गरिबाच्या खोलीत टेक जरासा. तोवर मी तुझ्या बायकोला आणि मुलाला आत पोहोचवून येतो." आणि वांगलुंग त्या भल्याथोरल्या हवेलीच्या मालकिणीला भेटायला उंची वस्तू भेट म्हणून घेऊन जाणाऱ्या आपल्या बायको आणि मुलाकडे टक लावून पाहात राहिला. हे त्याला फार मोठ्या अभिमानाचं वाटत होतं. चौकामागून चौक ओलांडत जाणाऱ्या त्या आकृती एक वळण घेऊन संपूर्ण दिसेनाशा झाल्यानंतरच तो दारवानाच्या घरात गेला. देवीचे वण तोंडावर असलेल्या दारवानाच्या बायकोनं मोठ्या आदरानं त्याला मधल्या खोलीतल्या बहुमानाच्या आसनावर बसवलं आणि चहाचा वाडगा पुढं केला. हे सगळं आदरातिथ्य त्यानं अगदी सहजतेनं स्वीकारलं.

चहाचा वाडगाही त्यानं घेऊन पुढ्यात ठेवून दिला – जणू काही तो चहा त्याच्या योग्यतेला शोभेल इतका भारी नव्हता.

दारवान त्याच्या बायकोमुलाला घेऊन परतला, तेव्हा खूप वेळ झालाय असं त्याला वाटत होतं. वांगलुंगनं सगळं काही ठीक झालं ना, हे जोखण्यासाठी बायकोचा चेहरा निरखला, कारण त्याला आता त्या निर्विकार चौकोनी चेहऱ्यावर उमटणारे सूक्ष्म बदल समजून घेण्याची सवय झाली होती. आता तिच्या चेहऱ्यावर गाढ तृप्ती होती. त्याला बायकांच्या चौकात – जिथं त्याचं आता काही काम नव्हतं आणि जिथं जायची त्याला परवानगीही नव्हती, तिथं काय काय घडलं, ते सगळं जाणून घ्यायची एकदम उतावीळ झाली. म्हणून दारवान आणि देवीचे वणवाली त्याची बायको यांचा चटकन निरोप घेत त्यानं ओ-लानला बाहेर काढलं आणि आता चुरगाळलेल्या नव्या कोटात गाढ झोपलेल्या मुलाला स्वत:जवळ घेत तो चालायला लागला.

काही वेळानं खांद्यावरून मागे नजर टाकत त्यानं विचारलं, "हं – मग!" आज प्रथमच तिचा संथपणा त्याला असह्य होत होता. ती थोडी त्याच्याजवळ आली आणि कुजबुजत्या स्वरात म्हणाली, "मला विचाराल तर – मला वाटतं की हवेलीत थोडा चिमटा बसायला लागलाय या वर्षी." जणू प्रत्यक्ष देव भुकेले राहावेत, असा तिचा कमालीच्या आश्चर्यानं ओथंबलेला आवाज होता.

"म्हणजे! तुला काय म्हणायचं काय?" वांगलुंगनं आणखी खोदून विचारलं. पण तिला घाई करताच येत नव्हती. बोलणं म्हणजे महत्प्रयासानं शब्द शोधणं आणि वापरणं, असं मोठ्या कष्टाचं काम होतं तिच्या दृष्टीनं.

"माताजींनी या वर्षी मागच्या वर्षीचाच कोट घातला होता. आजपर्यंत असं झालेलं मी कधी पाहिलं नव्हतं. दासींनाही या वर्षी नवे कोट मिळाले नाहीयेत." थोडा वेळ थांबून ती पुढं म्हणाली, "एकाही दासीचा माझ्यासारखा नवा कोट नव्हता." मग परत थोडा वेळ थांबून ती म्हणाली, "आणि आपल्या बाळाचं म्हणायचं, तर मोठ्या मालकांच्या रखेल्यांच्या मुलांच्यातसुद्धा रंगारूपानं की कपड्यालत्त्यानं त्याच्या तोडीला तोड कुणी नव्हतं."

एक छोटंसं स्मितहास्य हळूहळू तिच्या चेहऱ्यावर पसरलं. वांगलुंग मोठ्यानं हसला आणि अधिकच कोवळेपणानं त्यानं आपल्या मुलाला जवळ घेतलं. त्याचं छान झालं होतं. त्याचं खरंच फार छान झालं होतं आणि मग आनंदाच्या भराऱ्या मारतानाच त्याचं मन एकदम थरारलं. 'हे मी काय करतोय – अशा उघड्या आभाळाखाली इतका सुंदर मुलगा उघडपणे घेऊन चालतोय. एखादं भूतपिशाच्च फिरत असेल इकडे तिकडे तर!' त्यानं पटकन आपला कोट उघडून मुलाचं डोकं आत ढकललं आणि तो मोठ्यानं म्हणाला, "किती आपलं नशीब वाईट आहे, नकोशी मुलगी आणि वर देवीच्या फोडांनी भरलेली. मेली तर सुटू एकदाचे."

एकदम गांगरलेली त्याची बायको अंधूकसं समजली आणि घाईघाईनं म्हणाली, "हो ना – हो ना!"

घेतली एवढी काळजी इडापिडा टाळण्यासाठी पुरेशी आहे, असं ठरवून तो थोडा सुखावला आणि मग पुन्हा बायकोला खोदून खोदून विचारायला लागला. "कसे इतके गरीब झाले हे लोक, ते विचारलंस का कुणाला?"

"मी जिच्या हाताखाली होते ना, त्या स्वयंपाकिणीशी एकट्यानं बोलायला मला फारच थोडा वेळ मिळाला." ओ-लान उत्तरली. "पण ती म्हणत होती, की पाचही कुमारसाहेब सांडपाण्यासारखा पैसा वाहवाताहेत. हे आता या घराला परवडण्यासारखं नाहीय. शिवाय ठेवलेल्या बायकांचा कंटाळा आला की त्यांना इथं पाठवून देतात. मोठे मालक दर वर्षी एक-दोन नव्या रखेल्या खरिदतातच आणि माताजी दोन चढाव भरतील, इतक्या सोन्याची अफू रोज खायला लागल्या आहेत."

"खरं की काय हे सगळं?" वांगलुंग स्तंभित होऊन पुटपुटला. "आणि आता तिसऱ्या ताईसाहेबांचं लग्न आहे वसंतात." ओ-लान सांगतच होती. "त्यांचा हुंडा म्हणजे एखाद्या राजपुत्राला विकत घेईल असा ठरलाय. आणखी वर एखादी मोठ्या शहरातली चांगलीशी नोकरीसुद्धा मिळेल तेवढ्या पैशात. सूचौ किंवा टांगचौमध्ये खास नमुन्याप्रमाणे विणून आणलेल्या कापडाचेच सगळे कपडे पाहिजेत, असा त्यांचा हट्ट आहे म्हणे आणि त्यांचे कपडे कमी फॅशनेबल ठरू नयेत इतर बायकांसमोर, म्हणून खास शांघायहून दर्जी बोलावलाय त्याच्या मदतनिसांसकट."

एवढ्या सगळ्या प्रचंड उधळपट्टीनं वांगलुंगला आश्चर्यही वाटत होतं आणि किंचितसा आदरही वाटत होता. त्यानं कुतूहलानं विचारलं, "एवढा सगळा खर्च करताहेत, लग्न ठरलंय तरी कुणाशी त्यांचं?"

"शांघायच्या एका जजसाहेबांचा दोन नंबरचा मुलगा आहे म्हणे." बायको म्हणाली. मग बराच वेळ गप्प बसून पुढं म्हणाली, "ते दिवसेंदिवस जास्तच गरीब होताहेत बहुतेक, कारण मला स्वत: माताजी म्हणाल्या, ते जमीन विकताहेत असं. हवेलीच्या दक्षिणेकडची थोडीशीच आहे ती जमीन. तटाच्या बाहेर अगदी लागूनच आहे. तिथं नेहमीच ते भात लावतात, कारण ती जमीन चांगली आहे. शिवाय तटाभोवतीच्या खंदकातून पाणी घेता येतं हवं तेवढं."

आता मात्र वांगलुंगची खात्रीच पटली. तो म्हणाला, "जमीन विकताहेत! मग नक्कीच गरीब व्हायला लागलेत. जमीन आपल्या हाडामांसाची असते, काही झालं तरी!" मग तो थोडा वेळ याच विचारात गुंग राहिला आणि त्याला अचानक एक कल्पना सुचली. स्वत:च्याच डोक्यावर एक चापटी मारून घेत तो उद्गारला, "मला आधी का नाही सुचलं हे!" आणि बायकोकडे वळत तो म्हणाला, "आपण घेऊ ती जमीन."

ती दोघं एकमेकांकडे पाहातच राहिली. तो आनंदानं आणि ती सुन्न होऊन.

"पण... पण ती जमीन." ती चाचरत म्हणाली.

"मी ती जमीन घेणार." तो एखाद्या जमीनदाराच्या थाटात म्हणाला, "मी ती जमीन ह्वांग घराण्याकडून विकत घेणार."

ती काळजीनं म्हणाली, "पण... ती जमीन दूर आहे. तिथे पोहोचेपर्यंतच कधी सकाळ उलटून जाईल."

"जमीन विकत घेणं केव्हाही चांगलंच." ती समजावणीच्या सुरात म्हणाली, "मातीच्या भिंतीत पैसे पुरून ठेवण्यापेक्षा नक्कीच चांगलं. पण मग तुमच्या काकांच्या जमिनीचा एखादा तुकडा का नाही घेत! आपल्या पश्चिमेकडच्या शेताजवळचं त्यांचं शेत विकायचंय, असा किती दिवस घोशा लावलाय त्यांनी."

"माझ्या काकाची जमीन?" वांगलुंग मोठ्यानं म्हणाला, "मी कधीच घेणार नाही ती. कसंतरी कुठूनतरी ते गेली वीस वर्षं त्या जमिनीतून पीक काढताहेत. ना कधी खत ना मशागत. जमीन नुसती चुन्याची झालीय. ते काही नाही, मी ह्वांगची जमीन घेणार."

'ह्वांगची जमीन' हे शब्द त्यानं 'चिराची जमीन' – चिरा म्हणजे त्याचा शेजारी, म्हणावं तितक्या सहजपणे उच्चारले. तो त्या हवेलीतल्या मूर्ख आणि उधळ्या पण श्रीमंत लोकांच्या बरोबरीचाच होता. तो हातात पैसे घेऊन हवेलीत जाणार होता आणि सरळ म्हणणार होता, "माझ्याकडे पैसे आहेत, तुमच्या विकाऊ जमिनीची काय किंमत आहे?" मोठ्या मालकांच्या समोर उभं राहून बोललेले हे शब्द त्याला स्पष्ट ऐकू आले. तो मालकांच्या मुनिमाला म्हणत होता. "दुसऱ्या कुणा गिऱ्हाईकासारखाच मी असं समजा, काय वाजवी किंमत असेल ती बोला, खिशात पैसे घेऊनच आलोय मी."

आणि त्याची बायको – या हवेलीच्या स्वयंपाकघरातली एक बटकी – आज अशा एका माणसाची बायको होती, जो या घराण्याला पिढ्यान्‌पिढ्या श्रीमंती देणाऱ्या जमिनीचा एक तुकडा विकत घेणार होता.

त्याच्या मनातला विचार झरकन क्षणार्धात तिच्या मनापर्यंत पोहोचल्यासारखी ती म्हणाली, "घ्या मग ती जमीन, काही झालं तरी भाताची जमीन आहे, पाणी भरपूर आहे, घेऊन टाका."

आणि मग तिच्या बारीक काळ्या डोळ्यांच्या मंदपणापर्यंत क्वचितच पोहोचणारं तिचं संथ हास्य तिच्या चेहऱ्यावर हळूहळू पसरलं. बऱ्याच वेळानंतर ती म्हणाली, "मागच्या वर्षी या वेळी मी तिथं दासी होते."

या विचारानं भारल्यासारखी गप्प-गप्प अशी ती दोघं चालत राहिली.

■

सहा

हा जो जमिनीचा तुकडा आता वांगलुंगच्या मालकीचा झाला होता, त्यानं त्याचं सारं आयुष्यच बदलून टाकलं होतं. सुरुवातीला मातीच्या भिंतीत पुरलेले पैसे काढून घेऊन त्या हवेलीत जाणं आणि बरोबरीच्या नात्यानं मोठ्या मालकांच्या मुनिमाशी बोलणं यातलं मोठेपण संपल्यानंतर, त्याच्या मनाला एक चमत्कारिक रितेपण आलं होतं. थोडा पश्चात्तापच होत होता. जास्तीचे पैसे पुरून ठेवलेलं आता रिकामं झालेलं बीळ आठवलं की त्याला ते पैसे परत मिळावे, असं वाटायचं. शेवटी या जमिनीवर कष्ट खूप करावे लागणार होते आणि ओ-लान म्हणाली, तशी दूरही बरीच होती ही जमीन – जवळजवळ तीन फर्लांग. शिवाय ही जमीन घेताना त्याला वाटला होता, तसा मोठेपणा काही मिळाला नव्हताच.

तो हवेलीकडे फार लवकर गेला होता. मोठे मालक अजून झोपलेले होते. दुपार झाली होती हे खरंय, पण तो जेव्हा चढ्या आवाजात म्हणाला होता – "मालकांना म्हणावं महत्त्वाच्या कामासाठी आलोय मी – सांगा – पैशाचं काम आहे." तरी दारवान ठामपणे म्हणाला होता. "साऱ्या जगातला पैसा ओतला माझ्यापुढे, तरी मी मोठ्या मालकांना या वेळी उठवणार नाही. नवी रखेली आणलीय – पीच ब्लॉसम म्हणून – तीनच दिवस झालेत – तिच्याबरोबर झोपलेत. माझा जीव काय वर आलाय काय?" आणि मग मसावरचे ते लांब केस पिरगाळत तो खडूसपणे म्हणाला होता, "आणि नाण्यांची छनछन ऐकून ते जागे होतील, असं समजू नकोस बरं. जन्मापासून पैशाच्या राशीत लोळताहेत ते."

शेवटी हे काम मालकांच्या मुनिमजीशी बोलूनच पुरं करावं लागलं होतं. हा मुनीम अगदी लुच्चा आणि चोर होता. पैशाच्या व्यवहारात हातात खेळणारे किती पैसे त्याच्या हाताला चिकटून बसायचे कुणास ठाऊक. म्हणून वांगलुंगला कधी

कधी वाटायचं, या जमिनीपेक्षा ती चांदीची नाणीच जास्त किंमतवान होती. चांदी चमकताना दिसते तरी.

ते सगळं खरं, पण आता जमीन त्याची झाली होती. नव्या वर्षातल्या दुसऱ्या महिन्याच्या एका राखाडी दिवशी तो तिकडं नजर टाकायला निघाला. अजून कुणालाच ही जमीन त्याची आहे, हे कळलं नव्हतं. तो एकटाच ती जमीन पाहायला निघाला होता. काळ्या – भारी मातीचा लांबट तुकडा – तटाशेजारी पसरलेला. त्यानं काळजीपूर्वक पावलं घालून जमिनीची मोजणी केली. तीनशे पावलं लांबी आणि एकशेवीस रुंदी. जमिनीच्या सीमांना चार पांढरे दगड होते. त्यावर अजूनही ह्वांग घराण्याचाच शिक्का होता. 'हो, तो शिक्का बदलून घ्यावाच लागेल!' थोड्या दिवसांनी हे दगड काढून टाकावेत आणि आपल्या नावाचे दगड लावून घ्यावेत, असं त्यानं ठरवलं. हो, पण थोड्या दिवसांनी – अजून त्याला कुणालाही हे गुपित सांगायचं नव्हतं. अजून थोडा पैसा मिळाल्यानंतर सांगता आलं असतं आणि तेव्हा त्यानं काही केलं तरी चाललं असतं. कसदार जमिनीच्या त्या लांबड्या तुकड्याकडे पाहताना त्याच्या मनात आलं, 'हवेलीतल्या लोकांच्या दृष्टीनं ही जमीन म्हणजे काहीच नाही – माती थोडीशी – बस! पण मला ती केवढी मोलाची वाटते.'

मग त्याचं मन एकदम पालटलं आणि जमिनीच्या एवढ्याशा तुकड्याचं एवढं अप्रूप वाटावं, याचा त्याला स्वत:लाच राग आला. त्यानं कष्टानं कमवलेली चांदीची नाणी मोठ्या अभिमानानं मुनिमजींसमोर ओतली होती आणि मुनिमजींनं ते सारे पैसे निष्काळजीपणानं गोळा करून घेताना म्हटलं होतं – "चला, म्हातारीच्या अफूची दोन-चार दिवसांची तरी सोय झाली."

आणि त्या बड्या घराण्यातलं आणि त्याच्यामधलं अंतर हे त्याला अचानकपणे समोर पसरलेल्या प्रचंड दुर्लघ्य खंदकासारखं वाटलं आणि त्याचं हृदय तटाच्या उंचउंच जाणाऱ्या खडबडीत भिंतीसारख्या एका कठोर निश्चयानं भरून गेलं. तो पुन:पुन्हा भिंतीतलं ते बीळ पैशांनी भरून टाकणार होता आणि ह्वांग घराण्याकडून इतकी जमीन विकत घेणार होता की, ही त्याच्यासमोरची जमीन त्याला एखाद्या इंचभर जमिनीइतकीच भासेल.

आणि हा जमिनीचा तुकडा वांगलुंगच्या आयुष्यातला एक मोठाच टप्पा ठरला.

वसंत ऋतू जळते वारे आणि पावसाळी ढग घेऊन आला. वांगलुंगचे अर्ध्या सुटीचे हिवाळी दिवस संपुष्टात आले आणि जीवघेण्या कामाचे लांबलचक दिवस सुरू झाले. आता म्हातारा बाळाकडे पाहायचा आणि नवराबायको दोघंही पहाटेपासून सूर्य मावळेपर्यंत शेतात राबायची. एके दिवशी आपली बायको पुन्हा गर्भार असल्याचं वांगलुंगला दिसून आलं. तेव्हा त्याच्या मनातला पहिला विचार चिडीचा होता. चीड अशासाठी की नेमकी कापणीची वेळ येईल, तेव्हा ही बाई कामाजोगी नसेल.

आत्यंतिक थकव्यानं आणि रागानं तो तिच्यावर डाफरला, "पुन्हा पोटुशी व्हायला तुला हीच वेळ घरी सापडली."

तिनं मख्खपणे उत्तर दिलं, "या वेळी काही कटकट होणार नाही. पहिली वेळच फक्त अवघड असते."

तिच्या शरीरावर गर्भारपणाची चिन्हं दिसायला लागल्यापासून ते कापणीच्या दिवसात एके दिवशी सकाळी सकाळीच तिनं विळा खाली ठेवला आणि ती घराकडे गेली त्या दिवसापर्यंत, या दुसऱ्या मुलाच्या बाबतीत आणखी काहीच बोलणं झालं नाही. त्या दिवशी तो दुपारच्या जेवणासाठीसुद्धा घराकडे गेला नाही. कारण त्या दिवशी आकाश काळ्याभोर ढगांनी भरून आलं होतं आणि त्याचं भाताचं पीक कापणीची वाट पाहात होती. सूर्य मावळायच्या आधी ती पुन्हा त्याच्याशेजारी कामाला लागली होती – आता तिचं शरीर सपाट, थकलेलं होतं; पण चेहरा शांत, निश्चयी होता.

त्याला एकदम म्हणावंसं वाटलं, 'पुरे आता. आजच्या दिवसात तुला खूप त्रास झालाय – घरी जाऊन विश्रांती घे.' पण त्याच्या थकलेल्या, दमलेल्या, दुखऱ्या शरीरानं त्याला दुष्ट, निर्दय बनवलं होतं. तो मनाशीच म्हणाला, 'आज तिच्याइतके श्रम मलाही झालेत, झाली असली बाळंत तरी काय?' आणि सपसप विळा चालवताना त्यानं तिला एवढंच विचारलं, "मुलगा की मुलगी?" तिनं शांतपणे उत्तर दिलं, "आणखी एक मुलगा." ती दोघं यापुढे एकमेकांशी काहीच बोलली नाहीत. पण वांगलुंग खूश झाला होता. वाकवाकून भात कापण्याचे श्रम त्याला एकदम हलके वाटायला लागले. हात झपझप चालायला लागले. काळ्या ढगांच्या मागून फिकट चंद्र डोकवायला लागला आणि ती दोघं घरी गेली, तेव्हा भात कापून पुरं झालं होतं.

जेवण झालं, उन्हानं भाजलेलं शरीर थंड पाण्यानं शांत झालं, चहाचा एक घोट पोटात गेला, तेव्हा वांगलुंग आपला दुसरा मुलगा पाहण्यासाठी खोलीकडे वळला.

स्वयंपाक झाल्यानंतर ओ-लान खोलीत जाऊन बाळाशेजारी आडवी झाली होती. मुलगा गुटगुटीत, शांत दिसत होता. पण थोरल्याएवढा नाही. वांगलुंगनं एक नजर त्याच्याकडे टाकली आणि तो समाधानानं मधल्या खोलीत आला. आणखी एक मुलगा – आणखी एक – दर वर्षी आणखी एक. दर वर्षी काही लाल अंडी शेजाऱ्यापाजाऱ्यांना पाठवायची जरूरी नाही. पहिल्या वेळेस केलं ते खूप झालं. दर वर्षी एक मुलगा. या घराचं नशीब फळफळलं होतं खरं – या बाईनं चांगलं नशीब आणलं होतं तिच्याबरोबर. त्यानं वडिलांना ओरडून सांगितलं, "ऐकलंत का बाबा, नातू झालाय. आता थोरला तुमच्याजवळ झोपेल."

म्हातारा खूश झाला. नातू आपल्याजवळ झोपावा, अशी त्याची फार दिवसांपासूनची

इच्छा होती. आपलं अंथरुण आणि आपलं म्हातारं रक्त या दोहोंना या बाळाच्या उबेची जरूर आहे, असं त्याला सारखं वाटायचं. पण नातू आईला सोडायला तयार नव्हता. आता मात्र अजून थारा न सापडलेल्या पावलांवर आपलं बाळसेदार शरीर सावरत बाळानं आईशेजारी झोपलेलं नवं बाळ नीट निरखून पाहिलं आणि जणू काही आपली जागा गेली, हे उमजल्यासारखं आजोबांच्या शेजारी झोपणं मान्य केलं.

परत या वर्षी पीकपाणी भरपूर झालं. पुन्हा शेतमाल विकून वांगलुंगनं चांगला पैसा कमावला आणि भिंतीतल्या बिळात पुरून ठेवला. पण ह्वांगच्या जमिनीतला तांदूळ विकून त्याला स्वतःच्या जमिनीतल्या तांदळापेक्षा दुप्पट पैसे मिळाले. ती जमीन चांगली सुपीक ओलसर होती आणि नको तिथं भरपूर गवत फोफावावं, ते तसं तिथं भात पिकत होतं. ही जमीन वांगलुंगची होती, हे आता गावातल्या सगळ्यांना कळलं होतं. त्याला मुखिया करण्याची बोलणीही हवेत होती.

■

सात

वांगलुंगला पहिल्यापासून जी भीती वाटत होती, तसेच त्याचे काका आता वागायला लागले होते. हे काका म्हणजे वांगलुंगच्या वडिलांचा धाकटा भाऊ आणि या नात्यानं ते आणि त्यांचं सारं कुटुंब वांगलुंगचा आधार मागू शकत होतं. जोवर तो आणि त्याचे वडील स्वत:च गरीब होते – अर्धपोटी आणि उघडे होते, तोवर हा त्याचा काका त्याच्या शेतावर काहीतरी थातुरमातुर पीक काढत असे आणि बायकोमुलांचं स्वत:चं पोट कसंबसं भरत असे. परत एकदा पोट भरलं की त्यांच्यापैकी कुणीही काम करत नसे. त्याची बायको झोपडीतला कचरा काढायचे कष्ट घ्यायची नाही की मुलं खरकटी तोंडं धुवायची नाहीत. मुली लग्नाच्या झाल्या, तरी केसांच्या झिंज्या सावरत अनवाणी पायानं चौकातून फिरायच्या – कधीकधी तर परक्या पुरुषांशी बोलायच्यासुद्धा. सगळ्यांना लाज आणेल, अशीच ही गोष्ट होती.

वांगलुंगनं असंच त्याच्या सर्वांत मोठ्या चुलतबहिणीला रस्त्यात पाहिलं आणि तो शरमेनं इतका चिडला की सरळ आपल्या काकूकडे जाऊन म्हणाला, "आत्ता या माझ्या चुलतबहिणीसारख्या मुलीशी कोण लग्न करेल? कोणी तिच्याकडे ढुंकूनसुद्धा बघणार नाही. तीन वर्षं झाली, लग्नाला आलीय, पण अजून इथं-तिथं मोकाट फिरत असते. आज तर मी गावातल्या एका मवाल्याला तिच्या हातावर हात ठेवताना पाहिलं आणि ही बेशरम मुलगी हसत होती."

त्याच्या काकूच्या सबंध शरीरात हालचाल करणारी तिची फक्त जीभच होती. तिचाच तिनं आता पट्टा सोडला, "हो का? लग्नाला का आलीय? आणि हुंड्याचे पैसे कोण देणार रे बाबा? आणि लग्नाचा खर्च? आणि मध्यस्थाचे पैसे? ज्यांच्याकडे भरपूर जमीन असते आणि तरी थोरामोठ्यांच्या जमिनी विकत घेतच असतात, त्यांनाच जमतं रे बाबा हे सगळं. तुझा काका बिचारा पहिल्यापासूनच कर्मदरिद्री,

फुटक्या नशिबाचा, त्याला तो तरी काय करणार? देवाच्या मनात असेल, तसंच होणार ना शेवटी! लोकांकडे भरभरून पीक येतं, तर यानं पेरलेलं बी रानात मुरल्यागत नाहीसंच होतं आणि नुसतं तण तेवढं वाढतं. तरी बिचारा कष्टाला कमी नाही करत बरं.'' आणि मग ती मोठमोठ्यांदा रडायलाच लागली. हळूहळू तिच्या रागाचा पारा चढायला लागला. तिनं स्वत:चा अंबाडा हिसडून सोडून टाकला आणि मोकळे केस चेहऱ्याभोवती पिंजारत ती किंचाळायला लागली. ''वाईट नशीब म्हणजे काय ते तुझ्यासारख्याला कुठून कळणार बाबा? लोकांच्या शेतात चांगलं भात पिकतं, गहू पिकतो, तिथं आमच्या शेतात नुसतं तण उगवतं. लोकांची घरं शंभरशंभर वर्षं उभीच्या उभी असतात, तर आमच्याच घराखाली धरणीकंप व्हावा तशा भिंती कोसळतात. लोकांकडे मुलगे जन्मला येतात, तर माझ्या पोटातला मुलगा मुलगी होऊनच जन्मतो. नशीबच वाईट रे बाबा आमचं नशीबच वाईट.''

तिचं किंचाळणं, आरडणं-ओरडणं ऐकून शेजारपाजारच्या बायका आपापल्या घरांतून धावतच बाहेर आल्या आणि हा तमाशा पाहात उभ्या राहिल्या. तरीसुद्धा वांगलुंग तसाच चिकाटीनं उभा राहिला. तो जे काही सुनवायला आला होता, ते सुनावल्याशिवाय तो मुळीच जाणार नव्हता.

''तरीदेखील.'' तो म्हणाला, ''माझ्या वडिलांच्या भावाला मी सल्ला देणं म्हणजे लहान तोंडी मोठा घास घेण्यासारखं होणारेय. मी एवढं नक्की सांगतो, मुलगी कुंवार असेतो तिचं लग्न लावून देणं चांगलं आणि रस्त्यात मोकाट फिरणारी कुत्री फार दिवस कुंवार राहात नाही.''

इतकं सारं स्पष्टपणे बोलून झाल्यावर काकूला तसंच किंचाळत सोडून तो आपल्या घराकडे निघून गेला. या वर्षी ह्वांगकडून आणखी जमीन घ्यायचं त्याच्या मनात होतं. पुढच्या वर्षी आणखी थोडी – त्याच्या पुढच्या वर्षी आणखी थोडी. जशी जमेल तशी. शिवाय घरात एक खोली वाढवायचंही त्याच्या मनात होतं. तो आणि त्याचे मुलगे चांगले प्रतिष्ठित जमीनदार झाल्याचं स्वप्न त्याच्या नजरे समोर तरळत होता आणि त्याच्या घराण्यातली त्याचंच नाव लावणारी ही निर्लज्ज प्रजा बघून त्याचा नुसता संताप होत होता.

दुसऱ्या दिवशी त्याचा काका तो काम करत होता, त्या शेतावर आला. ओ-लान तिथं नव्हती. कारण दुसऱ्या मुलाच्या जन्मानंतर दहा पौर्णिमा उलटल्या होत्या आणि तिचं तिसरं बाळंतपण अगदी जवळ येऊन ठेपलं होतं. या वेळी तिची प्रकृती तितकीशी ठीक नव्हती. म्हणून गेले काही दिवस ती कामाला येतच नव्हती. त्यामुळे वांगलुंग शेतात एकटाच होता. तो काम करत होता, त्या सरीतच येऊन त्याचा काका उभा राहिला. नेहमीप्रमाणेच त्याचे कपडे गबाळे, अस्ताव्यस्त होते. त्या कपड्यांना नीटपणे बटणंसुद्धा लावलेली नव्हती. कसेतरी कमरबंदानं एका

जागी बांधलेले होते झालं. ते पाहून कुणालाही वाटलं असतं, की जोराचा वारा सुटला, तरी त्याचे हे कसेतरी बांधलेले कपडे सुटून खाली पडतील आणि तो पुरता नंगा होईल.

वांगलुंग खुरपणी करत होता, तिथंच येऊन तो अगदी मुकाट्यानं उभा राहिला. बऱ्याच वेळानं वांगलुंग कुजकेपणानं म्हणाला, ‘‘काका, मी काम थांबवलं नाही, तर माफ करा हं मला. त्याचं काय आहे, हे पेरलेलं बी उगवायचं असेल, तर त्याची दोनदा-तीनदा तरी मशागत व्हायला हवी ना चांगली. तुमचं काय आटोपलं असेल, हे सगळं केव्हाच. मी आपला गरीब आळशी माणूस आहे. माझं वेळेवर कधी काही होतच नाही बघ.’’

वांगलुंगचं तिरकं बोलणं काकाला चांगलं उमगलं, पण तरी तो मऊपणानं म्हणाला, ‘‘मी कमनशिबी माणूस आहे रे पोरा! या वर्षी पेरलेल्यातलं पाच टक्के सुद्धा उगवलं नाही आणि उगवलंय ते इतकं खुरटं की त्याची मशागत करण्यात काही मतलब नाही बघ. या वर्षी घरात खायलासुद्धा दाणा विकत घ्यावा लागणार आहे – खायचं असलं तर?’’ आणि त्यानं एक मोठा सुस्कारा सोडला.

वांगलुंगनं मन कठोर केलं. त्याला माहिती होतं, काका काहीतरी मागायलाच आलाय. त्यानं संथपणे आपलं खुरपणं चालूच ठेवलं. अगदी काळजीपूर्वक प्रत्येक ढेकूळ फोडणं सुरू केलं. रोपटी चांगली सुरेख एका रांगेत वर आली होती. उन्हामध्ये त्याच्या छोट्या छोट्या सावल्या नक्षीदार दिसत होत्या. शेवटी त्याच्या काकानं पुन्हा बोलायला सुरुवात केली, ‘‘माझ्या घरच्या माणसांनी मला तुझं – माझ्या थोरल्या कार्टीबद्दलचं प्रेम सांगितलं. तू जे काही बोललास, ते सगळं अगदी खरंय रे बाबा. तिचं लग्न करायलाच पाहिजे आता. चांगली पंधरा वर्षांची झालीय आणि दोन-तीन वर्षांपूर्वीच न्हातीधुती झालीय. कुठंतरी पाप करेल आणि आपल्या सर्वांच्या तोंडाला काळं फासेल, अशी सारखी धास्ती माझ्या मनात असते बघ. आपलं अब्रूदार लोकांचं घराणं आहे. काही झालं तरी माझी – तुझ्या काकाची बदनामी होऊन कसं चालणार रे पोरा.’’

वांगलुंगनं वसकन खुरपं जमिनीत खुपसलं. त्याला स्पष्ट बोलायला फार आवडलं असतं – त्याला म्हणावंसं वाटलं, ‘तिला थोडा धाक का नाही लावत मग? आत कोंडून ठेवा – झाडणंपुसणं, शिवणंटिपणं हे करायला शिकवा.’

पण वडीलमाणसांना असं बोलणं योग्य नसतं, म्हणून एका छोट्या रोपाभोवतीचं तण काढत राहिला.

त्याचा काका दु:खी स्वरात बोलतच होता. ‘‘माझं नशीब चांगलं असतं, तर तुझ्या वडिलांच्या बायकोसारखी बायको मला मिळाली असती काम करणारी आणि मुलगे जन्म घालणारी. तुझी बायकोसुद्धा तशीच आहे. माझी बायको तशी नाही.

वाढवते काय तर चरबी आणि विते काय तर फक्त कारट्या! एकच्या एक मुलगा आहे तो इतका कामचोर की त्याला पुरुष म्हणायचीसुद्धा शरम वाटते बघ. बायको चांगली मिळाली असती, तर मीही चांगला तुझ्यासारखा पैसेवाला झालो असतो आणि मग मी आनंदानं तुला मदत केली असती. तुझ्या मुलींची चांगल्या ठिकाणी लग्नं लावून दिली असती. तुझ्या मुलाला कुठं वाण्याउदम्याच्या दुकानी उमेदवार म्हणून चिकटवून दिलं असतं – माझा स्वत:चा हवाला देऊन. तुझं मोडकं घर दुरुस्त करून देताना मला आनंदच वाटला असता बरं आणि मी खातो, तेच तुम्हा सगळ्यांना भरपेट खायला घातलं असतं. अरे, किती झालं तरी आपण एकाच रक्ताचे ना?''

वांगलुंगनं तुटकपणे उत्तर दिलं, ''तुम्हाला माहीतेय, मी पैसेवाला नाहीये. माझ्या घरात पाच तोंडं खाणारी आहेत. बाबा म्हातारे झालेत. त्यांच्याच्यानं काही काम होत नाही, पण खायला लागतंच ना त्यांना आणि कदाचित या मिनटालासुद्धा माझ्या घरात सहावं तोंड जन्माला आलेलं असेल, कुणाला ठाऊक.''

त्याचा काका आता मात्र खरखरत्या आवाजात म्हणाला, ''तू आहेसच पैसेवाला. चांगला पैसेवाला आहेस. त्या बड्या लोकांकडून जमीन विकत घेतलीस, केवढ्याला घेतलीस देव जाणे! आहे दुसरा कुणी गावात असं करणारा?''

आता मात्र वांगलुंगचाही पारा चढला. त्यानं हातातला खुरपं जमिनीवर फेकलं आणि काकावर नजर रोखत तो ओरडला, ''असला माझ्याकडे थोडा पैसा तर तो मी आणि माझ्या बायकोनं कष्टानं मिळवलेला आहे. इतरांसारखं कुणाच्या अड्ड्यावर वेळ घालवत बसत नाही आम्ही किंवा उकिरड्यासारख्या घराच्या दारात गावच्या कुचाळक्यासुद्धा करत बसत नाही. मग भले शेतात तण वाढो की पोरं गावभर उपाशी फिरोत.''

काकाचा पिवळट चेहरा रागानं लाल झाला. त्यानं पुढं धावून पुतण्याच्या दोन थोबाडीत दिल्या.

''घे, बापाच्या उमरीच्या काकाशी असं बोलतोस? काही रीतभात आहे की नाही की आपली उचलली जीभ नि लावली टाळ्याला? पोथ्यापुराणात लिहून ठेवलंय वडीलधाऱ्या माणसांशी कसं वागायचं – काही पाळशील की नाही?''

वांगलुंग चिडून स्तब्ध उभा राहिला. त्याला आपली चूक जाणवली होती. पण 'काका' म्हणवणाऱ्या या माणसाबद्दलचा प्रचंड रागही त्याच्या मनात धुमसत होताच.

''थांब, तुझं हे बोलणं गावभर करतो की नाही बघ?'' काकाचा आवाज आता रागानं चिरकल्यासारखं झाला होता. ''काल माझ्या घरी येऊन वाटेल ते बोललास. भर चवाठ्यावर माझी मुलगी कुंवार नाहीय म्हणालास. आज मला वाटेल ते

बोलतोहेस. उद्या तुझा बाप मेला, तर त्याच्या ठिकाणी मी आहे तुला आणि मला असं बोलतोस! माझ्या पोरीतली एकही भले कुंवार नसेल पण हे – हे असलं बोलणं एकीकडूनही खपवून घेणार नाही मी समजलास!'' आणि तो पुन:पुन्हा पुन्हा 'गावभर करतो तुझं बोलणं' हेच उगाळत राहिला. शेवटी वांगलुंगला नाईलाजानं म्हणावं लागलं, ''बरं, बरं, मी आता काय करू असं म्हणता?'' शिवाय ही घरातली भांडणं उघड्यावर येतात की काय, याचीही त्याला मनातून धास्तीच वाटत होती. कशी झाली तरी त्याच्या कुळातलीच माणसं होती ही.

तात्काळ जादूची कांडी फिरली. त्याचा काका बदलला. त्याचा एवढा सगळा संताप, जळफळाट सगळं पार विरघळून गेलं. लोचट हसत वांगलुंगच्या दंडावर हात ठेवत तो म्हणाला, ''मला माहीत होतं. चांगला गुणी मुलगा आहेस तू. हा तुझा म्हातारा काका तुला चांगलं ओळखतो बरं – अरे, माझ्या मुलासारखा ना तू शेवटी, थोडी चांदीची नाणी या सुरकुतलेल्या खडबडीत हातावर ठेव. जास्त नको. दहा पुरेत. नऊसुद्धा चालतील की मी लगेच मध्यस्थाकडे जातो आणि त्या माझ्या कारटीसाठी स्थळ बघायला सांगतो. तू म्हणतोस ते अगदी खरंय रे बाबा! एव्हाना तिचं लग्न व्हायलाच हवं होतं.'' आणि त्यानं मोठ्या मानभावीपणानं लांबच लांब सुस्कारे टाकत आकाशाकडे नजर लावली.

वांगलुंगनं हातातलं खुरपं पुन्हा जोरानं जमिनीवर आपटलं. 'घरी या' तो तुटकपणे म्हणाला, 'मी काही एखाद्या राजपुत्रासारखा पैसे खिशात घेऊन फिरत नाही.' आणि लांबलांब टांगा टाकत तो घराकडे निघाला. त्याच्या मनात कमालीचा कडवटपणा भरून आला होता. त्यानं कष्टानं मिळवलेला आणि आणखी जमीन घेण्यासाठी राखून ठेवलेला पैसा आता त्याच्या काकाच्या हातात पडणार होता आणि रात्र पडायच्या आत तो सारा पैसा जुगाराच्या टेबलावरून घरंगळून नाहीसा होईल यात त्याला तिळमात्र शंका वाटत नव्हती.

दारात उन्हात बसून खेळणाऱ्या त्याच्या दोघा नागड्या मुलांना बाजूला करीत तो घरात शिरला. त्याच्या काकाने मात्र दोन्ही पोरांना प्रेमानं हाक मारली आणि चुरगळलेल्या कपड्यांतून कुठूनतरी एकेक तांब्याचं नाणं काढून प्रत्येकाच्या हातात कोंबलं. दोघांना अगदी जवळ घेत त्यांच्या मऊ मानांवर नाक टेकवत त्यांच्या उन्हानं रापलेल्या लहानग्या शरीरांचा सुगंध घेत तो म्हणाला, 'अरे वा, तुम्ही आता चांगले बाप्येच झालात की!'

वांगलुंग तिथं थांबला नव्हताच. तो, त्याची बायको आणि तान्हं मूल जिथं झोपायचं, त्या खोलीत सरळ घुसला. उन्हातून एकदम आत आल्यानं त्याला तिथं खूप अंधार वाटला. छोट्याशा झरोक्यातून एक कवडसा आत शिरला होता, बस! पण आता चांगल्या ओळखीचा झालेला उष्ण रक्ताचा वास खपकन त्याच्या नाकात

घुसला आणि किंचितशा रागानंच तो म्हणाला, "काय झालं? तुझी वेळ आलीय का?" त्याच्या बायकोनं पूर्वीपेक्षा खूपच दुबळ्या, अशक्त आवाजात उत्तर दिलं, "झालंय सगळं, या वेळी बटकी जन्मलीय. सांगण्यासारखं काही नाही."

वांगलुंग क्षणभर स्तब्ध उभा राहिला. काहीतरी वाईट घडणार आहे असं त्याच्या मनात आलं. मुलगी! त्याच्या काकाच्या घरातल्या सगळ्या कटकटींना एक मुलगीच कारणीभूत होती आणि आता त्याच्याही घरात एक मुलगी जन्मली होती.

काही न बोलता तो पलंगापाठच्या भिंतीजवळ गेला आणि हातानं चाचपत पैशाचं बीळ राखणारा खडबडीत दगड शोधायला लागला. त्यानं बिळाच्या तोंडावरली माती दूर केली आणि आतला नाण्यांचा छोटासा ढीग बाहेर काढला. त्यातली नऊ नाणी मोजून त्यानं बाजूला काढली. अचानक त्याच्या बायकोनं अंधारातून त्याला विचारलं, "कशाला काढताय हे पैसे?"

"मला हे पैसे काकाला उसने देणं भाग आहे." तो तुटकपणे म्हणाला. त्याची बायको पहिल्यांदा काहीच बोलली नाही. मग तिच्या नेहमीच्या संथ जड स्वरात म्हणाली, "उसने म्हणू नका. त्या घरात उसनं काहीच नसतं. देणंच असतं फक्त."

वांगलुंग कडू तोंडानं म्हणाला, "मला माहिती आहे ते चांगलंच. माझा जीव नुसता तुटतोय हे पैसे देताना – मी काय म्हणून पैसे द्यायचे त्यांना – पण नातं पडलं ना!"

बाहेर जाऊन त्यानं पैसे काकाच्या हातात कोंबले आणि तो झपाट्याने शेताकडे निघून गेला. तिथं पोहोचून तो कामावर असा तुटून पडला की जणू खणताखणता त्याला पृथ्वीच्या पोटातच पोहोचायचंय. त्याच्या डोळ्यासमोर ती चांदीची नाणीच काही काळ चमकत, नाचत राहिली. जुव्याच्या टेबलावर ती बेपर्वाईने ओतली गेलेली त्याला दिसली. कुणीतरी ती अगदी सहजगत्या स्वत:कडे ओढून घेतलेलीही त्यानं स्पष्ट बघितली – त्याचा पैसा, निढळाच्या घामानं स्वत:च्या जमिनीत त्यानं स्वत: पिकवलेला पैसा – खरं म्हणजे तो पुन्हा जमिनीतच जायला हवा होता.

त्याचा राग शमेपर्यंत चांगली संध्याकाळ झाली होती. त्यानं वाकलेली पाठ सरळ केली; तेव्हा कुठं त्याला स्वत:च्या घराची, पोटातल्या भुकेची जाणीव झाली आणि मग खाणाऱ्या तोंडात आज एकाची भर पडलीय हेही त्याला आठवलं. त्याच्या घरात मुली जन्मायला सुरुवात झालीय या विचारानं त्याचं मन जडशीळ झालं. मुली त्यांच्या आईबापाच्या कधीच नसतातच. त्यांचा जन्म, त्यांचं पालनपोषण हे सारं दुसऱ्या कुठल्या कुटुंबासाठीच करावं लागतं. काकावरच्या रागाच्या भरात या नव्या जिवाचा चेहरा बघायचंही भान त्याला राहिलं नव्हतं.

तो हातातल्या कुदळीवर टेकून उभा राहिला. त्याचं मन अपार खिन्नतेनं भरून आलं. आता पुढच्या सुगीशिवाय त्याला हा शेजारचा शेततुकडा विकत घेता येणार

नव्हता. शिवाय घरात एक खाणारं तोंड वाढलं होतं ते वेगळंच.

माथ्यावरच्या फिकट शिंपल्याच्या रंगाच्या आकाशातून काळ्याभोर कावळ्यांचा एक थवा उडत आला. कर्कश कावकाव करत त्या थव्यानं त्याच्यावर एकदोन घिरट्या घातल्या आणि बघता बघता तो थवा उडतउडत त्याच्या घराजवळच्या झाडावर दिसेनासा झाला. तो रागानं किंचाळतच त्याच्यामागे धावला. थवा हलकेच पुन्हा उठला आणि त्याच्या डोक्यावर पुन:पुन्हा घिरट्या घालत राहिला, स्वत:च्या कावकावीनं त्याला जणू खिजवत राहिला आणि सरतेशेवटी काळवंडणाऱ्या आकाशात गडप झाला.

वांगलुंगच्या तोंडून एक भला थोरला सुस्कारा निसटला. हा काही चांगला शकुन नव्हता खास!

■

आठ

एकदा दैवानं एखाद्याकडं पाठ फिरवली की, पुन्हा सुदैव त्याच्याकडे बघतच नाही म्हणतात. पाऊस वेळेवारी झाला नाही. आकाश रोज नव्या तेजानं आणि नव्या दमानं चमकत राहिलं. पावसानं सुकलेल्या तहानेल्या धरतीकडे पाहण्याचं नाकारलंच होतं जणू. पहाटेपासून पहाटेपर्यंत एक ढग नसायचा आणि रात्री तारे आपल्या क्रूर सौंदर्यानिशी तळपत राहायचे.

वांगलुंग सर्व ताकद पणाला लावून त्याच्या शेताची मशागत करत होता. तरी शेतं सुकलीच. वसंताच्या येण्यासरशी मोठ्या उत्साहानं उगवून वर आलेले गव्हाचे कोवळे कोंब, आकाशातून किंवा भुईतून काहीच मदत मिळत नाहीये, हे पाहून जणू वाढायचं थांबून स्तब्ध झाले होते आणि मग हळूहळू सुकून पिवळे पडले होते – एका वांझ सुगीसारखे.

वांगलुंगनं पेरलेला भात सुरुवातीला लालसर जमिनीवर ठेवलेल्या जेडच्या तुकड्यांसारखा हिरवागार दिसायचा. गव्हाची आशा सोडल्यानंतर तो रोज कावडी भरून नेऊन भाताला पाणी घालत होता. त्याच्या पाठीवर एखाद्या भांड्याएवढा खोलगट घट्टा पडला, पण पाऊस काही आला नाही.

शेवटी त्याच्या छोट्याशा तळ्यातलं पाणी साफ आटलं आणि आडातलं पाणी इतकं खोल गेलं की ओ-लान शेवटी त्याला म्हणाली, "मुलांना आणि म्हाताऱ्याला तहानेलं ठेवायचं नसेल, तर झाडं वाळू द्यावी लागतील."

वांगलुंगचा राग हुंदक्यात उमटला, "आणि त्यांना उपाशी ऱ्हायचं नसेल, तर रोपं वाचवावी लागतील." तो उत्तरला. खरंच होतं ते! त्यांची सगळ्यांची आयुष्यं जमिनीवरच अवलंबून होती.

फक्त खंदकाजवळचं त्याचं शेत पिकलं. तेसुद्धा त्यानं इतर सर्व पिकांची

आशा सोडली आणि खंदकातलं पाणी काढून काढून तहानेल्या जमिनीला पाणी पाजलं म्हणून. या वर्षी पहिल्यांदाच त्यानं कापणी झाल्याबरोबर पीक विकलं. हातात चांदीची नाणी पडल्याबरोबर त्यानं मूठ घट्ट मिटून धरली आणि तो मनाशीच म्हणाला, 'पाऊस येवो की न येवो – दैव पाठ फिरवो, मी ठरवलंय तसं करणारच.' मग झपाट्यानं तो ह्वांगच्या हवेलीकडे गेला. मुनिमाला भेटला आणि इकडचं तिकडचं पद्धतशीरपणे काही न बोलता सरळ म्हणाला, "खंदकाजवळच्या माझ्या जमिनीला लागून असलेली जमीन हवीय... मी पैसे घेऊन आलोय."

आता हे वर्ष ह्वांग घराण्याला फारच चणचणीचं गेलंय असं इकडून तिकडून वांगलुंगच्या कानावर आलं होतंच. म्हाताऱ्या माताजींना रोजची अफीम पुरेशी मिळाली नाहीय असे कितीतरी दिवस जात होते आणि अफीमेच्या नशेसाठी वखवखलेली ती म्हातारी वाघीण रोज मुनिमाला बोलावून घेत होती. त्याच्यावर चिडत होती, त्याला शिव्याशाप देत होती. हातातल्या पंख्यानं त्याच्या चेहऱ्यावर प्रहार करत किंचाळत होती, "जमिनी संपल्या नाहीयेत ना अजून? मग?" शेवटी मुनीमही पिसाळत होता, भांबावत होता. इतका की नेहमी अशा व्यवहारातून तो स्वत:साठी काढत असलेले पैसेसुद्धा आजकाल काढत नव्हता.

आणि एवढं पुरेसं नव्हतं, म्हणून की काय, मोठ्या मालकांनी आणखी एक रखेली ठेवली होती. त्यांच्याच एका आधीच्या रखेलीबद्दलची वासना तिला विकत घेऊन खोलीत घेण्याआधीच संपली होती, म्हणून त्यांनी तिचं लग्न घरातल्या एका नोकराशी लावून दिलं होतं. तिचीच ही मुलगी होती. ही मुलगी जेमतेम सोळा वर्षांची होती. मोठे मालक जसजसे म्हातारे आणि स्थूल व्हायला लागले होते, तसतशी त्यांची वृत्ती अधिकाधिक तरुण आणि कृश मुलींकडे झुकायला लागली होती आणि त्यामुळे त्यांची वासना दिवसेंदिवस वाढतच चालली होती. जसं माताजींचं तसंच मालकांचं. त्यांच्या रखेल्यांसाठी जेडची कर्णभूषणं आणि त्यांच्या गोंडस हातांसाठी सोन्याची काकणं आणायला पैसे नाहीत, हे त्यांना कळतच नव्हतं. जन्मभर नुसता हात लांबवून हवे तेवढे पैसे मुठीत घ्यायची त्यांना सवय लागली होती. त्यामुळे 'पैसा नाही', याचा अर्थच त्यांना कळत नव्हता.

आईवडिलांचं असं वागणं पाहून कुमारसाहेब खांदे उडवून मनाशी म्हणत होते, 'आपल्या हयातीला पुरेल इतकं नक्की शिल्लक असणार.'

इस्टेट नीट सांभाळता येत नाही. म्हणून मुनिमजीला शिव्या घालण्यात फक्त त्यांचं एकमत होत असे. सगळ्यांची बोलणी ऐकून ऐकून आधी चांगला तुकतुकीत, हांजीखोर असलेला मुनीम आता चिडचिडा, चिंताग्रस्त झाला होता. त्याच्या अंगावरचं मांस झडून गेलं होतं आणि सैल झालेल्या कपड्यासारखी त्याची कातडी लोंबायला लागली होती.

ह्यांगच्या शेतावरसुद्धा पाऊस नव्हताच आणि म्हणून पीकही नव्हतं. तेव्हा वांगलुंग 'मी पैसे घेऊन आलोय', असं म्हणाला, तेव्हा भुकेल्यासमोर 'जेवण आणलंय' म्हणावं, तसं मुनीमजींचं झालं.

मुनीमजीनं पैशांवर जवळजवळ झडपच घातली. यापूर्वी चर्चा, चहा, मग घासाघीस असा सौदा व्हायचा. आता दोघेही घाईघाईनं हलक्या आवाजात एकमेकांशी बोलत होते. वाक्य पूर्ण होण्याच्या आधीच पैसे इकडचे तिकडे झाले. कागदांवर सहीशिक्के झाले आणि जमीन वांगलुंगची झाली.

पुन्हा एकदा पैसे देताना वांगलुंगला अजिबात दुःख झालं नाही. या पैशांनी त्यानं त्याच्या मनाची इच्छा पुरवली होती. चांगल्या सुपीक जमिनीचा एक भला मोठा तुकडा त्याच्या मालकीचा झाला होता. हे नवं शेत पहिल्या शेताच्या दुप्पट मोठं होतं. पण शेताच्या सुपीकपणापेक्षा ते एका जमीनदाराचं होतं, हे वांगलुंगच्या दृष्टीनं जास्त महत्त्वाचं होतं. या वेळी आपण काय केलंय ते त्यानं कुणालाच सांगितलं नाही – अगदी ओ-लानलासुद्धा नाही.

महिन्यांमागून महिने गेले, पण पाऊस काही आला नाही. पाऊसकाळ जवळ यायला लागला, तसे आकाशात छोटे छोटे हलकेसे ढग अगदी नाखुशीनं जमा व्हायला लागले. काही काम न उरलेली चिंताक्रांत माणसं आकाशाकडे पाहात 'पाऊस पडेल का?' याची चर्चा करताना गावातल्या रस्त्यात दिसायला लागली. या ढगाचं लक्षण कसं आहे, त्या ढगाचा रंग कसा आहे, हे नीट निरखून पाहायला लागली; पण आशेला पुरेसे ढग गोळा होण्याआधीच दूरवरच्या नैर्ऋत्येकडच्या वाळवंटातून शुष्क थंड वाऱ्याचे झोत उठले आणि केरसुणीच्या एका फटकाऱ्यानं जमिनीवरची धूळ उडवून द्यावी, तसे त्यांनी ते सारे ढग उधळून लावले. आकाश पुन्हा रिकामं, वांझ झालं. रोज सूर्य मोठ्या थाटामाटानं एकटाच उगवत होता. दिवसभराचा मार्ग क्रमित होता आणि एकटाच पुन्हा मावळत होता. आपल्या वेळेला चंद्रही उगवत होता – एखाद्या लहानशा सूर्यासारखा स्वच्छ आणि तेजस्वी.

साऱ्या शेतातल्या पिकांची वांगलुंगनं नीट कापणी केली. सगळीच पिकं खुरटी होती. कडधान्यं, भाताची रोपं वाळून गेली, तेव्हा लावलेल्या मक्याचासुद्धा दाणा कसाबसा भरलेला. मळणीमध्ये एक दाणासुद्धा तुसात जाऊ दिला नाही त्या दोघांनी. चुकून गेलेले दाणे शोधून वेचायला त्यांनी दोघा मुलांना बसवलं आणि मग मका झोडायला घेतला. तिथंसुद्धा चुकून लांब उडालेला दाणाही त्यांनी वेचून आणला. मक्याची उरलेली कणसं जेव्हा तो सरपणाच्या खोलीत टाकायला लागला, तेव्हा त्याची बायको म्हणाली, "नको, सरपण म्हणून ते फुकट घालवू नका, मला लहानपणाचं आठवतंय, शांटूंगमध्ये असे दिवस आले होते, तेव्हा मक्याची कणसं दळून खाल्ली होती – गवतापेक्षा बरी."

ती असं बोलली, तेव्हा सारेच गप्प झाले – मुलंसुद्धा. या चमत्कारिक झळाळत्या दिवसात त्यांना सारखं जाणवत होतं – आपल्या जमिनीनं आपल्याला दगा दिलाय. फक्त या तान्ह्या मुलीला कसलीच भीती, कसलीच काळजी नव्हती. तिच्या अन्नानं भरलेले असे तिच्या आईचे दोन भरदार स्तन तिच्यासाठीच होते. तरी तिला पाजताना ओ-लान पुटपुटायची, "खा, वेडे खा. मिळतंय तोवर खाऊन घे."

आणि मग खरंच होतं तेवढं सुदैव पुरेसं नव्हतं, म्हणूनच की काय, ओ-लान पुन्हा गर्भारशी झाली आणि तिचं दूध आटून गेलं. ते धास्तावलेलं घर आता एका सदा भुकेल्या अशा बाळाच्या रडण्यानं भरून गेलं.

वांगलुंगला जर कुणी विचारलं असतं की त्या दिवसात तुम्हाला काय खायला मिळालं, तर त्यानं उत्तर दिलं असतं, "कुणास ठाऊक? काहीतरी आज – काहीतरी उद्या..." पण त्याला हे विचारणारं, त्या सगळ्या प्रांतात कुणी नव्हतंच. कुणीच कुणाला हे विचारत नव्हतं. प्रत्येक जण फक्त स्वतःला विचारत होता, 'मी आज काय खाऊ? मी आणि माझं कुटुंब – आम्हाला काहीतरी खायला मिळणार आहे का आज तरी?'

वांगलुंगच्या बैलाची त्यानं आत्तापर्यंत जमेल तशी काळजी घेतली होती. सुकं गवत, वाळक्या वेली असं त्यानं त्याला खायला घातलं होतं. ते संपल्यावर झाडांची पानं ओरबाडून आणून ती घातली होती. पण हिवाळा आला, तशी ती पानंही संपली. नांगरटीची वगैरे काही कामं नव्हतीच, पेरलेलंच बी वाळून चाललं होतं. शिवाय पेरण्यासाठी ठेवलेलं बियाणंही केव्हाच खाऊन संपलं होतं. तेव्हा मग वांगलुंगनं बैलाला मोकळं सोडून दिलं होतं – स्वतःचा चारा स्वतः शोधायला. त्याचा थोरला मुलगा दिवसभर बैलाच्या पाठीवर बसून त्याची वेसण पकडून फिरत राहायचा. पण आजकाल वांगलुंगला तसंही करायची भीती वाटायला लागली होती. न जाणो कोणी शेजारी, कोणी गावकरी मुलाला घालवून देऊन बैलाला घेऊन गेला तर – मारून खाण्यासाठी. म्हणून मग तो त्याला उंबऱ्याशीच बांधून ठेवायला लागला. बैल वाळून वाळून सांगाड्यागत झाला होता.

शेवटी एक दिवस असा उगवला की, घरातल्या दारातल्या कणग्यांमध्ये अन्नाचा कणही शिल्लक नव्हता. मूठभर कडधान्य आणि पसाभर मका, बस! बैलही भुकेनं हंबरत होता. म्हातारा म्हणाला, "आता बैल खावा लागणारेय." कुणीतरी 'माणूस मारून खाऊ या' म्हटलं असावं, तसा वांगलुंग हादरला. वासरू असताना त्यांनी हा बैल विकत घेतला होता. शेतावरच्या कामातला तो त्यांचा सोबती होता. त्याच्यापाठी नांगर धरल्या वेळी वांगलुंगनं त्याला कित्येक वेळा 'शाब्बास' म्हटलं होतं. तशाच शिव्याही कैक वेळा दिल्या होत्या. तो चिडून म्हणाला, "बैल खाऊन कसं चालेल? नांगरणी कशी होईल मग?" म्हातारा शांतपणे म्हणाला, "हे बघ,

तुझा जीव किंवा त्या जनावराचा जीव – तुझ्या पोरांचा जीव किंवा तुझ्या बैलाचा जीव – असं आहे हे. बैल दुसरा मिळेल, पण जीव गेला तर परत मिळायचा नाही रे बाबा.'' तरी त्या दिवशी वांगलुंगच्यानं बैल मारवला नाहीच. दुसरा दिवस गेला. तिसरा दिवस गेला. मुलं भुकेनं आक्रोश करत होती – आता त्यांना समजावणं कठीण होतं. ओ-लाननं अतिशय केविलवाण्या नजरेनं वांगलुंगकडे पाहिलं. तो तुटकपणे म्हणाला, ''मारायचं तर मारा त्याला, पण माझ्याच्यानं नाही होणार ते.'' आणि तो त्याच्या झोपायच्या खोलीत जाऊन बिछान्यावर पडला. बैलाचा मरणाच्या वेळचा हंबरडा ऐकू येऊ नये, म्हणून त्यानं वाकळ डोक्यावरून घट्ट गुंडाळून घेतली.

ओ-लान कशीबशी खुरडत बैलाजवळ गेली. मोठा लोखंडी सुरा घेऊन, सारी शक्ती एकवटून एकाच घावात तिनं त्याचं आयुष्य संपवलं. त्याचं भळभळणारं रक्त तिनं एका वाडग्यात धरलं – नंतर शिजवून खाता येईल म्हणून. मग तिनं बैलाचं कातडं सोलून काढलं आणि संपूर्ण सांगाड्यावरून मांसाचे तुकडे कापून काढले. हे सगळं होईपर्यंत वांगलुंग बाहेर आलाच नाही. जेवण वाढल्यानंतर तो बाहेर आला खरा, पण बैलाच्या मांसाचा घास काही त्याच्या घशाखाली उतरेना. त्याला मळमळल्यासारखं झालं आणि थोडंसं कळण खाऊन तो उठलाच. ओ-लान त्याला थांबवत म्हणाली, ''शेवटी बैल तो बैल, शिवाय म्हाताराच झाला होता. खा बरं – खाऊन घ्या, पुढं दिवस पालटतील आणि आपण याच्याहून चांगला बैल घेऊ.'' वांगलुंगला किंचितसं बरं वाटलं आणि त्यानं तोंडात एक घास घातला – मग दुसरा – आणि मग त्या सगळ्यांनी खाऊन घेतलं.

शेवटी बैलाचं मांसही संपलंच. मग हाडातला रस शोषून झाला. तोही संपला आणि मग ओ-लाननं ताणून बांधलेलं सुकलेलं कातडं सोडून बैलाची कोणतीच खूण शिल्लक राहिली नाही.

सुरुवातीला गावातल्या लोकांना वांगलुंगचा खूप द्वेष वाटायचा. कारण त्यानं बरंच धान्य-पैसा दडवून ठेवलाय असा साऱ्यांचा समज होता. उपासमारीत पहिला नंबर लावलेला त्याचा काका काहीतरी मागण्यासाठी त्याच्याकडे आला होता. खरोखरच तो माणूस, त्याची बायको आणि सात मुलं उपाशी होती. वांगलुंगनं अगदी नाईलाजानं मापभर कडधान्यं आणि पसाभर मका त्याच्या ओंजळीत टाकला आणि तो ठामपणे म्हणाला, ''मला एवढंच शक्य आहे. मुलाबाळांसाठी नाही, तर निदान माझ्या म्हाताऱ्या वडिलांसाठी तरी मला काहीतरी शिल्लक ठेवलंच पाहिजे.''

पुन्हा त्याचा काका आला, तेव्हा मात्र वांगलुंग ओरडून म्हणाला, ''आता नातीगोती – भावाचं प्रेम वगैरे काही नाही हं. माझ्याकडे काही नाही आता द्यायला.'' आणि त्यानं काकाला रीत्या हातानं परत पाठवलं होतं. त्या दिवसापासून लाथ मारल्यामुळे कुत्रा उलटावा, तसा काका त्याच्यावर उलटला होता. तो

घराघरांत सांगत फिरत होता – "माझा पुतण्या बघा, धान्य आहे, सगळं आहे त्याच्याकडे, पण आपल्याला काही देतोय का बघा. मलासुद्धा देत नाहीये. माझी पोरंबाळं – म्हणजे त्याच्याच रक्ताची ना – पण आम्ही उपाशी मरतोय बघा सगळे."

घराघरातल्या धान्याचा साठा संपायला लागला. पैशाचे कसे हलके व्हायला लागले. वाळवंटातले सुरीसारखे धारदार आणि थंड वांझ वारे वाहायला लागले. गावकरी आपल्या बायकामुलांचा भुकेनं पिळवटून केलेला आक्रोश ऐकून वेडावल्यासारखे व्हायला लागले आणि वांगलुंगचा काका लुकड्या कुत्र्यासारखा थरथर कापत वांगलुंगच्या धान्याबद्दल, पैशाबद्दल कोरड्या ओठांतून सांगत रस्त्यारस्त्यातून फिरायला लागला, "एक माणूस आहे अजून – त्याच्याकडे धान्य आहे – पोरंबाळं अजून लठ्ठमुट्ठ आहेत." तेव्हा एके रात्री लाठ्याकाठ्या उचलून गावकरी वांगलुंगच्या घरावर चालून गेले. आपल्या शेजाऱ्यांचा आवाज ऐकून वांगलुंगनं दार उघडलं, शेजाऱ्यांनी त्याला ओढून बाहेर काढलं आणि ते सारे घरात घुसले. त्यांनी त्याच्या मुलांनाही बाहेर काढलं आणि ते धान्य शोधायला लागले. सगळे कानेकोपरे शोधून झाले. सगळे कोनाडे धांडोळून झाले. एक मूठभर सुकलेलं कडधान्य आणि मापटंभर मका यांखेरीज त्यांच्या हातात काहीच लागलं नाही, तेव्हा निराशेनं वेडावून जाऊन त्यांनी घरातल्या सामानाची मोडतोड करायला सुरुवात केली. जेवणाचं लाकडी जुनं टेबल, खुर्च्या, म्हाताऱ्याची खाट – म्हातारा एवढं सगळं होईस्तवर थरथर कापत रडत त्या खाटेवर पडूनच होता – तेव्हा मात्र ओ-लान पुढं आली आणि तिच्या संथ स्पष्ट आवाजात म्हणाली, "एवढं मात्र करू नका. आमचं जेवणाचं टेबल आणि म्हाताऱ्याची खाट बाहेर काढायची वेळ अजून आलेली नाहीय. आमचं सगळं धान्य तर तुम्ही घेतलंच आहे. हे इतकं सामान तर अजून तुमच्याही घरात आहे. म्हणजे आता आपण बरोबरीला आलोय – नाही? आता तुमच्याकडेच आमच्यापेक्षा जास्त आहे. एवढंतरी आम्हाला अजून शिल्लक ठेवा. आता आणखी काही घेतलंत तर देवच बघेल तुमच्याकडे. आता आपण सगळेच गवतघास शोधायला बाहेर पडू. तुम्ही तुमच्या पोराबाळांसाठी आणि आम्ही आमच्या तिघांसाठी आणि हे चौथं – इतक्या दुष्काळातही येऊ घातलंय त्याच्यासाठी." आणि तिनं आपले दोन्ही हात आपल्या गर्भारशी पोटावर दाबून धरले. एकेक करून सगळे जण दारातून बाहेर पडले – ते कुणीच दुष्ट नव्हते – फक्त फार भुकेले होते.

एकच जण फक्त रेंगाळला – चिंग होता तो. छोटासा, शांत पिवळसर माणूस. त्याचा माकडासारखा चेहरा आता तर अगदी सुकून गेला होता. त्याला काहीतरी बोलायचं होतं – चांगला माणूस होता तो. खरं म्हणजे आपल्या मुलाच्या भुकेपायी हे कृत्य करायला तयार झाला होता – पण काही बोललो, तर हाती लागलेले

मूठभर दाणेसुद्धा परत करावे लागतील, म्हणून त्यांच्याकडे फक्त एक मूक नजर टाकून तोही निघून गेला.

वांगलुंग त्याच्या दारात उभा राहिला. जिथं वर्षानुवर्षं त्यानं भरपूर पिकाची मळणी केली होती, ते खळं कित्येक महिन्यांपासून निरुपयोगी असं पडून राहिलं होतं. घरात त्याच्या वडिलांना आणि मुलांना खायला देता येईल, असं काहीच नव्हतं. त्याच्याशेजारी उभी असलेली ही दोन जिवांची आई – तिलाही खायला काही नव्हतं. तिच्या पोटात वाढणारा हा नवा जीव जन्माला येण्यापूर्वीच आयुष्यातलं सर्वांत महत्त्वाचं तत्त्व शिकत होता – आईचं रक्तमांस शोषून घेत स्वत: वाढत होता. त्याला एक क्षणभर कमालीची भीती वाटली. पण दुसऱ्याच क्षणी एक कमालीचा शांतवणारा जीवनस्रोत आपल्या रक्तात मिसळतोय आणि आपल्याला धीर देतोय, असं त्याला वाटलं – त्याच्या मनात आलं होतं – माझी जमीन तर कुणी माझ्यापासून हिरावून घेऊ शकत नाही. माझ्या स्वत:चे कष्ट आणि माझ्या शेतांनी त्या कष्टाचं दिलेलं फळ मी अशा गोष्टीत घातलं, की ती माझ्याकडून कुणी काढून घेऊ शकत नाही. मी पैसा ठेवला असता, तर त्यांनी तो घेऊन टाकला असता. काही साठवण केली असती, तर तीही आज लुटली गेली असती. माझी जमीन ही मात्र अजून माझीच आहे – माझ्याजवळच आहे.

■

नऊ

आपल्या उंबरठ्यावर बसल्याबसल्या वांगलुंगच्या मनात आलं, 'आता काहीतरी केलंच पाहिजे. इथं या रिकाम्या घरात उपाशी बसून राहाणं म्हणजे सगळ्यांनी मरणं.' त्याच्या सुकलेल्या शरीरावर कपडे रोज जास्तीजास्त आवळून बांधावे लागत होते. पण त्या शरीरातला जगण्याचा निश्चय दुर्बल होत नव्हता. आत्ता कुठं त्याचं आयुष्य भराला येऊ पाहात होतं. तेव्हा नियतीच्या एखाद्या मूर्ख फटक्याला घाबरून तो हरणार नक्कीच नव्हता. शब्दात सांगता येऊ नये, इतका संताप आजकाल त्याच्या मनात खदखदत भरून राहिला होता. कधीकधी राग अनावर झाला की झटका आल्यासारखा तो बाहेरच्या रिकाम्या खळ्याकडे धावायचा आणि डोक्यावरच्या निरभ्र, निळ्याशार, चमकत्या मूर्ख आकाशाकडे पाहात मुठी वळायचा. किंचाळून म्हणायचा, "तिथं राहणाऱ्या देवा, अरे तू किती दुष्ट आहेस." देवाला असं बोलल्याबद्दल क्षणभर मन थरारलंच, तर स्वतःच पुढं म्हणायचा, "आता याहून आणखी वाईट काय होणारे माझं?"

एकदा तर तो उपासानं क्षीण झालेले पाय ओढत कसाबसा शेतातल्या देवळात गेला आणि तिथं आपल्या देवीसह शांत बसलेल्या देवाच्या तोंडावर चक्क थुंकला. गेल्या कित्येक महिन्यांत तिथं कुणी अगरबत्त्या लावल्या नव्हत्या – त्या दिवशीही नव्हत्या. फाटलेल्या कागदी कपड्यांतून त्यांची मातीची शरीरं दिसत होती. पण तरीही ती दोघं तिथं शांत, निश्चल बसून राहिली. वांगलुंग दातओठ खात परतला आणि आपल्या बिछान्यावर पडून राहिला.

आजकाल त्यांच्यापैकी कुणीच उठलं नव्हतं म्हणा. उठायचं काही कारणच नव्हतं. न मिळणाऱ्या अन्नाची जागा आता विचूकपणं लागणाऱ्या झोपेनं घेतली होती. मक्याची रिकामी कणसं त्यांनी केव्हाच सुकवून टाकून खाल्ली होती.

झाडांच्या साली काढून खाल्ल्या होत्या. सगळीकडेच लोक जे मिळेल ते खात होते. कुठेही एकही प्राणी दिसत नव्हता. किती किती दिवस चालत राहिलं तरी गाय, म्हैस, बैल, गाढव किंवा अगदी कोंबडं-बकरंसुद्धा दिसत नव्हतं.

मुलांची रिकामी पोटं वातानं फुगली होती. आजकाल गावातल्या कोणत्याही रस्त्यावर एखादं मूल खेळताना दिसायचं नाही. वांगलुंगची दोन्ही मुलं फारतर खुरडत जाऊन दारातल्या उन्हाशी बसायची आणि तो दुष्ट सूर्य आपलं तळपणं कमी करतच नव्हता. त्यांची गुबगुबीत गोंडस शरीरं आता हाडकुळी झाली होती. पक्ष्यांची हाडं दिसावीत, तशी त्यांची नाजूक छोटी छोटी हाडं स्पष्ट दिसायला लागली होती – फुगलेली पोटं सोडून. मुलगी तर बसण्याएवढी मोठी झाली, तरी अजून एकटी उठून बसू शकत नव्हती. एकटीच जुन्या चिरगुटावर तासन्तास शांत पडून राहायची. सुरुवातीला तिचं भुकेनं कावलेलं चिडचिडं रडणं घर भरून टाकायचं, पण आता ती अगदी शांत झाली होती. तोंडात काय घालावं, ते अशक्तपणं चोखत आवाज न करता पडून असायची. तिचा चिमुकला सुकलेला चेहरा सगळयांकडे पाहात असायचा. छोटेसे निळे ओठ एखाद्या म्हाताऱ्या बाईच्या ओठांसारखे दिसायचे आणि खोल गेलेले काळे डोळे टक लावून कुठंतरी पाहात राहायचे.

त्या छोट्याशा जीवाची ही दुर्दम्य जीवनेच्छाच तिच्या वडिलांना तिच्याकडे आकर्षून घेणारी ठरली. ती इतर मुलांसारखी गोलमटोल, गोंडस, दंगा करणारी असती; तर वांगलुंगचं तिच्याकडे लक्षही गेलं नसतं. कारण काही झालं, तरी शेवटी मुलगीच ना ती. कधीकधी तिच्याकडे पाहात तो पुटपुटायचा, "बिचारी-वेडाबाई." आणि एकदा ती आपलं बोळकं हसू हसली, तेव्हा तर त्याला रडूच फुटलं. त्यानं आपल्या खरखरीत मांसहीन पंजात तिचा छोटासा सुरकुतलेला हात घेतला आणि तिला आपलं बोट पकडायला दिलं. त्यानंतर तो कधीकधी तिला तशीच उघडी उचलून घ्यायचा आणि उंबरठ्यावर बसून राहायचा – समोरच्या सुकल्या शेतांकडे पाहात.

म्हाताऱ्याचं विचाराल, तर सगळ्यांपेक्षा त्याचंच बरं चाललं होतं. कारण केव्हाही काहीही खायला मिळालं, तरी मुलांच्याही आधी त्याला दिलं जायचं. वांगलुंग स्वत:शीच मोठया अभिमानानं म्हणायचा, "मरणघटकेलासुद्धा मी बापाकडे दुर्लक्ष केलं, असं कुणालाही म्हणता येणार नाही." स्वत:चं मांस काढून द्यावं लागलं तरी चालेल, पण म्हाताऱ्याला खायला मिळालं पाहिजे. म्हातारा रात्रंदिवस झोपून राहायचा, दिलेलं खायचा. खुरडत उठून दारातल्या माध्यान्हीच्या उन्हात उबेला बसण्याइतकी ताकद त्याला अजूनही होती. तो इतरांपेक्षा अधिक आनंदात असायचा. असंच एकदा आपल्या पिचक्या बांबूतून वाऱ्याची झुळूक जावी, तशा

म्हाताऱ्या आवाजात तो म्हणाला, ''याहून वाईट दिवस काढलेत बरं, एकदा तर माणसांनी मुलं खाताना पाह्यलंय मी.'' आणि भयानक थरथरलेला वांगलुंग पुटपुटला, ''माझ्या घरात अशी गोष्ट मी कधीच होऊ देणार नाही.''

एके दिवशी त्याचा शेजारी चिंग त्याच्या दारात आला. तो एखाद्या हाडकुळ्या शरीराची सावली असावी, तसा दिसत होता. आपल्या वाळून कोळ झालेल्या, जमिनीसारखे तडे गेलेल्या ओठांतून तो कसाबसा पुटपुटला, ''शहरांमध्ये कुत्री, कोंबडी, गाढवं, घोडे सगळं खायला लागलेत. इथं आपण शेतीची जनावरं खाल्ली, झाडपाला, गवत सारं खाऊन झालं. आता काय खायचं?''

वांगलुंगनं निराशेनं मान हलवली. त्याच्या छातीशी त्याची लुकडी, सापळा झालेली मुलगी होती. त्यानं तिच्याकडं बघितलं. मुलीचा नाजूक हाडांचा चेहरा आणि काळेभोर, सजग, उदास डोळे न थकता त्याच्याकडेच टक लावून पाहात होते. जेव्हा जेव्हा त्यांची दृष्टादृष्ट व्हायची, तेव्हा तिच्या चेहऱ्यावर कळे न कळेसं हसू उमटायचं आणि वांगलुंगच्या पोटात नुसतं तुटायचं. चिंगनं तोंड अगदी जवळ आणलं आणि तो पुटपुटला, ''गावात लोक माणसं खाताहेत – तुझे काका-काकू खाताहेत, असं म्हणतात. नाहीतर अजून ती दोघं जिवंत कशी? आणि इकडे-तिकडे फिरण्याइतकी ताकद कुठून आली त्यांना? त्यांच्याकडे तर मुळातच काही नव्हतं....''

मृत्यूच्या चेहऱ्यासारख्या चिंगच्या त्या चेहऱ्यापासून वांगलुंग मागे हटला. इतक्या जवळून चिंग खरोखरच फार भयानक दिसत होता. एका न कळणाऱ्या अशा भीतीनं वांगलुंगचं मन व्यापून टाकलं. अंगावर येणारं, गुंतवणारं काहीतरी झटकून टाकावं, तशा घाईनं तो तिथून उठलाच.

''आपण इथून दुसरीकडे कुठंतरी जाऊ या.'' तो मोठ्यानं म्हणाला, ''दक्षिणेकडे जाऊ या.''

त्याच्या शेजाऱ्यानं त्याच्याकडं थंडपणानं पाहिलं आणि म्हटलं, ''हं! तू तरुण आहेस बाबा. मी तुझ्याहून वडील आहे आणि माझी बायकोही मोठीच आहे. शिवाय येऊनजाऊन एक मुलगीच तेवढी आहे आम्हाला. आम्ही इथंच मेलेलं बरं!''

''खरं म्हणजे तू माझ्याहून नशीबवान आहेस.'' वांगलुंग म्हणाला, ''मला माझे म्हातारे वडील, ही तीन खाणारी तोंडं आणि चौथं होऊ घातलेलं एवढ्या सगळ्यांना बघितलंच पाहिजे ना. आम्हाला जायलाच पाहिजे. नाहीतर रानटी कुत्र्यांसारखे आम्हीही एकमेकांना मारून खायला लागू.'' आणि मग एकदम स्वतःचंच बोलणं त्याला खूप पटलं आणि त्यानं ओ-लानला मोठ्यांदा हाक मारली. ओ-लान दिवसचे दिवस एक शब्दही न बोलता अंथरुणावर पडून राहात असे. कारण चूल पेटवायला जळणही नव्हतं आणि शिजवायला एक दाणाही नव्हता.

"ऊठ, ए बाई ऊठ, आपण दक्षिणेकडे जाऊ या." खूप महिन्यांत त्याच्या आवाजात एवढा उत्साह कुणी ऐकला नव्हता. मुलांनी वर पाहिलं. म्हातारा लटपटत खोलीतून बाहेर आला. ओ-लानही मोठ्या कष्टानं बिछान्यावरून उठून खोलीच्या दाराजवळ आली आणि दाराला रेलून उभी राहात म्हणाली, "ठीकाय, जाऊ या. चालता चालता मेलो तरी परवडलं."

तिच्या हाडकुळ्या शरीरावरचं लोंबतं गरोदर पोट एखाद्या कठीण फळासारखं दिसत होतं. तिच्या चेहऱ्यावर मांसाचा कणही शिल्लक नव्हता. त्यामुळे गालाची हाडं खडकासारखी वर आलेली दिसत होती. "फक्त उद्यापर्यंत थांबू या. उद्या या वेळेपर्यंत मोकळी झालेली असेन मी. मला जाणवायला लागलंय ते."

"ठीक आहे. उद्या." वांगलुंग उत्तरला. त्याचं त्याच्या बायकोच्या चेहऱ्याकडं लक्ष गेलं आणि कधीच कुणाबद्दल – अगदी स्वतःबद्दलसुद्धा – वाटली नव्हती एवढी कणव त्याच्या मनात दाटून आली. हा बिचारा जीव दोन जीवांचं ओझं वागवीत होता.

"तू कशी चालशील गं माझे बाई, कशी चालशील!" तो पुटपुटला आणि मग अगदी नाईलाजानं चिंगकडे वळून तो म्हणाला, "तुझ्याकडे काही मूठभर दाणे आहेत का बघतोस का? माझ्या पोरांच्या आईचा जीव वाचेल बघ त्यामुळे – आणि माझ्या घरात तू चोर म्हणून कधी घुसला होतास, हेपण मी विसरून जाईन."

चिंगनं शरमेनं त्याच्याकडे पाहिलं आणि खजील आवाजात तो म्हणाला, "त्या दिवसापासून मला घडीची शांतता मिळाली नाहीय बघ. तो कुत्रा – तुझा काका – त्यानं आम्हाला भडकवलं होतं – तू खूप धान्य भरून ठेवलंयस, असं सांगून, या दुष्ट आभाळाची शपथ घेऊन सांगतो – माझ्याकडे एकदोन मुठी सुकवलेलं लाल कडधान्य आहे उंबरठ्याखाली पुरून ठेवलेलं, अशा विचारानं की अगदी मरणघडीला तेवढं शिजवून आम्ही तिघांनी खायचं, म्हणजे अगदी रिकाम्या पोटी मेलो, असं व्हायला नको. त्यातलं थोडंसं मी तुला आणून देतो. तू जाच दक्षिणेकडे. मी इथंच राहतो. मी आणि माझं कुटुंब. मला मुलगा नाहीय, तेव्हा मी मेलो तर काय फरक पडणारे?"

चिंगनं थोड्याच वेळात फडक्यात बांधलेलं दोन मुठी धान्य आणून दिलं. मातीमुळं त्याला थोडी बुरशी आल्यासारखं झालं होतं. धान्य पाहिल्याबरोबर मुलांनी आरडाओरडा करायला सुरुवात केली. म्हाताऱ्याचे डोळेही किंचितसे चमकले, पण प्रथमच वांगलुंगनं त्या साऱ्यांना बाजूला सारलं आणि तो ते अन्न घेऊन त्याची बायको झोपली होती तिथं गेला. तिनंही दाणादाणा करत थोडंसं खाल्लं – अत्यंत नाईलाजानं खाल्लं, कारण बाळंतपण येऊन ठेपलं होतं आणि पोटात काही नसलं, तर ती वाचणार नाही हे तिला कळून चुकलं होतं.

थोडेसे दाणे वांगलुंगनं आपल्या मुठीत दडवून ठेवले होते. ते त्यानं स्वत:च्या तोंडात टाकले आणि चावून चावून मऊ करून त्यानं हलकेच आपले ओठ लेकीच्या ओठावर टेकले आणि जिभेनं तो घास तिच्या चिमुकल्या तोंडात सरकवला. तिचे छोटेसे सुकलेले ओठ हलताना बघूनच त्याला त्याचं पोट भरल्यासारखं वाटलं.

त्या रात्री तो मधल्या खोलीतच बसला. थोरले दोघे मुलगे म्हाताऱ्याच्या खोलीत होते. तिसऱ्या खोलीत ओ-लान एकटीच वेणा देत होती. पहिल्याच्या जन्माच्या वेळी जसा तो इथं बसून हे आतले आवाज ऐकत होता, तसाच या रात्रीही बसला होता. अजूनसुद्धा ती त्याला बाळंतपणाच्या वेळी खोलीत येऊ देत नव्हती. ती एकटीच बाळाला जन्म द्यायची – याच जुन्या लाकडी टबवर बसून आणि मग खुरडत खुरडत सगळी खोली साफ करायची – एखाद्या जनावरानं विण्याच्या सगळ्या खुणा नाहीशा कराव्या तसं.

चांगल्याच ओळखीच्या झालेल्या त्या पहिल्या कर्कश किंचाळीची तो वाट पाहात होता. निराशेनं त्याचं मन घेरून टाकलं होतं. मुलगा की मुलगी – त्याला आता काही फरक पडत नव्हता. एक खाणारं तोंड वाढलं – बस.

"जन्मत:च जीव नसला, तर किती बरं होईल." तो पुटपुटला आणि त्याच क्षणी एक बारीकसा दुर्बळ आवाज साऱ्या शांततेत क्षणभर थरथरला – किती दुर्बळ – "एवढं कुठलं भाग्य असायला माझं." तो त्रासून पुटपुटला आणि कान देऊन ऐकायला लागला.

पुन्हा काही तो आवाज उमटला नाही. घरावर पसरलेलं शांततेचं आवरण अधिकच दाट झालं. गेले कित्येक दिवस अशी ही आपापल्या घरात बसून सुन्नपणे मरणाची वाट पाहात बसलेल्यांची चमत्कारिक शांतता सगळीकडेच पसरली होती. या घरातही तशीच शांतता होती. वांगलुंगला एकदम ही शांतता असह्य झाली, तो कमालीचा घाबरला आणि ओ-लानच्या खोलीच्या दाराशी जाऊन म्हणाला, "बरी आहेस ना गं?" स्वत:च्याच आवाजानंही त्याला बराच धीर आला – पण मेली असली तर! त्यानं कान देऊन ऐकलं, तर किंचित खसफस त्याला ऐकू आली. तीच काहीतरी करत होती. मग नि:श्वास टाकल्याच्या सुरात ती म्हणाली, "या." तो आत गेला. ती बिछान्यावर पडली होती. बिछान्यावर तिची आकृतीही दिसू नये, इतकी ती बारीक झाली होती. बिछान्यावर ती एकटीच होती.

"पोर कुठंय?" त्यानं विचारलं.

तिनं हाताची एक हलकी खूण केली. जमिनीवर एक छोटंसं शरीर ठेवलेलं होतं.

"मेलं!" त्यानं आश्चर्यानं विचारलं.

"मेलं." तिनं अस्फुट उत्तर दिलं.

त्यानं खाली वाकून बाळाचं इवलंसं निर्जीव शरीर निरखून पाहिलं. नुसती हाडं आणि कातडी – मुलगी होती. तो म्हणणार – अगं, पण मी रडण्याचा आवाज ऐकला तर – तितक्यात त्याची नजर बायकोच्या चेहऱ्याकडे गेली. तिचे डोळे मिटलेले होते. हाडं बाहेर निघालेला चेहरा पांढराफटक पडला होता. एक सहनशील चेहरा – खूप-खूप टोकाचं सोसलेला चेहरा – आणि मग त्याच्या तोंडून ते शब्द उमटलेच नाहीत. इतके महिने त्याला स्वत:चं शरीर पेलवत नव्हतं. या बाईनं उपासमारीच्या काय यातना सहन केल्या असतील! हा जीव तिच्या पोटात राहून तिचा जीवनरस चोखून शोषून संपवत असताना तिनं काय भोगलं असेल!

त्यानं मुकाट्यानं मेलेलं पोर उचलून दुसऱ्या खोलीत नेलं. बऱ्याच शोधाशोधी नंतर त्याला चटईचा तुकडा मिळाला. त्यात त्यानं बाळाचं लुकडं शरीर गुंडाळलं. ते गुंडाळत असताना बाळाचं गोल डोकं लुकड्या मानेवर इकडून तिकडे डुगडुगत होतं, तेव्हाच वांगलुंगला या मानेवरचे दोन छोटेसे काळेनिळे डाग दिसले. पण काही न बोलता त्यानं हातातलं काम उरकलं. नंतर जाववेल, तितकं घरापासून दूर जाऊन त्यानं एका जुन्या थडग्याच्या कुशीत एक उथळसा खड्डा केला आणि हातातलं ओझं त्यात ठेवून वर माती लोटली. हे जुनं थडगं वांगलुंगच्या पश्चिमेकडच्या शेताच्या बांधाला होतं. तिथं आणखीही काही अशीच जुनी थडगी होती. आजकाल तिथे साफसफाई करायलासुद्धा कुणी जात नसे. तो माती लोटून उभा राहतोय, तोवरच एक हाडंकातडं झालेला, पण भयंकर भुकेला असा लांडग्यासारखा कुत्रा तिथं येऊन उभा राहिला. तो इतका भुकेला होता, की वांगलुंगनं जीव तोडून टाकलेला दगड त्याच्या पेकाटावर थडकन लागूनसुद्धा तो एकदोन पावलंच तिथून दूर सरकला. शेवटी वांगलुंगची ताकद संपली आणि हातांनी तोंड झाकून घेत तो तिथून निघालाच. 'जे व्हायचं ते होईल!' असं स्वत:शीच पुटपुटताना मात्र आजवर कधी जाणवली नव्हती, एवढी निराशा त्याच्या मनात पहिल्यांदाच दाटून आली.

दुसऱ्या दिवशी जेव्हा न चुकता आलेला सूर्य निरभ्र आकाशात तळपायला लागला, तेव्हा त्याचं त्यालाच नवल वाटायला लागलं की ही तीन छोटी असहाय्य मुलं, आजारी दुबळी बायको आणि म्हातारा अशक्त बाप यांना घेऊन चालत दक्षिणेकडच्या मोठ्या शहरात जायचं, असं त्यानं ठरवलं तरी कसं! भले त्या शहरात सगळं भरपूर मिळत असेल, पण आपली शरीरं ओढत ती सगळी जणं तिथवर पोहोचणार कशी? शंभरावर मैलाचं अंतर कापणार कशी? आणि कुणाला माहीत तिथं पोहोचल्यानंतर तरी खायला मिळतं की नाही? या रिकाम्या आकाशाचा शेवट कुठं दिसतच नाहीय. नाहीतर सगळी ताकद पणाला लावून आपण तिथं

पोहोचायचं आणि तिथं आणखी भुकेली माणसं आणि तीही अनोळखी अशी सापडायची. त्यापेक्षा इथं स्वत:च्या घरात स्वत:च्या बिछान्यात मेलेलं काय वाईट?' वांगलुंग आपल्या उंबरठ्यावर बसून समोरच्या उजाड, विराण अशा कठीण शेतांकडे पाहात विचार करत होता. कुठेही खाता येईल किंवा जाळता येईल, अशी एकही वस्तू नव्हती शिल्लक.

त्याच्याकडे पैसे तर नव्हतेच. शेवटचं नाणं खर्च होऊनसुद्धा बरेच दिवस लोटले होते. अर्थात आता पैशाचाही काही उपयोग नव्हता, म्हणा. कारण विकत घ्यायलाच काही शिल्लक नव्हतं. त्यानं आधी असं ऐकलं होतं की, शहरात काही श्रीमंत माणसांनी धान्याचा साठा करून ठेवलाय, स्वत:साठी आणि अधिक श्रीमंत लोकांना विकण्यासाठी. पण आज त्याला याही गोष्टीचा राग आला नाही. फुकट खायला मिळणार असलं तरी शहरापर्यंतदेखील चालणं होईल, असं त्याला वाटत नव्हतं. त्याला खरं म्हणजे भूकच नव्हती.

सुरुवातीचं पोटातलं तुटणं आता ओसरलं होतं. त्याच्या शेतातल्या एका विशिष्ट ठिकाणची माती पाण्यात कालवून तो अगदी नि:संगपणे आता मुलांना पाजू शकत होता. असं तो गेले कित्येक दिवस करत होता. 'भूमाता-दयेची देवता' असं त्या जागेला-मातीला म्हटलं जात होतं. कारण त्या मातीत थोडेसे क्षार मिसळलेले होते. अर्थात शेवटी जीव वाचवायला ती पुरेशी नव्हतीच. तरीपण पाण्यात कालवून मुलांना पाजली की, थोडा वेळ तरी त्यांची भूक मरत असे आणि त्यांच्या फुगलेल्या रिकाम्या पोटांना थोडा आधार होत असे. ओ-लाननं अजून घट्ट मुठीत धरून ठेवलेल्या दाण्यांना त्यानं निर्धारानं हात लावला नव्हता. बऱ्याच वेळानं ती एकेक दाणा चावून खायची. त्याचा आवाज ऐकून त्याला एक वेगळंच समाधान वाटायचं.

सगळी आशा सोडून स्वत:च्या बिछान्यात पडून शांतपणे मरण्याचं स्वप्न वांगलुंग स्वत:च्या उंबरठ्यावर बसून पाहात होता. तेवढ्यात त्याला त्याच्याकडे कुणीतरी येताना दिसलं. ते जवळ येईपर्यंत तो तसाच बसून राहिला. जवळ आल्यानंतर मात्र त्यानं त्याच्या काकाला ओळखलं. त्याच्या बरोबरची तिन्ही माणसं मात्र अनोळखी होती.

"बरेच दिवसात भेटला नाहीस रे?" काका मोठ्या सलगीनं – आपुलकीनं म्हणाला. जवळ आला, तरी तशाच मोठ्या आवाजात तो बोलत राहिला, "कसं काय चाललंय? आणि माझा भाऊ – तुझे वडील कसे आहेत? बरे आहेत ना?"

वांगलुंगनं काकाकडे नीट पाहिलं. तो बारीक झाला होता खरा, पण जसा सापळ्यागत व्हायला पाहिजे, तसा नव्हता. वांगलुंगच्या सुकलेल्या हाडंकातडी झालेल्या शरीरातलं होतं नव्हतं ते सारं त्राण एकत्र होऊन काकाबद्दल एक तीव्र संताप त्याच्या मनात उमटला. घोगरट आवाजात तो पुटपुटला, "चांगलं

खाल्लं-प्यालं आहेस रे, चांगलं खाल्लं-प्यालं आहेस.'' त्या परक्या माणसांना काय वाटेल किंवा त्यांना काही 'या बसा' करावं, हे त्याच्या लक्षातच आलं नाही. त्याला फक्त अजून हाडांवर मांस असलेला काकाच दिसत होता. काकानं डोळे मोठे केले आणि आकाशाकडे हात फेकत तो ओरडला, ''खाल्लं-प्यालं आहे? माझं घर बघून घे – चिमणीला पुरेल एवढंसुद्धा धान्य नाहीय घरात. माझी बायको – माहिती आहे ना; कशी गोरी, तुकतुकीत, लठ्ठमुठ्ठ होती ती – बांबूला फडकं गुंडाळावं तशी झालीय बिचारी – हाडं खुळखुळायला लागलीयेत तिच्या अंगातली – पोरं म्हणशील तर चारच शिल्लक आहेत. धाकटी तिघं गेली बिचारी – मेली – आणि मी हा तुझ्यासमोरच उभाय.'' त्यानं कुडत्याच्या बाहीनं डोळे टिपल्यासारखं केलं.

''चांगलं खाल्लं-प्यालं आहेस.'' वांगलुंग पुन्हा सुन्नपणे म्हणाला.

''मी सारखा तुझा आणि तुझ्या वडिलांचा – माझ्या भावाचा विचार करत होतो.'' काका ठासून म्हणाला, ''हे बघ, तेच तुला शाबित करून दाखवायला आलोय. मी या भल्या माणसांकडून थोडं धान्य उसनं घेतलं होतं. त्याच्या बदल्यात त्यांना गावातली थोडी जमीन घ्यायचीय, त्यात मदत करायची, असं ठरलं होतं. बघ – मला तुझीच पहिल्यांदा आठवण झाली – तुझी – माझ्या भावाच्या पोराची – हे तुझी जमीन विकत घ्यायला आलेत. ताबडतोब पैसे देतील ते – पैसा म्हणजे काय – अन्नच की रे, जीवदानच ते.'' एवढं बोलून मोठ्या अदबीनं वाकून आपल्या घाणेरड्या कपड्यांना एक झटका देत काका पाऊलभर मागे झाला.

वांगलुंग हललासुद्धा नाही. तो उठला नाही किंवा ही माणसं आल्याचं आपण बघितलंय, हे त्यानं दर्शवलंही नाही. त्यानं फक्त डोळे उचलून एक नजर त्यांच्याकडे टाकली. खरंच, शहरातली श्रीमंत माणसं दिसत होती ती. त्यांचे लांब डगले मळलेले असले तरी रेशमी होते. नखं लांब होती आणि हात मऊ दिसत होते. भरपूर खातपीत असल्यानं धमन्यांतून रक्त उसळतंय असं वाटत होतं. त्याला त्यांचा एकदम कमालीचा तिटकारा वाटला. हे शहरातले श्रीमंत खाऊन-पिऊन माजलेले लोक त्याच्यासमोर उभे होते. त्याची मुलं पाण्यात माती कालवून ती खाऊन जीव जगवत होती आणि हे त्याच्या परीक्षेच्या, दुःखाच्या वेळी त्याची जमीन त्याच्यापासून हिरावून घ्यायला टपले होते. त्यानं आता रागानं त्यांच्याकडे पाहिलं. त्याच्या कवटीसारख्या झालेल्या चेहऱ्यात त्याचे डोळे खोल आणि खूपच मोठे भासत होते.

''मी माझी जमीन विकत नाहीय.'' तो म्हणाला. काका पुढे सरून काही बोलणार तेवढ्यात वांगलुंगचा धाकटा मुलगा रांगत पुढे आला. अंगातली ताकद संपत आल्यामुळे गेले काही दिवस तो परत लहानपणासारखं रांगायला लागला होता.

"हा तुझा मुलगा?" काकानं आश्चर्यानं ओरडून विचारलं, "अरे मागच्या वेळी याला पाहिलं – आणि पैसा बक्षीस दिला, तेव्हा चांगला लठ्ठमुठ्ठ होता की!" ते सगळेच त्या रांगणाऱ्या मुलाकडे पाहायला लागले आणि अचानक आत्तापर्यंत कधी भरून न आलेले वांगलुगंचे डोळे भरून आले. मोठेमोठे आसू त्याच्या घशात गोळा होऊन तिथं ठणकायला लागलं आणि मग नि:शब्दपणे त्याच्या सुकलेल्या गालांवरून ओघळायलाच लागले.

"काय द्याल?" त्यानं कसबसं विचारलं. शेवटी ही तिघं मुलं आणि म्हाताऱ्या वडिलांना खायला घालणं भागच होतं. तो आणि त्याची बायको स्वत:च खणलेल्या खड्ड्यात मरणाची वाट पाहात पडून राहू शकले असते, पण यांचं काय?

मग त्या तिघांपैकी एक डोळ्यानं आंधळा होता त्यानं बोलायला सुरुवात केली. "हे बघ, तू गरीब माणूस आहेस – आजकालच्या दिवसांत मिळेल त्याहून चांगलीच किंमत देऊ आम्ही तुला, हे नक्की. या उपाशी पोरामुळे तर एकरी शंभर पेन्स...."

वांगलुंग कडू तोंडानं म्हणाला, "मग फुकटच घेऊन टाका ना – बक्षीस म्हणून. घेतली तेव्हा याच्या वीसपट किंमत दिलीय मी."

"जेव्हा उपाशी मरणाऱ्या माणसाकडून घेशील जमीन, तेव्हा अशाच किमतीला घेशील बरं." त्या तिघांपैकी आणखी एक म्हणाला. तो बुटका, बारीक उंचेल्या नाकाचा असा होता; पण त्याचा आवाज मात्र जाडाभरडा कठोर होता.

वांगलुंगनं त्या तिघांकडे पाहिलं. त्यांना किती खात्री होती, तो जमीन विकेल याची. आपल्या उपाशी पोरांसाठी आणि बापासाठी कोण काय करणार नाही? त्याच्या मनातला शरणागतीचा कमकुवतपणा एका अशा रागात वितळला, की आजवर त्याला इतका सणाणून संताप कधीच आला नव्हता. एखाद्या कुत्र्यानं शत्रूवर झेप घ्यावी, तसा तो ताडकन उठला आणि किंचाळून म्हणाला, "मी जमीन विकणारच नाहीय – कधीच. मी कणकण माती काढीन आणि पोरांना खायला घालीन. ती मेली, की याच जमिनीत पुरीन आणि मी, माझी बायको आणि माझा बापसुद्धा याच आमच्या आईच्या कुशीत मरू."

आता तर तो रडतच होता. त्याला आला तसाच राग क्षणार्धात विझूनही गेला होता आणि तो तसाच रडत थरथरत उभा राहिला. ते तिघेही किंचितसं हसत शांत उभे होते. त्याचा राग विझण्याचीच वाट पाहात – हे असं बोलणं वेडेपणाचं तर होतं.

आणि अचानक ओ-लान दरवाज्यात आली आणि जणू काही या साऱ्या घडणाऱ्या गोष्टी रोजच्याच असाव्यात, तशा आपल्या नेहमीच्या साध्या आवाजात म्हणाली, "आम्ही आमची जमीन काही विकत नाहीओत. दक्षिणेकडून परतल्यावर मग आम्ही पोट कसं भरणार? आम्ही हे टेबल, दोन खाटा, अंथरूण-पांघरूण,

चारी बाकडी एवढंच काय चुलाण्यावरचं मोठं सतेलंसुद्धा विकायला काढू; पण नांगर, खुरपी, फावडी हे नाही विकणार. नाही – जमीन – नाहीच विकणार.''

तिच्या आवाजातल्या शांतपणात वांगलुंगच्या रागापेक्षा जास्त ताकद होती. वांगलुंगच्या काकानं घोटाळत विचारलं, ''तुम्ही खरंच दक्षिणेकडे जाणार आहात?''

शेवटी तो एकडोळ्या इतरांशी खालच्या आवाजात काहीतरी बोलला आणि मग वळून म्हणाला, ''हे सगळं सामान अगदी भिकार-टाकाऊ आहे. जळणालाच फारतर वापरता येईल. चांदीची दोन नाणी देईन सगळं मिळून. पाहिजे तर घ्या, नाहीतर राहिलं.'' आणि तुच्छतेनं तो मागे वळला. पण ओ-लान शांतपणे म्हणाली, ''खरं म्हणजे हे पैसे एका खाटेच्या किमतीइतकेसुद्धा नाहीयेत. पण आता पैसे देत असाल तर द्या आणि सामान उचला.''

एकडोळ्यानं कमरेच्या कशातून दोन चांदीची नाणी काढली आणि तिच्या पसरलेल्या हातावर टाकली. मग तिघांनी घरात येऊन भराभर सामान बाहेर काढलं. टेबल, बाकं, वांगलुंगची खाट, त्यावरची अंथरुणं-पांघरुणं एवढंच नाही, तर चुलाणा मोडून त्यांनी चुलाण्यावरचं सतेलंही खाली काढलं. पण जेव्हा ते वांगलुंगच्या बापाच्या खोलीत घुसले, तेव्हा मात्र त्याचा काका बाहेरच उभा राहिला. आपल्या थोरल्या भावानं आपल्याला पाहावं, असं त्याला वाटत नसावं. कदाचित आपल्या भावाला जमिनीवर निजवून त्याची खाट, अंथरूण काढून घेणं त्याला अवघड वाटत असावं. शेवटी एकदाचं सारं सामान बाहेर निघालं आणि घर अगदी रिकामं झालं. मधल्या खोलीत दोन खुरपी, एक नांगराचा फाळ आणि एक फावडं इतकीच अवजारं शिल्लक राहिली. ओ-लान नवऱ्याला म्हणाली, ''ही दोन नाणी हातात आहेत, तोवरच जायला हवं. नाहीतर घराचे वासे विकून खावे लागतील आणि मग जेव्हा परत येऊ, तेव्हा डोकं टेकवण्यापुरतंही घर राहायचं नाही.''

वांगलुंग कसाबसा म्हणाला, ''जाऊ या.''

तो शेतांच्या पार जाताना लहान लहान होत जाणाऱ्या त्या तीन आकृती न्याहाळताना स्वत:शीच पुटपुटत राहिला, ''माझी जमीन तर आहे ना अजून! माझी जमीन आहे ना!''

■

दहा

आता करण्यासारखं काही नव्हतंच. दार लाकडी बिजागऱ्यांवर नीट ओढून घ्यायचं आणि लोखंडी कोयंडा घट्ट बसवायचा की झालं. अंगावर होते तेवढेच कपडे होते. प्रत्येक मुलाच्या हातात ओ-लाननं भाताचा वाडगा आणि चॉपस्टिक्स् दिल्या. धाकट्या दोघांनी काहीतरी खायला मिळणार, अशा आशेनं मोठ्या आतुरतेनं ते घट्ट धरले. अशी त्यांची एक छोटीशी केविलवाणी मिरवणूकच निघाली. शेतांमधून इतक्या सावकाश चालत निघाली की हे सगळे समोरच्या तटाशी तरी पोहोचतील की नाही असं वाटावं.

वांगलुंगनं आपल्या मुलीला छातीशी घेतलं होतं. पण म्हाताऱ्या वडिलांचे लटपटते पाय बघून त्यानं तिला ओ-लानजवळ दिलं आणि खाली वाकून म्हाताऱ्याच्या हल्लक, सुकलेल्या शरीराला पाठुंगळी घेतलं. तेवढ्याशा वजनानंही त्याचे पाय लटपटत होते.

कधीच काही न बघणाऱ्या त्या दोन देवतांच्या छोट्याशा देवळाजवळून जाताना सारेच गप्प होते. थंडगार झोंबरे वारे सुटले होते, तरी वांगलुंग अशक्तपणाच्या घामानं भिजला होता. हे झोंबरे वारे पुढून मागून त्यांच्यावर हल्ला करत होते आणि 'थंडी वाजते' म्हणून दोन्ही मुलगे रडत होते. वांगलुंग त्यांची समजूत घालताना म्हणत होता, "तुम्ही आता मोठे झालात ना? दक्षिणेकडे जाणारे धाडसी वीर आहात ना तुम्ही? तिथं पोहोचल्यावर बघा कसं छान शेकायला मिळेल, खायला मिळेल भरपूर – रोज रोज पांढरा शुभ्र भात – मग खा लेको हवा तेवढा – खा चांगलं भरपेट."

थोड्या थोड्या अंतरावर विश्रांती घेत ते कसेबसे तटबंदीतल्या दरवाज्याशी पोहोचले. कधीकाळी याच ठिकाणच्या गारव्यानं वांगलुंगला बरं वाटलं होतं. आज

त्या दरवाज्यातून थंडगार बर्फाळ पाण्याच्या धबधब्यासारख्या सुसाट वाहणाऱ्या वाऱ्याला तोंड देण्यासाठी त्यानं दात घट्ट आवळून धरले होते. त्यांच्या पायाखालचा चिखल बर्फाच्या धारदार तुकड्यांनी जीवघेणा बनला होता. दोघा छोट्यांना त्यातून पुढं जाणं जमतच नव्हतं. ओ-लान स्वत:च्या आणि छोटीच्या वजनाखाली चेंगरली होती. वांगलुंगनं कसंबसं वडिलांचं ओझं पलीकडे नेऊन ठेवलं. मग परत येऊन एकेका मुलाला उचलून पलीकडे नेलं. सगळे जण पलीकडे पोहोचले, तेव्हा वांगलुंग पावसात भिजावं, तसा घामानं भिजला होता. या प्रचंड घामाबरोबर त्याची निम्मी-अधिक ताकदही संपली होती. तो तटाच्या ओलसर भिंतीला रेलून डोळे मिटून धापा टाकत खूप वेळ उभा राहिला आणि त्याचं सारं कुटुंब थंडीनं काकडत त्याच्याभोवती उभं होतं.

ते ह्वांगच्या हवेलीच्या मुख्य दारापासून जवळच होते, पण तो प्रचंड दरवाजा पूर्ण बंद करून कड्या-कुलपं घातलेली दिसत होती. बाजूचे दगडी सिंह वाऱ्या-पावसानं उखडले गेल्यासारखे फिक्कट दिसत होते. दरवाज्याच्या पायथ्याशी अनेक मळकी फाटकी मानवी मुटकुळी पडली होती. ती थकलेली, भागलेली, भुकेली माणसं मोठ्या आशेनं त्या बंद दरवाज्याकडे पाहात होती. वांगलुंगचं तसंच थकलं भागलं, भुकेलं कुटुंब जेव्हा हळूहळू त्या दरवाज्यावरून पुढे जायला लागलं; तेव्हा त्या गर्दीतला एक माणूस चिरक्या आवाजात मोठ्यांदा म्हणाला, ''देवासारखेच पाषाणहृदयी असतात हे श्रीमंत लोक. अजून त्यांना भात खायला मिळतोय आणि जो खाऊन संपत नाही, त्याची वाईन बनवताहेत. इथं आपण उपाशी मरतोय.''

दुसऱ्यानं त्याला तशाच आवाजात साथ दिली, ''माझ्या हातात थोडीजरी ताकद शिल्लक असती ना, तर मी या दरवाज्याला आणि आतल्या त्या घराला आगच लावली असती. मग भले मीही त्या आगीत जळून मेलो असतो तरी बेहत्तर. या ह्वांगचे आजेपणजे सगळे नरकात जातील बघ, माझा शाप आहे त्यांना.''

पण या साऱ्या बडबडीकडे वांगलुंगनं कानाडोळाच केला. ती सारी जणं गप्पगप्प दक्षिणेकडे चालतच राहिले.

सबंध शहर ओलांडून शहराच्या दक्षिण दरवाज्यातून ती सगळी जेव्हा हळूहळू बाहेर पडली, तेव्हा संध्याकाळ संपून रात्र पडायला झाली होती. अनेक माणसं त्यांच्यासारखीच दक्षिणेकडे जायला निघाली होती. वांगलुंग रात्रीच्या निवाऱ्यासाठी एखादा कोपरा शोधण्याच्या विचारात होता. तेवढ्यात गर्दीचा एक लोंढा आला आणि ती सारी जणं त्या लोंढ्यात धक्के खायला लागली.

एका धक्का मारणाऱ्याला वांगलुंगनं विचारलं, “ही सगळी माणसं कुठं निघाली आहेत, बाबा?”

तो उत्तरला, “आम्ही सगळी भुकेली दुष्काळग्रस्त माणसं आहोत आणि ती पलीकडून सुटणारी आगगाडी पकडून आम्ही दक्षिणेकडे जाणार आहोत. आमच्यासारख्या गरिबांसाठी आगगाडीचं भाडं एका छोट्या चांदीच्या नाण्याहूनसुद्धा कमी ठेवलंय.”

आगगाडी! ऐकलं होतं खरं आगगाडीबद्दल. पूर्वी कधीतरी चहाच्या दुकानात लोकांना आगगाडीबद्दल बोलताना वांगलुंगनं ऐकलं होतं खरं. एकमेकांना लोखंडी साखळ्यांनी बांधलेल्या गाड्या आणि ओढायला ना माणूस ना जनावर-राक्षसासारखं आग आणि पाण्याचे श्वास सोडणारं भयंकर काहीतरी ओढणारं! एखाद्या फुरसतीच्या दिवशी जाऊन हे अजब बघायचं, असं त्यानं कितीतरी वेळा ठरवलं होतं. पण शेतातल्या कामापुढे त्याला वेळच झाला नव्हता. शिवाय तो शहराच्या उत्तरेला कितीतरी दूर राहायचा आणि जे आपल्याला माहीत नसतं – समजत नसतं, त्याबद्दलचा एक अविश्वास मनात असतोच. रोजच्या जगण्यासाठी जरूर असेल, तेवढं समजलं की झालं. त्याहून अधिक कळणं चांगलं नाहीच.

आता मात्र साशंक मनानं तो बायकोकडं वळला आणि म्हणाला, “आपणही जायचं का या आगगाडीवर?” त्या दोघांनी म्हाताऱ्याला आणि मुलांना गर्दीतून थोडं बाजूला घेतलं आणि थोड्या भीतीनं, थोड्या काळजीनं प्रश्नार्थक नजरेनं एकमेकांकडे पाहिलं. हा क्षणभराचा विसावा मिळताच म्हातारा खाली बुदकला आणि आजूबाजूने चालणाऱ्या पावलांची आणि उडणाऱ्या धुळीची पर्वा न करता छोटे मुलगे तिथंच आडवे झाले. ओ-लाननं अजून छोटीला हातातच धरलं होतं. पण तिचं डोकं इतक्या चमत्कारिक रीतीनं कललं होतं की वांगलुंगनं चमकून विचारलं, “ही बटकी मेली की काय?” ओ-लाननं नकारार्थी मान हलवली, “अजून नाही. श्वास अगदी मंदावलाय. आजची रात्र काढेल, असं काही वाटत नाही आणि आपणसुद्धा जोवर...” पुढे तिला बोलावलंच नाही. ती तशाच मूक बोलक्या नजरेनं आपला सापळ्यासारखा चेहरा त्याच्याकडे वळवून पाहात राहिली. वांगलुंगनं तिला काहीच उत्तर दिलं नाही, पण तो स्वत:शीच म्हणाला, ‘अजून एखादा दिवस जरी असं चालावं लागलं, तर सगळेच जण मरून जाऊ रात्रीपर्यंत.’ मग जमेल तेवढ्या उत्साहात तो म्हणाला, “चला रे माझ्या पोरांनो, आजोबांना उठवा, हात द्या त्यांना. चला आपण आगगाडीवर जाऊ आणि बसल्याबसल्या दक्षिणेत पोहोचू.”

त्यांना साऱ्यांना उठून काही हालचाल करायची ताकद होती की नाही, हे कुणीच सांगू शकणार नाही. कारण तेवढ्यातच एक कर्कश किंचाळी सगळीकडे

घुमली आणि अंधारात ड्रॅगनचे डोळे (सर्पराक्षसाचे) चमकावेत, तसे दोन प्रचंड डोळे आग ओकत धाडधाड आवाज करत त्यांच्या रोखाने येऊ लागले. सगळेच जण जोरात ओरडत सैरावैरा पळायला लागले. त्या सगळ्या गडबडीत एकमेकांना घट्ट धरून उभं असलेलं वांगलुंगचं कुटुंब आपोआप पुढंपुढं ढकललं जायला लागलं.

ढकलत जाता जाता सगळ्या गोंधळातून, आरडाओरड्यातून आणि भरीला असलेल्या अंधारात ती सारी जणं एका छोट्याशा दारातून एक पेटाऱ्यासारख्या खोलीत ढकलली गेली आणि मग त्यांना पोटात दबवून ठेवून, सतत कानठळ्या बसवणारा आवाज करत ते अजब अंधारात वेगानं पुढं सरकायला लागलं.

■

अकरा

वांगलुंगनं स्वत:जवळची दोन्ही चांदीची नाणी दिली, तेव्हा त्या अधिकाऱ्यानं त्याला शंभर मैलांचा प्रवास करण्यासाठी तिकिटं तर दिलीच आणि वर ओंजळभर तांब्याची नाणीही परत दिली. गाडी जिथे थांबेल, तिथे लगेच खिडकीसारख्या भोकातून खोमचे पुढे करून वस्तू विकणाऱ्या विक्रेत्यांकडून वांगलुंगनं चार पावाचे तुकडे आणि एक भांडंभर मऊ भात घेतला – छोटीसाठी. खूप दिवसात त्यांना कुणालाच एका वेळी एवढं खायला मिळालं नव्हतं आणि आता ती सारी जणं इतकी भुकेली झाली होती की अन्न हातात पडल्याबरोबर त्यांची खायची इच्छाच मेली होती. पोरांची तर मनधरणीच करावी लागली होती खाण्यासाठी. म्हाताऱ्यानं मात्र आपल्या दात नसलेल्या हिरड्यांनी चावून चावून तो पाव खाल्ला होता.

''खाल्लं पाहिजेच'', तो आपल्या चिरक्या आवाजात आजूबाजूच्या नव्या दोस्तांशी बोलायला लागला होता. ''इतके दिवस पोटाला काही काम नव्हतं ना, म्हणून आळशी झालंय सालं ते. मला नाही बा चालणार असलं कामचुकार पोट, त्याला काहीतरी काम द्यायलाच हवं. पोट काम करत नाही, म्हणून मरायला मी तरी तयार नाही हं!'' आणि मग या सुरकुतलेल्या हसऱ्या म्हाताऱ्याचं पांढऱ्या विरळ दाढीतलं बोलणं ऐकून गाडीतले सगळे जण एकदम मोठ्यानं हसायला लागले.

पण हातातली सगळी नाणी वांगलुंगनं खाण्यावर खर्च केली नाहीत. दक्षिणेत पोहोचल्यावर छोटसं खोपटं उभारण्यासाठी तट्टे वगैरे लागणार होते, ते घेण्यापुरते पैसे त्यानं आधीच बाजूला ठेवले. आगगाडीच्या त्या डब्यात पूर्वी कधीतरी दक्षिणेला राहून आलेली बरीच माणसं होती, काही तर दर वर्षी तिथल्या श्रीमंत शहरांमध्ये जाऊन काम करत किंवा भीक मागून थोडेफार पैसे मिळवत होते. वाहनात बसून प्रवास करण्याचं आणि भिंतीतल्या झरोक्यांमधून झरझर मागे जाणारी जमीन झाडं

बघण्याचं आश्चर्य ओसरल्यानंतर, वांगलुंगनं या साऱ्या लोकांचं बोलणं लक्षपूर्वक ऐकायला सुरुवात केली. अडाणी लोकांशी बोलताना शहाणे विद्वान लोक वापरतात, त्या मोठ्या आवाजात हे लोक सांगायचे, "पहिल्यांदा सहा तट्टे घे." उंटाच्या लोंबत्या ओठांसारखे ओठ असणारा एक माणूस म्हणाला, "दोन पेन्सला एक तट्ट्या मिळतो हं. शहाण्यासारखा वाग. गावंढळपणा दाखवू नकोस – तर जमेल तुला हे. बावळटपणा केलास, तर तीन पेन्स पडतील, म्हणजे फार महाग पडतील, सांगतोय तुला. हे दक्षिणेकडचे शहरी लोक मला नाही फसवू शकत – मग ते भले किती श्रीमंत असोत." त्यानं मान हलवली आणि पावत्या मिळवण्यासाठी आजूबाजूला पाहिलं. वांगलुंग आतुरतेनं ऐकत होता, "मग? पुढं काय करू?" त्यानं विचारलं. तो डब्याच्या जमिनीवर उकिडवा बसला होता. डबा म्हणजे काय – एक लाकडी खोली. तिच्यात बसायला काहीच नव्हतं आणि जमिनीच्या फटीतून धूळ उडून आत येत होती.

"मग..." तो मागून आगगाडीच्या लोखंडी चाकांहून मोठा आवाज काढत म्हणाला, "मग ते तट्टे झोपडीसारखे बांधायचे आणि भीक मागायला बाहेर पडायचं. अंगावर थोडा चिखल, थोडी घाण फासून घ्यायची हं आधी, म्हणजे मग लोकांना दया येते."

वांगलुंगनं आजपर्यंत कधीही कोणाकडेही काहीही मागितलेलं नव्हतं आणि दक्षिणेकडच्या अनोळखी लोकांकडे काही मागणं, ही कल्पना त्याला खासच रुचणारी नव्हती.

"भीक मागायलाच पाहिजे का?" त्यानं विचारलं.

"हो तर." तो लोंबत्या ओठांचा माणूस म्हणाला. "पण चांगलं खाऊन पिऊन झालं की मग – या दक्षिणेतल्या लोकांकडे इतका तांदूळ आहे, की रोज सकाळी एखाद्या अन्नछत्रावर गेलास, तर पेनीला वाडगाभर पांढऱ्या तांदळाची पेज मिळते बरं, खा चांगलं पोटभर आणि मग आरामात भीक माग. म्हणजे भाजी, पनीर, लसूण याच्यासाठी पुरेसे पैसे मिळतील."

वांगलुंग इतरांपासून थोडा दूर सरकला आणि भिंतीकडे तोंड करूनच त्यानं हळूच कमरेच्या कशातले पैसे मोजले. सहा तट्टे आणि प्रत्येकाला वाडगाभर पेज घेऊनसुद्धा तीन पेन्स शिल्लक राहात होते. त्याला थोडा धीर आला. नवं आयुष्य बऱ्यापैकी सुरू होत होतं तर! तरीही हातात नरोटी घेऊन कुणासमोर तोंड वेंगाडायची कल्पना मात्र त्याला कशीशीच वाटत होती. पोरांनी, म्हाताऱ्यानं किंवा बायकोनं देखील भीक मागितली असती, तर चाललं असतं. पण तो-त्याचे दोन्ही हात चांगले मजबूत होते की काम करायला.

त्यानं एकदम वळून त्या माणसाला विचारलं, "काम नाही का मिळणार

एखादं?''

"हं? काम?'' तो माणूस तुच्छतेने पचकन जमिनीवर थुंकत म्हणाला, "तुला हवं, तर एखाद्या श्रीमंताला पिवळ्या रिक्षात बसवून ओढत नेऊ शकतोस. म्हणजे धावल्यानं तुझं रक्त गरम होऊन उकळेल आणि गिऱ्हाईक नाही, म्हणून उभा राहशील, तेव्हा थंडीनं गारठशील. मी तर बुवा भीकच मागेन केव्हाही.'' आणि त्यानं एक सणसणीत शिवी हासडली – मग वांगलुंग त्याला पुढं काहीच विचारू शकला नाही.

तरीही हे सगळं त्याच्या कानावर पडलं ते चांगलंच झालं, कारण आगगाडी जेव्हा शेवटच्या थांब्याला पोहोचली आणि सगळ्या लोकांना खाली उतरवण्यात आलं, तेव्हा पुढं काय करायचं, ते वांगलुंगच्या मनात अगदी पक्कं झालं होतं. एका लांबलचक राखाडी भिंतीशी त्यानं म्हाताऱ्याला आणि मुलांना बसवलं, बायकोला त्यांच्यावर लक्ष ठेवायला सांगितलं आणि तो रस्ता विचारत तट्ट्यांच्या बाजारात येऊन पोहोचला. पहिल्यांदा त्याला कोण काय बोलतंय, तेच कळत नव्हतं. हे दक्षिणी लोक अगदी तुटकपणे शब्द तोडत बोलत होते. शिवाय सगळे घाईत – तो काय बोलतोय, हे त्यांनाही कळत नव्हतं. शेवटी वांगलुंगही कुणाला काय विचारावं, ते शिकला आणि जरा मवाळ प्रेमळ चेहरा पाहूनच विचारायला लागला – दक्षिणी लोक फार चटकन संतापतात म्हणे!

शेवटी शहराच्या टोकाला त्याला तट्ट्यांचं दुकान सापडलं. जणू काही या सगळ्या मालाची किंमत आपल्याला माहीत आहेच, अशा थाटात त्यानं पैसे दुकानदारासमोर टाकले आणि तट्ट्यांची गुंडाळी घेऊन तो परतला. त्याचं सगळं कुटुंब त्याची वाट पाहात उभं होतं. त्याचे दोन्ही मुलगे त्याला पाहिल्यानंतर थोडे शांत झालेले दिसले, तेव्हा त्याच्या लक्षात आलं की, या परक्या चमत्कारिक शहरानं त्यांना पुरतंच घाबरून सोडलंय. एकटा म्हातारा तेवढा आश्चर्यानं आणि आनंदानं सगळीकडे पाहात होता. तो वांगलुंगला म्हणाला, "बघितलेस हे लोक कसे गुबगुबीत आहेत ते. गोरेपान आणि तुकतुकीत – नक्कीच रोज पोर्क खात असणार, शंकाच नाही.''

जाणारे-येणारे मात्र कुणीच या कुटुंबाकडे पाहात नव्हते. शहराकडे जाणाऱ्या त्या फरशीच्या महामार्गावरून माणसं घाईघाईनं जात येत होती. आजूबाजूच्या भिकाऱ्यांकडे एक नजर टाकायलाही त्यांना वेळ नव्हता. मधून मधून गाढवांचा एखादा तांडा जायचा. रस्त्याच्या फरशांवर त्यांचे छोटे छोटे खूर अगदी नेटकेपणानं पडायचे. त्यांच्या पाठीवर विटा असायच्या किंवा धान्याची पोती. प्रत्येक तांड्याच्या शेवटी मुकादम असायचा. त्याच्या हातात एक मोठा आसूड असायचा आणि मोठमोठ्यानं ओरडत त्या आसुडानं तो अगदी चमत्कारिक आवाज काढायचा,

फटके उडवायचा – रस्त्याच्या कडेला मोठ्या अचंब्यानं हे सारं पाहात उभ्या असलेल्या या खेडूत कुटुंबाकडे, प्रत्येक मुकादम अगदी तुच्छतेनं पाहात पुढं जायचा – एखाद्या राजपुत्रालाही कदाचित जमलं नसतं – इतकी तुच्छता हे जाड्याभरड्या कपड्यातले मुकादम सहज दाखवू शकत होते.

हे सारं कुटुंब प्रत्येक फटकाऱ्याच्या आवाजासरशी भयंकर दचकून उडतंय हे पाहिल्यानंतर तर प्रत्येक मुकादम अगदी त्यांच्याजवळ येऊन हे विचित्र आवाजाचे फटके मुद्दाम उडवायला लागायचा आणि मग ती सगळी दचकली, की मोठ्यानं खिदळायचा. असं दोनतीनदा झाल्यावर वांगलुंग चिडला आणि त्यानं झोपडी कुठं बांधावी, ते पाहायला सुरुवात केली.

पाठीशी असलेल्या भिंतीला लागून अनेक झोपड्या एव्हाना उभ्या झाल्याही होत्या. पण त्या भिंतीच्या आत काय होतं, हे कुणालाच माहीत नव्हतं – माहीत करून घेण्याचा काही मार्गही नव्हता. ती भिंत लांबलचक आणि खूपच उंच, राखाडी अशी पसरली होती आणि तिच्या पायथ्याशी असलेल्या या टीचभर झोपड्या कुत्र्याच्या पाठीवरच्या पिसवांसारख्या वाटत होत्या.

वांगलुंगनं या झोपड्यांचं निरीक्षण केलं आणि मग तो आपले तट्टे वेगवेगळ्या प्रकारानं बांधता येतात का, ते पाहायला लागला. बांबूच्या कडक काड्यांनी ते तट्टे विणलेले असल्यानं ते न मोडता वाकवणंही काही त्याला जमत नव्हतं. तो अगदी निराश झाला. तेवढ्यात ओ-लान अचानक म्हणाली, "मी करते ते. मला आठवतंय लहानपणी हे केलेलं." तिनं मुलीला खाली ठेवलं आणि एक नीटनेटकी गोल झोपडी थोड्याच वेळात तयार केली. तिचं छप्पर गोल होतं आणि दोन्ही टोकं जमिनीपर्यंत पोहोचत होती. माणसाला आत नीट ताठ बसता यावं, इतकी तिची उंची होती. आजूबाजूला पडलेल्या विटा उचलून तिनं झोपडीच्या जमिनीवर टेकणाऱ्या कडांवर वजन म्हणून ठेवल्या आणि उरलेल्या शेवटच्या तट्ट्यानं झोपडीच्या आतली जमीन झाकली. ती सगळी आत जाऊन बसली, तेव्हा कुठं त्यांना निवाऱ्याला आल्यासारखं वाटलं.

असं बसून एकमेकांकडे पाहताना, आदल्या दिवशीच आपण घर सोडलंय आणि आज शेकडो मैलांवर येऊन पोहोचलोय, हे त्यांना खरंच वाटत नव्हतं. चालत यायचं म्हटलं असतं, तर त्यांना कितीतरी आठवडे लागले असते. शिवाय इथं पोहोचेपर्यंत त्यांच्यापैकी काही जण तरी नक्कीच मेले असते.

या श्रीमंत प्रदेशात संपन्नतेनं त्यांच्यावरही थोडासा परिणाम केलाच. इथं कुणीही उपाशी, भुकेलं दिसत नव्हतं. त्यामुळे वांगलुंग जेव्हा म्हणाला, "चला, अन्नछत्र कुठंय, बघून येऊ." तेव्हा सगळेच बऱ्याच तरतरीनं उठले. चालत असताना दोघे मुलगे हातातल्या वाडग्यावर चॉपस्टिक्स् खडखडवत होते. या

वाडग्यात काहीतरी लवकरच पडणार, याची त्यांना जाणीव झालेली होती.

लवकरच त्या लांबलचक भिंतीशी इतक्या झोपड्या कशा झाल्या होत्या, याचा त्यांना उलगडा झाला. पुढच्याच रस्त्यावर हातात वाडगे, पत्र्याची भांडी, बादल्या घेऊन जवळच असलेल्या अन्नछत्राकडे जाणाऱ्यांची गर्दी त्यांना दिसली. त्या गर्दीत मिसळून जाऊन थोड्याच वेळात वांगलुंग आणि त्याचं कुटुंब अन्नछत्रात येऊन पोहोचलं. हे अन्नछत्र म्हणजे तट्ट्यांनी बांधलेल्या दोन मोठ्या खोल्या होत्या. त्यांच्या दोन्ही बाजू उघड्या होत्या. या उघड्या बाजूंतनं ही सारी गर्दी आत घुसली. अन्नछत्राच्या मागच्या भिंतीशी प्रचंड असे मातीचे चुलाणे होते. इतके मोठे चुलाणे वांगलुंग वगैरेंनी आजवरच्या आयुष्यात कधीच पाहिले नव्हते. या चुलाण्यावर ठेवलेली पातेली तर छोट्याशा विहिरीसारखीच दिसत होती. या पातेल्यांची लाकडी झाकणं जेव्हा उचकटून काढण्यात आली, तेव्हा त्यात उकळणारा पांढराशुभ्र भात सगळ्यांना दिसला आणि सुगंधी वाफेचे मोठे थोरले ढग त्या पातेल्यांतून वर उठायला लागले. या भुकेल्या जमावाच्या नाकात जेव्हा तो सुगंध शिरला, तेव्हा त्यांना तो साऱ्या जगातला सर्वांत गोड वास वाटला असेल, तर त्यात काहीच नवल नाही आणि मग सगळेच जण एकदम पुढे घुसण्याचा प्रयत्न करायला लागले. आपली मुलं तुडवली जातील, या भीतीनं आया मोठ्यानं ओरडायला लागल्या. छोटी पोरं ते ओरडणं ऐकून मोठ्यानं रडायला लागली. तेव्हा पातेल्यांची झाकणं काढणारी माणसं त्याहून मोठ्यानं ओरडायला लागली, ''पाळीपाळीनं या, सगळ्यांना मिळणार आहे भात, भरपूर आहे...'' पण त्या भुकेल्या जमावाला थोपवणं कुणालाच शक्य नव्हतं. सगळ्यांना खायला मिळेपर्यंत सगळेच जण जनावरासारखे भांडत होते. त्या लाटेतच वांगलुंग आपला बाप आणि बायकोमुलं यांना धरून कसाबसा उभा होता. तो वाडग्याजवळ पोहोचला, तेव्हा आपले वाडगे भरून घेऊन आपले पेन्स फेकण्यापुरताच वेळ त्याला तिथं मिळाला. लगेच त्याला बाजूला सारण्यात आलंच.

ती सारी जणं आपआपले वाडगे घेऊन रस्त्यावर आली आणि तिथंच आपला भात खात उभी राहिली. त्यानं पोटभर भात खाल्ला, तरी वाडग्यात थोडा भात शिल्लक राहिलाच. तो म्हणाला, ''हा आपण घरी घेऊन जाऊ, म्हणजे संध्याकाळला होईल.'' पण तिथंच चौकीदारासारखे लाल निळे कपडे घातलेला एक माणूस उभा होता, तो त्याला दरडावून म्हणाला, ''इथून घरी न्यायला परवानगी नाही. पोटात भरून नेता येईल तेवढंच न्यायचं.'' वांगलुंगला मोठंच आश्चर्य वाटलं. तो म्हणाला, ''मी पैसे दिलेत या भाताचे. तुम्हाला काय करायचंय मी त्याचं काय करतो त्याच्याशी?'' चौकीदार म्हणाला, ''बाबा रे, आम्हाला हा नियम करावाच लागलाय. तुला माहीत नाही, जगात इतकी दुष्ट माणसं आहेत, इथं एक पेनीचा भात विकत

घ्यायचा – दुसरीकडे कुठे मिळणारे एवढा भात पेनीला – आणि घरी नेऊन तो डुकरांना खायला घालायचा, असं करतात. हा भात माणसांसाठी आहे, डुकरांसाठी नाही.''

हे बोलणं ऐकून वांगलुंगला कमालीचं आश्चर्य वाटलं. तो पुटपुटला, ''इतकी वाईट माणसं असू शकतात इथं?'' मग थोड्या वेळानं त्यानं चौकीदाराला विचारलं, ''पण गरिबांना तरी हे अन्न फुकट का देतायंत? आणि कोण देतंय?'' चौकीदार उत्तरला, ''या शहरातली मोठी-मोठी श्रीमंत माणसं मिळून हे अन्नछत्र चालवतात. काहींना परलोकात चांगली जागा मिळवायची असते, तर काहींना लोकांनी आपल्याबद्दल चांगलं बोलावं, असं वाटतं.''

''कोणत्याही कारणानं का असेना, करताहेत ते चांगलंच काम करताहेत, हे मात्र खरं.'' वांगलुंग म्हणाला, ''आणि कुणीतरी एखादातरी दयाबुद्धीनं करत असेलच हे काम!'' चौकीदारानं काहीच उत्तर दिलं नाही, तेव्हा त्यानं पुन्हा विचारलं, ''कुणीतरी असेलच ना दयावंत?'' पण या वेळेपर्यंत त्याच्याशी बोलण्याचा चौकीदाराला कंटाळा आलेला होता आणि तो गाणं गुणगुणत दुसरीकडे निघून गेला.

मुलांनीही घरी चलण्याची घाई केली, तेव्हा वांगलुंग त्या साऱ्यांना घेऊन झोपडीकडे परतला. सगळे जण कित्येक महिन्यांत इतकं जेवले नव्हते. त्यामुळे पोट भरल्यानंतरची सुखाची झोप त्यांना चांगली दुसऱ्या दिवशी सकाळपर्यंत लागली.

दुसऱ्या दिवशी सकाळच्या भातावर त्यांचे शेवटचे पैसे खर्च झाले आणि पैसा मिळवण्याची निकड उत्पन्न झाली. 'आता पुढे काय?' अशी साशंक नजर वांगलुंगनं ओ-लानकडे टाकली. पण ही साशंकता सुकल्या शेतांकडे नजर टाकल्यानंतर येणारी भयाण, निराश साशंकता नव्हती. इथं रस्त्यांवरून चांगली लठ्ठमुठ्ठ माणसं फिरत होती. भाज्या, मांस-मटणानं बाजार भरलेले होते. बाजारात पाण्यानं भरलेल्या बादल्यांतून जिवंत मासे विकले जात होते. छे-छे इथं कुणी आपल्या मुलाबाळांसकट उपाशी नक्कीच मेला नसता. हे काही त्यांचं गाव नव्हतं – तिथं चांदीची नाणी मोजली, तरी खायला काही मिळत नव्हतं. कारण काही नव्हतंच तिथं. त्याच्या साशंक प्रश्नार्थक दृष्टीला ओ-लाननं सहजगत्या उत्तर दिलं, ''मी आणि मुलं भीक मागू. म्हाताराही मागेल. त्यांचे पांढरे केस बघून दया येईल ना कुणाकुणाला...'' इतक्या सहजगत्या, की जणू हेच आयुष्य ती इतके दिवस जगत होती.

तिनं मुलांना हाक मारून जवळ बोलावलं. मुलंच ती – पोट भरल्याबरोबर बाकीच्या काळज्या विसरून रस्त्याच्या कडेला जाऊन उभी होती आणि नव्या नव्या गोष्टी मोठ्या अचंब्यानं पाहात होती. ''दोघं जण हातात असे वाडगे घ्या – असे धरा आणि असं ओरडा – 'दया करा साहेब, दया करा बाईसाहेब, देव तुमचं

कल्याण करील, पैसा दोन पैसे टाका साहेब. उपाशी पोरावर दया करा साहेब'....'' हे पाहून वांगलुंग आणि मुलं तिच्याकडे पाहातच राहिली. 'कुठं शिकली ही बाई हे? कुणी शिकवलं तिला कसं बोलायचं ते, काय बोलायचं ते? मला माहिती नाही, असं या बाईकडे अजून काय काय शिल्लक आहे तरी काय?' तिनं वांगलुंगच्या दृष्टीला लगेच उत्तर दिलं, ''मी लहान होते, तेव्हा अशी भीक मागत होते. मगच तर खायला मिळायचं मला. अशाच एका वर्षी माझ्या आई-वडिलांनी मला विकून टाकलं.''

मग तिनं झोपलेल्या म्हाताऱ्याला उठवलं. त्याच्या हातात एक वाडगा दिला आणि ती चौघंही रस्त्यावर जाऊन भीक मागायला लागली. ओ-लान वाडगा हलवत मोठ्यांदा भीक मागत होती. तिच्या अर्धवट उघड्या छातीशी तिनं धाकट्या मुलीला घेतलं होतं. ती जशी भीक मागत इकडंतिकडं धावत होती, त्या मुलीचं डोकं हिंदकळत होतं आणि ती पोरीकडे बोट दाखवून मोठ्यानं ओरडत होती, ''दया करा बाईसाहेब, दया करा साहेब, तुम्ही पैसा नाही दिलात, तर ही पोरगी मरेल साहेब – आम्ही उपाशी आहोत – आम्ही सगळेच मरू साहेब.'' आणि खरंच ती पोर इतकी अर्धमेली दिसत होती, की नाईलाजानं का होईना, काही जणांनी दोनचार तांब्याची नाणी तिच्या वाडग्यात फेकली.

पण दोघे मुलगे थोड्याच वेळात 'हा एक नवा खेळ असावा' असं समजून हसत बागडत पैसे मागताहेत, असं तिला दिसलं. मोठा संकोचून, बावरून कसनुसं हसत होता, पण धाकटा चांगला मजेत दिसत होता. हे पाहिल्याबरोबर त्याच्या आईनं त्यांना झोपडीत खेचलं आणि सणसणीत कानफटीत मारून त्यांना दरडावलं, ''उपाशी तडफडणारे लोक अशी भीक मागतात? खदाखदा हसत खिदळत राहायलात, तर कुणाला खरं वाटणारे तुम्ही दुष्काळातून आलाहात असं?'' असं बोलत असतानाच तिनं हात दुखेपर्यंत त्यांना बदडलं आणि मग आसवांनी ओलेचिंब झालेले त्यांचे मळके चेहरे पाहून ती म्हणाली, ''हं आता, असेच जा बाहेर आणि मागा भीक. आता थोडं तरी खरं वाटेल लोकांना आणि पुन्हा हसताना, खिदळताना दिसलात तर बघा.''

वांगलुंग मात्र कोपऱ्याला गेला आणि पायरिक्षा कुठं भाड्यानं मिळू शकेल, याची इकडेतिकडे त्याने चौकशी केली. तिथं जाऊन चांदीच्या अर्ध्या नाण्याचं भाडं रोज रात्री द्यायचं, असं ठरवून एक रिक्षा भाड्यानं घेतली आणि ती ओढत तो रस्त्यावर आला.

ते डगमगतं लाकडी दुचाकी वाहन आपल्या मागे ओढताना आपण अगदी गाढवासारखे दिसतोय, असं त्याला वाटायला लागलं. एखाद्या बैलाला पहिल्यांदाच नांगराला जुंपलं, तर तो जितका अवघडलेला असेल, तितकाच वांगलुंगही अवघडून

चालत होता. खरं म्हणजे त्याला त्या दोन दांड्यांच्या मध्ये चालणं जमतच नव्हतं आणि त्याला तर धावायचं होतं – पोटापुरतं मिळवायचं असेल तर. कारण या शहरातल्या साऱ्या रस्त्यांवर त्याच्यासारखी माणसं दुसऱ्या माणसांना अशा वाहनात घेऊन धावतानाच त्याला दिसत होती. तो एका बाजूच्या एका गल्लीत शिरला. तिथं दुकानं नव्हती. फक्त घरांचे बंद दरवाजे होते. या गल्लीत येरझारा करून त्यानं या वाहनाची थोडी सवय करून घेतली. हे करत असताना एकदा तर तो इतका निराश झाला, की ही रिक्षा परत करून आपण भीकच मागावी, असंसुद्धा त्याच्या मनात येऊन गेलं. तेवढ्यात एका घराचं बंद दार उघडलं आणि एक चष्मा लावलेला, शिक्षकी पेशातला वाटणारा वृद्ध माणूस बाहेर आला. त्यानं वांगलुंगला हात केला. वांगलुंगनं 'मी नवीन आहे', असं त्याला सांगायचा खूप प्रयत्न केला. पण तो म्हातारा बहिराही होता. त्याला काहीही ऐकू गेलं नाही. त्यानं शांतपणानं रिक्षा खाली वाकवण्याची खूण केली आणि तो आत चढून बसला. वांगलुंगला आता काय करावं, तेच कळेना. शिवाय त्या माणसाचे कपडे, चेहऱ्यावरचं विद्वतेचं तेज हे सारं पाहून तो कुचंबलाही होता. रिक्षात ताठ बसून म्हातारे गुरुजी म्हणाले, "कन्फ्युशियसच्या देवळाकडे घे." आणि ते तसेच शांत ताठ बसून राहिले. रिक्षाचं दांडं उचलून मोठ्या निरुपायानं वांगलुंगनं चालायला सुरुवात केली खरी, पण हे देऊळ कुठंय हे इथं कुणाला माहीत होतं?

पण त्यानं चालता चालताच चौकशी करायला सुरुवात केली. तो ज्या रस्त्यावरून चालला होता, तो चांगलाच गजबजलेला होता. मोठमोठ्या पाट्या घेतलेले फेरीवाले, बाजारहाट करणाऱ्या बायका, घोडागाड्या आणि तो ओढत होता तशा अनेक रिक्षा हे सगळे एकमेकांशी इतके तटून होते, की धावण्याचा प्रश्नच नव्हता. तो त्याचं बिनसवयीचं ओझं घेऊन सावकाश चालला तरी भागण्यासारखं होतं. त्याला ओझी उचलण्याची सवय होती, पण ओझं खेचण्याची सवय अजिबात नव्हती. देवळाच्या भिंती दिसायला लागण्यापूर्वीच त्याचे दंड आणि खांदे भरून आले होते आणि हातांवर फोड टरारले होते. जिथं कुदळ फावडी स्पर्श करत नव्हती, अशा ठिकाणी हे दांडे घासत होते.

देवळाच्या दाराशी पोहोचल्यावर वांगलुंगनं रिक्षा उभी केली. म्हातारा रिक्षातून उतरला. छातीवरच्या खोल खिशात हात घालून त्यानं चांदीचं एक छोटं नाणं वांगलुंगच्या हातावर ठेवलं आणि तो काही बोलणार, त्याच्या आतच गुरुजी म्हणाले, "मी कधीच याच्याहून जास्त देत नाही, तेव्हा चर्चा करण्यात अर्थ नाही." आणि वळून देवळात निघून गेलेसुद्धा.

वांगलुंग अर्थात चर्चा करणार नव्हताच, कारण त्यानं हे नाणंही आधी कधी पाहिलं नव्हतं. त्या नाण्याची किंमत काय आहे हेच मुळी त्याला माहीत नव्हतं. तो

एका भाताच्या दुकानात गेला आणि त्यानं त्या नाण्याची मोड मागितली. दुकानदारानं त्याच्या हातावर सव्वीस तांब्याची नाणी दिली. वांगलुंगला या दक्षिणी लोकांच्या सढळ हाताचं कौतुक वाटायला लागलं. किती सहजपणे एवढाले पैसे हे लोक देऊन टाकतात – त्याला वाटलं. पण शेजारी उभ्या असलेल्या एका रिक्षावाल्यानं किती पैसे आहेत, ते वाकून पाहिलं आणि म्हटलं, "फक्त सव्वीस पेन्स! कुठून आणलंस तू त्या थेरड्याला?" वांगलुंगनं ठिकाण सांगितल्यावर तो ओरडून म्हणाला, "बघितलंस कसा चिक्कू माणूस होता ते? निम्मं भाडं जेमतेम दिलंय त्यानं तुला. तू किती ठरवले होतेस निघायच्या आधी?"

"मी ठरवून घेतलंच नव्हतं काही. ते 'चल' म्हणाले, मी आलो." त्यानं वांगलुंगकडे मोठ्या करुणेनं पाहिलं आणि तो आजूबाजूच्या बघ्यांना उद्देशून बोलायला लागला, "हा बघा, खरा पावणा आहे. अगदी शेंडीसकट. 'चल' म्हणाले, मी आलो म्हणे आणि हा मूर्ख शिरोमणी, 'काय द्याल', हे विचारायचीसुद्धा अक्कल नाही बघा त्याला." मग वांगलुंगकडे बघून तो म्हणाला, "हे बघ अडाण्या, फक्त गोरे परदेशी लोक घासाघीस न करता घ्यायचे. ते चिडतात लवकर. पण त्यांनी 'चल' म्हटलं तर जायला हरकत नाही. कारण ते स्वत:च इतके अडाणी असतात, की त्यांना कोणत्याच गोष्टीचा भाव ठाऊक नसतो आणि पाण्यासारखे पैसे खर्च करायला त्यांना काहीच वाटत नाही." हे त्याचं शहाणपणाचं बोलणं ऐकून सर्वच बघ्यांनी हसत माना डोलावल्या.

वांगलुंग काहीच बोलला नाही. या सगळ्या शहरी लोकांच्या गर्दीत त्याला खरोखरीच अगदी अडाणी – बावळट असं वाटत होतं. काहीच न बोलता तो आपली रिक्षा ओढत तिथून चालायला लागला.

'काही का असेना, एवढ्या पैशानं माझ्या पोरांचं उद्याचं जेवण तर निघेल.' तो स्वत:शीच हट्टाने म्हणाला आणि तेवढ्यात त्याला रिक्षाचं भाडं द्यायचंय याची आठवण झाली. खरोखर अजून अर्धंही भाडं जमलं नव्हतं.

सबंध सकाळभरात त्याला आणखी एक भाडं मिळालं. त्याच्याशी मात्र वांगलुंगनं घासाघीस करून भाडं ठरवून घेतलं. दुपारी आणखी दोन भाडी मिळाली. पण रात्री जेव्हा त्यानं आपली साऱ्या दिवसाची कमाई मोजली, तेव्हा रिक्षाचं भाडं जाऊन फक्त एक पेनी शिल्लक होती. तो झोपडीकडे परतला, तेव्हा त्याचं मन कडवट विचारांनी भरून गेलं होतं. दिवसभराच्या शेतातल्या कामापेक्षा कितीतरी जास्त कष्ट करून हाती काय लागलं होतं, तर फक्त एक तांब्याचा पैसा. शेताची आठवण दिवसभरात त्याला झाली नव्हती. पण आता दूरदेशी का होईना, पण आपली जमीन आपली वाट पाहतेय, या कल्पनेनंच त्याचं मन किंचितसं सुखावलं.

घरी पोहोचल्यावर पाहिलं, तर दिवसभराच्या भीक मागण्यानंतर ओ-लानला

चाळीस तांब्याची चिल्लर नाणी मिळाली होती, म्हणजे पाच पेन्सपेक्षाही कमी. मोठ्या मुलाला आठ आणि धाकट्याला तेरा चिल्लर मिळाली होती. हे सगळं एकत्र केलं, तर दुसऱ्या दिवशी सकाळच्या भाताची सोय होत होती. फक्त जेव्हा त्यांनी धाकट्याचे पैसे एकत्र केले, तेव्हा त्यानं भोकाडच पसरलं. स्वत: मिळवलेले पैसे त्याला स्वत:जवळ ठेवायचे होते. तो शेवटी ती चिल्लरची पुरचुंडी मुठीत घट्ट करूनच झोपला आणि दुसऱ्या दिवशीही स्वत:च्या भाताचे पैसे त्यानं स्वत:च दिले.

म्हाताऱ्याला मात्र काहीच मिळालं नव्हतं. तो दिवसभर रस्त्याच्या कडेला अगदी आज्ञाधारकपणे बसला होता खरा, पण त्यानं भीक मागितलीच नव्हती. तो डुलक्या घेत होता, जागा होत होता. थोडा वेळ आजूबाजूला काय चाललंय, ते पाहात होता आणि मग परत एक डुलकी काढत होता. वडील माणूस असल्यानं त्याला कुणी काही बोलणंही शक्य नव्हतं. जेव्हा त्याच्या हातात काहीच नाही, हे म्हाताऱ्याच्या लक्षात आलं, तेव्हा तो एवढंच म्हणाला, "मी शेती केलीय, पीक काढलंय, खूप मेहनतीनं अन्न मिळवलंय, आता मुलगा आहे, नातू आहेत..." आणि तो गप्प झाला. जणू काही एखाद्या लहान मुलाप्रमाणे त्याची खात्री पटलेली होती की आपल्याला मुलगा आहे, नातू आहेत; म्हणजे कुणीतरी आपल्याला खायला घालणारच.

■

बारा

वांगलुंग आणि त्याच्या मुलामाणसांची भूक शमली होती. मुलांना रोज काहीतरी खायला मिळतंय – निदान रोज सकाळचा भात तर कुठे गेला नाही – तेवढे पैसे त्याचे दिवसभराचे कष्ट आणि ओ-लानचं भीक मागणं यातून नक्की मिळताहेत याची खात्री पटल्यानंतर मग कुठं वांगलुंगचं लक्ष शहराकडे गेलं. ज्या शहराकडे गेलं; ज्या शहराच्या काठाशी तो जगत होता, त्याची स्पंदनं त्याला जाणवायला लागली. रोज दिवसभर शहरातून रस्त्यांवरून धावून धावून त्याला शहराची बरीच माहिती झाली होती – त्यातल्या गुप्त गोष्टींचीही. सकाळी सकाळी त्याच्या रिक्षात चढणारं गिऱ्हाईक स्त्री असेल, तर ती बाजाराकडे निघालीय आणि पुरुष असेल, तर तो त्याच्या शिकण्याच्या किंवा कामधंद्याच्या ठिकाणी निघालाय, हे त्याला चटकन कळायला लागलं. अर्थात या शाळा किंवा उद्योगधंद्याची ठिकाणं कोणत्या प्रकारची आहेत हे पाहण्याची संधी त्याला कधीच मिळायची नाही. 'द ग्रेट स्कूल ऑफ वेस्टर्न लर्निंग' किंवा 'द ग्रेट स्कूल ऑफ चायना' ('पाश्चत्त्यविद्या महाविद्यालय' किंवा 'चीन महाविद्यालय') अशा नावांखेरीज त्याला दुसरं काही कळायला मार्गच नव्हता. कारण तो प्रवेशद्वाराच्या आत कधीच जाऊ शकत नसे. त्याला खात्री होती की, तो जर कधी काळी धीर करून आत गेला असताच, तर 'काय रे, तुझं काय काम आहे इथं?', असं कुणीतरी त्याला विचारलंच असतं. धंद्याची ठिकाणं तर त्याला भाड्याचे पैसे किती मिळाले, यावरूनच कळायची.

आणि रात्रीची गिऱ्हाईकं प्रसिद्ध अशा चहागृहामध्ये आणि चैनीच्या ठिकाणी जायची, हेही त्याला माहीत होतं. काही चैनी राजरोस करायच्या होत्या. संगीताच्या सुरावटींनी रस्ते भरून टाकणाऱ्या होत्या, हस्तिदंती फाशांच्या खुळखुळण्यानं ऐकणाऱ्याला खुळा करून सोडणाऱ्या होत्या; तर काही चैनी उंच भिंतीच्या आड

दडलेल्या गुपितासारख्या होत्या. वांगलुंगला यातली कोणतीच चैन ठाऊक नव्हती, कारण स्वतःच्या उंबरठ्याखेरीज दुसरा कोणताच उंबरठा त्यानं कधी ओलांडला नव्हता. त्याचा रस्ता नेहमीच कोणत्याही दरवाज्यापाशी थांबायचा. एखाद्या श्रीमंत माणसाच्या घरात तिथं राहणारा, त्याच्या जेवणातलं उरलंसुरलं खाणारा, पण त्याच्या आयुष्यात खऱ्या अर्थानं सहभागी कधीच न होऊ शकणारा असा एखादा उंदीर असावा, तसा वांगलुंग या शहरात अगदी परका असा राहात होता.

आणि शंभर मैल म्हणजे काही हजार मैल नव्हते की खुष्कीचा मार्ग जलमार्गा इतका लांबचाही नव्हे – पण तरीही फक्त शंभर मैलांवरून आलेलं हे वांगलुंगचं कुटुंब अगदी उपऱ्यासारखं या दक्षिणेकडच्या शहरात राहायला लागलं. आता हे अगदी खरंय की इथल्या लोकांचे केस आणि डोळे वांगलुंगच्या कुटुंबासारखेच काळे होते आणि जरा लक्ष देऊन ऐकलं, तर त्यांची भाषाही समजायला फार कठीण नव्हती.

पण तरीही हे क्यांगसू नव्हे हेच खरं. अन्हवीमध्ये वांगलुंग जन्मला होता. तिथली बोली कशी संथ आणि खोल घशातून उमटणारी होती. इथं लोक बोलायला लागले की, त्यांच्या जिभेच्या टोकावरून आणि ओठांतून शब्दाच्या तुटक ढलप्या बाहेर फेकल्या जाताहेत, असं वाटायचं. वांगलुंग स्वतःच्या शेतात वर्षाला दोन आरामशीर पिकं काढायचा – गहू आणि तांदूळ – मग कुठं थोडा मका, थोडी कडधान्यं, थोडा लसूण, बस इतकंच – तर इथं हे शहरी लोक दुर्गंधी सुटणारं सोनखत घालघालून, हे नाहीतर ते पीक द्यायला त्यांच्या जमिनीला भाग पाडायचे.

वांगलुंगच्या मुलखात एखाद्या माणसाला चांगली एक भाकरी नि तिच्याशी एक लसणीची पाकळी असली, तरी भरपूर जेवल्याचं समाधान मिळायचं. इथं लोक डुकराच्या मांसाचे कोफ्ते, कोवळे बांबू, कोंबडी-बदकाच्या रश्शातले चेसनट्स, तऱ्हातऱ्हांच्या भाज्या खायचे आणि एखादा सच्चा माणूस काल खाल्लेल्या लसणीचा वास संगे घेऊन आला, तर मात्र लगेच नाक वर करून किंचाळायचे, "हा कोण रानटी, दुर्गंधी येणारा शेंडीवाला – उत्तरेकडचा दिसतोय?" एवढंच काय, पण लसणीचा वास आला, तर कापड दुकानदारसुद्धा परदेशी माणूस आल्यागत निळ्या सुती कापडाचा भाव वाढवायचे.

पण नाहीतरी त्या प्रचंड भिंतीला खेटून उभं राहिलेलं ते झोपड्यांचं खेडं या शहराचा किंवा आसपासच्या प्रदेशाचा भाग कधी बनलंच नव्हतं. वांगलुंगनं एकदा कन्फ्यूशिअसच्या देवळाच्या कोपऱ्याशी एका तरुण माणसाला एका घोळक्या समोर तावातावानं बोलताना ऐकलं होतं. ज्या कुणाला जाहीरपणे काही बोलण्याची हिंमत होती, त्याला इथं चार लोक जमवून बोलण्याची पूर्ण परवानगी असे – तो तरुण माणूस 'चीनमध्ये क्रांती झाली पाहिजे – या परदेशी माणसांना इथून हाकलून

दिलं पाहिजे', असं जेव्हा बोलायला लागला, तेव्हा वांगलुंग लपतछपत तिथून निसटायचा – त्याला वाटलं होतं, हे परदेशी म्हणजे आपणच.

नंतर एके दिवशी त्यानं आणखी एका तरुण माणसाला बोलताना ऐकलं होतं – या शहरात बोलणारे तरुण खूपच होते – तर हा तरुण म्हणत होता, "चीन मधल्या लोकांनी एकत्र झालं पाहिजे, स्वतःला शिक्षण दिलं पाहिजे." तेव्हाही तो आपल्यासंबंधी काही बोलतोय असं वांगलुंगला वाटलंच नव्हतं.

त्या दिवशी तो रेशीम बाजाराच्या कोपऱ्यावर गिऱ्हाईकांची वाट पाहात उभा होता, तेव्हा मात्र त्याला आणखी थोडं ज्ञान झालं. ते असं की आपल्याहून अधिक परदेशी असणारे काही लोक या शहरात आहेत. नुकताच तो एका दुकानावरून पुढं आला होता. या दुकानातून नेहमी रेशमी कापडं खरेदी करून थोरामोठ्यांच्या बायका बाहेर पडायच्या. त्यालाही कधीकधी एखादी स्त्री गिऱ्हाईक भेटायची – नेहमीपेक्षा जास्त पैसे देणारी. त्या दिवशीही त्या दुकानातून एकदम कुणीतरी बाहेर पडलं होतं. त्या व्यक्तीसारखं ध्यान त्यानं आजपर्यंत पाहिलंच नव्हतं. ती व्यक्ती पुरुष आहे की स्त्री, हेही त्याला उलगडलं नव्हतं. ती उंचीपुरी होती. काळ्या जाड्याभरड्या कापडाचा पायघोळ झगा तिनं पेहरला होता आणि गळ्याभोवती एका मेलेल्या प्राण्याचं कातडं गुंडाळलं होतं. वांगलुंग पुढं जात असतानाच त्या व्यक्तीनं त्याला हाकारलं होतं आणि रिक्षा खाली टेकवण्याची खूण केली होती. त्या गिऱ्हाईकाला रिक्षात बसवून रिक्षाचे दांडे उचलेपर्यंत, वांगलुंग हे कोणतं संकट आपल्यावर कोसळतंय, या भीतीनं अर्धमेला झाला होता. त्या व्यक्तीनं मोडक्यातोडक्या भाषेत पुलाच्या रस्त्याकडे रिक्षा घ्यायला सांगितली होती. काही कळण्याच्या आधीच तो रिक्षा ओढत धावायला लागला होता. धावता धावताच एका तोंडओळखीच्या रिक्षावाल्याला त्यानं हाक मारून विचारलं, "बघ रे बघ जरा, माझ्या रिक्षात काय आहे ते?" त्या माणसानं ओरडून उत्तर दिलं. "परदेशी आहे रे बाबा, अमेरिकेतली बाई आहे – चांगला लग्गा लागला बाबा तुझा आज." पण मागं बसलेल्या त्या चमत्कारिक प्राण्याच्या भीतीनं वांगलुंग धावतच सुटला आणि जेव्हा पुलाच्या रस्त्यावर पोहोचला, तेव्हा पार थकून गेला होता – घामानं नुसता थबथबला होता.

ही बाई रिक्षातून उतरली आणि आपल्या मोडक्यातोडक्या भाषेत म्हणाली, "इतकं मरस्तवर धावायची तुला काही गरज नव्हती." आणि चांदीची दोन नाणी त्याच्या हातात टाकून निघून गेली – नेहमीच्या भाड्याच्या दुप्पट.

तेव्हा कुठं वांगलुंगला कळलं, की हे खरे परदेशी लोक आहेत आणि इथं त्याच्याहून परके आहेत. काळे केस, काळे डोळे असणारी माणसं एका प्रकारची असतात आणि फिकट डोळे, फिकट केस असणारी माणसं दुसऱ्या प्रकारची असतात. त्यानंतर मात्र तो त्या शहरात पूर्वीइतका स्वतःला परका मानेनासा झाला.

रात्री झोपडीत परतल्यानंतर त्यानं ती दोन चांदीची नाणी जशीच्या तशी ओ-लानला दाखवली, तेव्हा ती म्हणाली, "मी पाहिलंय या लोकांना. तेच तर लोक तांब्याच्या नाण्यांऐवजी चांदीची नाणी टाकतात वाडग्यात." पण हे लोक कळवळा येऊन, दया येऊन ही चांदीची नाणी देतात असं त्या दोघांना कधीच वाटलं नाही. त्यांची खात्री होती, की भिकाऱ्यांना भीक कसली घालायची – तांब्याच्या नाण्यांची की चांदीच्या नाण्यांची तेच या लोकांना ठाऊक नाहीये.

काही असलं, तरी वांगलुंगला भाषणं ठोकणारी तरुण माणसं जे शिकवू शकली नव्हती, ते या एका अनुभवानं शिकवलं होतं. तो काळे केस, काळे डोळे असणाऱ्या माणसांच्या जातीतला नात्यातला होता.

अशा रीतीनं त्या प्रचंड शहराच्या काठाकाठानं जगत असताना असं वाटत होतं की, इथं अन्नाला काही कमी पडणं शक्य नाही. वांगलुंग आणि त्याचं कुटुंब अशा प्रदेशातून आलं होतं, की जिथं अन्न नसेल, तर माणूस उपाशीच राहायचा. अस्मानीवर अवलंबून असलेली जमीन धान्य पिकवूच शकली नाही, तर अन्न येणार तरी कुठून? हातात चांदीची नाणी खणखणत असली तरी त्यांचा उपयोग काय? विकत घ्यायलाच काही नसेल, तर त्या चांदीच्या तुकड्यांना कोण विचारतो?

इथे शहरात सगळीकडे अन्न होतं. मासळीबाजाराच्या दगडी रस्त्याच्या दोन्ही बाजूंना रात्रभरात नदीत पकडलेल्या चंदेरी रूपेरी माशांच्या भरलेल्या टोपल्या असायच्या, छोट्या तळ्यात पकडलेल्या छोट्या चमकदार माशांच्या करंड्या असायच्या. आश्चर्यचकित झाल्यासारखी धावपळ करणाऱ्या पिवळ्याधमक खेकड्यांचे ढीग असायचे आणि चोखंदळ खादाडांच्या खास मेजवानीसाठी ताजे वळवळणारे वामसुद्धा असायचे.

दाणे बाजारात धान्याच्या इतक्या मोठ्या टोपल्या असायच्या, की कुणाच्या नकळत एखादा माणूस आत पडला, तर गुदमरून मरून जाईल, पण कुणाला पत्ता लागणार नाही. पांढराफेक तांदूळ, लालजर्द गहू, फिकट सोनेरी गहू, पिवळा धमक सोयाबीन, लाल-हिरवी कडधान्यं, पिवळा मिलो आणि राखाडी तीळसुद्धा.

खाटिकबाजारात अख्खी डुकरं मानेत काटे अडकवून टांगलेली असायची. वरपासून खालपर्यंत फाडलेली पोटं – त्यातून दिसणारं लालभडक मांस, पुष्ट चरबीचे भरपूर थर आणि मऊ जाड पांढरी कातडी.

कोंबड्याबदकांच्या बाजारात कोळशावर लालसर भाजलेली बदकं, खारवलेली पांढरी बदकं आणि बदकांच्या तुकड्यांच्या माळाच्या माळा टांगलेल्या असायच्या. अशीच स्थिती इतर पक्षी – हंस, तितर वगैरेंच्या दुकानात असायची.

भाजीबाजारात तर माणूस जमिनीतून जे काही काढू शकेल, ते सारं काही मिळायचं. चमकदार लाल मुळे आणि पांढरेशुभ्र पोकळ कमलकंद, तारो, हिरवीगार

कोबी, सेलरी, कुरळे-कुरळे मोड आलेली कडधान्यं, लाल-तांबडे चेसनट्स, घमघमती कोथिंबीर.

छे! माणसाच्या जिभेला खावीशी वाटेल, अशी कोणतीही वस्तू या रस्त्यावर मिळणार नाही, असं शक्यच नव्हतं. शिवाय तऱ्हेतऱ्हेची फळं, सुकामेवा, मिठाया विकणारे फिरस्ते रस्तोरस्ती फिरत असायचेच आणि गोड्या तेलात तळलेली रताळी, चमचमीत मसाला लावून कणकेच्या पात्यात गुंडाळून उकडलेले पोर्कचे गोळे, चकाकत्या साखरभाताचे उंडे अशा खास वस्तूही रस्तोरस्ती विकत मिळायच्या. शहरातली मुलं मुठी भरभरून तांब्याची नाणी घेऊन त्यांच्याकडे धावायची आणि त्या तापसाखरेचा तवंग कातडीवर चढेपर्यंत ते सारं खायची.

खरंच, या शहरात कुणीच उपाशी नसेल, असं म्हणणं अगदी सहज शक्य होतं.

आणि तरीही पहाट फुटता-फुटता वांगलुंग आणि त्याचं कुटुंब आपले वाडगे घेऊन आपल्या झोपडीतून बाहेर यायचं आणि आजूबाजूच्या झोपड्यांतून त्यांच्या सारख्याच त्यांच्या शेजारच्यांच्या मिरवणुकीत सामील व्हायचं. नदीवरून उठणाऱ्या धुक्याला पुरवतील, असे जाड कपडे कुणाकडेच नसल्यानं, ती सारी माणसं त्या ओलसर थंड धुक्यात कुडकुडत असायची. पहाटेच्या थंड चावऱ्या वाऱ्याला पाठ देत, तिरकी-तिरकी चालत, एका पेनीला मिळणाऱ्या पातळ पेजेच्या वाडग्यासाठी जवळच्या अन्नछत्राकडे ही मिरवणूक जायची. वांगलुंगचं इतकं रिक्षा ओढणं आणि ओ-लानचं भीक मागणं त्यांना स्वत:च्या झोपडीत स्वत:पुरता भात शिजवण्याइतकं पैसे मिळवून देऊ शकत नव्हतं. अन्नछत्रात सर्वांना पुरेसा भात घेऊन जर एखादी पेनी शिल्लक राहिलीच, तर ती माणसं थोडी कोबी विकत घ्यायची. पण कोबी कशीही मिळाली, तरी महागच पडायची. कारण ओ-लाननं मांडलेल्या दोन विटांच्या चुलीवर ती शिजवायची, म्हणजे सरपण पाहिजे. शहरात चाललेल्या सरपणाच्या गाड्यांच्या मागे धावून दोन्ही मुलं त्यातनं फाटी ओढून काढत असत. कधीकधी पोरांची चांगली पिटाईही व्हायची. वांगलुंगचा थोरला धाकट्याहून थोडा भित्रा होता आणि त्याला या सगळ्याची लाजही वाटायची. एकदा तर तो रात्री घरी परतला, तो सुजून भप्प झालेला डोळा घेऊन – कुणा शेतकऱ्याचा हात त्याच्यावर चांगला जोरदार पडला होता. धाकटा मात्र भीक मागण्यापेक्षा या अशा सटरफटर चोऱ्या करण्यात चांगलाच तरबेज व्हायला लागला होता.

ओ-लानला त्यात काहीच वाटत नव्हतं. मुलांना हसत-खेळत राहायचं असेल, रडत भीक मागायची नसेल, तर मग पोट भरण्यासाठी चोऱ्या करणं भागच होतं. वांगलुंगकडे याला काही उत्तर नसलं, तरी मुलांच्या या अशा चोऱ्यांमुळे त्याचा नुसता संताप व्हायचा. त्यामुळे मोठ्याला हे जमत नाही, म्हटल्यावर त्याला त्याचा

रागही आला नाही. या प्रचंड भिंतीच्या छायेतलं हे जगणं वांगलुंगला आवडण्यासारखं नव्हतं. त्याची जमीन तिकडे त्याची वाट पाहात होती.

एका रात्री तो घरी उशीरा आला. कोबीच्या रश्श्यात एक चांगला मोठासा पोर्कचा तुकडा घातलेला दिसत होता. आपला बैल मारून खाल्ल्यानंतर आज प्रथमच ते मांस खाणार होते. वांगलुंगचे डोळे विस्फारले गेले.

"आज एखादा परदेशी माणूस भेटला की काय भीक मागताना?" त्यानं ओ-लानला विचारलं. तिच्या नेहमीच्या सवयीप्रमाणे ती गप्पच राहिली. पण धाकट्या मुलाला लहान वयामुळं तेवढी अक्कलही नव्हती आणि शिवाय स्वतःची हुशारी त्याच्या पोटात डुचमळत होतीच. तो पटकन म्हणाला, "मी-मी आणलंय ते – माझंय ते. खाटकाचं लक्ष नाही, असं पाहून मी ना एका म्हातारीच्या हाताखालून पुढे घुसलो आणि तिच्यासाठी कापून ठेवलेला हा तुकडा उचलून पळालो तो थेट आळीच्या मागच्या रिकाम्या टाकीत लपून बसलो, ते दादा येईस्तोवर."

वांगलुंग एकदम रागानं ओरडला, "हे मी नाही खाणार. आपण विकत घेऊ, नाहीतर भीक मागून खाऊ, पण चोरून नाही खायचं. आपण भले भिकारी असू, पण चोर नक्कीच नाहीयोत." त्यानं भांड्यातला मांसाचा तुकडा दोन बोटांनी उचलला आणि धाकट्याच्या थयथयाटाकडे लक्ष न देता जमिनीवर फेकला.

ओ-लान तिच्या नेहमीच्या मठ्ठपणानं पुढं आली. तिनं तो तुकडा उचलला आणि धुऊन पुन्हा रश्श्यात टाकला.

"मांस म्हणजे मांस, काही झालं तरी!" ती संथपणे म्हणाली. वांगलुंग पुढे काहीच बोलला नाही. पण तो रागावला होता, तितकाच मनातून धास्तावलाही होता. हे मोठं शहर माझ्या पोरांना चोर बनवणार की काय, ही भयंकर काळजी त्याच्या मनाला घेरून राहिली होती.

ओ-लाननं आता मऊ शिजलेलं ते मांस बाहेर काढलं. त्याचे तुकडे-तुकडे करून मुलांना आणि म्हाताऱ्याला दिले. थोडं मुलीला भरवलं एवढंच नव्हे, तर स्वतःही थोडं खाल्लं. पण वांगलुंगनं मात्र स्वतः विकत आणलेल्या कोबीखेरीज दुसरं काहीच खाल्लं नाही. जेवण झाल्यावर मात्र त्यानं धाकट्याला आईच्या नजरेआड थोड्या आडोशाला नेलं आणि सणसणीत चार कानफटीत ठेवून दिल्या. पोराच्या रडण्याला न जुमानता त्याला फटके मारत तो म्हणत राहिला, "घे, हे घे, आणखी घे. चोराला असाच मार पाहिजे."

पोरगं रडत-आरडत घराकडे पळाल्यानंतर मात्र तो स्वतःशीच म्हणाला, "शेताकडे परतायलाच हवं."

■

तेरा

असे दिवसामागून दिवस गेले. ते संपन्न शहर ज्या दरिद्री पायावर उभारलं गेलेलं होतं, तिथं वांगलुंग जगत राहिला. शहराच्या एका भागात दुकानं अन्नधान्यानं ओतप्रोत भरून सांडत होती, रेशमी कापडांची दुकानं लाल-काळ्या-केशरी-रेशमी पताका फडकावत आपल्या मालाची जाहिरात करत होती. सॅटिनच्या मखमलीच्या, रेशमाच्या कपड्यांनी कातडी झाकणारी आणि निरुद्योगीपणामुळं पांढऱ्या शुभ्र, कोमल सुगंधी फुलांसारखे हात असणारी मऊ मांसल श्रीमंत माणसं एकीकडे राहात होती; तर वांगलुंग जिथं राहात होता, तिथं भीषण भुकेला पुरेसं अन्न नव्हतं की हाडंकातडी झाकू शकेल, इतका कपडाही नव्हता.

श्रीमंतांच्या मेजवान्यांसाठी ब्रेड आणि केक्स भाजत माणसं तर उभा दिवस राबायचीच, पण लहान मुलंसुद्धा पहाटेपासून मध्यरात्रीपर्यंत कष्ट करायची, मध्यरात्रीला तशीच कळकट मेणचट अंगानं जाड्याभरड्या अंथरुणावर अंग टाकायची आणि पुन्हा पहाटे उठून धडपडत भट्ट्यांकडे जायची. एवढं करूनसुद्धा ती जे भारी पदार्थ बनवत असायची त्यातला एखादा तुकडा विकत घेण्याइतकेसुद्धा पैसे त्यांच्याजवळ कधी नसायचे.

बायका-पुरुष हिवाळ्यासाठी भारी उबदार कातड्याचे आणि उन्हाळ्यासाठी हलक्याफुलक्या मऊ कातड्यांचे तऱ्हातऱ्हांचे कपडे बेतायचे, शिवायचे. जाड विणकाम केलेल्या रेशमी कापडांचे झगे बाजारात भरभरून मिळणारं श्रीमंती अन्न खाऊन फुगलेल्या मांसल शरीरांसाठी बनवायचे आणि स्वत:साठी जाड्याभरड्या निळ्या सुती कापडाचा तुकडा घेऊन, उघडं अंग झाकण्यापुरते कपडे कसेबसे घाईत बनवायचे.

दुसऱ्यांच्या मेजवान्यांसाठी कष्ट करणाऱ्यांमध्ये जगताना वांगलुंगच्या कानावर

अनेक चमत्कारिक गोष्टी पडायच्या. पण तो तिकडे दुर्लक्ष करायचा. वयस्कर स्त्रीपुरुष फारसं कुणाशीच बोलायचे नाहीत, हे तर खरंच होतं. मधल्या वयातच दाढीचे खुंट पांढरे झालेली माणसं रिक्षा ओढायची; लाकूड – कोळशाच्या गाड्या भटारखान्यात, राजवाड्या-महालात पोहोचवायची, पाठीवरचे स्नायू दोरखंडासारखे ताणले जाईपर्यंत उबडखाबड रस्त्यांवरून या जडजड गाड्या ओढायची, ढकलायची. खायला अपुरं अन्न आणि झोपायला अपुऱ्याच रात्री आणि तोंडं बंद. अगदी गप्प. त्यांचे चेहरे ओ-लानच्या चेहऱ्यासारखेच दिसायचे. अस्पष्ट, गुळमुळीत बोलणारे – मोने चेहरे. यांच्या मनात काय चाललंय ते कुणालाच कळायचं नाही. जरी कधीकाळी ते काही बोललेच, तर ते बोलणं पै-पैशांबद्दल तरी असायचं किंवा खाण्याबद्दल तरी असायचं. त्यांच्या तोंडात 'चांदी' हा शब्द कधी फारसा यायचा नाही, कारण चांदी त्यांच्या हाताला कधी लागायचीच नाही.

ते विसावा घेत असायचे – झोपलेले असायचे, तेव्हाही त्यांचे चेहरे जणू रागानं पिळवटल्यासारखे दिसायचे. फक्त तो राग नसायचा. वर्षानुवर्षं ताकदीबाहेरची ओझी उचलावी लागल्यामुळं त्यांचा वरचा ओठ उचलला जाऊन दात उघडे पडले होते, त्यामुळे ते चेहरे पिळवटलेले दिसायचे. याच कारणामुळे त्यांच्या डोळ्याभोवती, तोंडाभोवती खोल चिरण्यावरण्याही पडल्या होत्या. आपण कसे दिसतो, काय प्रकारचा माणूस दिसतो, हे त्यांच्या गावीही नव्हतं. त्यांच्यापैकी एक जण एकदा आरशासमोर गेला होता, तेव्हा दचकून 'काय कुरूप माणूस आहे हा!' असं ओरडला होता. आजूबाजूचे लोक हसायला लागले, तेव्हा ते का हसताहेत ते न कळून, उलट आपण कुणाला दुखवलं तर नाही ना, या विचारानं कावराबावरा होऊन तो केविलवाणं हसला होता.

ते सारे जिथं राहात होते, त्या छोट्याछोट्या खुराड्यांमध्ये सतत जन्माला येणाऱ्या मुलांसाठी तुकड्याला तुकडा, चिंधीला चिंधी जोडून तिथल्या बायका दुपटी, झबली शिवत असायच्या. शेतमाल घेऊन येणाऱ्या गाड्यांमागे जाऊन कुठं कोबीचे तुकडे पळव, तर कुठं धान्यबाजारातून मूठभर तांदूळ मिळव, असंही त्यांचं चालायचं. आजूबाजूच्या टेकड्यांवरून मिळेल ते गवत तर त्या आणायच्याच, पण कापशी करणाऱ्यांच्या आगेमागे फिरत, तीक्ष्ण नजरेनं बघत पडलेला एकेक दाणादेखील त्या कोंबडीगत वेचत असायच्या. या खुराड्यांतून मुलं वाढत होती – जन्मत होती – मरत होती आणि पुन्हा जन्मत होती. आईबापांनाही शेवटी किती जन्मली आणि किती मेली, याचा पत्ता लागेनासा होई. कित्येकदा किती जिवंत आहेत हेही त्यांना ठाऊक नसे. फक्त ठाऊक असायची खाणारी तोंडं!

हे पुरुष, या बायका, ही मुलं दाणेबाजारात – कापडबाजारात सारखी फिरत. शहराच्या सीमेलगतच्या शेतात फिरत राहायची. पुरुष मिळेल तेवढ्या मजुरीवर

काम करायचे. बायका आणि मुलं कधी भीक मागत, तर कधी भुरट्या चोऱ्या करत फिरत राहायचे. या सगळ्यांमध्ये वांगलुंग, त्याची बायको आणि मुलं होतीच.

मध्यम वयाचे बायका-पुरुष वाट्याला आलेलं आयुष्य मुकाट्यानं जगत राहायचे. पण जन्माला आलेले मुलगे एका विशिष्ट वयाला पोहोचले – म्हणजे मूलपण संपलंय, पण म्हातारपण यायचंय – अशा वयाला पोहोचले, की त्यांच्या मनात असंतोष धुमसायला लागायचा. या तरुण पुरुषांच्यात रागाचं गुरगुरतं बोलणं ऐकायला यायला लागायचं. अर्थातच काही काळानं वयं वाढली, संसाराला लागले आणि खाणारी तोंडं वाढायला लागली की, मग सारी हिंमत खचून जायची आणि तारुण्यातही कधीमधीच उफाळणारा हा राग, असंतोष एका विचित्र दारुण निराशेत आणि शब्दातीत घृणेत रूपांतरित व्हायचा. तिथंच रुजायचा. नि:शब्दच राहायचा. सारं आयुष्य मूठभर सडक्या अन्नाखेरीज दुसरं काहीही पोटात न ढकलता, एखाद्या जनावरापेक्षा अधिक कष्ट ते ओढतच राहायचे. या तरुण पुरुषांच्या रागाच्या बोलण्यातूनच एका संध्याकाळी वांगलुंगला त्या प्रचंड भिंतीच्या दुसऱ्या बाजूला काय आहे ते कळलं.

सरत्या हिवाळ्यातली ती संध्याकाळ होती. पुन्हा वसंत ऋतू येईल अशी आशा वाटावी, असा तो दिवस होता. विरघळत्या बर्फामुळे प्रत्येक झोपडीच्या आसपास चिखल झाला होता. बर्फाचं पाणी झोपडीझोपडीत शिरलं होतं. झोपड्यांतल्या माणसांनी इथून-तिथून विटा हुडकून आणल्या होत्या – झोपण्या, बसण्यासाठी. या सगळ्या ओलीत आणि अडचणीतही हवेत असं काही होतं, की वांगलुंग अगदी बेचैन झाला होता. नेहमीसारखी त्याला जेवल्याबरोबर झोपसुद्धा येत नव्हती. म्हणून तो झोपडीबाहेर रस्त्याच्या कडेला नुसताच उभा होता. इथंच त्याचा म्हातारा बाप मागच्या प्रचंड भिंतीला टेकून मांडी घालून बसायचा. आत्ताही तो स्वत:चा सुपाचा वाडगा घेऊन तसाच बसला होता. झोपडीत पोरं दंगा करायची आणि ते काही त्याला सहन व्हायचं नाही. म्हाताऱ्याच्या हातात ओ-लाननं मुलीसाठी बनवलेल्या कापडी पट्ट्याचं एक टोक होतं. दुसऱ्या टोकाला वांगलुंगची लेक झोकांड्या खात – न पडता चालण्याचा प्रयत्न करत होती. म्हातारा आता तिला सांभाळण्यात वेळ घालवायचा. कारण भीक मागणाऱ्या आईच्या कुशीत पडून राहणं या बाळालाही आता मान्य नव्हतं. शिवाय ओ-लान पुन्हा गर्भारशी होती आणि एवढ्या मोठ्या मुलाचं वजन शरीराबाहेर पेलणं तिला अशक्यच होतं.

वांगलुंग आपल्या धडपडत चालणाऱ्या मुलीकडे आणि तिचा पट्टा धरून तिला सांभाळणाऱ्या आपल्या म्हाताऱ्या बापाकडे बघत राहिला आणि मग त्याला आपल्या दुरावलेल्या मातीच्या आठवणीनं भरूनच आलं.

"या दिवसांत खरं म्हणजे गव्हाची कापणी होऊन उलगणी होऊन जमीन पुन्हा

तयार झाली पाहिजे." तो मोठ्यांदा वडिलांना उद्देशून म्हणाला.

म्हातारा शांतपणे म्हणाला, "तुझ्या मनात काय चाललंय ते कळतंय मला, पोरा. माझ्या एवढ्या मोठ्या आयुष्यात दोन आणि दोन वेळा मला हे असंच करावं लागलंय – शेती सोडून असं परदेशी राहावं लागलंय – शेतात दाणा पेरला गेला नाहीय, हे आठवलं की जिवाचं काय होतं, मला चांगलं माहीतेय बरं, बाळा."

"पण प्रत्येक वेळेला तुम्ही परत गेलातच ना, बाबा?"

"तिथं जमीन होती ना – जायलाच हवं परत." म्हातारा सहजगत्या म्हणाला. वांगलुंग स्वत:शीच म्हणाला, "मी पण जाईनच परत – या वर्षी नाही जमलं तर पुढच्या वर्षी. पण माझी जमीन आहे तिथं तोवर आम्ही जाणारच परत." ती तिथं गावाकडे पावसात भिजून चिंब झालेली, त्याची वाट पाहात असलेली त्याची जमीन त्याला आठवली आणि आवेगानं झोपडीत जाऊन भरल्या आवाजात तो आपल्या बायकोला म्हणाला, "आज माझ्याकडे विकण्यासारखं काही असतं ना, तर ते सारं विकून मी आज गावाकडे परतलो असतो. आपण उपासपोटी चालतसुद्धा गेलो असतो, पण म्हातारा आणि धाकटं पोर शंभर मैल कसं चालणार? शिवाय तूही अशी अवघडलेली."

ओ-लान भाताचे वाडगे थोड्याशा पाण्यात विसळत होती. ते तिने झोपडीच्या कोपऱ्यात पालथे घातले आणि नजर वर उचलून त्याच्याकडे पाहात ती संथपणे म्हणाली, "मुलगी सोडून आपल्याकडे विकण्यासारखं दुसरं काहीच नाहीय."

वांगलुंगचा घासच अडकला. तो मोठ्यांदा ओरडून म्हणाला, "छे, छे! मी स्वत:चं मूल कधीच विकणार नाही."

"मलाही विकलं होतंच की?" ती अगदी सावकाश उत्तरली, "मला एका मोठ्या घरात विकलं, म्हणून तर माझे आई-बाप आपल्या घरी परतू शकले."

"म्हणून तू तुझं मूल विकणार?"

"फक्त माझंच चालणार असेल, तर विकायच्या आधी मी तिला मारून टाकीन – दासीची दासी होऊन राहायलेय मी तिथं! पण मेलेली मुलगी काय उपयोगाची? तुमच्यासाठी – तुम्हाला गावी परत नेण्यासाठी मी – मी विकीन ही मुलगी."

वांगलुंग ठासून म्हणाला, "कधीच नाही, जन्मभर या जंगलात राहावं लागलं, तरी मी हे करणार नाही."

पण तो पुन्हा घराबाहेर पडला. तेव्हा त्याच्या मनात आपोआप कधीही आला नसता, अशा त्या विचारानं त्याच्या इच्छेविरुद्ध त्याला भुरळ घालायला सुरुवात केली होती.

आजोबांनी धरलेल्या पट्ट्याच्या टोकाशी पुन:पुन्हा धडपड करणारी त्याची मुलगी आता गुटगुटीत झाली होती – नाही म्हटलं, तरी आता रोज नियमित अन्न

मिळत होतं आणि थोडीफार तरी काळजी घेतली जात होतीच. एखाद्या म्हातारी सारखे सुकलेले दिसणारे तिचे ओठ आता लालचुटुक आणि हसरे झाले होते. ती अजून एक शब्दही बोलत नव्हती, पण अलीकडे त्यानं तिच्याकडे पाहिलं की ती खूप आनंदानं हसायला शिकली होती.

"ती जर माझ्या कुशीत झोपून अशी हसत नसती, तर कदाचित मी हे केलंही असतं." त्याच्या मनात आलं. पुन्हा जमिनीची आठवण झाल्यावर कासाविशीत तो ओरडला, "मग मला माझी जमीन परत दिसणारच नाही का? हे इतके कष्ट करून आणि इतकी भीक मागूनसुद्धा जेमतेम सगळ्यांची पोटं भरताहेत." आणि आजूबाजूला पसरलेल्या तिन्ही सांजेतून एक जाडाभरडा आवाज उमटला, "तू एकटाच नाहीयेस. तुझ्यासारखे शेकडो, हजारो लोक इथं या शहरात आहेत." हा आवाज त्याच्याजवळ आला. वांगलुंगच्या शेजारच्या झोपडीतला तो बाप होता. दिवसा उजेडी तो फारसा कुणाच्या नजरेला पडत नसे. कारण तो भले अजस्त्र गाडे ओढायचं काम करायचा – या गाड्यांना फक्त रात्रीच वाहतुकीला परवानगी होती. कधी कधी वांगलुंगला तो पहाटे-पहाटे परतताना दिसायचा. भयंकर दमलेला, थकलेला, संपलेला असायचा. त्याचे भक्कम खांदे ओघळून गेलेले असायचे. वांगलुंग तेव्हा रिक्षा ओढायला निघायलेला असायचा. कधीकधी रात्री कामावर जाण्याआधी हा माणूस आपली चिलीम ओढत शेजाऱ्यांशी चार गप्पा मारण्यासाठी येऊन उभा राहायचा.

"मग हे असंच कायम चालणार का?" वांगलुंगनं कडू तोंडानं विचारलं. त्या माणसानं दोन-चार झुरके मारले. मग तो पचकन थुंकला आणि म्हणाला, "नाही, कायमचं नाही. जेव्हा श्रीमंत माणसं आणखी खूप श्रीमंत होतात, तेव्हा यातून सुटायच्या काही वाटा असतात आणि गरीब माणसं आणखी गरीब होतात, तेव्हाही काही वाटा असतात. मागच्या हिवाळ्यात मी दोन पोरी विकल्या, तेव्हा तगलो आणि आत्ताच्या खेपी बायकोला मुलगी झाली तर तिलाही विकीन. एकच बटकी ठेवलीय मी – पहिली. दुसऱ्या मुली मारून टाकण्यापेक्षा विकलेल्या बऱ्या. काही जण तर मुलीनं पहिला श्वास घेण्याआधीच तिला मारून टाकतात. गरीब खूप गरीब झाले ना की, ही एक वाट सापडते बघ. जेव्हा श्रीमंत आणखी श्रीमंत व्हायला लागतात, तेव्हाही एक वाट असतेच आणि माझं मत विचारशील, तर याच वाटेची वेळ येऊ घातलीय." त्यानं मान हलवली आणि हातातल्या पाईपनं मागच्या भिंतीकडे खूण करत विचारलं, "या भिंतीच्या आत काय आहे, कधी पाहायलयंस?"

वांगलुंग त्याच्याकडे एकटक पाहात राहिला होता. त्यानं नकारार्थी मान हलवली. "मी माझी एक तान्ही बटकी विकायला गेलो होतो आत, तेव्हा पाहिलं. या घरात पैसा कसा येतो आणि कसा जातो, तुला सांगितलं तर खरं वाटणार नाही. एवढंच सांगतो, या घरातले नोकरचाकरसुद्धा चांदीनं मढवलेल्या हस्तिदंती चॉपस्टिक्स्नं

जेवतात. दासी कानात जेड आणि मोत्याचे डूल घालतात. जोड्यांवर मोती शिवतात आणि एवढंच नाही, तर त्या जोड्यांना किंचितशी माती लागली किंवा थोडासा फाटला जोडा, तर त्या मोत्यांसकट जोडे फेकून देतात – माहित्येय?''

शेजारी फकाफक चिलीम ओढत बोलत होता आणि वांगलुंग आ वासून ऐकत होता. 'या-या भिंतीच्या पलीकडे खरोखर अशा गोष्टी घडत होत्या?'

''अशी श्रीमंती वाढली ना की, मगसुद्धा वेगळ्या वाटा असतातच.'' एवढं बोलून शेजारी काही वेळ गप्प उभा राहिला आणि मग इतका वेळ काहीच बोलला नसल्यासारखं 'काम करा, काम', असं म्हणत तो तिथून निघून गेला.

या भिंतीला जिथं आपण टेकून झोपलोय, तिच्या मागंच असलेलं सोनं-चांदी-मोती यांच्या विचारानं वांगलुंगला मात्र झोप कशी ती लागली नाही. तिथं इतकं सारं आहे आणि इथं आपल्या अंगावर रोजरोज तेच कपडे घालावे लागताहेत, पांघरुणसुद्धा न मिळता एका चटईवर झोपावं लागतंय, हेच विचार त्याच्या मनात घोळत राहिले आणि मग मुलगी विकून टाकण्याचा मोह त्याच्या मनात पुन्हा एकदा उगवला. तो स्वत:शीच बोलला, 'एखाद्या श्रीमंत घरात विकली, तर चांगलंचुंगलं खाईल तरी. मोठेपणी सुंदर झाली, तर एखाद्या कुमारसाहेबाची लाडकी होऊन दागदागिनेसुद्धा घालेल. असं झालं तर चांगलंच नाही का?' पण त्याच्या मनानं त्याच्या इच्छेविरुद्ध उत्तर दिलं, 'तिची किंमत काही सोन्यात आणि माणिकमोत्यात होणार नाहीये – तिला विकलं, की भरपूर पैसे मिळतील असं वाटायला. तिला विकून पैसे मिळाले, तर ते परत जाण्यापुरते. तिथं गेलो की बैलजोडी, घरातलं सामान यांच्यासाठी पैसे कुठले? म्हणजे इथल्याऐवजी तिथे भुकेनं मरायचं आणि त्यासाठी माझी पोर मी विकू काय? बी-बियाणंसुद्धा शिल्लक नाहीय – नुसती जमीन घेऊन काय करायचंय?'

तो शेजारी म्हणाला होता, 'श्रीमंत खूप श्रीमंत झाले की, मगसुद्धा एक वाट असते.' खूप विचार करूनसुद्धा वांगलुंगला ती वाट मात्र अजून सापडत नव्हती.

■

चौदा

झोपड्यांच्या त्या गावात वसंत ऋतू खदखदत होता. आत्तापर्यंत भीक मागणारे लोक आता गावाबाहेरच्या टेकड्यांवर जाऊन; तिथं उगवणारं डँडलायन, हिरवं तण किंवा माका अशी नुकती फुटत असलेली रोपटी उपटून आणायचे – आता इथंतिथं भाज्यांच्या गाड्यांमधली भाजी उचकावी लागत नव्हती. रोज भल्या पहाटे त्या झोपड्यांमधून फाटके-तुटके कपडे घातलेल्या बायका आणि पोरं बोथट सुऱ्या, पत्र्याचे तुकडे किंवा टोकदार दगड असली हत्यारं आणि वेताच्या-बांबूच्या टोपल्या घेऊन जथ्यानं बाहेर पडायची आणि भीक न मागता, पैसा न खर्चता काय अन्न, काय खायला मिळेल, ते धुंडाळायची. दर दिवशी ओ-लानसुद्धा या जथ्यात असायची. ओ-लान आणि दोन मुलगे.

पुरुषांना मात्र काम करावंच लागत होतं. वांगलुंगसुद्धा पूर्वीसारखाच काम करत होता. लांबत जाणारे उबदार दिवस, सूर्यप्रकाश आणि मधूनच होणारा पावसाचा अचानक शिडकावा यामुळे सारेच मनातून आशाळभूत – असंतुष्ट झाले होते. हिवाळ्यामध्ये त्यांनी मुकाट्यानं काम केलं होतं. हिमाची, बर्फाची पर्वा न करता, आपल्या पातळशा पायताणांनी किंवा उघड्या पायांनी रस्ते तुडवले होते. अंधार पडल्यावर आपल्या झोपडीकडे परतून बायका-मुलांनी भीक मागून मिळवलेलं आणि स्वत:च्या कमाईचं आणि तरीही पोट भरायला कमालीचं अपुरं असलेलं कदन्न खाऊन दिवस काढले होते – साऱ्यांनीच – पुरुष, बायकामुलं सारेच. वांगलुंगच्या झोपडीत हे घडलं होतं आणि इतर झोपड्यांतही हेच घडलं असणार, याबद्दल त्याला जराही शंका नव्हती.

पण वसंताची चाहूल लागायला लागली, तसं त्यांच्या साऱ्यांच्या मनात खोल कुठंतरी खळबळायला लागलं आणि मग कधीतरी वाचा फुटून ते ओठापर्यंतही

यायला लागलं. तिन्हीसांजेला थोडा संधिप्रकाश शिल्लक असताना, सारे जण आपापल्या झोपड्यांतून बाहेर पडून गप्पांत रंगायला लागले. वांगलुंगचा शेजारी, हिवाळभर राहिलेले, पण अजूनपर्यंत त्याच्या नजरेलाही न पडलेले बरेच जण त्याला आता अधूनमधून दिसू लागले. ओ-लान जर गप्पिष्ट नाही – नुसती बोलकी असती, तरी तिनं या सगळ्यांबद्दल त्याला खूपच माहिती पुरवली असती – हा बायकोला मारतो, त्याला काहीतरी तोंडाचा रोग आहे. त्यानं त्याचे गाल खाऊन टाकले आहेत – आणि तो तिसरा एका चोरांच्या टोळीचा दादा आहे वगैरे. पण विचारल्या प्रश्नाला उत्तर देणं आणि अगदी क्वचित स्वतः एखादा प्रश्न विचारणं, या पलीकडे ती गप्पच असायची आणि म्हणून वांगलुंग या जमावाच्या काठाकाठानं नुसतं ऐकत भिडस्त असा उभा असायचा.

या साऱ्या भंगार लोकांकडे त्यांची रोजची कमाई आणि मिळालेली भीक यापेक्षा अधिक कधीच काही नसायचं आणि खोलखोल मनात 'आपण यांच्यासारखे नाहीयोत' अशी स्पष्ट जाणीव त्याला असायची. त्याची स्वतःची जमीन होती आणि ती त्याची वाट पाहात होती. ही सारी माणसं उद्या थोडी मांसमच्छी खायला मिळेल का किंवा थोडा कामचुकारपणा करता येईल का, या किंवा थोडा एखाद-दोन दिडक्यांचा जुगार खेळता येईल का, अशाच काही-काही विचारात गर्क असायची; कारण त्यांचं सारं आयुष्यच या अशा भयानक दारिद्र्यानं, दुष्टाव्यानं आणि चणचणीनं भरलेलं होतं आणि माणसाला कधीतरी काहीतरी मनोरंजन लागतंच ना, कितीही हताश झाला तरी....

पण वांगलुंग मात्र त्याच्या जमिनीचा विचार करत राहायचा. जमिनीकडे कसं परत जाता येईल, कोणत्या मार्गानं जाता येईल, याचाच विचार करत राहायचा – कधी मोठ्या आशेनं, तर कधी आत्यंतिक निराशेनं. त्याचं घरदार इथं नव्हतं. तो इथला नव्हताच. या श्रीमंत हवेलीच्या भिंतीला खेटून उभारलेल्या झोपडपट्टीतल्या गाळसाळ माणसांतला नव्हता. तसाच त्या श्रीमंत हवेलीतलाही नव्हता. त्याचं असणंच त्याच्या जमिनीवर अवलंबून होतं. नांगरटीच्या वेळी हातात नांगर आणि पायाखाली मातीढेकळांचा स्पर्श, कापणीला हातात विळा-खुरपं असं असल्याशिवाय त्याच्या असण्याला पूर्णताच नव्हती – अर्थच नव्हता. म्हणूनच तो त्या साऱ्या गप्पा-चर्चा दुरूनच ऐकायचा – हृदयात खोल-खोल त्याच्या वाडवडिलांच्या चांगल्या सुपीक गव्हाच्या रानाचं आणि त्यानं स्वतः नव्यानं खरेदी केलेल्या भाताच्या खाचरांचं पूर्ण भान जागतं ठेवून.

हे लोक सतत आणि कायम पैशाबद्दल बोलायचे. एका फूटभर कापडाला त्यांनी किती पैसे मोजले, करंगळीएवढा मासा केवढ्याला घेतला किंवा दिवसभरात किती मजुरी मिळाली आणि या साऱ्यांचा बोलण्याचा शेवट 'या भिंतीपलीकडच्या

माणसांइतका पैसा त्यांच्याकडे असता, तर त्यांनी काय काय केलं असतं,' याच्या चर्चेत व्हायचा. जर त्याच्याइतकं सोनं माझ्याजवळ असतं तर... त्याच्या कमरपट्ट्यात जेवढी चांदी रोज असते, तेवढी जरी माझ्याजवळ असती तर... त्याच्या रखेल्या घालतात, तसे मोती माझ्याजवळ असते तर... त्याची बायको वापरते तशी माणकं माझ्याकडे असती तर... हे सगळं असतं, तर ते किती खातील, आजवर नुसती ऐकलेली कोणकोणती पक्वान्नं हादडतील, किती झोप काढतील, कोणत्या मोठ्या जुवाखान्यात जाऊन किती जुवा खेळतील आणि कशा सुंदर-सुंदर बायका आपल्या वासनापूर्तीसाठी विकत घेतील आणि सगळ्यात महत्त्वाचं म्हणजे, त्या श्रीमंतासारखंच तेही पुन्हा काहीही कसलंही काम करणार नाहीत.

एकदा वांगलुंग अचानक मोठ्यानं म्हणाला, "हे सगळं सोनं, चांदी, रत्नं माझ्याकडे असलं; तर मी चांगली उत्तम जमीन विकत घेईल. खूप जमीन आणि मग चांगलं भरपूर पीक काढीन तिच्यातून."

या त्याच्या बोलण्यावर आत्तापर्यंत वेगवेगळे मुद्दे मांडत तावातावाने बोलणारे ते सगळे एकदम एकत्र होऊन उसळले, "हा बघा कोण शेंडीवाला गावंढळ आलाय. शहरातलं आयुष्य म्हणजे काय, याची कल्पना तरी आहे का बघा याला? पैसा असला की, काय-काय करता येतं हे ठाऊकच नाहीय बेट्याला. तो असाच गुलामासारखा बैलामागं नाहीतर गाढवामागं काम करत राहणार." आणि मग त्यांच्यापैकी प्रत्येकाला श्रीमंती उपभोगायला वांगलुंगपेक्षा आपणच कसे अधिक लायक आहोत, हे मनोमन पटलं – त्यांना माहीत होतं ना, पैसा कसा खर्च करायचा ते!

पण या साऱ्या टोमण्यांमुळे वांगलुंगच्या विचारांत काहीच बदल झाला नाही. तो फक्त मोठ्यानं बोलण्याऐवजी स्वत:शीच बोलायला लागला, 'मला मिळालं ना एवढं सोनं, चांदी आणि रत्नं; तर मी ती नक्कीच जमिनीत घालीन.'

या आणि अशा विचारांनी, आत्ता होत्या त्या जमिनीकडे परतण्यासाठी, तो अधिकाधिक व्याकूळ, आतुर व्हायला लागला.

मनात सतत हाच विचार जागता असल्याने आजूबाजूचं रोजचं जीवन वांगलुंग स्वप्नातल्यासारखं पाहात होता, जगत होता. हे सगळं का, कशासाठी चाललंय याचा कणभरही विचार न करता, तो ते सारं चमत्कारिक आयुष्य मान्य करत होता, स्वीकारत होता. आज हे घडलं, यापलीकडे तो कशाचाच विचार करत नव्हता. उदाहरणार्थ, आजकाल माणसं इथं-तिथं छापील कागद वाटत असायची, ते का? कधी-कधी तर त्यालाही एखादा मिळायचा.

आता वांगलुंग लहानपणी काय किंवा नंतरही काय कागदावरच्या अक्षरांचे अर्थ लावायला शिकला नव्हता. त्यामुळे काळ्याभोर अक्षरांनी चितारलेल्या आणि

शहराच्या भिंतीवर चिकटवलेल्या या कागदांचा अर्थ काय, हे त्याला काहीच कळायचं नाही. हे कागद कधी शहराच्या वेशीच्या दारावर असायचे, कधी भिंतीवर, कधी विकले जायचे, तर कधी फुकट वाटलेही जायचे, त्यालाही एक-दोन वेळा असे कागद मिळाले होते की!

एकदा त्याला असा कागद देणारा परदेशी होता. सुरुवातीला वांगलुंगनं आपल्या रिक्षातून नेला होता तसा. फक्त हा पुरुष होता. खूप उंच आणि एखाद्या वादळातल्या झाडासारखा बारीक. त्याचे डोळे बर्फासारखे निळे होते आणि चेहरा केसाळ होता. त्यानं जेव्हा हा कागद वांगलुंगला द्यायला पुढे केला, तेव्हा त्याचे हातही असेच केसाळ आणि लालभडक कातडीचे आहेत असं त्याला दिसलं. शिवाय एखाद्या गलबताची नाळ उचलली जावी, तसं दोन्ही गालफडांतून पुष्कळ पुढे आलेलं असं त्याचं मोठं थोरलं नाक होतं. त्याच्या हातून काही घ्यायची वांगलुंगला जितकी भीती वाटत होती, त्याहून अधिक भीती त्याचे ते चमत्कारिक डोळे आणि प्रचंड नाक बघून 'नको' म्हणायची वाटली होती. त्यानं चुपचाप पुढे केलेलं जे काही होतं, ते घेतलं होतं आणि तो परदेशी पुढे गेल्यानंतर मगच त्याच्यावर नजर टाकायचा धीर केला होता. त्या कागदावर लाकडाच्या क्रूसवर लटकणाऱ्या एका गोऱ्या माणसाचं चित्र होतं. कमरेच्या एका छोट्या पंचाखेरीज तो माणूस उघडाच होता. त्याचं डोकं एका खांद्यावर झुकलेलं होतं, डोळे मिटलेले होते. वांगलुंग हे चित्र कसंनुसं होतं, तरीही मोठ्या उत्सुकतेनं पाहात राहिला. या चित्राखाली काही अक्षरंही होती, पण वांगलुंगला ते काही कळण्यासारखं नव्हतं. तो रात्री ते चित्र घेऊनच घरी गेला. त्यानं ते म्हाताऱ्याला दाखवलं, पण त्यालाही वाचता येत नव्हतंच. म्हणून मग ते दोघेही त्या चित्राचा काय अर्थ असावा, याची चर्चा करत राहिले. दोन्ही मुलगेही त्यांना सामील झाले. चित्र पाहून ते दोघेही आनंदानं आणि भीतीनं शहारत किंचाळून म्हणाले, "बघा तरी त्यांच्या अंगातून किती रक्त येतंय ते." म्हातारा चुकचुकत म्हणाला, "असा फासावर दिलाय, म्हणजे भलताच वाईट माणूस असणार हा?"

पण वांगलुंगला त्या चित्राची भीतीच वाटत होती. त्याला कळतच नव्हतं की त्या परदेशी माणसानं हे चित्र त्याला का दिलं असावं. त्या परदेशी माणसाचा हा कुणी भाऊबंद असावा आणि त्याला अशी शिक्षा झाली, म्हणून ते सारे आता सूड घेण्यासाठी उतावीळ झाले असावेत, असंही त्याला एकदा वाटून गेलं. म्हणून मग त्यानं ज्या रस्त्यावर तो परदेशी भेटला होता, तो रस्ताच टाळायला सुरुवात केली. काही दिवसांनी बुटांचे तळवे मजबूत करण्यासाठी जमवलेल्या इतर चिंध्या-पांध्यां बरोबर ओ-लाननं तो कागदही वापरून टाकला.

पण पुढच्या वेळी वांगलुंगला तो कागद फुकटात मिळाला. तो देणारा एक

चांगले कपडे घातलेला शहरी तरुण होता. हे कागद वाटत असताना तो मोठ मोठ्यांदा बोलत होता. शहरातल्या कोणत्याही रस्त्यावर काहीही नवीन वेगळं आलं की जशी गर्दी जमते, तशीच गर्दी त्याच्याभोवतीही जमली होती. हे चित्रही मारामारीचंच होतं, पण यातला मेलेला माणूस वांगलुंगसारखा होता – साधासुधा, लुकडासा, काळ्या केसांचा-डोळ्यांचा, फाटके सुती निळे कपडे घातलेला सामान्य माणूस होता. एक चांगला लठ्ठ माणूस एका लांबलचक सुऱ्यानं त्याला पुन:पुन्हा भोसकत होता. फार भीषण आणि फार केविलवाणं असं ते चित्र होतं. वांगलुंग ते पाहातच राहिला. त्याचा अर्थ समजून घेण्यासाठी त्याच्या जिवाची घालमेल व्हायला लागली. तो शेजारच्या माणसाकडे वळला आणि म्हणाला, ''तुम्हाला एखाद-दुसरं अक्षर ओळखता येतं का हो? हे काय लिहिलंय ते सांगता का जरा मला?'' तो माणूस म्हणाला, ''गप बस ना जरा. तो मास्तर काय सांगतोय ते ऐक. तो हेच सांगतोय काय आहे ते.''

मग वांगलुंग लक्ष देऊन ऐकायला लागला. जे काही त्याच्या कानावर पडत होतं, तसलं काही त्यानं यापूर्वी काहीच ऐकलं नव्हतं.

तो माणूस मोठमोठ्यानं सांगत होता, ''हा मेलेला माणूस म्हणजे तुम्ही सगळे जण आहात आणि तो जो खुनी माणूस आहे – मेल्यानंतरही तुम्हाला भोसकत राहायलाय, तो म्हणजे श्रीमंत भांडवलदार लोक आहेत – तुम्ही पुरते खलास झाल्यानंतरही तुम्हाला मारतच राहाणार. तुम्ही गरीब आहात, यांच्या पायाखाली तुडवले गेलेले आहात आणि याचं कारण म्हणजे हे श्रीमंत लोक सगळं बळकावून बसले आहेत, हे आहे.''

आता तो गरीब आहे, हे वांगलुंगला चांगलंच माहीत होतं. पण आत्तापर्यंत तो त्याचा दोष अस्मानीच्या मनमानीला देत आला होता. एखादे वेळी पाऊस गायबच व्हायचा, तर एखाद्या वेळी वाईट व्यसनासारखा चिकटूनच राहायचा. जेव्हा ऊन-पाऊस बरोबर हवे तेवढे पडायचे, पेरलेलं चांगलं उगवायचं, कणसात दाणा भरायचा; तेव्हा तो स्वत:ला बिलकूल गरीब समजायचा नाही. त्यामुळे त्याच्या गरिबीशी या श्रीमंत लोकांचा कसा काय संबंध पोहोचतो, ते तो मोठ्या कुतूहलाने ऐकायला लागला. हे श्रीमंत लोक आकाशातल्या पावसावर कसा काय हुकूम चालवतात, ते त्याला समजून घ्यायचं होतं. त्या तरुण माणसाचं बोलणं पुष्कळ वेळ ऐकलं, तरी त्याला हव्या असलेल्या या गोष्टीबद्दल त्याला काहीच माहिती मिळेना, तेव्हा त्यानं मोठ्या धिटाईनं विचारलं, ''साहेब, हे जे श्रीमंत लोक आपल्याला पिळून काढताहेत, त्यांच्याकडे पाऊस पाडण्याचा काही उपाय असतो का हो – म्हणजे मला शेतात काम करता येईल.''

तो तरुण त्याच्याकडे वळत तुच्छतेनं म्हणाला, ''किती रे तू अडाणी आहेस

शेंडीवाल्या? कोणाला असा पाऊस पाडता येतो होय? पण त्याच्याशी आपला काय संबंध? जर श्रीमंतांनी त्यांची श्रीमंती आपल्याबरोबर वाटून घेतली, तर पाऊस पडला – नाही पडला – आपल्याला काय फरक पडतो? मग आपल्याकडे पुरेसे अन्न, पुरेसे पैसे असतीलच.''

या बोलण्यावर ऐकणाऱ्यांच्यातून एकच जल्लोष उठला, पण वांगलुंग मात्र असंतुष्टपणे मागे फिरला. 'हे सगळं ठीकाय, पण शेतीचं काय? पैसा, अन्न खाऊन संपून जातं आणि पुन्हा पाऊस-पाणी वेळेवर आणि नीट हवं तसं झालं नाही, तर भूक शिल्लकच राहाते.' पण त्यानं त्या तरुणानं दिलेले कागद बिनतक्रार घेतले, कारण बुटांचे तळवे करण्यासाठी ओ-लानला नेहमीच कागद लागायचे, हे त्याच्या लक्षात होतं. त्यानं घरी गेल्यावर ते कागद बुटांसाठी तिच्या स्वाधीन करून टाकले आणि तो आपल्या रोजच्या आयुष्यात पुन्हा गढून गेला.

पण त्याचे शेजारी, संध्याकाळच्या गप्पांत भाग घेणारे पुष्कळ लोक त्या तरुणाचं भाषण मोठ्या उत्सुकतेने ऐकत होते. त्यांची ही उत्सुकता इतरांपेक्षा थोडी जास्तच होती, कारण त्यांना माहीत होतं की त्या भिंतीच्या मागे एक धनंतर माणूस राहतोय. हा विटांचा एक बारकासा थर फक्त त्याच्या श्रीमंतीत आणि आपल्या गरिबीच्यामध्ये आहे. एखाद्या दणकट बांबूच्या चार-दोन दणक्यांत तो खाली कोसळू शकेल आणि असे दणकट बांबू त्यांची दिवसभराची ओझी वाहण्यासाठी त्यांच्याच खांद्यावर होते की!

आणि मग या झोपड्यांच्या गावातल्या माणसांच्या मनातल्या, आधीच्या वासंतिक अस्वस्थतेबरोबर ही एक नवीच अशांतता, असंतुष्टता वाढायला लागली. त्यांच्याकडे नसलेल्या गोष्टी दुसऱ्या कुणाकडेही असणं अन्यायाचं आहे, ही भावना रुजायला लागली. दिवसांमागून दिवस हाच विषय पुनःपुन्हा यायला लागला. सगळ्यांत महत्त्वाचं म्हणजे दिवसभराच्या प्रचंड कामानंतर हातात पडणारी मजुरी तेवढीच राहिली आणि मग त्या जमावातल्या तरुण धट्ट्याकट्ट्या हृदयात, एखाद्या नदीत बर्फ वितळल्यामुळे न थोपवता येण्यासारखी एखादी अजस्र लाट यावी, तशी रानटी वखवखीची एक प्रचंड लाट उठली.

वांगलुंग हे सगळं बघत होता, ऐकत होता. आसपास खदखदणारा संताप अस्वस्थ मनानं अनुभवत होता. पण त्याला यातलं काहीच नको होतं. याला फक्त त्याची जमीन त्याच्या पायाखाली हवी होती.

रोज नवं काही तरी अंगावर भिरकवणाऱ्या या शहरात वांगलुंगला आणखी एक न कळणारी गोष्ट आढळली. एक दिवस तो गिऱ्हाईकाच्या शोधात आपली रिक्षा ओढत चालला असताना, शिपायांनी पकडून चालवलेला एक माणूस दिसला.

शिपाई त्याच्या अंगावर वागनेटे उगारत होते आणि तो गयावया करत होता. वांगलुंग मोठ्या आश्चर्यानं हा सारा प्रकार पाहात होता. तेवढ्यात एका पाठोपाठ एक असे तीन-चार लोक त्या शिपायांनी ताब्यात घेतले आणि अचानक वांगलुंगला जाणवलं की ही सारी पकडलेली माणसं त्याच्यासारखीच होती – सामान्य, मोलमजुरी करून आपलं कष्टाचं जीवन कसंबसं रेटणारी. बघता-बघता त्याच्या शेजारच्याच एका झोपडीतला एक माणूसही त्या जथ्यात वांगलुंगला आढळला आणि पुन्हा एकदा त्याला जाणवलं की या साऱ्या कैद्यांपैकी कुणालाच ठाऊक नाहीय – हे आपल्याला आपल्या मनाविरुद्ध जबरदस्तीनं कुठं नेलं जात होतं. वांगलुंगनं शेजारच्या एका आळीत आपली रिक्षा ढकलून दिली आणि तो स्वत: एका चहाच्या दुकानाच्या दारात लपून बसला. न जाणो, पुढची पाळी त्याची असायची. ते सारे सैनिक तिथून पुढे जाईस्तोवर तो त्या धगधगत्या चुलाण्यापाठी लपून राहिला. पाण्याच्या वाफेत सतत काम केल्यानं सुरकुतलेल्या चेहऱ्याच्या म्हाताऱ्या चहावाल्याला त्यानं विचारलं, "हे काय चाललं होतं?" चहावाल्यानं निर्विकारपणे उत्तर दिलं, "कुठंतरी लढाई सुरू झाली असेल, झालं. हे कोण, कुणाशी आणि का लढत असतात कुणाला माहित्येय? पण मी बच्चा असल्यापासून हे असंच चाललंय आणि मी मेल्यानंतरही असंच चालत राहणार हे नक्की."

"ते ठीकाय, पण माझ्या शेजाऱ्याला का पकडलं त्यांनी? तो तर माझ्यासारखाच सरळ आहे बिचारा – त्यानं ही काय लढाई आहे, ते ऐकलेलंसुद्धा नसेल." वांगलुंगनं भीतीनं कापत विचारलं. म्हाताऱ्या चहावाल्यानं भांड्याच्या झाकणांचा खडखडाट करत उत्तर दिलं, "हे शिपाई कुठंतरी लढाईला चाललेत आणि त्यांना त्यांचं सामान, बिछाने, बंदुकी, गोळ्या हे सगळं वाहून नेणारे हमाल हवे असतात. मग ते तुमच्यासारख्या लोकांना जबरदस्तीनं हे काम करायला भाग पाडतात. पण तू कुठला बाहेरगावचा आहेस का? कारण हे असलं या शहरात काही नवीन दृश्य नाही."

आता वांगलुंगची पाचावर धारणच बसली होती. तो कसाबसा म्हणाला, "पण मग, पुढे काय मजुरी वगैरे – परत केव्हा...."

आता खरी गोष्ट अशी होती की चहावाला फार म्हातारा होता. त्याला त्याची चहाची भांडी सोडली, तर दुसऱ्या कशातच रस नव्हता आणि दुसऱ्या कशाची त्याला आशाही नव्हती. तर तो बेफिकिरीनं उत्तरला, "कशाची मजुरी आणि काय? दिवसाकाठी पावाचे दोन तुकडे आणि घोटभर पाणी मिळतं. जिथं जायचं तिथं पोहोचल्यावर तुम्ही तुमच्या घरी जायला मोकळे. पायात बळ असलं तर."

पुरताच गर्भगळित होऊन वांगलुंग म्हणाला, "आणि मग... त्याची बायकापोरं...."

"त्या शिपायांचा काय रे संबंध त्यांच्याशी?" चहावाल्यानं जवळच्या एका

पातेल्यावरचं लाकडी झाकण उघडून पाणी उकळलं का, ते बघत म्हटलं. पातेल्यातून पाण्याची वाफ उफाळली आणि त्याचा सुरकुतलेला चेहरा त्या ढगात दिसेनासा झाला. चहावाला चांगला दयाळू होता. वांगलुंग त्याला होता त्या जागेवरून त्याला जे दिसत नव्हतं, ते चहावाल्याला दिसत होतं. रस्त्यावर शिपायांची आणखी एक पलटण आली होती आणि चांगले धट्टेकट्टे लोक शोधत होती. कारण असे सगळेच लोक एव्हाना तिथून पळाले होते. चहावाला वांगलुंगला म्हणाला, "अजून खाली वाक थोडा. ते परत आले आहेत." वांगलुंग आणखी वाकला. त्या भल्या मोठ्या पातेल्यांच्या आड लपून राहिला. सैनिकांच्या चामडी बुटांचे खाडखाड आवाज जेव्हा पुरते कानाआड झाले, तेव्हा तो झटक्यानं उठला आणि आपली रिकामी रिक्षा घेऊन झोपडीकडे धावला.

गोळा केलेला हिरवा पाला शिजवण्यासाठी ओ-लान नुकतीच झोपडीत परतली होती. तिला त्यानं धापा टाकत मोडक्या-तुटक्या शब्दात काय झालं, ते सारं सांगितलं आणि तो थोडक्यात कसा वाचला, तेही सांगितलं. हे सारं सांगत असतानाच त्याच्या मनात एक नवीन भीती उगवली. त्याला असं कुणी खेचून नेलं, तर त्याचे म्हातारे वडील आणि बायकापोरं उघडी पडतील, ही एक भीती आणि तिच्या जोडीला तो तिथं मारला जाईल, त्याचं रक्त फुकाफुकी सांडेल आणि त्याची जमीन काही पुन्हा त्याच्या नजरेला पडणार नाही, ही आणखी एक भयानक कल्पना त्याच्या मनात भराभर वाढायला लागली. त्यानं अगदी गळून जाऊन ओ-लानकडे पाहिलं आणि म्हटलं, "आता मात्र पोरीला विकून टाकावं आणि घरी परतावं, असं खरंच वाटायला लागलंय मला."

पण एवढं सगळं ऐकून झाल्यावरसुद्धा ती तिच्या नेहमीच्या संथपणे म्हणाली, "थोडे दिवस थांबा. आजूबाजूला काही अजब गोष्टी चालल्या आहेत."

तरीही त्यानं दिवसाउजेडी बाहेर जाणं टाळलंच. आपल्या मोठ्या मुलाबरोबर त्यानं रिक्षा जिथून भाड्यानं घेतली होती, तिथं परत पाठवून दिली. तो रात्र पडेपर्यंत घरात बसायचा आणि रात्रीच्या वेळी बाजारात जायचा. तिथे बाराबारा मजूर लागणाऱ्या प्रचंड वाघिणी निम्म्या मजुरीत ओढायचा. खोक्यांनी गच्च भरलेल्या या वाघिणीत रेशीम, सुती कापड, सुगंधी तंबाखू अशा वस्तू असायच्या. तंबाखू तर इतकी सुगंधी की तो सुगंध लाकडातूनही बाहेर झिरपायचा. शिवाय तेलाचे, उंची मद्याचे मोठमोठे शिसे असायचे. रात्रभर तो अंधाऱ्या रस्त्यातून ही ओझी ओढत बसायचा. दोरखंडांशी झटा घेणारं, घामानं डबडबून वाफाळणारं शरीर आणि ओलाव्यानं निसरड्या झालेल्या रस्त्यावर पडणारी उघडवाघडी पावलं. त्यांच्या पुढे एक छोटा मुलगा रस्ता दाखवण्यासाठी मशाल घेऊन धावायचा. त्या मशालीच्या उजेडात या मजुरांचे चेहरे, शरीरं आणि रस्त्यावरचे ओले दगड सारखेच चमकायचे. वांगलुंग पहाटेपूर्वी

घरी परतायचा. तो इतका थकलेला असायचा, मोडलेला असायचा की झोपेपुढे त्याला भुकेचीही पर्वा नसे. पण जेव्हा दिवसाच्या लखलखीत प्रकाशात शिपाई धडधाकट माणसं वेठीला धरण्यासाठी शोधत असायचे, तेव्हा मात्र तो आपल्या झोपडीच्या मागच्या कोपऱ्यात, त्याला लपवण्यासाठी ओ-लाननं मुद्दाम जमवलेल्या गवताच्या भाऱ्यापाठी सुखरूप झोपलेला असायचा.

कोणत्या लढाया, कोण कुणाशी आणि कुठं लढत होतं, ते वांगलुंगला कळलं नव्हतंच. पण जसजसा वसंत ऋतू चढायला लागला, तसतशी शहरातली भीतीपोटीची अस्वस्थता वाढायला लागली. दिवसभर अनेक घोडागाड्या शहरातली श्रीमंत माणसं, त्यांचं झगमगतं सामान, सॅटिननं गुंडाळलेले बिछाने, दागिन्यांनी मढलेल्या सुंदर बायका या साऱ्यांना नदीकाठी घेऊन जायच्या. तिथून जहाजात बसून हे सारे लोक दूर कुठंतरी निघून जायचे. वांगलुंग अलीकडे दिवसाढवळ्या घराबाहेर पडायचाच नाही, पण त्याचे मुलगे आश्चर्यानं मोठेमोठे डोळे करत घरी परतायचे आणि ओरडून ओरडून सांगायचे, "आम्ही ना, आज एक माणूस पाहिला. केवढा मोठा होता माहितेय? देवळात देवबाप्पा असतो ना तेवढा मोठ्ठा आणि जाडा. खूप मोठा ढगळ अंगरखा होता त्याचा पिवळ्या धमक रेशमाचा आणि बोटात एक भली थोरली सोन्याची अंगठीपण होती. तिच्यात ना काचेसारखं हिरवंगार काहीतरी बसवलेलं होतं आणि त्याचं अंग ना तेल लावल्यामुळं आणि खूप काही-काही खाल्ल्यामुळे नुसतं लखलख चमकत होतं."

किंवा थोरला सांगायचा, "आम्ही ना इतके पेटारे पाहिले, इतके पेटारे पाहिले की बास. मी एकाला विचारलंसुद्धा, त्याच्यात काय आहे म्हणून. तर तो म्हणाला, 'सोनं-चांदी आहे. पण हे श्रीमंत काही सगळा पैसा बरोबर घेऊन जाऊ शकणार नाहीयेत. आज नाहीतर उद्या हे सगळं आपलंच होणारे'."

"हो, का हो बाबा? आपलं होणार ते सगळं?" त्याचे डोळे चौकसपणे विस्फारलेले होते.

पण जेव्हा वांगलुंग तुटकपणे म्हणाला, "मला कसं कळणार, तो रिकामटेकडा माणूस काय बोलत होता ते?"

त्याचा थोरला अगदी आशाळभूतपणे म्हणाला, "ते आपलं होणार असेल, तर मला वाटतं, आपण आत्ताच जाऊन ते सगळं घेऊन टाकावं. मला केक खायचीय एकदातरी, गोड – वर तीळ लावलेली – मी अजून एकदासुद्धा खाल्ली नाहीय."

हे ऐकताच म्हातारा आपल्या स्वप्नातून जागा झाल्यासारखं स्वत:शीच म्हणाला, "जेव्हा पीकपाणी चांगलं व्हायचं, तेव्हा कापणीच्या सराला आम्ही अशा केक खायचो – तीळ झोडून झालेला असायचा. तो विकायच्या आधी थोडा काढून ठेवायचो आम्ही – या केकसाठी."

वांगलुंगला ओ-लाननं एकदा बनवलेल्या त्या नवीन वर्षाच्या सुंदर केक्सची आठवण झाली. तांदुळाचं पीठ आणि डुकराची चरबी आणि साखर – त्याच्या तोंडाला चळचळून पाणी सुटलं आणि गेलेल्या दिवसांच्या आठवणीनं त्याला गलबलून आलं. "आपण आपल्या घरी असतो तर", तो पुटपुटला आणि मग एकाएकी त्याला आणखी एखादा दिवससुद्धा त्या टीचभर झोपडीत काढणं कठीण वाटायला लागलं. त्या गवताच्या ढिगामागे त्याला पायसुद्धा पुरते ताणता येत नव्हते – आणखी एक दिवस कंबरडं मोडून ओझं वाहणं त्याला असह्य वाटायला लागलं. पाठ मान वाकवून हाडामांसात रुतणाऱ्या दोऱ्यांनी प्रचंड ओझी रस्त्याच्या उबडघाबड दगडांवरून ओढणं त्याला आता अशक्यच वाटायला लागलं. त्या रस्त्यावरचा दगड न दगड स्वतःच्या वैऱ्यासारखा पक्का ओळखीचा झाला होता – प्रत्येक खाच त्याला ठाऊक होती, जिच्यामुळे तो एखादा दगड चुकवून स्वतःचे कणभर कष्ट कमी करू शकत होता. कधी-कधी तर ती काळोखी रात्र पावसामुळे अधिकच काळी, अधिकच ओली व्हायची आणि तेव्हा त्याच्या काळजातला सारा द्वेष, सारा तिटकारा या पायतळीच्या दगडावर बरसायचा – त्याच्या राक्षसी ओझ्याच्या चाकांना चिकटवल्यासारखे व्हायचे ते दगड तेव्हा.

"जमीन – माझी सुंदर जमीन", तो अचानक मोठ्यानं विव्हळला आणि मग एकदम रडायलाच लागला. त्याची मुलं घाबरून गेली आणि म्हातारा बाप कावराबावरा होऊन खुरट्या दाढीत बोटं खुपसत इकडेतिकडे बघायला लागला – आपल्या आईला रडताना बघितलं की लहान मुलं अस्वस्थ होतात तसा.

तेव्हाही ओ-लान तिच्या सपाट आवाजात म्हणाली, "अजून थोडे दिवस – मग काहीतरी घडणार आहे. आता तर सगळीकडे तेच बोलणं चालू आहे."

वांगलुंग स्वतःच्या झोपडीत जिथं लपून पडलेला असायचा, तिथून त्याला रस्त्यावरून चालणाऱ्या पायांचे आवाज तास न् तास ऐकू यायचे. लढाईवर जाणाऱ्या सैनिकांच्या पायांचे आवाज. ते सैनिक आणि तो यांच्यामध्ये असलेल्या पातळशा चटईचा एक कोपरा किंचित उचलून तो हे पाय बघत राहायचा – एकापाठोपाठ एक चालत राहणारी चामडी बुटातली पावलं, कापडी पट्ट्यांच्या पोटऱ्यांखालची – जोडीजोडीनं चालणारी – दहा, शंभर, हजार, हजारो. रात्री तो जेव्हा त्याचं काम करत असायचा, तेव्हा मशालीच्या हलत्या प्रकाशात क्षणभरच उजळून जाणारे त्यांचे चेहरे पाहायचा. त्या सैनिकांबद्दल काहीही चौकशी करायची त्याची हिंमत नव्हती. तो आपला नेटानं आपलं काम करत राहायचा. आपल्या वाटणीचा भात कसाबसा गिळायचा आणि झोपडीच्या कोपऱ्यात गवताच्या मागे लपून डुलक्या काढत दिवसभर आडवा राहायचा. त्या दिवसात कुणीही एकमेकांशी बोलत नव्हतं. सारं शहर भीतीनं ढवळून निघालं होतं. प्रत्येक माणूस आपलं जे

काही काम असेल, ते चटकन आटपून आपल्या घरात जायचा आणि दार लावून घ्यायचा.

आता झोपडपट्टीमध्ये शिळोप्याच्या गप्पाही बंद पडल्या होत्या. बाजारपेठेतली खाण्यापिण्याची दुकानं आता ओस पडली होती. रेशमी कापडांच्या दुकानांनी आपापली चमकदार निशाणं काढून घेतली होती आणि आपले एकात एक घट्ट अडकणारे प्रचंड दरवाजे लावून घेतले होते. त्यामुळे भर दुपारच्या वेळीही हे सारं शहर चिडीचूप झोपून गेलंय, असं एखाद्याला वाटावं.

शत्रू जवळ-जवळ येतोय, अशी कुजबुज सगळीकडे होती. ज्यांच्याजवळ थोडंफार तरी हक्काचं, गमावण्यासारखं होतं; ते सारे घाबरलेले होते पण वांगलुंग घाबरला नव्हता. त्याचे झोपडपट्टीतील शेजारीही घाबरले नव्हते. पहिलं म्हणजे, त्यांना हा शत्रू कोण आहे हेच माहीत नव्हतं आणि दुसरं म्हणजे, जिथं त्यांच्या जिवालाही फारशी किंमत नव्हती, तिथं गमावण्यासारखं दुसरं काय असणार त्यांच्याकडे? शत्रू येतोय – येऊ दे. आता आहे, त्याहून आणखी काय वाईट होणारे आपलं, असंच त्यांना वाटत असावं. पण तरीही प्रत्येक जण आपापलं काम करत राहिला. उघड-उघड कुणीच कुणाशी बोलत नव्हतं.

मग मोठमोठ्या व्यापारी पेढ्यांच्या व्यवस्थापकांनी नदीकिनाऱ्यावरून त्यांच्या प्रचंड मालाची ने-आण करणाऱ्या मजुरांना सांगून टाकलं, आता यापुढे कामावर येण्याची जरूरी नाही – दुकानात खरेदी-विक्री करायला गिऱ्हाईक कुठं होतं?

मग वांगलुंग आळशासारखा दिवस न् रात्र झोपडीतच पडून राहायला लागला. सुरुवातीला त्याला हे छानच वाटलं. कारण आत्तापर्यंत त्याला पुरेशी विश्रांती कधीच मिळाली नव्हती. सुरुवातीचे काही दिवस तर तो मेल्यागत झोपला होता. पण काम नाही, म्हणजे मजुरी नाही – जे चार पैसे त्यांनी साठवले होते, तेही पार संपून गेले थोड्याच दिवसांत आणि तो पुन्हा जिवाच्या करारानं दुसरं काम शोधायला लागला. एवढं दुर्दैव पुरेसं नव्हतं म्हणूनच की काय, अन्नछत्रंही बंद केली गेली. अन्नछत्र चालवणारे जे लोक होते, त्यांनीही आपापल्या घरांचे दरवाजे बंद करून घेतले. भीक मागावी, तर रस्त्यातही कुणी नसायचं.

तेव्हा मग वांगलुंगनं आपल्या लेकीला उचलून घेतलं. झोपडीत तिला मांडीवर घेऊन तिच्याकडे निरखून पाहात तो पुटपुटला, "माझी वेडाबाई गं ती, तुला एका मोठ्या घरात पाठवायचं का? आवडेल का तुला तिथे? खूप-खूप खायला मिळेल, प्यायला मिळेल. एक अख्खा कोटसुद्धा मिळेल तिथे."

तो काय म्हणतोय ते न समजताच ती हसली. मोठ्या आश्चर्यानं तिनं आपल्या चिमुकल्या हातांनी त्याचे विस्फारलेले डोळे पकडायचा प्रयत्न सुरू केला. मग मात्र त्याला राहावलं नाही. तो कळवळून आपल्या बायकोला म्हणाला, "तुला मारायचे

का गं त्या हवेलीत – सांग ना?''

तिनं खिन्नपणे सपाट आवाजात उत्तर दिलं, ''रोज मारायचे मला.'' त्यानं पुन्हा तिला विचारलं, ''पण कशानं? कमरबंदानं की छडीनं की दोरीनं?'' तिनं त्याच मेलेल्या आवाजात उत्तर दिलं, ''रेड्याला बांधायच्या चामडी पट्ट्यानं मारायचे मला. तो स्वयंपाकघराच्या भिंतीवर टांगलेलाच असायचा.'' त्याच्या मनात काय आहे हे तिला चांगलं कळलंय हे त्यालाही कळून चुकलं होतं. तरीही शेवटची आशा, म्हणून त्यानं तिला विचारलं, ''ही आपली पोर आत्तासुद्धा इतकी गोड दिसतेय. सांग बरं, सुंदर दासीसुद्धा मार खायच्या का?''

तिला जणू कसलंच सोयरसुतक नसल्यासारखं ती निर्विकारपणे म्हणाली, ''हो, मार खायच्या, नाहीतर कुणाच्या शेजेवर जायच्या. जशी ज्याची मर्जी लागेल तशा आणि मर्जी कुणा एकाचीच नाही, तर ज्या कुणाची इच्छा होईल त्याची. तरणे कुमारसाहेब या नाही तर त्या दासी बटकीवरून सारखे भांडायचे-तंडायचे. शेवटी म्हणायचे, ठीकाय, आज तू उद्या मी आणि त्यांना सगळ्यांना तिचा कंटाळा आला, की मग उरल्यासुरल्यासाठी नोकरचाकर तिच्यासाठी झुंजायचे आणि हे सगळं ती बटकी थोर वयात येण्याआधीच – जर ती सुंदर असेल तर.'' तेव्हा मात्र वांगलुंगचा धीर सुटला. त्यानं पोरीला पोटाशी धरलं आणि तो हळुवार आवाजात पुटपुटत राहिला, ''माझी वेडाबाई, माझी वेडाबाई.'' पण त्याच्या खोल मनातला लपलेला माणूस पुराच्या लोंढ्यात सापडल्यासारखा बेभान झाला होता. तो म्हणतच होता, ''दुसरा काही इलाजच नाही. दुसरा काही इलाजच नाही.''

तेवढ्यात अचानक आकाश कोसळावं, तसा भयंकर आवाज झाला. ते सगळे जण कसलाही विचार न करता हातांनी डोकी झाकून घेत भुईसपाट झाले. हा प्रचंड आवाज त्यांचा भुगाभुगा करून टाकतोय असं त्यांना भासलं. वांगलुंगनं त्याच्या मुलीचा चेहरा हातांनी झाकला – न जाणो, यातून काय भयाकारी सामोरं येतंय. म्हातारा वांगलुंगच्या कानाशी ओरडला, ''माझ्या एवढ्या मोठ्या आयुष्यात मी हा असला आवाज कधीच ऐकला नव्हता रे बाबा.'' आणि दोन्ही मुलगे तर भीतीनं किंचाळायला लागले.

पण पुन्हा जेव्हा अचानक शांतता पसरली, तेव्हा ओ-लाननं डोकं वर उचललं आणि ती म्हणाली, ''जे मी ऐकून होते, होईल-होईल असं तेच झालेलं दिसतंय. शत्रूनं शहराचे दरवाजे फोडले वाटतं.'' तिला कुणीही उत्तर देण्याआधीच शहरातून एकच गदारोळ उठला. मानवी आवाजाचा कल्लोळ, सुरुवातीला अस्पष्टता – जणू काही एखादं वादळ घोंघावत, सरकत यावं तसा आणि नंतर मोठा-मोठा खोल गडगडाटासारखा – रस्तेरस्ते भरून टाकणारा.

वांगलुंग स्वत:च्या झोपडीत जमिनीवर ताठरून बसला. अंगावर शहारे आणणारी

एक चमत्कारिक भीती त्याच्या मनावरून सरसरत गेली. माथ्यावरच्या केसांच्या मुळाशी मुंग्या आल्यागत झालं. त्याच्या घरातले सारेच जण असे ताठरले होते आणि विस्फारल्या डोळ्यांनी एकमेकांकडे पाहात होते. कसली तरी वाट पाहात असल्यासारखे – आपण कसली वाट पाहतोय हे त्यांचं त्यांनाही कळत नव्हतं. बाहेरचा आरडाओरडा मात्र वाढतच होता.

मग त्यांच्याजवळूनच कुठूनतरी एखादा प्रचंड दरवाजा बिजागऱ्या करकरवत, अगदी नाराजीनं उघडला जात असावा, तसा आवाज झाला. त्या दिवशी संध्याकाळी बांबूचा आखूड पाईप ओढत वांगलुंगशी गप्पा मारणारा माणूस त्याच्या झोपडीच्या दारात वाकून ओरडला, "आता काय इथंच बसून राहणारेस का? वेळ आली बघ ती. त्या श्रीमंतांचे दरवाजे उघडलेत बघ आपल्यासाठी." जादूची कांडी फिरावी, तशी ओ-लान त्या माणसाच्या छतावर टेकलेल्या हाताखालून बाहेर पडली आणि दिसेनाशीही झाली.

वांगलुंग सावकाश उठला. भ्रमात असल्यागत त्यानं लेकीला खाली ठेवलं आणि तोही बाहेर पडला. त्या श्रीमंतांच्या वाड्याच्या प्रचंड लोखंडी फाटकापुढे माणसांचा एक जमाव धक्काबुक्की करत होता. एकमेकांना मागे ढकलून स्वत: पुढे जाण्याचा प्रयत्न प्रत्येक जण करत होता. वांगलुंगला घरात जो आवाज ऐकू आला, तो अशाच जमावातून उठलेला असणार – वांगलुंगला कळून चुकलं, आज प्रत्येक श्रीमंताच्या दारावर असेच किंचाळणारे, हुल्लड करणारे बायाबाप्यांचे जमाव गोळा झाले असणार. इतके दिवस उपाशीतापाशी असलेले कैदी, थोड्या वेळापुरते का होईना, मोकळे झाले होते – मनासारखं वागणार होते ते.

ते प्रचंड दरवाजे किंचितसेच उघडले गेले होते आणि एकमेकांना ढकलीत, एकमेकांच्या पायावर पाय देत हे सारे लोक आत जाण्याचा प्रयत्न करत होते. इतके सगळे एकमेकांना लगटून होते की, तो सारा जमाव जणू एखादा अखंड प्राणी असावा, तसा हलत होता. मागून येणाऱ्या लोकांनी वांगलुंगलाही त्या गर्दीत असं लपेटलं की त्याच्या मनात असतं, तरी त्याला तिथून बाहेर पडता आलं नसतं. त्याच्या मनात काही येण्याइतकी त्याची विचारशक्तीही जागृत नव्हतीच म्हणा तेव्हा.

असा ढकलतच तो त्या हवेलीच्या उंबरठ्याच्या आत नेला गेला – त्याचे पायही जमिनीवर टेकले नव्हते, म्हटलं तरी चालेल. एखादं रागावलेलं जनावर गुरगुरत असावं, तसा त्या जमावाचा आवाज त्याच्या चारी बाजूंनी चालूच होता.

चौकामागून चौक तो असाच ढकलला गेला – अगदी आतल्या चौकापर्यंत – आणि तोपर्यंत त्या हवेलीत राहणाऱ्या लोकांपैकी एकही त्याच्या दृष्टीला पडला नाही. जणू काही दगडांच्या आश्रयानं फुलणाऱ्या लिली आणि वसंतात आपोआप

उमलणारी सोनेरी फुलं यांखेरीज तो महाल केव्हाच मेलेला असावा. पण तसं म्हणावं, तर खोल्याखोल्यांत जेवण वाढलेलं दिसत होतं. स्वयंपाकघरातला चुलाणा पेटलेलाच होता.

या जमावाला श्रीमंत हवेल्यांची चांगलीच माहिती दिसत होती. कारण नोकरचाकर, दासदासी राहतात ते पुढचे चौक सोडून देऊन ते सारे आतल्या अंत:पुराकडेच धावले होते – जिथे मालक-मालकिणींचे नाजूक पलंग असतात आणि काळ्या लाल सोनेरी रंगांनी नक्षीकाम केलेल्या लाकडी संदुकाही असतात – रेशमी कपडे आणि दागिने ठेवण्याच्या संदूका. कोरीवकाम केलेली टेबलं-खुर्च्या असतात आणि भिंतीवर सुंदर चित्रं असतात. या सगळ्या खजिन्यांवर त्या साऱ्यांनी जणू झडपच घातली. प्रत्येक संदूक, प्रत्येक कपाट उघडलं गेलं, की त्यातल्या किमती वस्तूंची ओढाताण होत होती. तोडफोड करत त्या वस्तू एकमेकांकडून हिसकावल्या जात होत्या. रेशमी कपडे, भारी अंथरुणं-पांघरुणं, काचसामान भरभर एकाकडून दुसऱ्याकडे जात होतं. आपल्या हातात नक्की काय होतं, हे पाहायला कुणालाच फुरसत नव्हती.

या सगळ्या गोंधळात फक्त वांगलुंगनं काहीही उचललं नव्हतं. त्यानं आज पर्यंतच्या आयुष्यात कधीही दुसऱ्याच्या वस्तूला हात लावला नव्हता आणि आता ते करणं त्याला शक्यच नव्हतं. म्हणून तो त्या जमावाच्या मध्यभागी नुसता उभा होता. कधी इकडे ढकलला जात होता, तर कधी तिकडे. मग थोडासा भानावर येऊन त्यानं चिकाटीनं जमावाच्या बाहेर पडण्याचा प्रयत्न सुरू केला. कसाबसा गर्दीच्या किनाऱ्याला पोहोचल्यावरसुद्धा, जोरदार प्रवाहाच्या बाजूनं जसे छोटे-छोटे भोवरे तयार होतात, तसा तो थोडाफार ढकलला जात होताच. पण तिथं पोहोचल्यावर निदान त्याला आपण नक्की कुठं आहोत, ते बघायची सवड मिळाली.

श्रीमंतांच्या बायका जिथं उठबस करतात, त्या अगदी आतल्या चौकाच्या मागल्या बाजूला तो होता. पिढ्यान् पिढ्या अशाच वेळांना पळून जाण्यासाठी म्हणून श्रीमंतांच्या वाड्यांना चोरदारं केलेली असतात, तसंच एक पाठचं दार इथं होतं आणि ते किलकिलं होतं. 'नक्कीच या दारानं आज इथले सगळे लोक निसटले असणार आणि रस्त्यात इथं-तिथं लपून त्यांच्या घरात चाललेला हैदोस पाहात असणार.' इकडे-तिकडे फिरत असताना वांगलुंग एका माणसासमोर जाऊन धडकला. या सगळ्या पळापळीत त्याला स्वत:च्या आकारामुळे किंवा न उतरलेल्या नशेमुळे भाग घेता आला नसावा. या दालनातून जमाव पुढे सरकला तेव्हा तो कुठंतरी लपून बसला असावा. आता आपण एकटेच आहोत असं समजून तो पळून जाण्यासाठी बाहेर निघतो, तो वांगलुंग त्याला सामोरा आला होता.

तो माणूस ना तरुण, ना म्हातारा अशा मध्यम वयाचा होता. अतिशय लठ्ठ

असा तो माणूस नक्की दंगलीच्या वेळी एखाद्या सुंदर प्रियपात्राबरोबर झोपलेला असणार, कारण त्यानं आपल्या संपूर्ण नंग्या शरीराभोवती एक जांभळ्या सॅटिनचा अंगरखा कसाबसा गुंडाळून घेतला होता. त्याच्या छातीवर आणि पोटावर पिवळ्या जर्द मांसाच्या जाडजूड वळ्या एकावर एक पडलेल्या होत्या. गालांच्या डोंगरांमध्ये डुकरासारखे बारीक मिचमिचे डोळे पार झाकून जात होते. वांगलुंगवर नजर पडताच कुणीतरी त्याच्या अंगात सुरा खुपसावा, तसा तो भेदरून किंचाळला आणि वांगलुंगच्या पायावर लोळण घेत बडबडायला लागला, "माझे प्राण वाचवा, मला मारू नका. मला जीवदान द्या. मी पैसे देतो, म्हणाल तेवढे पैसे मी देतो...."

'पैसे' हा शब्द कानावर पडताच वांगलुंग खाडकन भानावर आला. त्याला सगळं एकदम स्पष्ट दिसायला लागलं. पैसे! पैसे तर हवेच होते त्याला आणि कुणीतरी स्पष्ट बोलावं, तसं त्याच्या मनात लकाकलं – पैसे – पोर वाचली आणि जमीन – माझी जमीन. त्याला स्वत:लाही ओळखता येणार नाही, अशा कठोर आवाजात एकदम ओरडला, "दे मग पैसे."

तो लठ्ठ माणूस रडत, ओरडत उठून उभा राहिला आणि अंगरख्याच्या खिशात हात घालून त्यानं मुठी भरून सोनं बाहेर काढलं. वांगलुंगनं कोटाच्या पाखात ते सारं सोनं घेतलं आणि पुन्हा तो त्या अनोळखी आवाजात गरजला, "आणखी दे."

पुन्हा एकदा त्या माणसाच्या मुठी सोन्यानं लदून बाहेर आल्या. तो मुसमुसत म्हणाला, "आता मात्र माझ्याजवळ काहीच राहिलं नाही. माझ्या या दु:खी जिवाखेरीज." त्याच्या लोंबत्या गालांवरून आसू तेलासारखे सावकाश घरंगळत राहिले. असा तो रडत आणि थरथरत असताना वांगलुंगला त्याची कमालीची घृणा आली. इतकी किळस त्याला आजवर कसलीच वाटली नव्हती. त्या घृणेतूनच त्याचं पुढचं वाक्य उमळून आलं, "निघ, माझ्या नजरेसमोरून दूर हो, नाहीतर एखाद्या माजलेल्या किड्यागत चिरडूनच टाकीन मी तुला." हे वांगलुंग बोलत होता – बैलाला मारणंही त्याला जमलं नव्हतं तो. एखाद्या कुत्र्यासारखा तो माणूस त्याच्याजवळून निसटला आणि नाहीसा झाला.

आता वांगलुंग पदरभर सोनं घेऊन एकटाच तिथं होता. तो ते मोजण्यासाठीही थांबला नाही. त्यानं तसंच ते सारं सोनं कोटात छातीशी दडपलं आणि मागच्या उघड्या चोरदरवाज्यानं तो तडक बाहेर पडला. छोट्या-छोट्या गल्लीबोळांतून तो आपल्या झोपडीशी पोहोचला. दुसऱ्याच्या शरीराच्या उबेनं गरम झालेलं ते सोनं त्यानं आपल्या काळजाशी कवटाळून धरलं होतं आणि तो पुन:पुन्हा स्वत:शीच पुटपुटत होता, "आता परत जायचं. आता उद्याच्या उद्या परत जायचं."

■

पंधरा

हाताच्या बोटांवर मोजता येतील, इतके दिवस उलटण्याआधीच वांगलुंगला वाटायला लागलं होतं की, आपण आपल्या जमिनीपासून कधी दूर झालोच नव्हतो आणि खरोखर मनानं तो त्याच्या जमिनीपासून दूर झाला नव्हताच. सोन्याची तीन नाणी देऊन त्यानं दक्षिणेकडचं उत्तम बियाणं विकत घेतलं – चांगले टपोरे गहू, तांदूळ आणि मका आणि मग श्रीमंतीमुळं येणाऱ्या बेपर्वाईनं त्यानं आजवर कधीही न पेरलेलं असं काही बियाणंही घेऊन टाकलं – सेलरी, त्याच्या तळ्यासाठी कमलकंद, डुकराच्या मांसाची चव वाढवणारे लाल मुळे आणि सुगंधी लाल दाण्याच्या शेंगासुद्धा!

पाच सोन्याच्या नाण्यांनी त्यानं एक बैल खरेदी केला – तोही स्वत:च्या शेतात पोहोचण्याआधीच. बैल आणि त्याचा मालक आपल्या शेतात नांगरणी करत होते, ते त्यानं पाहिलं आणि तो थांबलाच. सगळेच थांबले – बायको, मुलं, म्हातारे वडील. सगळ्यांना घरी शेतावर पोहोचायची घाई झाली होती, तरी थांबले आणि बैलाकडे पाहायला लागले. बैलाची मजबूत मान, लाकडी नांगर तोलून धरलेले ताकदवान खांदे हे सगळं वांगलुंगला फारच आवडलं होतं. तो मोठ्यानं ओरडून म्हणाला, "काय दुबळा, कुचकामी बैल आहे रे तुझा, माझ्याकडे जनावरच नाहीय आणि काहीतरी हवं नांगर धरायला, म्हणून केवळ विचारतोय, केवढ्याला फुंकशील? सोन्याची किती नाणी, चांदीची किती नाणी? इलाजच नाही रे मला दुसरा, म्हणून विचारतोय बघ." तसंच ओरडून त्या शेतकऱ्यानं उत्तर दिलं, "हा माझा तरणा बैल विकायच्या आधी माझी बायको विकीन की मी. जेमतेम तीन वर्षांचा चांगला ठणठणीत बैल आहे माझा." आणि तो आपलं शेत नांगरतच राहिला, वांगलुंगच्या उत्तरासाठी अजिबात थांबला नाही.

मग तर जगातले सगळे बैल सोडून वांगलुंगला तोच बैल हवासा झाला. त्यानं ओ-लानला आणि वडिलांना विचारलं, "कसा वाटतोय बैल?"

म्हाताऱ्यानं निरखून बघून म्हटलं, "चांगलं आंड ठोकलेलं दिसतंय जनावर." ओ-लान म्हणाली, "तो म्हणतोय, त्याहून वर्षानं तरी मोठाय तो बैल." वांगलुंगनं काहीच उत्तर दिलं नाही. कारण बैलाचे मोठमोठे काळे डोळे, पिवळी चमकदार कातडी आणि नांगरतानाची ताकद बघून त्याचं मनच बसल्यागत झालं होतं त्या बैलावर. हा बैल मिळाला, तर तो जमीन चांगली खोल नांगरू शकणार होता, पीक काढू शकणार होता आणि यालाच खळ्यात जुंपून मळणीही करणार होता. शेवटी तो त्या शेतकऱ्याकडे गेला आणि सरळ म्हणाला, "मी तुला दोन बैल घेता येईल, इतके पैसे देतो, पण मला हा बैल हवाच."

पुष्कळशा घासाघिशीनंतर, चर्चेनंतर आणि उठून निघून जाण्याच्या नाटका नंतर दीडपट किमतीला मालकानं तो बैल वांगलुंगला अखेरीला देऊन टाकला. पण वांगलुंगला अचानकपणे या बैलापुढे सोन्याची काहीच किंमत वाटेनाशी झाली होती. त्यानं शांतपणे तेवढे पैसे मालकाला देऊन टाकले आणि नांगर सोडवून बैल ताब्यात घेतला. वेसण धरून तिथून निघताना त्याचं हृदय मालकीच्या आनंदानं भरून आलं होतं.

ते घरी पोहोचले, तेव्हा घराचं दार मोडून काढलेलं त्यांना दिसलं. छपरावरचं गवत तर गेलं होतंच, पण जाताना नीट घरात ठेवलेली शेतीची अवजारंही गायब झाली होती. घरात शिल्लक होते फक्त वासे आणि मातीच्या भिंती. त्यासुद्धा अवेळी पडलेल्या बर्फा पावसानं कमजोर झाल्यासारख्या वाटत होत्या. पण पहिला आश्चर्याचा झटका ओसरल्यावर वांगलुंगला त्याचं काही वाटेनासंच झालं. तो शहरात गेला आणि तिथून त्यानं एक चांगल्या टणक लाकडाचा नांगर, दोन दाताळी, दोन खोरी, छपरावर तात्पुरत्या टाकण्यासाठी चटया – पीक काढल्यानंतर त्यांना पुष्कळच गवत मिळालं असतं छप्पर झाकण्यासाठी – असं सारं सामान विकत आणून टाकलं.

मग संध्याकाळी तो घराच्या दारात उभा राहिला आणि त्यानं त्याच्या स्वत:च्या जमिनीवर नजर टाकली. हिवाळ्याच्या गारठ्यानंतर आता सैलावलेली, ताजीतवानी बियाणं रुजवायला आतुर अशी जमीन. वसंताचा ऐन बहर होता. उथळ डबक्यांमध्ये बेडूक पेंगत-पेंगत ओरडत होते. घराच्या कोपऱ्यावरचे बांबू संध्याकाळच्या हलक्याशा वाऱ्याच्या झुळकीसरशी झुलत होते. संधिप्रकाशातसुद्धा त्याला जवळच्या शेताच्या बांधावरची पीचची झाडं झावळी-झावळी दिसत होती – अगदी कोवळ्या गुलाबी रंगानं बहरलेली आणि विलो वृक्षसुद्धा कोवळी हिरवी पालवी घेऊन सज्ज झाले होते. निश्चलपणे वाट पाहणाऱ्या जमिनीतून एक फिकटसं चंदेरी धुकं उमटत होतं

आणि झाडांच्या खोडाफांद्याला वेढून घेत होतं.

बरेच दिवस आपल्या जमिनीवर एकटं राहण्याखेरीज वांगलुंगला इतर कोणाही मोठ्या माणसाला भेटण्याची इच्छाच झाली नाही. तो स्वत: तर गावातल्या कुणाकडे भेटायला गेला नाहीच, पण या दुष्काळात तग धरून राहिलेले कुणी कुणी गावकरी त्याला भेटायला आले, त्यांच्याशीही तो खाष्टपणाने वागत होता, 'तुमच्यापैकी कोणी माझ्या घराचं दार तोडून नेलं रे?', 'आणि माझी कुदळफावडी कुणी चोरली?', 'माझ्या छपराचं गवत कुणाच्या चुलीला लागलं?' अशाच रीतीनं तो त्यांच्याशी बोलत होता. पण त्या सगळ्यांनी अगदी सज्जनपणे माना हलवल्या होत्या. मग एक जण हळूच म्हणाला, "तुझ्या काकानं केलं हे सगळं." तर दुसरा म्हणाला, "नाही रे! या दुष्काळाच्या आणि लढाईच्या वाईट दिवसांत डाकू कसले फिरत होते सारखे – पाहिलं होतंस ना? मग यानं चोरलं, त्यानं चोरलं, असं कसं म्हणता येईल बरं? भूक माणसाच्या हातून काहीही पाप घडवते बरं!"

मग चिंग – त्याचा शेजारी – अगदी लपतछपत एके दिवशी त्याला भेटायला आला आणि म्हणाला, "सबंध हिवाळाभर एक लुटारूंची टोळी तुझ्या घरात राहात होती आणि साऱ्या गावाला-शहराला लुटत होती. भल्या माणसाला ठाऊक असावं, त्यापेक्षा जास्त तुझ्या काकाला ठाऊक आहे त्यांच्याबद्दल – असं लोक म्हणतात. पण आजकालच्या दिवसात कोण खरं आणि कोण खोटं कसं कळणार? मी तर बाबा कुणावर काही आरोप करू शकत नाही." चिंग जेमतेम चाळीस-बेचाळीसचा असेल, पण त्याचे केस पार पिकले होते आणि कमीही झाले होते. कातडी हाडांवर इतकी घट्ट चिकटली होती की, तो खरा माणूस आहे की नुसती सावली आहे, असा प्रश्न पडावा. वांगलुंग थोडा वेळ त्याच्याकडे पाहातच राहिला आणि मग मोठ्या करुणेनं एकदम म्हणाला, "तुझी तर आमच्याहून वाईट परिस्थिती झालीय रे! काय खाऊन दिवस काढलेस?"

एक मोठा सुस्कारा टाकून चिंग पुटपुटला, "काय नाही खाल्लं विचार. शहरात भीक मागायला गेलो, तेव्हा कुत्र्यासारखी रस्त्यावरची घाणसुद्धा खाल्ली, मेली कुत्री खाल्ली. माझ्या बायकोनं मरायच्या आधी कुठल्यातरी मांसाचं कळण केलं होतं. कसलं मांस होतं, ते विचारायची माझी काही छाती झाली नव्हती. एवढं माहितेय की एखाद्या जिवाला मारणं काही तिच्या हातून झालं नसतं. म्हणजे आम्ही जे खाल्लं, ते नक्कीच तिला कुठंतरी सापडलेलं असणार. माझ्यापेक्षा कमी सहनशक्ती होती तिची. बिचारी तेव्हा एक दिवस मरूनच गेली. ती मेल्यावर मग मात्र माझी पोरगी मी एका शिपायाला देऊन टाकली. तिची उपासमार आणि तिचं मरण काही मला बघवलं नसतं रे!" काही वेळ तो स्तब्ध राहिला आणि मग हलकेच म्हणाला, "थोडं बियाणं असतं ना, तर मीपण पेरलं असतं रे. पण काय

करू, माझ्याजवळ काहीच नाहीये.''

"इकडे ये.'' वांगलुंग घोगरट आवाजात म्हणाला आणि चिंगला हाताला धरून त्यानं जवळजवळ ओढतच आत नेलं. तिथे कोटाचा फाटका पाख पसरायला सांगून, वांगलुंगनं आपण दक्षिणेकडून आणलेल्या बियाण्यातलं काही बियाणं त्यात ओतलं – गहू, तांदूळ आणि थोडं कोबी आणि तो म्हणाला, "उद्या येऊन मी नव्या बैलानं तुझं शेत नांगरून देतो.'' तर चिंग एकदम रडायलाच लागला. वांगलुंगनंही डोळे पुसले आणि तो रागावल्याचा आव आणत ओरडून म्हणाला, "तुला काय वाटतं – तू मला दिलेले ते मूठभर दाणे मी विसरलोय?'' चिंगला काही उत्तरच देता येत नव्हतं आणि त्याचं रडणंही थांबत नव्हतं. रडता रडताच शेवटी तो तिथून निघून गेला.

वांगलुंगला अत्यंत आनंद वाटावा, अशी आणखी एक गोष्ट होती. त्याचा काका गावात नव्हता आणि तो कुठं आहे हेही निश्चितपणे कुणाला ठाऊक नव्हतं. कोणी म्हणायचं, तो कुठल्या तरी शहराला गेलाय. कुणी म्हणायचं, तो बायकोला आणि मुलग्याला घेऊन दूर कुठेतरी गेलाय. त्याच्या गावातल्या घरात कुणी नव्हतं एवढं मात्र खरं. वांगलुंगला भयंकर संताप येण्यासारखी गोष्ट त्याच्या कानावर आली ती ही, की काकानं मिळेल त्या किमतीला सगळ्या मुली विकून टाकल्या होत्या. सर्वांत सुंदर होती, ती सर्वांत आधी खपलीच पण जी सगळ्यात कुरूप, तोंडभर देवीचे वण असलेली अशी होती, तीसुद्धा गावातून जाणाऱ्या एका शिपायानं मूठभर तांब्याची नाणी देऊन विकत घेतली होती.

आता मात्र वांगलुंग जोरदारपणे शेतीच्या मशागतीला लागला. इतका की, जेवणाखाण्यासाठी, झोपेसाठी लागणारा वेळसुद्धा फुकट जातोय असं वाटायला लागलं. म्हणून मग तो भाकरी आणि लसणीची पाकळी घेऊन उभ्याउभ्याच शेतात उभा राहून खायला लागला. विचार करत जागा ठरवत – इथं मी काळी चवळी लावीन – आणि इथं भाताचं खाचर, असं काही-काही आणि फारच दमायला झालं, तर शेतातल्या एखाद्या सरीत स्वतःच्या मातीच्या उबेत तो निवांत झोपीही जायचा.

इकडे घरात ओ-लानसुद्धा काही नुसती बसून नव्हती. स्वतःच्या हातानं तिनं चटया तुळ्यांवर घट्ट बांधून टाकल्या. शेतातली माती चांगली कालवून भिंती लिंपून सारवून घेतल्या. चुलाणा परत बांधून काढला आणि पावसाच्या पाण्यानं जमिनीवर पडलेली भोकंही बुजवून घेतली.

मग एक दिवस ती वांगलुंगच्या बरोबर शहरात गेली आणि त्या दोघांनी मिळून चारपाया, अंथरुणं, पांघरुणं, एक टेबल, सहा बाकं घेतली. एक मोठं लोखंडी सतेलं घेतलं. एवढं झाल्यावर त्यांनी गंमत म्हणून शाईनं एक काळं फूल रंगवलेली लाल मातीची एक किटली आणि सहा वाडगे घेतले. शेवटी ती दोघं सुगंध्याच्या

दुकानात गेली. तिथं संपत्तीच्या देवतेचं एक चित्र जेवणाच्या टेबलाच्या वर लावायला म्हणून घेतलं. दोन काशाची मेणबत्तीची घरं, एक काशाचीच धूपदाणी आणि गाईच्या चरबीच्या दोन जाडजूड लाल मेणबत्त्या देवापुढं लावायला म्हणून घेतल्या. एवढं झाल्यानंतर साहजिकच वांगलुंगला त्या दोन छोट्या भूदेवांची आठवण झाली आणि घरी जाताना तो मुद्दाम त्यांच्या देवळात गेला. देवांची दशा फारच केविलवाणी झाली होती. पावसामुळं त्यांचे नाकडोळे, तोंड धुतले गेले होते. मातीची शरीरं उघडी पडली होती. कारण अंगावरचे कागदी कपडे फाटून पार चिंध्या होऊन गेले होते. या भयानक वर्षात त्यांची कुणीच दखल घेतलेली दिसत नव्हती. वांगलुंगनं मोठ्या समाधानानं त्यांच्याकडे पाहिलं आणि शिक्षा झालेल्या मुलाशी बोलावं, तसा तो मोठ्यानं बोलला, "माणसांशी वाईट वागलं, म्हणजे देवांचंही असंच होतं."

तरीही जेव्हा सगळं घर ठाकठीक झालं, काशाची मेणबत्त्यांची घरं चमकायला लागली, लालचुटूक मेणबत्त्या त्यात जळायला लागल्या, चहाची किटली आणि वाडगे टेबलावर पोहोचले, चारपाया, अंथरुणं-पांघरुणं आपापल्या जागी बसले, त्याच्या झोपायच्या खोलीतल्या झरोक्यावर नवा कागद चिकटला आणि नवा दरवाजा लाकडी बिजागऱ्यांवर लटकला; तेव्हा वांगलुंगला स्वत:च्याच सुखाची थोडी धास्ती वाटायला लागली. ओ-लान पुढचं मूल पोटात वाढवायला लागली. मातकट रंगाच्या कुत्र्याच्या पिल्लांसारखी त्यांची मुलं त्यांच्या उंबऱ्यावर पुन्हा धावू पडू लागली. त्याचा म्हातारा बाप दक्षिणेच्या भिंतीला पाठ देऊन डुलक्या घ्यायला लागला, झोपेत हसायला लागला. त्याच्या शेतात पाचूसारखी चमकदार हिरवीगार भाताची रोपं डोकावू लागली. चवळीची रोपं जमिनीबाहेर पडायला धडपडू लागली. काळजीपूर्वक खर्चलं, तर कापणीमळणीपर्यंत पुरेल इतकं सोनं अजूनही शिल्लक होतं.

आपल्या नांगरलेल्या शेतात पाय रोवून निळ्याशार आभाळातल्या पांढऱ्या ढगांकडे पाहताना, ऊन आणि पाऊस यांचं नियमित चक्र अनुभवताना शेवटी वांगलुंग अगदी अनिच्छेनं उद्गारला, "मला वाटतं, त्या छोट्या देवळात दोन उदबत्त्या लावून टाकाव्यात. किती झालं, तरी जमिनीचे देव आहेत ते."

■

सोळा

एका रात्री वांगलुंग आपल्या बायकोजवळ झोपला असताना तिच्या स्तनांच्यामध्ये एक मुठीएवढी काहीतरी कठीण वस्तू आहे असं त्याला जाणवलं. त्यानं विचारलं, "हे तुझ्या छातीवर काय आहे?" आणि चाचपून बघितलं, तर कापडाची एक पुरचुंडी सापडली. ती पहिल्यांदा झटक्यानं मागे सरकली, पण त्यानं ती पुरचुंडी खेचलीच. तेव्हा ती शांत झाली आणि म्हणाली, "अगदी बघायचंच असेल, तर मग बघा." तिनं गळ्यात दोऱ्यानं बांधलेली पुरचुंडी काढून त्याच्या हातात ठेवली.

वर बांधलेलं फाटकं फडकं त्यानं ओढूनच काढलं आणि एकदम त्याची ओंजळ लखलखत्या रत्नांनी भरून गेली. वांगलुंग मठ्ठासारखा बघतच राहिला. कुणाच्या स्वप्नातही येणार नाही, इतकी आणि इतक्या प्रकारची रत्नं होती ती! कलिंगडाच्या गाभ्यासारखी लालबुंद, गव्हासारखी सोनेरी, वसंतातल्या कोवळ्या पालवीसारखी हिरवी जर्द, पृथ्वीच्या पोटातून झरलेल्या पाण्यासारखी स्वच्छ-निर्मळ. त्यांची नावंदेखील वांगलुंगला माहिती नव्हती. कारण नावं आणि रत्नं यांची जोडी एका वेळेला त्यानं जन्मात कधी पाहिलेलीच नव्हती. पण त्याच्या अंधाऱ्या खोलीत त्याच्या काबाडकष्टानं खडबडीत झालेल्या लालसर पंजात ती चमकणारी, लखलखणारी रत्नं बघून त्याला एवढं निश्चित कळलं होतं की ही श्रीमंती आहे, हा पैसा आहे. त्या रंगांनी आणि आकारांनी भारल्यासारखी ती दोघं त्या रत्नांकडे एकटक पाहातच राहिली.

सरतेशेवटी अगदी कुजबुजत्या स्वरात त्यानं विचारलं, "कुठे, कुठे..." तिनं तितक्याच अस्पष्ट आवाजात उत्तर दिलं, "त्या श्रीमंत माणसाच्या घरात. हे सगळं नक्की एखाद्या लाडक्या रखेलीचं असणार. मी एका भिंतीत एक सैल वीट पाहिली आणि सहज गेल्यासारखी तिकडे गेले. कुणी पाहिलं असतं, तर नक्की यात वाटा

मागितला असता. मी ती वीट काढली, तर हे चमकताना दिसलं. मी ते कोटाच्या बाहीत लपवलं.'' तिच्याकडे मोठ्या आदराने पाहात तो पुटपुटला, ''पण तुला कसं कळलं?'' तिच्या डोळ्यांपर्यंत कधीच न पोहोचणारं तिचं ओठाचं हसू हसत ती म्हणाली, ''मी राहिलेय ना एका श्रीमंत घरात! श्रीमंत लोक नेहमीच घाबरट असतात. अशाच एका वाईट वर्षी त्या हवेलीत चोर शिरले होते. तेव्हा दासदासी, रखेल्याच काय, पण माताजीसुद्धा इकडेतिकडे धावत सुटल्या होत्या. प्रत्येक जण आपापला खजिना आधीच ठरवून ठेवलेल्या ठिकाणी पुरून कोंबून ठेवत होता. म्हणून तर सैल विटेचा अर्थ काय, ते मला लगेच कळलं.'' पुन्हा त्या चमकत्या आश्चर्याकडे पाहात दोघेही स्तब्ध झाली. बऱ्याच वेळानंतर वांगलुंगनं एक मोठा श्वास घेतला आणि तो म्हणाला, ''हा खजिना असा आपल्याला ठेवता येणार नाही. हे सगळं विकून आलेला पैसा एखाद्या सुरक्षित ठिकाणी घालायला पाहिजे – म्हणजे जमिनीतच, कारण जमिनीइतकं सुरक्षित दुसरं काहीच नसतं. हे आपल्याकडे आहे, हे कुणाला कळलं, तर दुसऱ्या दिवशी आपले मुडदे पडतील आणि एखादा चोर ही सगळी रत्नं घेऊन पळून जाईल. आजच्या आज याचे पैसे करून जमिनीत घालू, नाहीतर रात्री मला काही झोप लागायची नाही.'' बोलता बोलता त्यानं ती सगळी रत्नं पुन्हा त्या फडक्यात नीट गुंडाळली आणि दोऱ्यानं ती पुरचुंडी बांधून टाकली. कोय उघडून आत ती पुरचुंडी ठेवणार, तेवढ्यात त्याचं लक्ष बायकोच्या चेहऱ्याकडे गेलं. थोडेसं तोंड उघडं टाकलेल्या त्या थोराड चेहऱ्यावर सहसा कधीच कोणताच भाव दिसायचा नाही; पण आज खूप आशाळभूतपणे त्याच्याकडे पाहात बिछान्याच्या पायगती ती मांडी घालून बसली होती. त्यानं आश्चर्यानं विचारलं, ''आता काय?''

तिनं खरखरीत घोगऱ्या आवाजात विचारलं, ''सगळी विकणार का ती?'' त्यानं आणखीच आश्चर्यानं विचारलं, ''का नाही? अशा मातीच्या झोपड्यात आपल्याला या रत्नांचा काय उपयोग आहे?''

''मला दोन मिळाली त्यातली, तर किती छान होईल?'' ती कमालीच्या दीनवाण्या आशेनं म्हणाली. जणू काही आपल्याला काही मिळणारच नाही, याची तिला खात्रीच होती. त्याला एखादं खेळणं किंवा खाऊ मागणाऱ्या आपल्या एखाद्या मुलाचीच आठवण झाली. तो कमालीच्या आश्चर्यानं म्हणाला, ''आहे का आता?'' ती अगदी केविलवाणेपणानं म्हणाली, ''दोनच पुरेत – अगदी छोटी – दोन छोटी मोती मिळाली तरी पुरे.''

''मोती!'' आता तो पुरताच भांबावला होता. ''मी नुसती ठेवीन ती, घालणार नाही काही.'' ती म्हणाली. ''नुसती ठेवीन.'' तिची नजर खाली वळली आणि बोटं पांघरुणाच्या दशा वळू लागली, जणू काही तिला उत्तराची आशाच नव्हती.

वांगलुंगला अगदी अजाणताच या संथ प्रामाणिक प्राण्याच्या मनाची एक

झलक पाहायला मिळाली होती. कोणत्याही बक्षिसाची किंवा शाबासकीची अपेक्षा न ठेवता, पडेल ते काम करण्यात तिनं सारं आयुष्य घालवलं होतं. आजपर्यंत त्या भव्य हवेलीत दुसऱ्यांना रत्नं वापरताना तिनं पाहिलं होतं. तिला त्या रत्नांना हातही लावायला कधी मिळाला नव्हता.

स्वत:शीच विचार करत असल्यासारखी ती म्हणाली, ''कधीतरी ती काढून मी हातात घेईन.'' त्यालाही नकळत्या अशा कोणत्यातरी भावनेनं तो हेलावला आणि मुकाट्यानं त्यानं ती पुरचुंडी तिच्यापुढं केली. तिनं त्या चमकत्या रंगातून आपली घट्टे पडलेली, करपलेली बोटं हलकेच फिरवायला सुरुवात केली. तिला दोन छोटी गुळगुळीत पांढरीशुभ्र मोती मिळाले, तेवढी काढून घेऊन तिनं उरलेली पुरचुंडी बांधून त्याच्याकडे परत दिली. कोटाचा एक कोपरा फाडून तिनं त्या तुकड्यात ती मोती गुंडाळली. पुन्हा छातीशी ती चिमुकली पुडी ठेवली, तेव्हा ती शांत झाली.

वांगलुंगला तिचं वागणं धड कळलंच नव्हतं. त्या दिवशी आणि नंतरही तो मध्येच थबकायचा आणि बायकोकडे टक लावून पाहात स्वत:शीच म्हणायचा, 'कमाल आहे तिची. ती मोती अजून तिथेच तिच्या छातीशीच असतील बहुतेक.' पण त्याला कधीही ती मोती बाहेर काढून बघताना दिसली नाही आणि ती दोघं पुन्हा त्या विषयावर एकमेकांशी काही बोललीही नाहीत.

बाकीच्या रत्नांच्या बाबतीत त्यानं बराच इकडचा-तिकडचा विचार केला. शेवटी मोठ्या हवेलीत जाऊन आणखी जमीन विकायला आहे का, ते बघायचं ठरवलं आणि तो हवेलीत गेला.

मसावरचे केस पिळत, येणाऱ्या माणसाला तुच्छ करत बोलणारा तो दारवान काही तिथं दिसत नव्हता. उलट ते प्रचंड दरवाजे कुलूप घालून बंद केलेले दिसत होते. वांगलुंगनं दोन्ही हातांनी ते दरवाजे ठोठावले, पण कुणीच आलं नाही. रस्त्यावरून जाणारे-येणारे लोक त्याला दार वाजवताना पाहून म्हणत होते, ''वाजव, वाजव दरवाजा. म्हातारे मालक जागे असले, तर उघडतील दार. नाहीतर एखादी कुत्री दासी उघडेल दार, मनात आलं तर.''

बऱ्याच वेळानंतर थांबत थबकत, अगदी सावकाशीनं चालत येत असलेल्या पावलांचा आवाज त्याला ऐकू आला. मग लोखंडी अडसर दूर केला गेला. अगदी हलकेच दार उघडलं गेलं. अगदी बारीकशा फटीइतकंच. एका चिरक्या आवाजात कुजबुजत विचारलं, ''कोण आहे?'' या सगळ्या प्रकारानं आश्चर्यचकित झालेल्या वांगलुंगनं मोठ्या आवाजात उत्तर दिलं, ''मी आहे, वांगलुंग.''

तो चिरका आवाज तिरसटपणानं म्हणाला, ''आता हा कोण नतद्रष्ट वांगलुंग?'' त्याच्या शिवीगाळ करण्याच्या पद्धतीवरूनच वांगलुंगला कळून चुकलं की हे मोठे मालक स्वत:च होते. कारण नोकरचाकरांना शिव्या घालायची त्यांची सवय या

शिवीगाळीवरून चांगलीच कळून येत होती. वांगलुंग मग पूर्वीपेक्षा जास्त नम्रतेनं म्हणाला, "महाराज, मालक, मी थोड्या कामासाठी आलोय. आपल्याला त्रास देण्यासाठी नाही. आपला चाकर मुनीम आहे, त्याच्याशी थोडं व्यवहाराचं बोलायचं होतं."

दरवाजा आणखी थोडासुद्धा न उघडता मोठे मालक दातओठ खात उद्‌गारले, "अरे तो मुनीम, कुत्रा साला! कित्येक महिन्यांपूर्वीच माझी नोकरी सोडून पळाला. आता इथं नसतो तो."

या उत्तरावर काय करावं, ते वांगलुंगला कळेनासंच झालं. जमीन विकत घेण्याची गोष्ट मध्यस्थाशिवाय सरळ-सरळ मोठ्या मालकांशीच करणं अशक्य होतं. खिशात ती रत्नं तर जड होत होती. कधी एकदा त्यांची विल्हेवाट लावतो, असं त्याला झालं होतं आणि सगळ्यात महत्त्वाचं म्हणजे त्याला जमीन हवी होती. त्यानं आणलेलं बियाणं दुप्पट-चौपट जमिनीला पुरेसं होतं आणि त्याला ह्वांग खानदानाची सुपीक जमीन हवी होती.

शेवटी तो कसाबसा म्हणाला, "थोडं पैशासंबंधी बोलायचं होतं." ताबडतोब मोठ्या मालकानं दरवाजा लोटून घेतला आणि ते मोठ्या आवाजात म्हणाले, "या घरात आता पैसे शिल्लक नाहीत. तो चोर डाकू मुनीम, त्याची आई-आजी सडोत सगळ्या नरकात. माझं सर्वस्व लुबाडून पळाला. कोणतंही कर्ज फिटणार नाहीय आता."

वांगलुंग घाईनं ओरडला, "नाही, नाही, मी पैसे द्यायला आलोय. कर्जवसुलीसाठी नाही!" या त्याच्या वाक्याबरोबर आत्तापर्यंत न ऐकलेल्या अशा एका आवाजातली एक आरोळी त्याच्या कानावर पडली आणि दरवाज्याच्या फटीतून एक बाईचा चेहरा डोकावला.

"हे वाक्य मी गेल्या कित्येक दिवसांत ऐकलेलं नाहीय." ती झणक्यात म्हणाली. वांगलुंगला एक लाल गहिऱ्या रंगाचा सुंदर पण भांडखोर चेहरा आपल्याकडे पाहतोय असं दिसलं, "आत ये." ती तुटकपणे म्हणाली आणि तो आत येऊ शकेल, इतकीच दरवाज्याची फट तिनं रुंदावली. तो आत आल्याबरोबर तिनं ती फट बंदही केली. वांगलुंग तिकडे बघत असतानाच तिनं अडसरही लावून टाकला.

मोठे मालक खोकत खोकत त्याच्याकडेच पाहात होते. त्यांच्या अंगावर फरची फाटकी विजार असलेला राखाडी सॅटिनचा मळका अंगरखा होता. कधी काळी हा अंगरखा अतिशय उंची असणार, हे त्याच्याकडे पाहिल्यावरच कळत होतं. कारण ते सॅटिन अजूनही गुळगुळीत आणि भारी होतं. फक्त त्याच्यावर खूप डागबीग पडले होते आणि तो इतका चुरगाळला होता की, मोठे मालक बहुतेक झोपतानाही तोच घालत असावेत, असं वाटत होतं. वांगलुंग थोड्या कुतूहलानं आणि थोड्या

भीतीनंच मोठ्या मालकांकडे पाहात होता. सारं आयुष्य तो या हवेलीतल्या लोकांना घाबरत आला होता आणि त्यांच्याबद्दल त्यानं इतकं ऐकलं होतं, ते मोठे मालक म्हणजेच ही निरुपद्रवी म्हातारी व्यक्ती, हे त्याला खरंच वाटत नव्हतं. त्याच्या वडिलांसारखेच तर दिसत होते ते. खरं तर त्याचे वडील यांच्यापेक्षा पुष्कळ बरे, कारण ते स्वच्छ आणि हसतमुख तरी होते. हे मोठे मालक पूर्वी खूप लठ्ठ होते आणि आता अगदी बारीक झाले होते, त्यामुळे त्यांची कातडी घड्याघड्यांनी त्यांच्या अंगावरून लोंबत होती. त्यांनी दाढी केलेली नव्हती. स्नान केलेलं नव्हतं. त्यांचे हात पिवळे पडलेले होते आणि त्यांनी तोंडावरून हात फिरवला, तेव्हा ते थरथरताहेत असंही वांगलुंगला दिसून आलं.

ती बाई मात्र स्वच्छ होती. तिचा चेहरा नीटस पण कठोर होता. एखादा बहिरी ससाणा सुंदर दिसतो ना, तशी ती सुंदर होती. उंच नाक, काळेभोर चमकते तीक्ष्ण डोळे आणि हाडावर ताणून बसलेली फिकट कातडी. तिचे गाल आणि ओठ लांबलचक होते. काळेभोर केस काळ्या आरशासारखे चमकदार आणि नितळ होते. तरीही तिच्या बोलण्यावरून सहज कळून येत होतं की, ही काही मालकांच्या कुटुंबातली स्त्री नाहीय, तर एक कर्कशश आवाजाची, कडू जिभेची दासी आहे. मोठे मालक आणि ही बाई या दोघांखेरीज त्या प्रचंड हवेलीत दुसरं कुणीही नव्हतं. जिथं दासदासी, मुलंमाणसं हे प्रचंड खटलं चालवण्यासाठी सतत धावपळ करत असायचे.

"पैशाबद्दल..." ती बाई तिखटपणे म्हणाली. वांगलुंग थोडा चाचरला. तो मोठ्या मालकांच्या समक्ष पैशाबद्दल काहीच बोलू शकत नव्हता. त्या बाईच्या हे लगेच ध्यानात आलं. बोलायच्या आधीच अनेक गोष्टी तिला समजत असाव्यात, असं दिसत होतं आणि ती त्या म्हाताऱ्या माणसाच्या अंगावर खेकसली, "तुम्ही जा बरं आता आत."

आणि तो म्हातारा उमराव एक शब्दही न बोलता खोकत-खोकत जुन्या मखमली सपाता वाजवत तिथून निघून गेला. त्या बाईबरोबर तिथं एकटाच राहिलेल्या वांगलुंगला काय करावं, काय बोलावं ते कळेचना. तो सगळीकडे पसरलेल्या शांततेनं चक्रावूनच गेला होता. त्यानं पुढच्या चौकात एक नजर टाकली. पण तिथंही कुणी दिसलं नाही. सगळीकडे कचऱ्याचे, घाणीचे ढीग साठले होते. पालापाचोळा, कोमेजलेले शिळे बहर असे पसरले होते की जणू काही बऱ्याच दिवसांत इथून कुणी झाडू फिरवला नसावा.

ती बाई आणखीच कडपणे म्हणाली, "बोल रे आता, बावळटा." तिचा आवाज ऐकताच वांगलुंग एकदम दचकला. "काय काम आहे तुझं? तुझ्याकडे पैसे आहेत म्हणतोहेस, दाखव बघू आधी मला ते."

वांगलुंग सावधपणे म्हणाला, "नाही, नाही, पैसे आहेत, असं नाही म्हणालो मी. पैशाचा व्यवहार करायचाय, असं म्हणालो."

"व्यवहार म्हणजे पैसेच." ती बाई उत्तरली, "पैसे येतात किंवा पैसे जातात. या घरात बाहेर जायला आता पैसेच नाहीयेत."

"पण मी बाईमाणसाशी कसं बोलणार?" वांगलुंग सौम्यपणे म्हणाला. त्याला आजूबाजूला काय घडलंय, काय घडतंय याचा थांगपत्ताच लागत नव्हता. तो अजूनही इकडेतिकडेच पाहात होता.

"का नाही रे बाबा, का नाही?" ती चिडून म्हणाली आणि मग एकदम ओरडून म्हणाली, "मी आणि मोठे मालक, दुसरं कुणीही नाहीये इथं. तुला माहीत नाही?"

"मग-कुठे-कुठे" वांगलुंग इतका भांबावून गेला होता की त्याच्या बोलण्यात काही अर्थच राहिला नव्हता.

"हे बघ, मोठ्या मालकीणबाई, माताजी वारल्या." ती बाई कडवटपणानं सांगायला लागली, "या घरात डाकूंनी केवढा धुमाकूळ घातला होता, कळालं नाही तुला शहरात? दास, दासी, सामानसुमान जे लुटून नेता येईल ते त्यांनी नेलं. मोठ्या मालकांना हाताचे अंगठे बांधून लटकावून ठेवलं आणि खूप मारलं. माताजींना तोंडात बोळा कोंबून खुर्चीत बांधून घातलं. तोवर घरातले बाकीचे सगळे लोक पळालेच. मी थांबले हो पण. लाकडी झाकणाच्या पाण्याच्या टाकीत लपून बसले. अर्धी भरलेली होती ती टाकी. जेव्हा मी बाहेर आले, तेव्हा डाकू निघून गेले होते. माताजी बांधल्या जागीच मेल्या होत्या. डाकूंनी मारलंबिरलं नव्हतं हं त्यांना – भीतीनंच मेल्या या. नाहीतरी अफू खाऊन खाऊन अंगाची काडीच झाली होती, नाही सहन झाली भीती त्यांना."

"बाकी नोकरचाकर? दारवान?" वांगलुंगनं धसकून विचारलं.

ती तुच्छतेनं म्हणाली, "अं! ते! ते तर केव्हाच गेले सगळे – कितीतरी आधी – ज्यांना स्वतःच्या पायावर चालता येत होतं, ते सगळे गेले हं. कारण हिवाळ्याच्या मध्यापासूनच या घरात अन्नधान्य नव्हतं की पैसाअडका नव्हता. शिवाय," ती खालच्या आवाजात कुजबुजली, "घरातले पुष्कळ नोकर त्या डाकूंच्या टोळीत होते म्हणे, तो कुत्रा दारवान, तर मी स्वतःच्या डोळ्यांनी पाहिला. तोच तर रस्ता दाखवत होता त्या साऱ्यांना. मोठ्या मालकांच्यासमोर तोंड लपवलं म्हणा त्यानं, पण त्याच्या त्या मसावरचे केस मी कुठंही ओळखू शकेन. बाकीचे डाकूपण घरातलेच नोकरचाकर असणार; त्याशिवाय का दागदागिने, पैसाअडका लपवायच्या गुप्त जागा त्यांना इतक्या सहजासहजी सापडल्या. मला तर त्या हरामी मुनिमाचासुद्धा संशय येतोय. अर्थात असं उघडपणे चोरी करणं त्याला चांगलं दिसणार नाही – काही झालं, तरी या खानदानाचा दूरचा का होईना, नातेवाईक लागतो ना तो."

बोलता बोलता ती बाई गप्प झाली आणि साऱ्या चौकाचौकांतून एक भीषण शांतता पसरली – मृत्यूनंतरची असते ना तशी. मग ती पुन्हा बोलायला लागली, "पण हे सगळं काही अचानक घडलेलं नाही. मोठे मालक आणि त्यांच्या वडिलांच्या जमान्यापासूनच या घराण्याचा शेवट जवळ यायला लागला होता. मागच्या पिढीतल्या मालकमंडळींनी शेतीकडे दुर्लक्ष करायला सुरुवात केली. शेतीवाडी मुनिमांच्या ताब्यात सोपवली आणि तो देतील तो पैसा पाण्यासारखा खर्चायला सुरुवात केली. या पिढीत थोडी थोडी करून जमीनही जायला लागली आणि जमीनदारीही जायला लागली."

वांगलुंग अजूनही इकडेतिकडे बघतच होता. कानावर पडत होतं, त्यावर त्याचा विश्वास बसत नव्हता.

"मग सगळे कुमारसाहेब कुठेयंत?"

"असतील इथं-तिथं कुठंतरी!" ती बाई बेफिकिरीनं म्हणाली, "दोन्ही मुलींची लग्नं झाली होती, हे सगळं व्हायच्या आधी ते बरं झालं. आईवडिलांवर काय प्रसंग ओढवला, हे कळल्यावर थोरल्या कुमारसाहेबांनी वडिलांना घेऊन जाण्यासाठी माणूस पाठवला होता, पण मी त्यांचं मन वळवलं, म्हटलं, 'इतक्या मोठ्या हवेलीत माझ्यासारख्या बाईमाणसानं एकटीनं राहाणं बरोबर दिसणार नाही.' " हे बोलताना तिनं अगदी संभवितपणे आपले लाल पातळ ओठ आवळून धरले आणि धीट नजर खाली वळवली. जराशानं ती म्हणाली, "मी इतकी वर्षं मालकांची इमानानं चाकरी केलीय, मला तरी दुसरं घर कुठंय?"

वांगलुंगनं तिच्याकडे क्षणभर निरखून बघितलं आणि नजर दुसरीकडे वळवली. ही बाई काय प्रकारची होती, हे त्याला हळूहळू समजायला लागलं होतं. एका म्हाताऱ्या मरणोन्मुख माणसाला कवटाळून बसलेली ही बाई, शेवटपर्यंत त्याच्याकडून काय मिळेल तेवढं सगळं उकळायला बसली होती. तो तुच्छतेनं म्हणाला, "तू तर एक साधी दासी आहेस. तुझ्याशी कसलाही व्यवहार मी कसा करणार?"

ती लगेच किंचाळून म्हणाली, "मी काय सांगेन ते करतील ते."

या बोलण्यावर वांगलुंग विचारात पडला. ते तर खरंच होतं. शिवाय जमीन होती. या बाईच्या मध्यस्थीनं त्यानं घेतली नसती, तर दुसऱ्या कुणीतरी घेऊन टाकली असती. मग तो थोड्या नाखुशीनंच म्हणाला, "किती जमीन शिल्लक आहे?"

आणि त्याच्या येण्याचं कारण तिच्या चटकन लक्षात आलं. ती ताबडतोब म्हणाली, "तू जमीन घ्यायला आला असलास, तर विकण्यासाठी अजून पुष्कळ जमीन आहे त्यांच्याकडे. पश्चिमेची शंभर एकर आणि दक्षिणेची दोनशे एकर अजून शिल्लक आहे. ते ती विकायला तयार आहेत. आता सलग अशी नाहीये खरी ही

जमीन, पण तुकडे मोठाले आहेत. अगदी शेवटच्या एकरापर्यंत विकायला काढलीय ही जमीन.''

हे सारं तिनं इतक्या झटपट सांगितलं, की म्हाताऱ्या मोठ्या मालकांकडे अजून काय काय शिल्लक आहे हे तिला खडान् खडा ठाऊक आहे हे उघडच होतं. अगदी जमिनीच्या शेवटच्या फुटापर्यंत. तरी अजून त्याचा तिच्यावर विश्वास बसत नव्हता. तिच्याबरोबर काही व्यवहार करावा, असं त्याला वाटतच नव्हतं.

''ही खानदानाची जमीन मोठे मालक त्यांच्या मुलांच्या संमतीशिवाय कसे काय विकणार आहेत?'' त्यानं आणखी आढेवेढे घ्यायला सुरुवात केली.

पण त्या बाईनं लगबगीनं उत्तर दिलं, ''अं! त्यात काय? म्हाताऱ्याच्या मुलांनी त्याला सांगून टाकलंय, जमेल तेव्हा जमेल तशी जमीन विकून टाका, म्हणून. मुलांना काही तिथं खेड्यात राहायची इच्छा नाही. इथं शहरात डाकूंचा हैदोस चाललाय. तेव्हा त्यांनी कळवून टाकलं, 'आम्ही काही तिथं राहू शकणार नाही. तेव्हा जमीन विकून वाटण्या करून टाकू.' ''

अजूनही वांगलुंगचा पुरता विश्वास बसत नव्हता.

''पण मी पैसे कुणाच्या हातात द्यायचे?'' त्यानं विचारलं.

''मोठ्या मालकांच्या! आणखी कुणाच्या हातात देणार?'' ती सफाईनं म्हणाली. पण वांगलुंगला कळून चुकलं होतं की मोठ्या मालकांचे हात बाईच्या मुठीत होते.

मग तो तिच्याशी जास्त न बोलता, ''मी येतो परत, परत येतो.'' असं म्हणतच वळला आणि मोठ्या दरवाज्यातून बाहेर पडला.

ती ओरडतच त्याच्यापाठोपाठ आली. थेट रस्त्यापर्यंत आली, ''उद्या याच वेळी ये. नाहीतर दुपारी ये किंवा केव्हाही ये. सगळ्या वेळा सारख्याच.''

तो काहीच उत्तर न देता चालायला लागला. आत्तापर्यंत जे काही ऐकलं, त्यानं तो पुरताच भांबावून गेला होता. त्या सगळ्यावर त्याला विचार करायचा होता. तो कोपऱ्यावरच्या छोट्या चहाच्या दुकानात गेला. तिथं एक चालू चहा मागवून, तो समोर आपटणाऱ्या पोऱ्याकडे त्यानं मागितलेली एक दिडकी फेकून, मग तो आपल्या विचारात गुंतून गेला. जसजसा जास्त विचार करावा, तसतसं ते सगळं त्याला फारच भयानक वाटायला लागलं. तो, त्याचे वडील, त्याचे आजोबा सारे जण जन्मभर ज्या हवेलीतल्या खानदानी श्रीमंत लोकांकडे भीतीने आणि थोड्या आदराने पाहात होते; ते सारे आज बापुडवाणे झाले होते, इकडेतिकडे पांगले होते.

मनापासून वाईट वाटून तो स्वत:शीच पुटपुटला, ''शेतीवाडी सोडली की असंच होणार.'' वसंतात झपाट्यानं वाढणाऱ्या बांबूच्या रोपांसारखे आपले दोन मुलगे त्याला आठवले आणि त्यानं मनाशी पक्कं ठरवलं, की अगदी आजपासून त्यांचं उन्हात खेळणं-बागडणं बंद करायचं आणि शेतातली कामं यांना लावून

द्यायची. म्हणजे आत्तापासूनच पायाखाली काळी माती आणि हातात फावडं हा स्पर्श त्यांच्या रक्तामांसात हाडापर्यंत भिनून जाईल.

ते सगळं खरं होतं, पण त्याच्या चोरखिशातल्या रत्नांचं काय? ती जडशीळ रत्नं त्याच्या अंगाशी भाजत होती. त्याला घाबरवत होती. त्याला सारखं वाटत होतं, त्याच्या फाटक्या कपड्यातून एकदम त्यांचा लखलखाट व्हायला लागेल आणि कोणीतरी ओरडून म्हणेल, ''हा बघा कोण भिकारडा राजेमहाराजांचा खजिना घेऊन चाललाय.'' ती रत्नं जमिनीत घातल्याशिवाय त्याला चैन पडणार नव्हती. म्हणून मग तो चहावाला क्षणभर मोकळा होण्याची वाट बघायला लागला. तो मोकळा झालेला दिसल्याबरोबर त्याला हाक मारून वांगलुंग म्हणाला, ''या हो चहावाले, एक माझा चहा प्या. जरा इथली हालचाल तर सांगाल. सारा हिवाळा मी नव्हतो ना इथं.''

चहावाला दुसऱ्याच्या पैशानं आपला चहा प्यायला आणि गप्पा मारायला, नेहमीच तयार असायचा. तो येऊन वांगलुंगजवळ बसला. उंदरासारखा चेहरा शिवाय एक डोळा काणा, त्याचे जाडेभरडे कपडे मळके तर होतेच, पण कोटापासून विजारीपर्यंत कसले कसले मेणचट ओघळही होते. कारण चहाबरोबर तो फराळाचे पदार्थही विकायचा. त्याची आवडती म्हण अशी होती की, चांगल्या स्वयंपाक्याचे कपडे कधीच स्वच्छ नसतात', म्हणून तर तो घाणेरडा राहायचा.

बसल्याबरोबर त्यानं सुरुवातच केली, ''लोक उपाशी मरताहेत, ही काही बातमी नाही झाली. तेव्हा सगळ्यात मोठी बातमी म्हणजे ह्वांगच्या हवेलीवरचा दरोडा.'' वांगलुंगला तेच तर ऐकायचं होतं आणि चहावाला अगदी तिखटमीठ लावून रंगवून रंगवून ती सगळी हकिकत सांगत होता. कसे उरलेसुरले दासदासी किंचाळत होते, कसं त्या सगळ्यांना पकडून नेलं, मालकांच्या उरलेल्या रखेल्यांवर कसे अत्याचार झाले आणि मग त्यांना कसं हाकलून दिलं गेलं, काहींना बरोबरसुद्धा नेलं म्हणे डाकूंनी आणि आता त्या भल्या थोरल्या हवेलीत राहायची कुणाचीच कशी हिंमत होत नाहीय, अगदी बैजवार सांगितलं सगळं त्यानं. ''आता फक्त म्हातारे मालक राहायलेत आणि त्यांची मालकीण होऊन बसलीय, ती बनेल बटकी कक्कू. मोठ्या मालकांजवळ खूप वर्षं आहे ती, खूप आल्या आणि गेल्या, ही तेवढी टिकून आहे, चांगली हुशार आहे.''

वांगलुंग सगळंच काळजीपूर्वक ऐकत होता. त्यानं विचारलं, ''म्हणजे सगळं या बाईच्याच हातात आहे, म्हणा की.''

चहावाला म्हणाला, ''आत्ता तरी तिचीच चलती आहे, म्हणून तर जे काही मिळतंय, ते गिळतेय ती. छोटे मालक कधी ना कधी आपली कामं मार्गी लावून येतीलच ना इथं. तेव्हा त्यांना काही ती फसवू शकणार नाही. मी किती इमानानं

चाकरी केली तुमची वगैरे नेहमीसारखं गोड गोड बोलली तरी तिची हकालपट्टीच होणार, म्हणून आत्ताच बेगमी करून ठेवतेय, अगदी शंभर वर्षांचं आयुष्य असलं तरी पुरेल एवढी.''

उत्सुकतेनं थरथरत अखेरीला वांगलुंगनं विचारलंच, ''आणि जमीन त्यांची?''

''जमीन?'' या चहावाल्याला जमिनीचं काय महत्त्व असणार? त्यानं न कळून विचारलं.

''जमीन विकाऊ आहे ना त्यांची?'' वांगलुंगनं घायकुतीला येऊन विचारलं.

''हं, हं जमीन.'' चहावाला बेपर्वाईनं म्हणाला. तेवढ्यात एक गिऱ्हाईक आलं, म्हणून टेबलाजवळून उठता उठता तो म्हणाला, ''ऐकलंय खरं मी, सगळी जमीन विकायला काढलीय त्यांनी म्हणून. फक्त गेल्या सहा पिढ्या जिथं पुरल्या आहेत, तेवढा तुकडा सोडून.'' आणि आपल्या कामाला निघून गेला.

हेच तर ऐकायला वांगलुंग इथं आला होता. मग तोही उठला आणि पुन्हा त्या प्रचंड बंद दरवाज्यासमोर येऊन उभा राहिला. ती बाई दार उघडायला आली, तेव्हा आत पाऊलही न टाकता त्यानं तिला सरळच विचारलं, ''खरेदीखतावर मोठे मालक स्वतःचा सहीशिक्का मारतील का?''

त्या बाईनं त्याच्या नजरेवरून नजर न काढता उतावीळपणे उत्तर दिलं, ''हो तर, मारतील तर, माझ्या गळ्याशपथ.''

मग मात्र वांगलुंगनं तिला स्पष्ट विचारले, ''तू जमिनीची किंमत कशात घेणारेस? सोनं-चांदी की... रत्नं?''

उत्तर देताना तिचे डोळे लखलखत होते, ''रत्नं, रत्नं....!''

■

सतरा

आता एका माणसानं एका बैलाला घेऊन कसावी, यापेक्षा कितीतरी जास्त जमीन वांगलुंगकडे होती. एकट्या माणसानं कापणी-मळणी करावी, याहून कितीतरी अधिक धान्य त्या जमिनीत पिकत होतं. म्हणून त्यानं स्वत:च्या घराला एक खोली वाढवली. एक गाढव विकत घेतलं आणि तो चिंगला – त्याच्या शेजाऱ्याला म्हणाला, "तुझा जमिनीचा तुकडा मला विकून टाक. त्या एकाकी घरात एकटं राहणंही सोडून दे आणि माझ्याकडे येऊन राहा, मला मदत कर." चिंगनं अगदी कृतज्ञतेनं तसं केलं आणि तो आनंदात वांगलुंगकडे राहायला लागला.

त्या वर्षी पाऊसपाणी वेळेत झालं. भाताची रोपं तयार होताहेत तोवर गव्हाची भरगच्च कणसं कापणीला तयार झाली. ती कापणी उरकल्यावर वांगलुंग आणि चिंगनं पाण्यानं भरलेल्या शेतात भाताची लावणी केली. आजपर्यंत काही पेरलं नव्हतं, ते तेवढं भात वांगलुंगनं या वर्षी लावलं, कारण पाऊस भरपूर झाला होता. आत्तापर्यंत कोरडी पडलेली जमीन अगदी भाताजोगती झाली होती. जेव्हा भात पिकून तयार झालं, तेव्हा ते काम वांगलुंग आणि चिंग दोघांनाच आवरण्यासारखं नव्हतं. मग त्यानं गावातले दोन मजूर रोजगाराने लावले आणि कापणी पुरी केली.

अवकळा आलेल्या प्रचंड हवेलीतल्या तरुण वारसांची कथाही वांगलुंग विसरला नव्हता. ह्वांगकडून विकत घेतलेल्या शेतांमध्ये काम करताना त्याला हे सतत आठवत होतं आणि मग त्यानं रोज सकाळी दोन्ही मुलांना बळेबळे शेतात घेऊन जायला सुरुवात केली. तिथं त्यांचे छोटे छोटे हात जे काही काम करू शकतील, ते तो त्यांना नेमून द्यायला लागला. म्हणजे बैलाला-गाढवाला सरळ रेषेत चालवणं अशासारखं. त्यांना फार मोठं काही काम जमलं नाही, तरी उघड्या अंगावर सूर्याचा ताप कसा वाटतो किंवा शेतातल्या सऱ्यात इथपासून तिथपर्यंत नुसतं चाललं, तरी

हाडं कशी दुखतात ते तरी त्यांना कळावं, अशी त्याची इच्छा होती.

ओ-लानला मात्र तो आता शेतात काम करू देत नव्हता. आता काही तो गरीब माणूस राहिलेला नव्हता. त्याच्याकडे रोजानं माणसं कामाला लावावी लागत होती, असं पीकच मुळी अमाप झालेलं होतं त्याच्याकडे. आजवर कधीच न आलेलं. त्याला स्वत:च्या घराला आणखी एक खोली वाढवावी लागली होती – धान्याचं कोठार म्हणून. नाहीतर त्यांना घरात चालायलाही जागा राहिली नसती. धान्य पोत्यात भरताना जेवढं खाली सांडायचं, त्यावर वाढतील, म्हणून त्यानं तीन डुकरं आणि बरीचशी बदकंही विकत घेतली.

आता ओ-लान घरातच काम करायची. तिनं प्रत्येकासाठी नवे कपडे आणि बूट बनवले. फुलाफुलांच्या कोऱ्या कापडाच्या खोळी शिवून त्यात नवा उबदार कापूस भरून, तिनं प्रत्येकासाठी अंथरुण-पांघरुणही बनवलं. जेव्हा तिचं सगळं काम संपलं, तेव्हा आजवर कधी नव्हती, एवढी भरभराट त्या घरात दिसायला लागली. नवे कपडे-नवी पांघरुणं, नवी अंथरुणं. मग मात्र आपल्या अंथरुणावर पडून ती शांतपणे पुन्हा एक बाळंतपण सोसायला तयार झाली. अजूनही ती कुणालाच त्या वेळी जवळ येऊ द्यायची नाही. आता खरं म्हणजे ती कुणाला पैसे देऊनही बोलावू शकली असती, पण तिला एकटं राहणंच पसंत होतं.

या वेळी तिला खूपच त्रास झाला, खूप वेळ लागला. संध्याकाळी वांगलुंग घरी आला, तेव्हा त्याचे वडील आनंदानं हसतच दारात उभे होते. ते म्हणाले, "या वेळी अंडं दोन बलकांचं होतं बरं."

वांगलुंग त्याच्या खोलीत गेला. ओ-लान अंथरुणावर शांतपणे पहुडली होती. शेजारी दोन बाळं होती – एक मुलगा, एक मुलगी. तांदळाच्या दोन दाण्यांइतकी हुबेहूब एकमेकांसारखी. तिच्या या करामतीला पाहून वांगलुंग घनघोर गडगडून हसला आणि त्याला अचानक एक गमतीची कल्पना सुचली. तो हसत हसत तिला म्हणाला, "म्हणून ती दोन मोती छातीत लावली होतीस वाटतं?" आणि तो पुन्हा गडगडून हसला. त्याचा आनंद बघून ओ-लानदेखील आपलं कष्टानं उमटणारं फिकटसं हसू हसली.

आता वांगलुंगला कसलाच काळजीकाटा नव्हता. म्हटलं तर एकच दुःख होतं – त्याची थोरली मुलगी. तिच्या वयासारखं बोलणं वागणं काहीच करत नव्हती ती अजून. वडिलांची नजरभेट झाली, की लहान बाळासारखी हसायची फक्त. तिच्या आयुष्याचं पहिलं खडतर वर्ष याला कारणीभूत होतं की तिची झालेली उपासमार जबाबदार होती की काय कोण जाणे, पण महिन्यांमागून महिने गेले. वांगलुंग तिच्या तोंडातून पहिला शब्द फुटेल, निदान 'दादा' म्हणून ती त्याला हाक मारेल, याची वाट पाहात राहिला, पण तिच्या तोंडून शब्द काही उमटला नाही. फक्त ते गोड

रिकामं हसू. तिच्याकडे पाहिलं की तो हळहळायचा, "माझी वेडाबाई गं ती वेडाबाई." आणि मनातल्या मनात धसकायचा, "मी जर या अभागी पोरीला विकून टाकलं असतं, तर तिच्या मालकांना ती अशी आहे, हे कळल्यावर त्यांनी तिला मारूनच टाकलं असतं की!" आणि मग त्याची जणू भरपाई करण्यासाठी तो तिच्याकडे खूप लक्ष द्यायचा. कधी कधी तिला शेतात घेऊन जायचा, कधी ती त्याच्या मागे मागे फिरायची. त्याचं तिच्याकडे लक्ष गेलं आणि तो एखादा शब्द बोलला की आपलं निर्मळ हसू हसायची.

या भागात जिथं वांगलुंगचे आजेपणजेसुद्धा शेतीवर जगत आले होते, तिथं दर चारपाच वर्षांनी दुष्काळ पडायचा. देव फार दयाळू झाले, तर सातआठ वर्षांनी किंवा दहा वर्षांनीही पडायचा. कधी पाऊस खूप पडला म्हणून दुष्काळ, तर कधी अजिबात नाही म्हणून दुष्काळ. कधी उत्तरेकडे बर्फ पडून नदीला पूर येऊन शेतं उद्ध्वस्त व्हायची, तर कधी पावसानं पूर येऊन माणसांनी बांधलेले बंधारे मोडून जायचे. पुन्हापुन्हा माणसं शेती सोडून पळून जायची आणि मग परत यायची. पण वांगलुंगनं मात्र निश्चय केला होता – आता नशीब असं पक्कं बांधून घ्यायचं की, भराभराटीच्या वर्षातल्या उत्पन्नावर दुष्काळी वर्षं निभली पाहिजेत. आता कितीही मोठा दुष्काळ पडला, तरी त्याला त्याची जमीन सोडून जावं लागता कामा नये. याच दिशेनं त्यानं कामाला सुरुवात केली आणि देवाजीनेही करुणा केली. पुढची सात वर्षं असं अमाप पीक आलं की, खाता संपू नये. दर वर्षी वांगलुंग रोजंदारीवरची माणसं वाढवतच होता. शेवटी त्याच्याकडे सहा नोकर झाले. मग त्यानं जुन्या घराच्या मागच्या बाजूला एक नवं घर बांधलं. एक मोठा चौक, त्याच्यामागे एक मोठी खोली आणि मोठ्या खोलीच्या दोन्ही बाजूंना दोनदोन छोट्या खोल्या. या नव्या घराच्या जमिनीला त्यानं फरशी घातली. पण भिंती मात्र शेतातल्या कठीण मातीच्या, चोपलेल्याच होत्या. वर फक्त चुना मारलेला होता, एवढंच. अगदी पांढऱ्याशुभ्र आणि स्वच्छ भिंती. या नव्या घरात तो आणि त्याचं कुटुंब राहायला लागलं. पुढच्या जुन्या घरात सगळे नोकर चिंगच्या देखरेखीखाली राहायला लागले.

आत्तापर्यंत वांगलुंगनं चिंगला चांगलंच पारखलं होतं. तो अगदी प्रामाणिक, निष्ठावान आहे याची त्याला खात्री पटली होती. म्हणून तर त्यानं चिंगला सगळ्या जमिनीचा आणि नोकरांवरचा कारभारी नेमला होता. तो त्याला पगारही चांगला देत होता. जेवूनखाऊन दोन चांदीची नाणी दरमहा. पण वांगलुंगनं खाण्यापिण्याचा कितीही आग्रह केला, तरी चिंगच्या अंगावर चिमटीभर मांस काही चढलं नाही. तो आपला पहिल्यासारखा बारीक आणि गंभीरच राहिला. तरीही तो अगदी आनंदानं सगळी कामं करायचा. भल्या पहाटेपासून थेट रात्रीपर्यंत काही न बोलता. काही बोलावं लागलंच, तर अगदी हलक्या आवाजात बोलायचा. बोलावं लागलं नाही,

तरच फार आनंदात असायचा. तासन्तास त्याचं फावडं उचललं जायचं – मातीत घुसायचं, उचललं जायचं – मातीत घुसायचं, शिवाय सकाळ, संध्याकाळ भाजीपाल्याच्या ताफ्यात खतपाणी बघायचा ते वेगळंच. चुपचाप, शांत असायचा खरा चिंग, पण वांगलुंगला खात्री होती. कुणाही मजुरानं दुपारची खजुराखालची झोप थोडी जास्त वेळ काढली किंवा भगुल्यातल्या रश्श्यातले पनीरचे तुकडे अधाशासारखे स्वत:च्या वाडग्यात घेतले किंवा मळणीच्या वेळी आपल्या बायकापोरांना गुपचुप बोलावून घेऊन मुठी भरभरून त्यांना दाणे लंपास करू दिले; तर चिंगच्या नजरेतून ते काही सुटायचं नाही आणि मग नव्याच्या सणाला मालक मजुरांची एकत्र मेजवानी चालू असताना तो हलकेच वांगलुंगच्या कानात कुजबुजायचा, "याला, याला आणि याला पुन्हा बोलावू नका कामाला."

जणू काही त्या मूठभर दाण्या-बियाण्याच्या दोघांत झालेल्या देवाणघेवाणीनं ते दोघे एकमेकांचे भाऊच बनले होते. फक्त वयानं धाकटा वांगलुंग थोरला झाला होता आणि 'आपण इथं दुसऱ्याकडे नोकरी करतोय' हे चिंग संपूर्णपणे कधी विसरला नव्हता.

पाचव्या वर्षीच्या अखेरीला वांगलुंगचं स्वत:चं शेतात काम करणंसुद्धा अगदी कमी झालं होतं. त्याची शेती इतकी वाढली होती की, त्याचा सगळा वेळ त्याच्या कामकऱ्यांना कामं वाटून देण्यात, समजावून देण्यात आणि आलेलं पीक बाजारात विकण्यातच जायला लागला होता. त्याच्या सगळ्या कामात एक फार मोठी अडचण यायची ती त्याच्या अशिक्षितपणामुळे. ब्रश आणि शाईनं कागदावर लिहिलेलं एकही अक्षर त्याला ओळखता येत नव्हतं. धान्याच्या दुकानात जाऊन स्वत:च्या धान्याची खरेदीविक्री पार पाडली, की जी पावती लिहिली जायची – इतका गहू इतक्या किमतीला, इतका तांदूळ इतक्या किमतीला – ती पावतीही त्याला त्या उर्मट शहरी दुकानदारांकडून वाचून घ्यावी लागायची, "साहेब, मी अडाणी माणूस. मला जरा वाचून दाखवता का काय लिहिलंय ते?" असं म्हणायची त्याला कमालीची लाज वाटायची आणि त्या पावतीवर सही करायची वेळ आली की मग एखादा कारकून तुच्छतेनं भिवया उंचावत कशीबशी त्याच्या नावाची अक्षरं काढून द्यायचा. एखादा विनोदी असला, तर मुद्दाम विचारायचा, "कसं लिहायचं नाव तुमचं साहेब? ड्रॅगनमधला लुंग की बहिरामधला लुंग, की कसं?" आणि मग वांगलुंगला अगदी बापुडेपणानं म्हणावं लागायचं, "कसं, तुम्हाला ठीक वाटेल तसं लिहा साहेब. माझं नाव कसं लिहायचं, ते तरी कुठं कळतंय मला अडाण्याला?"

अशाच एके दिवशी शहरातल्या धान्याच्या दुकानात त्याच्या मुलाच्या वयाचे कारकून दुपारच्या जेवणाच्या सुट्टीत त्याची टिंगल करताना त्याच्या कानावर पडली.

कमालीचा संतापून स्वत:शीच बडबडत आपल्या शेतांमधून ताडताड चालत तो घरी निघाला. ''बघा तर, या शहरी पोरट्यांकडे एक फूटभरसुद्धा जमीन नसेल आणि हे चोर मला कागदावरची अक्षरं वाचता येत नाहीत, म्हणून माझी चेष्टा करायचा परवाना मिळाल्यासारखे खिंकाळताहेत.'' पण जसजसा त्याचा राग शांत व्हायला लागला, तसतसा तो स्वत:च्या मनाशीच कबूल करायला लागला. 'मला लिहायला वाचायला येत नाही, ही आहे तर खरी लाजिरवाणी गोष्ट. आता थोरल्याला शेतीतून काढतो आणि शहराच्या शाळेत टाकतो. चांगला शिकला की माझ्याबरोबर दाणेबाजारात येईल आणि माझी सगळी लिखापढीची कामं पाहील. मग माझ्यासारख्या जमीनदाराची कोण टिंगल करेल?'

हा बेत त्याला फारच पसंत पडला आणि त्यानं त्याच दिवशी थोरल्याला जवळ बोलावून घेतलं. हा मुलगा चांगला उंच, बारा वर्षांचा छोकरा झाला होता. आई सारखा रुंद चेहरा आणि मोठाड हातपाय. पण वडिलांसारखी तीक्ष्ण नजर. असा हा मुलगा समोर येऊन उभा राहिला, तेव्हा वांगलुंग त्याला म्हणाला, ''आजपासून तू शेतात जाणं बंद कर. मला कुणीतरी लिहितावाचता येणारा घरातला माणूस हवाय. सगळे करारमदार नीट वाचून घेणारा आणि मग त्यावर माझं नाव लिहिणारा, म्हणजे मग मला लाज वाटायचं कारण राहणार नाही.''

थोरल्याचा चेहरा एकदम लालजर्द झाला आणि डोळे चमकायला लागले. तो म्हणाला, ''बाबा, गेली दोन वर्षं मला फार वाटत होतं, शाळेत जावं असं. पण तुमच्याशी बोलायची हिंमतच होत नव्हती.'' हे धाकट्याच्या कानावर गेलं, तेव्हा तो रडत-ओरडत वडिलांकडे आला. तो लहानपणापासूनच तसा तक्रारखोर भांडगा होता. त्याला नेहमीच आपल्या वाट्याला कमी आलंय, असं वाटायचं. तो आला तो कुरकुरतच, ''मीपण नाही जाणार मग शेतात, माझा भाऊ आरामात बसून लिहायला वाचायला शिकणार आणि मी मात्र मजुरासारखा शेतात राबू होय? मीपण तुमचाच मुलगा आहे ना?''

वांगलुंगला त्याच्या किरकिरीचा त्रास व्हायला लागला. नेहमीच हा मुलगा रडायला ओरडायला लागला, की तो त्याला हवं ते लगेच देऊन टाकायचा. आत्ताही तो घाईघाईनं म्हणाला, ''बरं-बरं, तू पण जा शाळेत. म्हणजे मग देवाच्या अवकृपेनं एकाला उचललं, तर माझ्या कामाला एकतरी शिल्लक राहील.''

मग त्यानं मुलांच्या आईला मुलांसाठी लांब अंगरख्याचं कापड घ्यायला शहरात पाठवलं आणि स्वत: कागद-शाईच्या दुकानात गेला. त्याला यातली काहीही माहिती नसूनसुद्धा त्यानं कागद, लेखण्या आणि शाईचे ठोकळे हे सारं विकत घेतलं, 'मला यातलं काही कळत नाही.' हे दुकानदाराला सांगायची लाज वाटल्यामुळे तो सगळ्या वस्तू चांगल्या देतोय की नाही, याबद्दल त्याला सारखी

चिंता वाटत होती. शेवटी एकदाची सगळी तयारी झाली. तटबंदीच्या दरवाज्याच्या बाजूलाच पूर्वी सरकारी परीक्षांना बसून नापास झालेल्या एका म्हाताऱ्या गुरुजींच्या घरातल्या मधल्या दालनात त्यांनी बाकं मांडली होती. दर वर्षी सणावाराला एक छोटीशी रक्कम घेऊन ते मुलांना अभिजात वाङ्मय शिकवत असत. मुलांनी आळशीपणा केला किंवा सकाळपासून संध्याकाळपर्यंत घोकूनसुद्धा एखादा धडा पाठ नाही झाला, तर हातातल्या भल्यामोठ्या पंख्यानं ते त्यांना ठोकूनही काढत असत.

फक्त वसंतातल्या आणि उन्हाळ्यातल्या उकाड्याच्या दिवसात मुलांना थोडी मोकळीक मिळायची. कारण दुपारचं जेवण झालं की, म्हाताऱ्या गुरुजींची मान थोडीशी लुडकायचीच आणि ती छोटी अंधारी शाळा झोपेच्या आवाजांनी भरून जायची. मग मुलं एकमेकांत कुजबुजायची, खेळायची, वात्रट चित्रं काढून एकमेकांना दाखवायची आणि गुरुजींच्या उघड्या तोंडाशी घोंगावणाऱ्या माशीवर पैजाही लावायची. ती उघड्या तोंडातून आत जाईल की जाणार नाही यावर. पण कधीतरी गुरुजी अचानकच डोळे उघडायचे आणि त्यांना पकडायचे. त्यांच्या लक्षात यायच्या आधीच गुरुजी कधी आणि कसे डोळे उघडतील, हे सांगता यायचं नाही. जणू ते झोपलेलेच नव्हते, असे सटकन त्यांचे डोळे उघडायचे आणि मग मात्र ते आपला पंखा घेऊन टाळकी सडकत सुटायचे. त्या पंख्याचा आवाज आणि मुलांचं किंचाळणं ऐकून शेजारपाजारचे लोक म्हणायचे, 'गुरुजी फार शिस्तीचे आहेत हो.' म्हणूनच तर वांगलुंगनं आपल्या मुलांसाठी ही शाळा निवडली होती.

पहिल्या दिवशी तो मुलांच्या चार पावलं पुढेच चालत होता. बापलेकांनी शेजारी-शेजारी चालणं बरं दिसत नाही. त्याच्या हातात एका निळ्या कापड्यात अलगद गुंडाळलेली ताजी अंडी होती. पोहोचल्याबरोबर त्यानं ती गुरुजींना भेट म्हणून दिली. गुरुजींचा पितळी फ्रेमचा चष्मा, पायघोळ काळा अंगरखा आणि हिवाळ्यातसुद्धा हातात असलेला भला थोरला पंखा पाहून वांगलुंग दबकूनच गेला. गुरुजींना लवून नमस्कार करत अदबीने म्हणाला. "महाराज, माझी ही दोन नालायक मुलं आणली आहेत. त्यांच्या बथ्थड पितळेसारख्या डोक्यात काही शिरायचं असेल, तर त्यांना ठोकूनच काढावं लागतं. मला बरं वाटावं असं तुम्हाला वाटत असेल, तर त्यांना चांगलं ठोकून काढूनच शिकवा." दोन्ही मुलगे तिथं उभं राहून शाळेतल्या इतर मुलांकडे आ वासून पाहात होते आणि इतर मुलं त्यांच्याकडे.

दोन्ही मुलांना शाळेत सोडून एकट्यानंच घराकडे परतताना वांगलुंगचं काळीज अभिमानानं फुटायला आलं होतं. शाळेतल्या एवढ्या मुलांच्यात त्याच्या मुलां सारखे उंचनिंच, तब्येतीनं मजबूत आणि तल्लख चेहऱ्याचे दुसरे कुणीच मुलगे नव्हते, असं त्याला वाटत होतं. तटाच्या दरवाज्यातून बाहेर पडताना त्याला

गावातला एक शेजारी भेटला. त्याच्या चौकशीला उत्तर देताना तो मोठ्या सहजतेनं म्हणाला, ''मुलांच्या शाळेतून हा आत्ता येतोय बघ.'' त्या माणसाच्या चेहऱ्यावरचं आश्चर्य बघून तो पुढं म्हणाला, ''मला काही त्यांची आता शेतात गरज नाही, तेव्हा म्हटलं शिकू देत पोटभर.''

पण स्वत:च्या मनाशी मात्र त्याला वाटत होतं, एवढं शिक्षण घेतलं, तर माझा थोरला सरकारी अंमलदारसुद्धा होऊन जाईल पटदिशी.

त्या दिवसापासून मुलांना थोरला आणि धाकटा म्हणणं बंद झालं. गुरुजींनी त्यांच्या वडिलांच्या उद्योगाची चौकशी करून, त्यांना शाळेसाठी म्हणून नवीन नावं नेमून दिली. थोरल्याला लुंग एन आणि धाकट्याला लुंग वेन. 'लुंग' म्हणजे जमिनीच्या कष्टानं श्रीमंत झालेला.

■

अठरा

अशा रीतीने वांगलुंगनं आपल्या खानदानाची श्रीमंती वाढवत नेली. सातव्या वर्षी उत्तरेकडची प्रचंड नदी भयंकर पावसानं आणि तुफान बर्फवृष्टी झाल्यानं पाण्यानं भरून बेफाम झाली आणि आपले किनारे सोडून त्या प्रांतातल्या साऱ्या शेतांमध्ये घुसली. पण वांगलुंग घाबरला नाही. त्याच्या जमिनीपैकी दोन पंचमांश जमीन पुरुषभर पाण्याखाली होती, तरी तो घाबरला नाही.

वसंताच्या अखेरीपासून ते थेट उन्हाळ्याच्या सुरुवातीपर्यंत पाणी वाढतच होतं. शेवटी एखाद्या प्रचंड तलावासारखं ते सुंदर आणि शांत दिसायला लागलं. चंद्र, तारे, ढग, अर्धे बुडालेले बांबू आणि विलोवृक्ष यांची प्रतिबिंबं त्यात चमकायला लागली. इथं-तिथं अधूनमधून एखादं उंचवट्यावरचं मातीचं घर उभं दिसायचं. घरातील लोक कधीच पळून गेलेले असायचे आणि मग ते हळूहळू कोसळायचं – पाण्यात माती विरघळून जायची. ज्यांची घरं वांगलुंगच्या घरासारखी उंचवट्यावर टेकाडावर बांधलेली नव्हती, अशी सगळीच घरं हळूहळू त्या पाण्यात विरघळत गेली आणि ही उंचवट्यावरची घरं समुद्रातल्या बेटांसारखी दिसायला लागली. माणसं शहरात जाण्या-येण्यासाठी नावा-तराफ्यांचा उपयोग करत होती. पूर्वी कधी झाली नव्हती, इतकी उपासमार लोकांची होत होती.

पण वांगलुंग घाबरला नव्हता. दाणेबाजारात त्याचं येणं होतं. त्याची कोठारं मागच्या दोन वर्षांच्या सुगीनं काठोकाठ भरली होती आणि त्याची घरं पाण्यापासून बरीच वर उंचवट्यावर होती. त्याला कसलीच भीती नव्हती.

फक्त एकच होतं. शेतं पाण्याखाली होती, त्यामुळे पेरणी होणं शक्यच नव्हतं आणि तो आयुष्यात कधी नव्हता, इतका रिकामटेकडा झाला होता. कामधाम काही नाही, खायला-प्यायला चांगलंचुगलं आणि त्यामुळे हवी तेवढी भरपूर झोप काढून

झाली – शोधून शोधून कामं काढून करूनही झाली – आणि मग तो चांगलाच कंटाळला. त्यानं वर्षाच्या बोलीनं पैसे देऊन मजूर कामाला लावले होते, ते जेमतेम अर्धा दिवस काम करत होते – त्याचं खाऊन बसून वेळ घालवत होते – पाणी उतरण्याची वाट पाहात. त्यांना बसवून ठेवून वांगलुंगनं स्वत: काम करणं मूर्खपणाचं होतं. म्हणून मग त्यानं त्याच्या मजुरांना जुन्या घराचं छप्पर शाकारायला लावलं. नव्या छपरातून जिथं जिथं गळत होतं, तिथं नवी कौलं घालून घेतली होती. शेतीची अवजारं दुरुस्त करून घेतली होती. जनावरांना खायला घालून झालं होतं. बदकांचे नवे कळप विकत घेऊन झाले होते. काथ्याच्या दोऱ्यासुद्धा वळून झाल्या होत्या. पूर्वी तो एकटा जमीन कसायचा, तेव्हा एकटाच ही सारी कामं करायचा. आता त्याचे हात रिकामे होते आणि त्याला स्वत:चा वेळ कसा घालवावा, ते कळतच नव्हतं. आता कोणीही माणूस दिवसभर एकटा बसून शेतातल्या संथ पाण्याकडे पाहात तर काही दिवस घालवू शकत नाही. पोटात मावेल, एवढंच खाता येतं आणि वांगलुंगची झोपडी अगदी पूर्ण झाली होती. घरात उगाचच फिरताना त्याच्या उसळत्या रक्ताला ते घर फारच नको तितकं शांत वाटायचं. म्हातारे वडील आता फारच म्हातारे झाले होते – अर्धे आंधळे आणि पुरते बहिरे. त्यांच्याशी 'बरे आहात ना, थंडी नाही ना वाजत, जेवलात का, चहा घेणार का?' यापेक्षा जास्त बोलण्यासारखं काहीच नव्हतं. शिवाय बाबांना तो आता किती श्रीमंत झालाय ते कळत नव्हतं आणि अजूनही वाडग्यात चहापत्ती जास्त दिसली की ते कुरकुरायचे, "थोडंसं गरम पाणी बास झालं. चहा म्हणजे सोन्याचांदीसारखा महाग झालाय आजकाल." त्याचाही वांगलुंगला राग यायचा, पण त्यांना काही समजावून सांगण्यात अर्थच नव्हता. ते लागलीच सगळं विसरून जायचे आणि पुन्हा आपल्या विश्वात गुंगून जायचे. त्या विश्वात ते स्वत: तरुण असायचे आणि मग त्या तरुण आयुष्याच्या आनंदात आज आजूबाजूला काय चाललंय हे त्यांना कळायचंच नाही.

म्हातारे वडील आणि थोरली मुलगी. अजूनही ती बोलायला लागली नव्हती. तासन्‌तास एखादी चिंधी पिरगळत किंवा फडक्याच्या घड्या घालत उलगडत आजोबांशेजारी बसलेली असायची. स्वत:शीच हसत असायची. या दोघांशी एखाद्या तरुण, श्रीमंत, धडाडीच्या माणसानं काय बोलायचं? म्हाताऱ्या वडिलांना एक कपभर चहा ओतून दिला आणि लेकीच्या तोंडावरून हात फिरवून तिचं रिकामं क्षणार्धात संपणारं, अर्थशून्य हसणं आणि त्याहून रिकामे डोळे एकदा पाहिले की, वांगलुंगला त्यांचं करण्यासारखं काही शिल्लकच राहात नसे. मुलीचं असं अस्तित्व त्याला नेहमीच क्षणभर सुन्न करून सोडायचं आणि मग त्याचं लक्ष आपल्या आवळ्याजावळ्या मुलांकडे जायचं. आता ती मुलं उंबरठ्याशी खेळण्याइतकी मोठी झाली होती.

पण लहान मुलांच्या पोरकट खेळामध्ये एखादा माणूस किती वेळ रमणार? थोडं हसणं-खेळणं-चिडवणं झालं की, ती पुन्हा आपल्या खेळात गुंगायची आणि वांगलुंग परत एकटा एकाकी अस्वस्थ व्हायचा.

आता त्याचं लक्ष ओ-लानकडे गेलं. एखादा पुरुष आपल्या अनेक वर्षांच्या बायकोकडे जसा पाहील, तसं त्यानं प्रथमच ओ-लानकडे पाहिलं. एक बाई – जिचं शरीर त्याला संपूर्णपणे ठाऊक आहे. भरपूर तृप्ती होईपर्यंत त्यानं तिला भोगलं आहे आणि म्हणूनच आता तिच्याकडून काही नवं, काही वेगळं मिळायची त्याला आशा राहिलेली नाही. आपण आयुष्यात प्रथमच या बाईला पाहतोय, असं वांगलुंगला वाटलं. त्याला इतक्या वर्षात पहिल्यांदाच जाणवलं की ती एक सामान्य मंद अशी स्त्री आहे. इतरांच्या नजरेला आपण कसे दिसतो, याचा काही विचार न करता रखडत-रखडत आयुष्यांची वाट चालणारी ही बाई आहे – याशिवाय वेगळं असं तिचं काहीही वर्णन करता येणार नाहीय. तिचे केस मळक्या मातकट रंगाचे कोरडे कोरडे असे आहेत. तिचा चेहरा थोराड, थबकडा शिवाय निबर कातडीचा आहे. तिच्या नाकाडोळ्यांच्या ठेवणीत कसलंही सौंदर्य नाही. तिच्या भिवया फार विरळ आहेत. जिवणी फार रुंद आहे आणि तिचे हातपायही पसरट आहेत. हे सारं त्याला पहिल्यांदाच जाणवलं. अशा अनोळखी नजरेनं तिच्याकडे पाहताच तो एकदम ओरडला, "तुझ्याकडे पाहून कुणाला खरं वाटेल का, तू एखाद्या मजुराची बायको नसून जमीनदाराची बायको आहेस असं?"

त्याला ती कशी दिसतेय, याबद्दल आत्तापर्यंतच्या आयुष्यातलं त्याचं हे पहिलंच वाक्य होतं. तिनं एक संथ पण कमालीची दुखावलेली नजर त्याच्याकडे वळवली. ती एका बाकावर बसून दाभणानं एका बुटाचा तळ शिवत होती. सुईचा हात तसाच थांबवून, तोंड उघडं टाकून ती त्याच्याकडे एकटक पाहातच राहिली. तिचे मिश्री लावलेले काळे दात उघडे पडले. एका पुरुषाच्या नजरेनं तो आपल्याकडे पाहतोय हे ध्यानात आल्यानंतर मग सावकाश एक गडद लालसर रंग तिच्या गालांच्या उंचवट्यावर चढायला लागला. ती पुटपुटली, "जुळ्यांच्या खेपेनंतर माझी तब्येत चांगली राहात नाहीय. माझ्या आत कुठेतरी भाजल्यासारखं होतंय."

सात वर्षांहून अधिक काळ तिला दिवस गेले नाहीयेत म्हणून आपण तिला दोष देतोय अशी तिच्या भोळसट मनानं समजूत करून घेतलीय असं त्याच्या चटकन लक्षात आलं आणि त्याला म्हणायचं होतं, त्याहून कितीतरी जास्त कठोरपणे तो म्हणाला, "मला एवढंच म्हणायचंय – इतर बायकांसारखं थोडं तेलबील विकत घेता येत नाही का तुला केसांना लावायला? आणि नवा काळा कोट शिवायला काय झालं? तुझे बूट बघ – जमीनदाराच्या बायकोला शोभतील असे आहेत का ते? तू जमीनदाराची बायको आहेस ना आता?"

तिनं काहीच उत्तर दिलं नाही. नुसती एका दीनवाण्या नजरेनं त्याच्याकडे पाहात राहिली आणि मग आपण काय करतोय, हे पुरतं न कळताच तिनं बसलेल्या बाकाखाली पावलं लपवली. त्याला सगळं आठवत होतं – या जिवानं इतकी वर्षं इमानी कुत्र्यासारखी साथ दिली होती. मुलाच्या जन्मानंतरसुद्धा लगेच ती त्याच्या बरोबरीनं शेतात कामाला भिडली होती. सारं-सारं आठवत असूनसुद्धा त्याच्या मनातली मळमळ तो अडवू शकला नाही. स्वत:च्या आतल्या आवाजाच्या निषेधाकडे दुर्लक्ष करत, मनातल्या शरमेवर मात करत तो निष्ठुरपणे तिच्यावर खेकसला, "मी पुष्कळ कष्ट करून पैसा मिळवलाय आणि माझी बायको एखाद्या मोलकरणीसारखी दिसलेली मला बिलकूल चालणार नाहीय आणि ती तुझी पावलं – " तो थांबला. त्याला आता ती सगळीच कुरूप दिसत होती. पण सगळ्यात कुरूप वाटत होती, ती सैलसर कापडी बुटातली तिची रुंद थोराड पावलं. त्यानं इतक्या रागानं तिच्या पावलांकडे पाहिलं की तिनं ती आणखीनच बाकाखाली नेण्याचा प्रयत्न केला. मग काही वेळानं ती पुटपुटली, "मला लहानपणीच विकलं ना, म्हणून माझ्या आईला माझी पावलं बांधता नाही आली. पण पोरीचे पाय मी बांधीन. धाकटीचे पाय मी नक्की बांधीन."

तिच्यावर रागावल्याची त्याला आधीच शरम वाटत होती. शिवाय ती उलट त्याच्यावर न चिडता घाबरली होती, याचाही त्याला राग आला होता. रागारागानंच त्यानं नवा काळा कोट चढवला आणि स्वत:शीच फणफणत घराबाहेर पडताना तो पुटपुटला, "ठीकाय, ठीकाय. मी आता त्या चहाच्या दुकानातच जाऊन बसतो. तिथं काहीतरी नवं ऐकायला मिळतं का बघतो. घरात तर सगळे मूर्खच भरलेयंत. एक म्हातारा – दोन पोरं आणि बाकीचे मूर्ख."

शहराकडे चालत जात असताना जेव्हा त्याच्या अचानक लक्षात आलं, की त्या श्रीमंत घरातून ओ-लाननं जर ती मूठभर रत्नं उचलली नसती आणि मुख्य म्हणजे त्याच्या आज्ञेप्रमाणे ती त्याच्या हवाली केली नसती, तर जन्मभर कष्ट करूनसुद्धा इतक्या सगळ्या जमिनी त्याला विकत घेता आल्या नसत्या. तेव्हा तर त्याचा राग आणखीनच वाढला आणि स्वत:च्या आतल्या आवाजाला बंडखोर उत्तर दिल्यासारखा तो म्हणाला, 'ते सारं खरं, पण तिला कुठे कळत होतं, आपण काय करतोय ते. लहान पोरासारखी गंमत म्हणून तिनं ती लपवूनच ठेवली असती.' त्याच्या मनात आलं, 'अजून ती आपल्या छातीमध्ये ती मोती लपवून ठेवत असेल का?' पूर्वी या विचारानं त्याला काहीतरी वेगळंच वाटायचं. क्षणभर थबकून विचार करावा, ते चित्र डोळ्यासमोर उभं करावं, अशी ती गोष्ट त्याला वाटायची. पण आता मात्र त्याच्या मनात घृणेशिवाय दुसरं काही नव्हतं, कारण इतक्या मुलांनंतर तिचे स्तन आता सैल पडले होते. आता त्यांच्यात काहीच सौंदर्य उरलं नव्हतं. त्यांच्यामध्ये ती दोन मोती

ठेवणं म्हणजे मूर्खपणा तर होताच, पण उधळपट्टीही होती.

वांगलुंग अजून गरीब असता किंवा त्याच्या शेतांवर पाणी साठलेलं नसतं, तर यांपैकी कोणतीच गोष्ट त्याला फारशी महत्त्वाची वाटली नसती. पण आता त्याच्याकडे पैसा होता. त्याच्या घराच्या भिंतीत चांदीची नाणी दडवलेली होती. नव्या घरात एका फरशीच्या खाली चांगली पिशवीभर चांदीची नाणी त्यानं लपवून ठेवलेली होती. त्यांच्या झोपायच्या खोलीतल्या पेटीत रुमालात बांधलेली एक पुरचुंडी होती. बिछान्याखालच्या चटईच्या अस्तरात नाणी शिवलेली होती आणि शिवाय त्याच्या कमरेचा कसाही पैशानं जडावलेला होता. नाही, त्याला पैशाची कमरता नव्हतीच. त्यामुळे आता कुणाला पैसे देताना आपलं सर्वस्वच द्यावं लागतंय, असं दुःख तर त्याला व्हायचं नाहीच; उलट ते पैसे कशावर तरी कुठेतरी खर्च करण्यासाठी त्याची बोटं वळवळत होती. आताशा त्याला पैशाचं फारसं महत्त्व वाटेनासं झालं होतं आणि आपली मर्दानगी आपण कशी उपभोगावी, असा विचार पुन्हापुन्हा त्याच्या मनात यायला लागला होता.

त्याला पूर्वी ज्या गोष्टी आवडायच्या, त्या आजकाल आवडेनाशा झाल्या होत्या.

पूर्वी ज्या चहाच्या दुकानात तो घाबरत घाबरत, स्वत:ला गावंढळ समजत शिरायचा, ते दुकान त्याला आता कोंदट आणि घाणेरडं वाटायला लागलं होतं. पूर्वी त्याला तिथं कुणी बोलवायचं नाही आणि चहावाली पोरंही त्याच्याशी उर्मटपणानं वागायची. पण आजकाल तो आत शिरला की लोक एकमेकांना कोपरानं डिवचायचे. एकदा तर त्यानं एक माणूस शेजाऱ्याशी पुटपुटतानाही ऐकलं होतं, ''तो बघ वांग गावचा वांगलुंग – तो नाही का ह्वांगची जमीन घेतली त्यानं तो, दुष्काळाच्या वर्षी थोरले मालक वारले नाही का, त्याच वर्षी. पैसेवाला माणूस आहे बाबा तो.''

हे ऐकत असतानाच वरवरची बेफिकिरी दाखवत वांगलुंग टेबलाजवळ बसला, पण त्याचं मन स्वत:बद्दलच्या अभिमानानं नुसतं फुलून आलं होतं. पण आज आपल्या बायकोवर संतापून जेव्हा तो इथं आला, तेव्हा हा आदर, कौतुक त्याला पुरेसं वाटत नव्हतं. तो उदासपणे एका टेबलाशी बसून चहा प्यायला लागला. आपल्या आयुष्यात चांगलं काहीच नाहीय, अशा विचारानं त्याचं मन झाकळून आलं होतं. अचानक त्याच्या मनात चमकलं, 'मी इथं या घाणेरड्या दुकानात चहा प्यावा? हा चहावाला काणा आणि कळकट तर आहेच. शिवाय याच्या रोजच्या कमाईपेक्षा जास्त पगार मी माझ्या मजुराला देतोय. मी – माझ्यासारखा जमीनदार, ज्याची मुलं शाळा शिकताहेत....'

आणि तो चटकन उठलाच. कुणी काही बोलण्याच्या आधी टेबलावर पैसे फेकून तो बाहेरसुद्धा पडला होता. आपल्या मनात नक्की काय आहे हे न कळताच तो शहरातल्या रस्त्यावरून गल्ल्या, कुत्र्यांतून हिंडत राहिला. एका कथेकऱ्याच्या

तंबूवरून जाताना थोडा थबकला होता. माणसांनी भरलेल्या बाकाच्या कडेला कसंबसं बसून, त्यानं तीन राज्यांतल्या शूर चतुर योद्ध्यांची पुराणी कहाणी ऐकण्याचा प्रयत्नही केला होता. पण तो इतका सैरभैर झाला होता की, तिथंही त्याचं मन रमलं नाही. उलट कथेच्या तालावर कथेकरी टाळ पिटत होता, त्यानं त्याचं डोकं भिरभिरल्यागत झालं आणि तो तिथूनही उठलाच.

शहरात अलीकडेच एक मोठं नवं चहागृह उघडलं गेलं होतं. या प्रकारच्या सगळ्या गोष्टी नीट माहीत असलेल्या एका जाणकार दक्षिणी माणसानं हे सुरू केलं होतं. आजपर्यंत वांगलुंग जेव्हा-जेव्हा या चहापानगृहावरून गेला होता; तेव्हा तेव्हा या ठिकाणी खाणंपिणं, जुवा आणि वाईट बायका यांच्यावर किती पैसा खर्च होत असेल, याच्या नुसत्या कल्पनेनंही त्याचा थरकाप होत असे. पण आज जेव्हा त्याला खूप कंटाळा आला होता, कशातच मन रमत नव्हतं आणि मुख्य म्हणजे बायकोशी आपण किती वाईट वागतोय या विचारापासून दूर पळण्यासाठी म्हणून त्याचे पाय या चहापानगृहाकडे वळले.

तो त्या नव्या झगमगत्या प्रचंड दिवाणखान्यात शिरला. तिथं बरीच टेबलं मांडली होती आणि दरवाजा तर सर्वांसाठी खुलाच होता. मनातून दबकला असला, तरी तो वरून चांगला धीट वाटावा, असा आव त्यानं आणला होता. किती थोड्या काळापूर्वी, तो एखाद्या चांदीच्या नाण्यालाही महाग असणारा रिक्षा ओढून पोट भरणारा गरीब माणूस होता, हे त्याला चांगलंच आठवत होतं.

पहिल्यांदा तो त्या भल्या मोठ्या चहापानगृहात काहीच बोलला नाही. गुपचूप चहा मागवून तो पीत आश्चर्यानं इकडेतिकडे बघत राहिला. ते दुकान म्हणजे एक मोठा दिवाणखाना होता. छतावर गिलीटकाम केलेलं होतं आणि भिंतीवर स्त्रियांची चित्रं काढलेल्या पांढऱ्या रेशमी गुंडाळ्या उलगडलेल्या होत्या. या चित्रांकडे वांगलुंग निरखून पण चोरून पाहात राहिला. त्याला वाटलं, या नक्की चित्रकाराच्या स्वप्नातल्या सुंदरी असतील, कारण अशा बायका त्यानं आजवर कुठेच पाहिल्या नव्हत्या. पहिल्या दिवशी तर त्या चित्रांकडे नजर गेल्याबरोबर त्यानं गटकन चहा गिळला आणि तो उठून चालायलाच लागला.

पण जसे दिवसांमागून दिवस गेले, त्याच्या शेतावरचं पाणी उतरण्याची काही चिन्हं दिसेनात, तेव्हा मात्र तो तिथं रोज जायला लागला. तो तिथं जायचा, एकटाच बसायचा, चहा मागवायचा आणि तो पिताना त्या सुंदर बायकांच्या चित्रांकडे एकटक बघत राहायचा. रोज त्याचा तिथं बसण्याचा वेळ वाढायलाच लागला, कारण त्याला घरात किंवा शेतात काहीच काम नव्हतं. हे रोजचं त्याचं वागणं कितीही दिवस तसंच चालू राहिलं असतं. कारण त्याच्याकडे घरात कितीही पैसा दडवलेला असला, तरी अजून दिसायला तो गावंढळच होता. त्या साऱ्या दिवाणखान्यात

रेशमीऐवजी सुती कपडे घालणारा आणि कुणीही शहरी माणूस ठेवणार नाही, अशी लांबलचक वेणी बाळगणारा तो एकटाच माणूस असायचा. पण एका संध्याकाळी तो असाच मागच्या एका टेबलाजवळ बसून आपला नेहमीचा चहा पीत असताना, शेजारच्या भिंतीला लागून असलेल्या, वरच्या मजल्यावर नेणाऱ्या अरुंद जिन्यावरून एक व्यक्ती खाली आली.

या साऱ्या शहरात पश्चिम दरवाज्याजवळच पाच मजली 'पश्चिम मंदिर' सोडलं, तर वरचा मजला असणारी ही एवढी एकच इमारत होती. ते मंदिर वर निमुळतं होत गेलेलं होतं, तर या चहापानगृहाचा वरचा मजला तळमजल्याइतका लांबरुंद होता. रात्रीच्या वेळी स्त्रियांचं गोड गाणं, हलक्या आवाजातलं हसणं आणि नाजूक हातांनी छेडलेल्या तारांचा झनकार हे सारं वरच्या मजल्याच्या खिडक्या खिडक्यांमधून बाहेर दरवळायचं. मध्यरात्रीनंतर तर त्या गाण्याचे आवाज रस्त्यातही ऐकू यायचे. पण आता वांगलुंग जिथं बसला होता, तिथं इतर लोकांचे चहा पिण्याचे, बोलण्याचे आवाज आणि फाशांचं खुळखुळणं यापुढे दुसरं काहीच ऐकू येणं शक्य नव्हतं. म्हणूनच तर वांगलुंगला पाठीमागच्या जिन्यानं खाली उतरणाऱ्या त्या स्त्रीची चाहूल लागली नाही आणि म्हणूनच तिनं त्याच्या खांद्याला हलकासा स्पर्श केला, तेव्हा तो चांगलाच दचकला. इथं कुणी ओळखीचं भेटेल, अशी त्याला कल्पनाच नव्हती. त्यानं वर पाहिलं; तर कक्कूचा निरुंद, देखणा चेहरा त्याच्या नजरेला पडला. तीच कक्कू – जमीन घेताना हिच्याच हातात त्यानं ती रत्नं ओतली होती. हिच्याच हातांनी जमिनीच्या खरेदीखतावर सहीशिक्का करताना थरथरणारा मोठ्या मालकांचा म्हातारा हात घट्ट धरला होता आणि नीटपणी शिक्का उठवायला त्यांना मदत केली होती. ती त्याला बघून फिसकन हसली.

"वा, वा! शेतकरी वांग इथं कसा काय?" 'शेतकरी' शब्दावर खुनशीपणानं जोर देत ती म्हणाली, "तू इथवर कधीतरी पोहोचशील, असं कुणाला वाटलं असतं?" आता आपण गावंढळ नाहीयोत हे सिद्ध करायलाच हवं होतं, म्हणून खूप मोठ्यानं हसून वांगलुंग म्हणाला, "का बरं? माझा पैसा दुसऱ्या कुणाच्या पैशाहून वाईट आहे का? आजकाल मला पैशाची ददात नाहीये. माझं नशीबच फळफळलंय ना?"

हे ऐकल्याबरोबर कक्कू एकदम चमकली. तिचे डोळे सापाच्या डोळ्यांसारखे बारीक होऊन चमकायला लागले आणि भांड्यातून तेल ओघळतं, तसा तिचा आवाज झाला, "हो तर! कुणाला माहीत नाहीये हे? आणि जरुरीपेक्षा जास्त पैसा ज्यांच्याकडे असतो, त्यांनी इथं नाही यायचं तो खर्च करायला तर कुठं जायचं? इथंच तर श्रीमंत खानदानी माणसं आनंद लुटायला एकत्र जमतात, खातात, पितात. आमच्याकडच्यासारखी वाईन दुसरीकडे कुठं मिळायची नाही बरं – तू चाखलीस की

नाही, वांगलुंग ती?''

वांगलुंग थोडा शरमून म्हणाला, ''आत्तापर्यंत मी फक्त चहा प्यालोय. वाईनला किंवा फाशांना हातही लावलेला नाही.''

''चहा!'' ती खदखदून हसत म्हणाली, ''पण आमच्याकडे वाघांच्या हाडांची वाईन आहे. पहाटेची वाईन आहे, सुगंधी तांदळाची वाईनसुद्धा आहे. चहा कशाला पितोयंस तू?'' वांगलुंगनं मान खाली घातलेली पाहून ती हलकेच खोट्या लाघवी आवाजात म्हणाली, ''मग तू इतरही काही पाहिलेलं नसणार! सुंदरसे छोटे हात किंवा सुगंधी माल?''

वांगलुंगनं मान आणखीनच खाली घातली. त्याचा चेहरा लाल व्हायला लागला आणि त्याला वाटलं, या बाईचा आवाज सगळ्यांना ऐकू जातोय आणि सगळे आपल्याकडे कुचेष्टेने बघताहेत. पण त्यानं धीर करून खाल मानेनंच सगळीकडे एक नजर टाकली तेव्हा सगळे आपापल्या छंदाफंदात गर्क आहेत आणि त्याच्याकडे कुणाचंही लक्ष नाही असं त्याला दिसून आलं. तो कसाबसा उत्तरला, ''नाही, नाही मी-मी फक्त चहा....''

ती बाई परत मोठ्यांदा हसली आणि भिंतीवरच्या रेशमी चित्रांकडे हात उडवत म्हणाली, ''या बघ, या साध्या इथं आहेत. तुला हवी ती निवड, पैसे माझ्या हातात ठेव, म्हणजे मी तिला तुझ्यासमोर हजर करते.''

''या!'' वांगलुंग आश्चर्यानं म्हणाला, ''मला वाटलं, या सगळ्या स्वप्नातल्या बायका आहेत किंवा केन लेन पर्वतावरच्या देवतांच्या कहाण्या सांगतात ना, त्या देवता आहेत.''

''तशा त्या स्वप्नातल्याच बायका आहेत रे!'' कक्कू हसत हसत कुचेष्टेने म्हणाली, ''पण थोड्याशा पैशानं ती स्वप्नं खरी होतात, एवढंच.'' एवढं बोलून आजूबाजूच्या नोकरांना डोळे मोडत, वांगलुंगच्या दिशेनं खुणावत ती तिथून निघून गेली. जणू काही त्यांना सांगत होती, 'कोण गावंढळ आलाय, कुणास ठाऊक?'

पण आता वांगलुंग एका नव्याच दृष्टीनं त्या चित्रांकडे पाहायला लागला होता. या शेजारच्या अरुंद जिन्यानं वर गेलं की वरच्याच मजल्यावरच्या खोल्यांमध्ये या खऱ्याखुऱ्या रक्तामांसाच्या बायका राहात होत्या आणि पुरुष वर जात होते – त्यांच्याकडे? तो नाही – इतर पुरुष! समजा तो जर 'तो' नसता, लग्न झालेला, बायको-मुलं नसलेला असा नसता; तर त्यानं कोणती बाई निवडली असती बरं? नुसतं समजायचं हं – एखादं लहान मूल कसं 'समजा'चा खेळ खेळतं तसं! तो कोणती बाई निवडायचं सोंग करेल बरं! खऱ्याच चेहऱ्यांकडे बघावं, तितक्या काळजीपूर्वक त्यानं ते चित्रातले रंगवलेले चेहरे बघायला सुरुवात केली. यापूर्वी जेव्हा निवडीचा सवाल नव्हता, तेव्हा त्याला सगळे चेहरे सारखेच सुंदर दिसायचे.

पण आता काही चेहऱ्यांत त्याला इतर चेहऱ्यांपेक्षा अधिक सौंदर्य दिसायला लागलं आणि मग दहा चेहऱ्यांतून त्यानं एक सगळ्यात सुंदर स्त्री निवडून काढली. एक छोटीशी चवळीच्या शेंगेसारखी, बांबूच्या काडीसारखी लवलवती, मांजराच्या पिल्लासारखा टोकदार चेहरा आणि झाडाच्या पालवीगत कोमल हातात धरलेली एक कमळाची कळी.

तो तिच्याकडे टक लावून पाहात राहिला. पाहता पाहता वाईनमुळं व्हावं, तसं त्याचं रक्त गरम व्हायला लागलं. तो एकदम मोठ्यानं म्हणाला, "क्विन्सच्या फुलासारखी आहे ती." स्वत:चा आवाज ऐकून तो भानावर आला आणि मग खूप शरमला. घाईघाईनं पैसे टेबलावर टाकून तो तिथून बाहेरच्या अंधारात शिरला आणि घराकडे चालायला लागला.

पण शेतावर आणि त्यावर साठलेल्या पाण्यावर एखादं नाजूक चमकदार जाळं पसरलेलं असावं, तसं चांदणं पसरलेलं होतं आणि त्याच्या धमन्यांतलं रक्त गरम होत शरीरभर वेगानं धावतच राहिलं.

■

एकोणीस

आता या वेळी जर वांगलुंगच्या जमिनीवरचं पाणी हटलं असतं – जमीन उन्हात वाफाळून, तापून नांगरणी, पेरणीला अगदी तयार अशी सुकायला लागली असती, तर तो पुन्हा त्या आलिशान चहागृहात गेलाही नसता कदाचित किंवा एखाद्या मुलाला बरं नाहीसं झालं असतं किंवा आयुष्य संपलं असतं, तर या नव्या घटनेमध्ये वांगलुंग इतका गुंगून गेला असता की, त्या टोकदार चेहऱ्याच्या नाजूक शरीराच्या रेशमी चित्राचा त्याला विसरही पडला असता.

पण सूर्यास्ताच्या वेळी किंचितशा सांजवाऱ्यानं उमटणाऱ्या लाटा सोडल्या, तर त्याच्या शेतावरचं पाणी तसंच शांत, निःस्तब्ध राहिलं. म्हातारा डुलक्या घेत राहिला आणि दोन्ही मुलगे पहाटे निघून, शाळेला जाऊन एकदम संध्याकाळीच परतायला लागले. घरात वांगलुंगची घालमेल वाढतच होती. तो इकडून तिकडे फिरायचा, क्षणात खुर्चीवर बसायचा, तर ओ-लाननं नव्यानं ओतलेला गरम चहा न पिताच तिथून उठायचा, शिलगावलेला पाईप ओढायचा विसरून जायचा आणि हे सारं चाललं असताना त्याच्यावर खिळलेली ओ-लानची कष्टी नजर मात्र तो चुकवू पाहायचा.

असे तब्बल सात महिने गेले. एका, इतर दिवसांहूनही जास्तच लांबलचक वाटणाऱ्या दिवशी संध्याकाळी वांगलुंग घराच्या दरवाज्यात उभा होता. गुणगुणता संधिप्रकाश पडला होता आणि पाण्याच्या सुगंधानं बहरलेली एक वाऱ्याची लहर उठली होती. वांगलुंग एकदम वळून आपल्या खोलीत गेला. त्यानं ओ-लाननं सणासुदीच्या दिवसासाठी शिवलेला, अगदी रेशमासारख्या लकाकीचा नवा काळा कोट चढवला आणि कुणाशीही एक शब्दही न बोलता तो घराबाहेर पडला. शेतातल्या पाण्याच्या काठाकाठानं अरुंद रस्त्यानं चालत, तटबंदीतल्या काळोख्या

दरवाज्यानं आत जाऊन, शहराच्या रस्त्यांवरून त्या चहागृहाशी जाऊन पोहोचला.

तिथे सगळे दिवे पेटवलेले होते. हे सारे दिवे किनाऱ्यावरच्या परदेशी शहरातल्या दुकानातून आणलेले झगझगत्या प्रकाशाचे दिवे होते. या दिव्यांच्या उजेडात माणसं गप्पा मारत, पीत बसलेली होती. संध्याकाळच्या गारव्याचं सुख लुटण्यासाठी त्यांचे अंगरखे उघडलेले होते. सगळ्यांच्या हातातले पंखे वरखाली होत होते आणि संगीतासारखं खळाळतं हास्य या दिवाणखान्यातून थेट बाहेर रस्त्यावर झरत होतं.

शेतावरच्या कामातून वांगलुंगनं आजवर कधीच अनुभवला नव्हता, एवढा आनंद-उल्हास या इथं चार भिंतींच्या आत साठवलेला होता. इथं-जिथं माणसं काम करायला नव्हे, तर चैन करायला एकत्र जमत होती.

वांगलुंग या दिवाणखान्याच्या उंबरठ्यावर क्षणभर घोटाळला. उघड्या दरवाज्यातून बाहेर ओसंडणाऱ्या प्रकाशात तो उभा होता. तिथंच तसाच थोडा वेळ उभा राहून तो कदाचित तिथून निघूनही गेला असता; कारण अजून त्याच्या खोल मनात थोडी भीती, थोडी लाज वाटत होती. त्याचं रक्त धमन्या फोडून बाहेर उसळण्याइतकं सळसळत असलं, तरी छातीत तेवढी हिंमत नव्हती. पण तेवढ्यात बाजूलाच अंधारात भिंतीला रेलून उभी असलेली एक स्त्री पुढं आली. कक्कू होती ती. एक पुरुष इथं उभा आहे एवढं बघूनच ती आली होती. कारण या घरातल्या स्त्रियांसाठी गिऱ्हाईक मिळवणं हेच तर तिचं काम होतं. पण तिनं जेव्हा कोण उभं आहे हे पाहिलं, तेव्हा खांदे उडवत ती म्हणाली, "अं! हा शेतकरी इथं उभा आहे होय?"

तिच्या आवाजातल्या धारदार बेपर्वाईमुळे वांगलुंग डिवचला गेला आणि इतर वेळी त्याच्याच्यानं झालं नसतं, ते धाडस त्या रागामुळं त्याच्याकडून घडलं. तो म्हणाला, "का बरं? मी इतर लोकांसारखा इथं येऊ शकत नाही? त्यांच्यासारखा वागू शकत नाही?"

तिनं हसत पुन्हा खांदे उडवले आणि ती म्हणाली, "इतर लोकांसारखे पैसे असले तुझ्याजवळ, तर तुला त्यांच्यासारखं वागता येईल ना?"

आपण आपल्या मनात येईल, तसं वागण्याइतकं श्रीमंत आणि खानदानी झालोय, हे तिला दाखवूनच द्यावं, असं त्याला खूप वाटलं. त्यानं कमरेच्या कशात हात घातला आणि मूठभर चांदीची नाणी बाहेर काढली. तिला ती दाखवत तो म्हणाला, "एवढे पैसे पुरतील, की नाही पुरणार?" तिनं त्या मूठभर नाण्यांकडे टक लावून बघितलं आणि मग अजिबात वेळ न घालवता ती घाईघाईनं म्हणाली, "चल मग, आणि सांग तुला कोण हवीय ती?" आपण काय करतोय ते न कळून वांगलुंग पुटपुटला, "काय माहीत, मला खरंच कुणी हवीय की नकोय ते?" पण मग त्याच्या वासनेनं त्याचा कब्जा घेतला आणि तो पुटपुटला, "ती छोटीशी, छोट्या टोकदार चेहऱ्याची, पांढऱ्या गुलाबी रंगाच्या क्विन्स फुलासारखी दिसते बघ

आणि हातात एक कमळाची कळी धरलीय....''

त्या स्त्रीनं सहजतेनं मान डोलावली. त्याला पाठून येण्याची खूण करत ती भरलेल्या टेबलांमधून वाट काढत चालायला लागली. वांगलुंगही थोड्या अंतरावरून तिच्यापाठोपाठ चालायला लागला. सुरुवातीला त्याला वाटत होतं की तिथला प्रत्येक माणूस त्याच्याकडेच पाहतोय. पण जेव्हा सारा धीर गोळा करून त्यानं नजर उचलली, तेव्हा त्याला दिसून आलं की एकदोघे जण सोडले, तर त्याच्याकडे कुणाचंच लक्ष नव्हतं आणि त्या एकदोघांचं लक्ष त्याच्याकडे गेलं, तेव्हा त्यांनी कक्कूला हाकारून एवढंच विचारलं, ''बायकांकडे जायची वेळ झाली का गं?'' तर दुसरा म्हणाला, ''हा बघ जवान मर्द गडी, त्याला घाई झालीय, दम धरवत नाहीय त्याला.''

या वेळपर्यंत ती तो निरुंद जिना चढायला लागली होती. वांगलुंगला चढणं कठीण जात होतं, कारण आयुष्यात प्रथमच तो जिना चढत होता. तरीही वर पोहोचल्यावर त्याला वरचा मजला जमिनीवरच्या घरासारखाच वाटला. एका खिडकीजवळून गेला, तेव्हा फक्त आपण किती उंचावर होतो, हे त्याला जाणवलं. ती बाई त्याला एका अंधाऱ्या कोंदट बोळातून पुढे नेताना ओरडत होती, ''आजच्या रात्रीचं पहिलं गिऱ्हाईक आलं बरं का!''

अचानक त्या बोळात धडाधड बरेच दरवाजे उघडले गेले आणि त्या उजेडाच्या चौकोनांमध्ये सूर्यप्रकाशानं कळ्या उमलून फुलं व्हावीत, तसे इथून तिथून सुंदर मुलींचे चेहरे डोकवायला लागले. पण कक्कू दुष्टपणानं प्रत्येकीला सांगत होती, ''नाही, तुझ्याकडे नाही, तुझ्यासाठीही नाही – तुमच्यापैकी कुणासाठीच अजून कुणी विचारलं नाहीय – हे आलेत ते ती सुचौची गुलाबी बुटकी आहे ना तिच्यासाठी – लोटससाठी.''

एक कुजबुज, कुचेष्टेच्या हास्याची लकेर दालनात कळेल न कळेलशी गुजगुजली आणि एक डाळिंबासारखी लालबुंद मुलगी मोठ्या आवाजात म्हणाली, ''लोटसलाच लखलाभ होवो गं बाई हा! कसला मातीचा नि लसणाचा वास येतोय त्याला.''

वांगलुंगनं हे ऐकून न ऐकल्यासारखं केलं खरं, पण ते शब्द त्याला जिव्हारी लागले. त्याला हीच तर भीती वाटत होती. तो जो होता, तसाच दिसत होता – शेतकरी, खेडवळ. पण खिशातल्या चांदीची आठवण झाल्यावर तो तसाच नेटानं पुढे जात राहिला. शेवटी एकदाचं त्या बाईनं एक दार तळहातानं ढकलून धाडकन उघडलं आणि परवानगीची वाट न पाहता ती आत गेली. आत फुलाफुलांची तांबडी रजई अंथरलेल्या पलंगावर एक कृश मुलगी बसली होती.

जर वांगलुंगला कुणी सांगितलं असतं की इतके छोटे हात अस्तित्वात असतात, तर त्याला खरंच वाटलं नसतं. इतके छोटे हात, इतक्या नाजूक हाडांचे आणि कमलफुलाच्या गडद तांबड्या रंगाची लांब टोकदार नखं असलेले हात आणि कुणी जर त्याला असं सांगितलं असतं की, माणसाच्या हाताच्या मधल्या बोटा इतक्याच लांबीची, गुलाबी सॅटिनच्या बुटातली पावलंही असू शकतात – लहान मुलासारखी पलंगाच्या कडेवरून खाली झुलत राहिलेली चिमुकली पावलं – तर तेही त्याला नक्कीच खोटं वाटलं असतं.

तो पलंगावर बसला खरा, पण कमालीचा संकोचून आणि तिच्याकडे टक लावून पाहात असाच बसला. त्याला ती अगदी तिच्या चित्रासारखीच दिसली. इतकी, की चित्र पाहिलं असल्यामुळे तिला कुठं पाहिलं असतं, तरी त्यानं निश्चित ओळखलं असतं. पण सगळ्यात अधिक साम्य कशात असेल, तर चित्रातल्या आणि तिच्या खऱ्या हातात. दुधासारखा पांढराशुभ्र आणि तसाच नाजूक, मिटता. तिचे दोन्ही हात एकमेकांत गुंतून, तिच्या गुलाबी रेशमी झग्यातल्या मांडीवर विसावले होते. त्यांना स्पर्श करता येईल, असं त्याला स्वप्नातही वाटलं नव्हतं.

तिच्या चित्राकडे पाहावं, तसा तो तिच्याकडे पाहातच राहिला. बांबूसारखी शेलाटी काया, घट्ट आखूड कोट, पांढऱ्या फरच्या कॉलरमधून डोकावणारा तिचा रंगवलेला चित्रासारखा चेहरा, गोल जर्दाळूसारखे डोळे – आता त्याला कळलं, कथेकरी कथा सांगताना सुंदर स्त्रियांचे डोळे जर्दाळूसारखे होते, असं का म्हणतात. त्याला ती खरी हाडामांसाची स्त्री वाटतच नव्हती. त्याच्या लेखी ती एका सुंदर बाईचं चित्रच होती.

मग तिनं तो नाजूक हात सावकाश उचलला, त्याच्या खांद्यावर ठेवला आणि अगदी हलकेच तो त्याच्या दंडावरून खाली पंजापर्यंत आणला. त्यानं इतका हलका, इतका मऊ स्पर्श कधी अनुभवला नव्हता. तो स्पर्श इतका हलकाफुलका होता की, त्यानं डोळ्यानं बघितलं नसतं, तर तिचा हात त्याच्या खांद्यावर टेकला आणि खाली उतरला, हे त्याला खरंच वाटलं नसतं. पण त्यानं जसा तो हात स्वतःच्या हातावरून सरकताना पाहिला, तसा त्याच्यापाठोपाठ एक जळती रेषाच उमटल्यासारखी झाली. तो नाजूक हात त्याच्या कोटाच्या कापडाच्या आतून त्याच्या हाताच्या मांसावर ती जळती रेषा ओढत जात होता. तो बघतच राहिला. तो हात हलकेच त्याच्या संपूर्ण हातावरून खाली आला. त्याच्या उघड्या मनगटावर एक सवयीचं थबकणं थबकून, मग खाली घरंगळून, त्याच्या राठ पंजाच्या अर्धमिटल्या अंजुळीत थांबला. या हातांचं कसं स्वागत करावं, ते न कळून वांगलुंग थरथरायला लागला.

मग त्याच्या कानावर एक हसणं पडलं – हलकं. देवळातल्या चांदीच्या घंटा

वाऱ्यानं हेलकावून वाजाव्यात, तसं हसणं आणि बोलणंही तसंच. "अरे पैलवान, किती रे अडाणी आहेस तू? सारी रात्र असं एकमेकांकडे पाहातच बसायचंय का?" हे ऐकल्याबरोबर त्यानं तिचा हात दोन्ही हातात घेतला – फार जोरात नाही हं – कारण तो हात वाळल्यापानासारखा चुरडून गेला असता ना आणि तो अजीजीनं म्हणाला – त्याच्याही नकळत – "मला माहिती नाही, तू शिकव मला." आणि तिनं त्याला शिकवलं.

कोणत्याही माणसाच्या कोणत्याही रोगापेक्षा वाईट रोग वांगलुंगला जडला होता. तळपत्या उन्हात त्यानं शेतात काम केलं होतं, तसंच बर्फाळ कोरड्या वाऱ्यामधले कष्टही सहन केले होते. शेतं पिकली नाहीत की उपासमार सहन केली होती आणि दक्षिणेकडच्या शहरात कोणतीही आशा डोळ्यांसमोर नसताना कष्ट उपसत राहाणं, म्हणजे काय हेही त्याला माहीत होतं. पण या साऱ्या काबाडकष्टांमध्ये त्याला जे सहन करावं लागलं नव्हतं, ते या मुलीच्या नाजुकशा हातांमुळं सहन करावं लागलं होतं.

तो रोज त्या चहागृहात जायचा. रोज संध्याकाळी तिनं बोलावणं पाठवेपर्यंत वाट बघायचा आणि रोज रात्री तो तिच्याकडे जायचा आणि रोज तसाच गावंढळ अडाणी माणसासारखाच वागायचा. दरवाज्यापाशी थरथरत उभा राहणारा, तिच्या शेजारी आखडून बसणारा, तिच्या हास्याच्या संकेताची वाट पाहणारा आणि मग एका विचित्र भुकेनं तापलेला तो तिचं कणाकणानं उमलणं अनुभवत राहायचा. अगदी त्या शेवटच्या क्षणापर्यंत – जेव्हा एखाद्या संपूर्ण उमललेल्या, खुडायला तयार अशा फुलासारखी तीही त्याच्या संपूर्ण स्वाधीन होण्यासाठी उत्सुक झालेली असायची.

पण तो तिच्यावर संपूर्ण ताबा मिळवू शकत नव्हता आणि हीच गोष्ट त्याला कायम हपापलेला, भुकेला ठेवत होती – अगदी तिचं शरीर हवं ते करण्यासाठी त्याच्या स्वाधीन असलं तरीही. जेव्हा ओ-लान त्याच्या घरी आली होती, तेव्हा त्याच्या शरीराला स्वारस्य लाभल्यासारखं झालं होतं. एखाद्या नरानं आपल्या मादीसाठी उतावळं व्हावं, तसा तो तिच्या शरीरासाठी आतुर व्हायचा आणि ते मिळाल्याबरोबर तृप्त होऊन तिला विसरून आपल्या कामालाही लागायचा.

या मुलीबद्दलच्या त्याच्या प्रेमात मात्र असली तृप्ती नव्हती आणि स्वास्थ्यही नव्हतं. जेव्हा रात्री त्याची सोबत पुरेशी होऊन, त्याची नाणी आपल्या छातीशी दडवून, ओठांचा कानवला करत ती आपल्या आता जोरदार हातांनी खोलीबाहेर ढकलायची; तेव्हाही तो येताना होता, तितकाच भुकेला असायचा, अतृप्त असायचा. एखाद्या तहानलेल्या माणसानं समुद्राचं पाणी प्यावं आणि त्या पाण्यातल्या खारेपणानं

त्याच्या रक्तातलं पाणी शोषून घेऊन त्याला आणखीनच तहानेलं करावं – इतकं की, त्या भयानक तहानेनं वेडंपिसं होऊन शेवटी तो ते खारं पाणी पिता-पिता भरून जावा. तो तिच्याकडे जायचा, तिला पुन:पुन्हा मनसोक्त भोगायचा आणि तरीही अतृप्तच बाहेर पडायचा.

तो सबंध कडक उन्हाळा वांगलुंगनं असा त्या मुलीशी प्रेम करण्यात घालवला. त्याला तिच्याबद्दल काहीही माहिती नव्हती. ती कोण होती, कुठून आली होती, त्याला काहीही माहिती नव्हतं. ती दोघं एकत्र असायची, तेव्हा त्याच्या स्वत:च्या तोंडून जेमतेम पाचदहा शब्द बाहेर पडायचे, पण तिच्या सततच्या बडबडीकडे, बालिश हसण्याकडेही त्याचं लक्ष नसायचं. तो फक्त तिच्याकडे पाहात असायचा. तिचा चेहरा, तिचे हात, तिच्या शरीराचे बाक, तिच्या मोठमोठ्या गोड डोळ्यांतले भाव बघत कसलीतरी वाट बघत राहायचा. त्याला तिची सोबत कधीच पुरेशी व्हायची नाही. पहाटे पहाटे तो घरी परतायचा, तेव्हा गोंधळलेला, अतृप्त असा असायचा.

दिवस संपायचेच नाहीत. उकाड्याचा बहाणा करून तो आता स्वत:च्या बिछान्यावर झोपत नसे. बांबूच्या झाडाखाली एक चटई पसरून तो तिथं डुलकी काढत असे. उरलेला वेळ बांबूच्या पानांच्या टोकदार सावल्या पाहात उरातलं हे न उमजणारं गोड शल्य कुरवाळत बसे. कुणीही त्याच्याशी बोलायचा प्रयत्न केला – त्याची बायको, मुलं, अगदी चिंग जरी 'पाणी उतरल्यावर काय पेरावं?' अशी चर्चा करायला आला; तरी तो ओरडून म्हणायचा, "मला कशाला त्रास देतोय?" आणि मग सारा वेळ त्या विचित्र अतृप्तीनं त्याचं हृदय फुटायला आलेलं असायचं.

असेच दिवस जात राहिले. तो संध्याकाळची वाट पाहात दिवस घालवत राहिला. तो आला, की एकदम गप्प होणाऱ्या मुलांच्या आणि ओ-लानच्या गंभीर चेहऱ्याकडे बघायचं टाळायला त्यानं आजकाल सुरुवात केलीच होती. पण जेव्हा त्याचे म्हातारे वडील त्याच्याकडे निरखून पाहात विचारायचे, 'तुला काय होतंय? तुझा स्वभाव असा चिडचिडा का झालाय? आणि रंग किती पिवळा पडलाय बरं?' तेव्हा तो त्यांना उत्तर देणंही टाळायचा.

रात्र होण्यासाठीच दिवस उगवायचा आणि रात्री ती मुलगी – लोटस त्याला आपल्या मनाप्रमाणे वागायला लावायची. दररोज वांगलुंग आपले केस नीटनेटके विंचरून त्यांची वेणी वळण्यात बराच वेळ खर्च करायचा. पण जेव्हा तिनं हसून म्हटलं, 'दक्षिणेकडच्या लोकांना या अशा माकडशेपटीसारख्या शेपट्या नसतात,' तेव्हा एक चकार शब्द न बोलता तो वेणी कापून आला होता. आत्तापर्यंत कुणाचाही रागलोभ हे करू शकला नव्हता.

त्यानं काय केलंय हे जेव्हा ओ-लाननं पाहिलं, तेव्हा ती भयंकर भेदरून

म्हणाली, ‘‘हे काय, तुम्ही तर तुमच्या आयुष्याची दोरीच कापलीत.’’ तेव्हा तो तिच्यावर ओरडून म्हणाला, ‘‘मग? मी काय जन्मभर गावंढळ मूर्खासारखा राहू म्हणतेस? शहरातले सगळे तरुण आजकाल असेच केस कापतात.’’

खरं म्हणजे आपल्या कृत्याच्या परिणामाची त्यालाही मनातून भीती वाटत होती. पण लोटसनं नुसतं सांगितलं असतं किंवा नुसती इच्छा दर्शवली असती, तरी त्यानं स्वत:चा जीवही दिला असता. कारण त्याच्या दृष्टीनं ज्या ज्या प्रकारचं सौंदर्य स्त्रीच्या ठायी असायला हवं, ते सारं तिच्यात होतं.

त्याचं मजबूत लालसर शरीर तो क्वचितच धूत असे – प्रामाणिक कष्टानं अंगावर फुटलेला घाम म्हणजे पुरेसं स्नान असतं, अशी त्याची ठाम समजूत होती. ते त्याचं शरीर तो आता कुणा परक्याचं असावं, तसा निरखून पाहायला लागला – रोज स्नान करायला लागला. शेवटी त्याची बायको काळजीनं म्हणालीसुद्धा, ‘‘एवढ्या अंघोळीनं मरायला व्हायचं एखाद्या वेळी.’’ त्यानं लाल रंगाचा गोड वासाचा एक परदेशी साबण दुकानातून विकत आणला आणि रोज स्नानाच्या वेळी तो अंगावर चोळायला सुरुवात केली. लसूण त्याला भयंकर आवडायची, पण ‘तिला’ वास येऊ नये, म्हणून तो लसणीला स्पर्शही करेनासा झाला.

त्याच्या घरातल्या कुणालाही या कशाचाच अर्थ कळत नव्हता. त्यानं कपड्यांसाठी नवं कापड खरेदी केलं. आजपर्यंत ओ-लानच त्याचे कपडे बेतायची आणि शिवायची. चांगले भरपूर लांब-रूंद ढगळ असे अंगरखे उभ्या-आडव्या मजबूत टिपांनी शिवायची. पण आता त्याला तिचं बेतणं, शिवणं आवडेनासं झालं. त्यानं ती कापडं शहरातल्या एका शिंप्याकडे नेली आणि शहरी पद्धतीचे कपडे शिवायला टाकले. अगदी अंगासरशी बसणारा फिक्या राखी रंगाचा रेशमी अंगरखा आणि त्याच्यावरून घालायला काळा बिनबाह्यांचा कोट. त्यानं आयुष्यातले पहिले बूट विकत घेतले. कुणा स्त्रीनं न बनवलेले त्याचे पहिले बूट – हवेलीतले म्हातारे मालक फरफटवत चालायचे, तसे काळे मखमली बूट.

पण हा सगळा थाटमाट एकदम ओ-लान आणि मुलांच्या समोर करायची त्याला लाज वाटली. खाकी तेली कागदामध्ये नीट पुडकी करून, त्यानं ते कपडे चहागृहातच ठेवून दिले. थोडेसे पैसे दिल्यावर एका कारकुनानं त्याला ते कपडे तिथं ठेवायची आणि वर जाण्याआधी मागच्या एका खोलीत जाऊन ते बदलायची मुभा दिली होती. शिवाय त्यानं बोटात घालायला सोन्याचं पाणी दिलेली एक चांदीची अंगठी विकत घेतली. शेंडी कापल्यावर नीट वाढलेले केस वळवायला, तो एक अख्खं चांदीचं नाणं देऊन विकत घेतलेलं एक परदेशी सुगंधी तेल वापरायला लागला.

ओ-लान त्याच्याकडे फक्त आश्चर्यानं पाहायची आणि या साऱ्याचा अर्थ

लावायचा प्रयत्न करायची. शेवटी एका दुपारी जेवत असताना ती जडपणे म्हणालीच, "तुमच्यात काहीतरी बदल झालाय – मला तुमच्याकडे पाहिलं की मोठ्या हवेलीतल्या एखाद्या कुमारसाहेबांचीच आठवण होते." यावर वांगलुंग मोठ्यानं हसला आणि म्हणाला, "मग! आपल्याकडे भरपूर असताना मी एखाद्या मजुरासारखं राहावं की काय कायम?"

पण मनातून त्याला तिच्या बोलण्याचा फार आनंद वाटला होता. कित्येक दिवसांत तो तिच्याशी वागला नव्हता, इतक्या प्रेमळपणे त्या दिवशी वागला होता.

आता पैसा – अगदी चोख चांदी त्याच्या हातून पाण्यासारखी वाहात होती. पण मुलीबरोबर घालवलेल्या वेळाचेच फक्त त्याला पैसे द्यावे लागत होते असं नाही, तर तिच्या रोज काही ना काही मागण्या असायच्याच. ती एक लांब उसासा सोडायची आणि पुटपुटायची, "देवा रे देवा!" जणू काही तिची ती इच्छा तिच्या हृदयाचे तुकडेच करतेय. तिच्यासमोर तो आता बोलायला शिकला होता – तेव्हा तो कुजबुजायचा, "काय झालं तुला, माझ्या चिमुकल्या हृदया!" ती उत्तरायची, "मला आज तुझं सुखच होत नाहीये. कारण ती समोरच्या खोलीतील ब्लॅक जेड आहे ना, तिच्या प्रियकरानं तिला केसात घालायचा सोन्याचा चाप दिलाय. माझ्याकडे मात्र हा जुनापुराणा चांदीचा चाप आहे तेवढाच. किती दिवसांपासून मी तोच वापरतेय."

आणि मग जीव गेला, तरी त्याच्या ओठावरचे शब्द थांबायचे नाहीत. तिचे छोटेसे लांब पाळीचे कान बघण्याच्या आनंदासाठी, तिच्या काळ्याभोर केसांची बट हलकेच वर उचलत तो कुजबुजायचा, "मग मीपण माझ्या रत्नासाठी एक सोन्याचा चाप आणीन की!"

एखाद्या लहान मुलाला नवेनवे शब्द शिकवावेत, तशी ही सगळी लाडकी नावं तिनं त्याला शिकवली होती. तिला त्या नावांनी हाक मारायला तिनं त्याला शिकवलं होतं. आत्तापर्यंत त्याचं सगळं बोलणं पेरणी, कापणी आणि उन्हाळा-पावसाळा यांच्याबद्दलच असायचं; तेव्हा साहजिकच हे सगळं बोलताना तो अडखळायचा, चाचरायचा, पण तरी त्या लाडक्या-लाडक्या नावांनी तिला हाक मारून-मारून तिच्याशी बोलणं त्याला कधीच पुरेसं व्हायचं नाही.

अशी चांदी भिंतीतल्या बिळांतून, पोत्यातून बाहेर यायला लागली. पूर्वीच्या दिवसात ओ-लाननं अगदी सहजपणे विचारलं असतं, "कुठं नेताय हे पैसे?" पण आता तीही गप्प बसून अत्यंत दुःखानं त्याच्याकडे पाहात होती. तो तिच्यापासून, त्याच्या जमिनीपासूनही दूर असं एक वेगळं आयुष्य जगतोय हे तिला ठाऊक होतं; पण ते काय आयुष्य आहे हे तिला कळतच नव्हतं. तिला त्याला काही विचारायचीसुद्धा

भीती वाटायला लागली होती. तो आजकाल तिच्यावर नेहमीच तावदारलेला असायचा. ज्या दिवशी तिच्या केसांचं किंवा शरीराचं कुरूपपण त्याच्या पहिल्यांदा लक्षात आलं होतं, तिची पावलं फताडी होती; हेही त्याला दिसलं होतं, त्या दिवसापासून ती त्याला भिऊनच होती.

एके दिवशी वांगलुंग शेतामधल्या वाटेवरून घरी परतत होता, तेव्हा ती घरा शेजारच्या तळ्याशी कपडे धूत होती. तो तिच्याजवळ जाऊन थोडा वेळ गप्प उभा राहिला आणि मग मनातल्या नकोशा शरमेमुळं आणखीच कर्कश्श झालेल्या आवाजात त्यानं विचारलं, "तुझ्याजवळचे मोती कुठेत?" एका सपाट दगडावर ती कपडे चुबकत होती. त्यांच्यावरून नजर वर करत ती भीत भीत उत्तरली, "मोती? आहेत ना माझ्याजवळ!" तिच्या नजरेला नजर न देता तिच्या पाण्यात सुरकुतलेल्या ओल्या हातांकडे पाहात तो म्हणाला, "उगाचच ते पडून ठेवण्यात काही अर्थ नाही." ती हलकेच म्हणाली, "मी त्यांचे डूल बनवून घेणार होते." आणि त्यानं कुचेष्टा करू नये, म्हणून पुढे घाईनं म्हणाली, "धाकटीला तिच्या लग्नाच्या वेळी देण्यासाठी म्हणून...."

त्यानं मग मन घट्ट करत मोठ्यांदा ओरडून म्हटलं, "एवढ्या काळुंद्रीला काय करायचीत मोती! मोती गोऱ्या बायकांनी घालायची असतात." क्षणभर थांबून तो एकदम ओरडला, "दे ते मोती, मला हवेत." तिने सावकाशपणे तिचा ओला सुरकुतला हात छातीशी नेला आणि ती छोटीशी पुरचुंडी बाहेर काढली. ती पुरचुंडी त्याच्या हातात ठेवून तो ती उलगडत असताना ती पाहात राहिली. त्याच्या हातात चमकत्या सूर्यप्रकाशात ते मोती सौम्यपणे चमकले आणि तो मोठ्यांदा हसला.

ओ-लान पुन्हा त्याचे कपडे धुण्याकडे वळली. तिच्या डोळ्यांतून सावकाश ठिबकणारं पाणी पुसायला तिनं हात वर नेला नाही. पण तिच्या हातातलं लाकडी धोपटणं अधिकच संथपणे दगडावर पसरलेल्या कपड्यांवर आपटत राहिलं.

■

वीस

वांगलुंगचा अचानक नाहीसा झालेला काका तितक्याच अचानकपणे परत आला नसता, तर त्याचा सगळा पैसा संपेपर्यंत कदाचित हे असंच चालू राहिलं असतं. तो कुठे गेला होता, काय करत होता, याचं कसलंही स्पष्टीकरण न देता आकाशातून पडल्यासारखा तो दारात उभा राहिला होता. तसेच गुंड्या नसलेले, बंद नसलेले फाटके कपडे, फक्त चेहरा उन्हापावसानं करपलेला, सुरकुतलेला झाला होता, एवढंच. सकाळच्या न्याहारीसाठी ते सारे बसले असताना, तोंडभर हसत तो तिथं हजर झाला होता. वांगलुंग तर मेलेल्या माणसाचं भूत समोर यावं, तसा आ वासून बघतच राहिला. वांगलुंगचे म्हातारे वडीलही डोळे फडफडवत बघत राहिले. कोण आलंय ते त्यांनी ओळखलंच नव्हतं. शेवटी काकाच बोलला, "काय दादा, कसं काय? आणि तू रे पुतण्या – माझे नातू आणि सूनबाईसुद्धा का? वा, वा!" तेव्हा कुठं वांगलुंग उठून उभा राहिला. मनातून घाबरला असला, तरी त्यानं चेहऱ्यावर आणि आवाजात सभ्यता आणून विचारलं, "अरे काका, तुम्ही?", "न्याहारी झालीये का तुमची?" "नाही." काका सहजगत्या म्हणाला, "पण मी तुमच्याबरोबर खातो ना काहीतरी." तो स्वत:च टेबलाजवळ जागा करून येऊन बसला. एक वाडगा आणि चॉपस्टिक्स् त्यानं उचलल्या आणि भरपूर भात वाढून घेऊन मग त्यानं खारवलेले मासे, सुकवलेली गाजरं, शेंगा या साऱ्यांकडे नजर वळवली. खूप दिवसांचा उपाशी असल्यागत त्यानं भुरके मारून जेवायला सुरुवात केली. त्याचे आटवलाचे तीन वाडगे आणि हाडांसकटचे मासे आणि बियांसकट शेंगा खाऊन होईस्तवर कुणीच काही बोललं नाही. खाऊन झाल्यावर अगदी हक्कानं तो शांतपणे म्हणाला, "आता झोपतो मी. गेल्या तीन रात्री झोप नाहीय मला."

काय करावं ते न सुचून वांगलुंगनं काकाला वडिलांच्या बिछान्याकडे नेलं;

तेव्हा काकानं रजया, अंथरूण-पांघरूण चाचपून कापड किती भारी आहे ते पाहिलं. लाकडाचा पलंग पाहिला. वांगलुंगनं मुद्दाम वडिलांसाठी घेतलेली लाकडी आरामखुर्ची पाहिली आणि तो म्हणाला, "वा, वा, वा! तू पैसेवाला झालायंस, हे मी ऐकलं होतं खरं, पण इतका श्रीमंत झालायंस, हे ठाऊक नव्हतं हं मला!" अंथरुणावर आडवं होऊन उकडत होतं, तरी त्यानं रजई चांगली गुंडाळून घेतली आणि हे सगळं स्वत:चंच असल्यासारखा तो गाढ झोपलासुद्धा.

वांगलुंग मधल्या खोलीत गेला, तेव्हा आपल्याकडे एवढं सगळं आहे, आपण आता त्याला पोसू शकतो, हे कळल्यावर आता काकाला घराबाहेर काढणं अशक्य आहे हे कळून चुकल्यामुळे त्याचा थरकाप झालेला होता. त्याला काकाच्या बायकोची आठवण झाली, तेव्हा तर त्याची भीतीने गाळणच उडाली. कारण त्याच्या लक्षात आलेलं होतं की काकाच्या पाठोपाठ त्याचं सारं कुटुंब इथं येऊन डेरेदाखल होणार आणि त्यांना कुणीच अडवू शकणार नाही.

आणि त्याला धास्ती वाटत होती, तसंच झालं. चांगली दुपार टळून गेल्यावर त्याचा काका सावकाश जागा झाला. कडकडून आळस देऊन, तीन भल्या थोरल्या जांभया देत अंगावरचे कपडे ठीक करत, तो खोलीतून बाहेर आला आणि वांगलुंगला म्हणाला, "आता मी जाऊन माझ्या बायकोला आणि मुलाला घेऊन येतो. आम्ही तिघंच जण तर आहोत. या तुझ्या एवढ्या मोठ्या घरात आमच्या खाण्याजेवण्याचा नि कपडालत्त्याचा खर्च म्हणजे किस झाडकी पत्ती!"

वांगलुंगला दुर्मुखल्या तोंडानं 'हो' म्हणण्यावाचून गत्यंतरच नव्हतं. कारण स्वत:कडे भरपूर असताना सख्ख्या काकाला नि चुलतभावाला थारा न देणं लाजिरवाणं होतं. आता त्याच्या श्रीमंतीमुळे वांगलुंगला गावात जो मानसन्मान मिळत होता, त्यानं असं काही केलं असतं तर त्यात नक्कीच खोट आली असती. म्हणून काही बोलायचा त्याला धीरच झाला नाही. पण त्यानं त्याच्या मजुरांना मात्र ताबडतोब जुन्या घरात हलवलं आणि दाराजवळच्या खोल्या रिकाम्या करवल्या. त्याच संध्याकाळी त्याचा काका, काकू आणि चुलतभाऊ यांनी या खोल्यांचा ताबा घेतला. वांगलुंग भयंकर संतापलेला तर होताच आणि वर तो सगळा संताप पोटात दडवून यावर मोठ्या प्रेमानं त्याला या आपल्या नातेवाईकांचं स्वागत करावं लागलं होतं. खरं म्हणजे आपल्या काकूचा तुळतुळीत, गोजरा चेहरा आणि चुलतभावाची उर्मट मगरूरी पाहून त्यांना थोबाडायला त्याचे हात नुसते शिवशिवत होते. त्या रागाच्या भरात तो तीन दिवस शहरात गेलाच नाही.

मग सगळ्यांना घडल्या गोष्टीची सवय होऊन गेली आणि ओ-लान त्याला म्हणाली, "राग थुंकून टाका आता. यातून काही सुटका नाहीय." शिवाय वांगलुंगला हेही दिसलं की, त्याचे काका-काकू नि चुलतभाऊ निदान त्यांच्या अन्नपाण्यासाठी

तरी त्याच्याशी सभ्यतेनं वागताहेत तेव्हा त्याचं मन अधिकच वेगानं त्या लोटस नावाच्या मुलीकडे खेचलं गेलं आणि तो स्वत:शीच पुटपुटला, "एखाद्याच्या घरात रानटी कुत्रे घुसले की त्याला शांतता शोधायला दुसरीकडेच जावं लागतं."

आणि मग पुन्हा तो सगळा ताप, सगळं दु:ख त्याच्या मनात उफाळून आलं. अजूनही त्या प्रेमानं त्याचं समाधान होत नव्हतंच.

ओ-लानला तिच्या साध्याभोळ्या स्वभावामुळे, म्हाताऱ्या वडिलांना अधू नजरेमुळे आणि चिंगला दोस्तीमुळे जे आजवर दिसू शकलं नव्हतं; ते त्याच्या काकूनं पहिल्या नजरेतच ताडलं आणि डोळे आणखी किलकिले करून हसत ती मोठ्यानं म्हणाली, "एखादं फूल खुडायच्या तयारीत दिसतोय वांगलुंग." काहीच न कळून ओ-लान तिच्याकडे बापुडवाणी बघतच राहिली, तेव्हा पुन्हा एकदा हसून ती म्हणाली, "तुला म्हणजे – कलिंगड कापून उघडेपर्यंत तुला काही त्यातल्या बिया दिसायच्या नाहीत बघ. उघड-उघड बोलायचं, तर तुझा घरधनी दुसरीसाठी वेडावलाय."

हे सगळं बोलणं वांगलुंगच्या खिडकीबाहेरच चाललं होतं. तासभर केलेल्या प्रणयामुळे दमूनभागून तो पहाटेच्या वेळेला नुकताच घरी परतला होता आणि खोलीत आडवा होऊन झोपेची वाट पाहात होता. त्याच्या कानावर हे पडल्याबरोबर त्याला खाडकन जाग आली आणि या बाईच्या तीक्ष्ण नजरेचा अचंबा करत तो पुढचं बोलणं ऐकायला लागला. काकूचा ढाला आवाज तिच्या जाड गळ्यातून तेल पाघळावं तसा ओघळतच होता, "पाहिले आहेत ना मी पुष्कळ पुरुष! जेव्हा एकदा माणूस अचानकच केस विंचरायला लागतो, नवे कपडे घेतो आणि मखमलीचे बूट घालायला लागतो; तेव्हा निश्चित समजावं, नवी बाईची भानगड आहे बघ."

ओ-लानच्या तोंडून मोडलेल्या आवाजात काहीतरी उमटलं. ते शब्द वांगलुंगला कळलेच नाहीत. पण त्याची काकू पुन्हा म्हणाली, "वेडे पोरी, पुरुषाला एक बाई पुरेशी असते, असं समजणं चूकच आहे मुळी. त्यातून ती बाई कष्टाळू असली, त्याच्यासाठी झिजणारी असली-झिजलेली असली, तर मग तो लवकरच दुसरीकडे धाव घेतो. तू तर काय, कोणत्याच पुरुषाचं मन बसावं अशी नाहीयेस. बैलासारखं तुझं राबणं एवढंच त्याच्या दृष्टीने महत्त्वाचं. मग आता त्याच्याकडे पैसा आहे, तेव्हा त्यानं दुसरी घरात आणली, तर तू कशाला रडतेस? सगळेच पुरुष असं करतात. त्या माझ्या नालायक नवऱ्यानंसुद्धा हेच केलं असतं – आता स्वत:चं पोट भरण्याइतकेसुद्धा पैसे त्यानं कधी कमावले नाहीत हे वेगळं." ती हे आणि असंच काहीबाही पुष्कळ बोलत राहिली, पण वांगलुंगनं तिचं पुढचं बोलणं ऐकलंच नाही. ती काय बोलली होती, त्याच्यातच त्याचं मन अडकून पडलं होतं. या मुलीबद्दल त्याला वाटणारं प्रेम आणि त्यामुळे आलेली अतृप्तता-असंतोष सारं संपवण्याचा एक नवाच रस्ता त्याच्यासमोर खुला झाला होता. तो तिला विकत घेऊन घरी आणू

शकत होता. म्हणजे ती अगदी त्याची-एकट्याची झाली असती. दुसरा कुणी पुरुष तिच्याकडे येऊन, खाऊनपिऊन तृप्त होऊन जाऊ शकणार नव्हता.

तो ताडकन अंथरुणावरून उठला आणि बाहेर येऊन त्यानं काकूला गुपचूप बाजूला बोलावलं. ती त्याच्यापाठोपाठ फाटकातून बाहेर आली आणि खजुराच्या झाडाखाली उभं राहून ती दोघं बोलायला लागली. इथं दुसऱ्या कुणाला काही ऐकू जाण्याची शक्यता नव्हती.

"तू अंगणात काय बोलत होतीस ते मी ऐकलंय. तुझं बरोबर आहे. मला तिच्याखेरीज आणखी एक हवीय आणि का हवी असू नये? माझी इतक्या सगळ्यांना पोसायची ताकद असताना?"

ती अगदी लुब्ध्रा उत्साहानं म्हणाली, "खरंच, का नाही? सगळे पैसेवाले लोक असंच तर वागतात. एकच भांडं पुन:पुन्हा वापरायची वेळ गरीब माणसालाच येते." हे बोलताना तो पुढे काय म्हणणार, हे तिला ठाऊक होतं आणि तिच्या मना सारखंच तो पुढे बोलला, "पण माझ्या बाजूनं मध्यस्थ कोण? एखादा माणूस काही सरळ एखाद्या बाईकडे जाऊन 'माझ्या घरी चल' असं म्हणू शकत नाही." तिनं ताबडतोब उत्तर दिलं, "आता ही सगळी भानगड माझ्यावर सोपव बरं. फक्त ही बाई कोण तेवढं सांग, बाकीचं मी बघून घेते."

आजपर्यंत वांगलुंगनं तिचं नाव मोठ्यानं कुणासमोर उच्चारलेलं नव्हतं. तो काहीशा अनिच्छेनेच थोडा बुजत म्हणाला, "लोटस नावाची बाई आहे." त्याला वाटलं होतं, लोटस सगळ्यांना माहीत असेलच. त्याच्या हे ध्यानात नव्हतं की, उन्हाळ्याच्या या दोन महिन्यांआधी खुद्द त्यालाही तिच्या अस्तित्वाची जाणीव नव्हती. म्हणून जेव्हा काकूनं विचारलं, "कुठे राहते?" तेव्हा तो थोडा चिडल्या सारखा झाला, "आता दुसरीकडे कुठे राहणार? शहरातल्या मुख्य रस्त्यावरच्या चहागृहात!"

"म्हणजे पुष्पगृह नावाचं ते मोठं चहाचं दुकान आहे तिथं?"

"नाहीतर दुसरीकडे कुठे?" तो वसकला.

तिनं आपला खालचा ओठ चोळत थोडा विचार केला आणि ती म्हणाली, "तिथं माझ्या ओळखीचं कुणी नाहीय. थोडं बघावं लागेल. या बाईची राखणदार कोण आहे?" जेव्हा त्यानं सांगितलं की राखणदार कक्कू ती मोठ्या हवेलीतली दासी होती, ती आहे. तेव्हा ती मोठ्यांदा हसली आणि म्हणाली, "ती होय? मोठे मालक एके रात्री तिच्याच बिछान्यात मेल्यावर हेच करायला लागली वाटतं? दुसरं करणार काय बाकी म्हणा ती?" मग ती पुन्हा एकदा हेऽ हेऽ हेऽ असं कर्कश्श हसली आणि सहजतेनं म्हणाली, "ती होय? मग सोपं आहे की सगळं. ती जर असेल, तर मग काही प्रश्नच नाही. पहिल्यापासून अशीच आहे ती, काय वाट्टेल

ते करायला तयार असायची नेहमीच – अगदी एखादा डोंगर बांधून काढ, सांगितलं तरी – फक्त पैसे भरपूर मिळतील, याची खात्री पटायला हवी तिची.''

हे ऐकून वांगलुंगचा घसा एकदम कोरडा पडला आणि तो कसाबसा पुटपुटला, ''पैसा, चांदी, सोनं घे. अगदी माझ्या जमिनीच्या किमतीइतका पैसा खर्चलास तरी चालेल.''

आणि मग प्रेमाच्या एका उलट्या तापानं वांगलुंगनं त्या भव्य चहागृहाकडे जाणं बंद केलं. हे सगळं निश्चित होईपर्यंत. तो स्वत:शीच म्हणाला, 'ती जर माझ्या घरी येऊन फक्त माझी होऊन राहायला तयार नसेल, तर माझा गळा कापला, तरी मी तिच्याकडे परत जाणार नाही.' पण जेव्हा-जेव्हा 'ती तयार नसेल तर', या शब्दांचा विचार त्याच्या मनात यायचा, तेव्हा तेव्हा त्याचं काळीज बंद पडायला यायचं आणि तो आपल्या काकूकडे धाव घ्यायचा आणि म्हणायचा, ''हे बघ, पैशाच्या घासाघिशीनं बोलणं बंद पडू देऊ नकोस हं!'' मग विचारायचा, ''माझ्या मनासारखा खर्च करायची माझी ऐपत आहे, हे तू कक्कूला नीट सांगितलयंस ना?'' मग पुन्हा म्हणायचा, ''तिला सांग, माझ्या घरात कसलंही काम लोटसला करावं लागणार नाही. रेशमी कपडे तर मिळतीलच, शिवाय रोज शार्कचे पंख खायचे म्हणाली, तरी चालेल.'' शेवटी ती लठ्ठ बाई वैतागून डोळे गरगरा फिरवत त्याच्या अंगावर खेकसलीच, ''पुरे झालं रे तुझं आता. मी काय मूर्ख आहे की, या असल्या गोष्टी पहिल्यांदाच करतेय? मला करू दे बरं काय करायचं ते. मी एकदा सांगितलंय ना हे जमवते म्हणून! मग जमवणारच.'' मग बोटं चावत बसण्याखेरीज त्याच्या हातात काही राहिलंच नाही. एक दिवस त्याला त्याचं घर लोटसला कसं दिसेल, याची जाणीव झाली. 'तो हे साफ कर, ते नीट कर. हे कर, ते कर, सामान हलवून परत मांड.' असं म्हणत ओ-लानला कामाला लावायला लागला. ती गरीब बिचारी पुरतीच भेदरून गेली. त्यानं तिला स्पष्ट काही सांगितलं नसलं, तरी पुढे काय होणार आहे याची तिला पूर्ण जाणीव झालेली होती.

आता वांगलुंगला ओ-लानबरोबर झोपणं अशक्यच झालं होतं. त्यानं मनाशी विचार केला, घरात दोन बायका म्हणजे जास्त खोल्या हव्यातच. शिवाय आपल्या लाडकीबरोबर एकान्तात राहण्याची त्याची इच्छा होतीच. काकूनं व्यवहार पूर्ण करण्याची वाट पाहात असतानाच, त्यानं मजुरांना बोलावून आणखी एक चौक बांधायला सांगितला. मुख्य घराच्या मधल्या खोलीच्या मागच्या बाजूला हा चौक घ्यायचा होता. या चौकात एक मोठी खोली आणि तिच्या दोन्ही बाजूंना एकेक छोटी खोली बांधायची होती. त्याचं सांगणं ऐकून मजूर आ वासून त्याच्याकडे पाहातच राहिले. पण त्याला त्यांनी काही विचारलं नाही आणि त्यानं काही सांगितलंही नाही.

चिंगलाही काही सांगायला लागू नये, म्हणून या बांधकामावर देखरेखही तो स्वत:च करत होता. मजुरांनी शेतातून माती काढून आणली आणि भिंती बांधून त्या गुळगुळीत सारवूनही काढल्या. वांगलुंगनं छपरासाठी शहरातून कौलं मागवून घेतली. खोल्या बांधून, जमीन चोपून झाल्यावर त्यानं विटा मागवल्या आणि चुन्यात विटा बसवून लोटसच्या खोल्यांची सुंदर जमीन तयार करून घेतली. मग शहरातून त्यानं दरवाज्याच्या पडद्यासाठी लालचुटूक कापड मागवलं. एक नवं टेबल, दोन कोरीव लाकडी खुर्च्या आणवल्या. डोंगराची, झऱ्यांची अशी दोन चित्रं टेबला पाठच्या भिंतीवर टांगण्यासाठी आणली. मिठाई ठेवण्यासाठी झाकणाचं लाल लाखी रंगाचं गोल भांडं विकत घेतलं आणि त्यात तिळाच्या केक्स आणि डुकराच्या चरबीत बनवलेली मिठाई भरून ते टेबलावर मध्यभागी ठेवलं. मग त्यानं कोरीव काम केलेला एका छोट्याशा खोलीएवढा मोठा असा लाकडी पलंग विकत आणला आणि फुलापानांच्या नक्षीचे पलंग पडदेही आणले. हे सगळं करताना ओ-लानला काहीही करायला सांगायची त्याला लाज वाटत होती, म्हणून मग त्याच्या काकूनं संध्याकाळी घरी परतल्यावर ते पलंग पडदे लावून टाकले. पुरुषांना न जमणारी सारी कामं करून टाकली.

एकदाचं हे सगळं झालं आणि मग करायला काही उरलंच नाही. एक महिना उलटला, तरी तो व्यवहार पूर्ण झालाच नव्हता. वांगलुंग त्या छोट्याशा अंगणात एकटाच वेळ घालवायला लागला, तेव्हा त्याला एकदम एका छोट्या पुष्करणीची कल्पना सुचली. त्यानं एका मजुराला बोलावून घेतलं आणि त्याच्याकडून तीन फूट लांबरुंद चौकोन खणून घेतला. फरशीही बसवून घेतली. एवढं झाल्यावर वांगलुंग शहरात गेला आणि तिथून या पुष्करणीत सोडण्यासाठी पाच सोनेरी मासे घेऊन आला. याच्यानंतर मात्र त्याला काहीच सुचेनासं झालं आणि त्याचा अधीरपणा दिवसेंदिवस तापासारखा वाढायलाच लागला.

हे सगळं चालू असताना तो मुलांची नाकं वाहात असली, तर त्यांना ओरडणं किंवा ओ-लाननं तीनचार दिवसात केस विंचारले नसले, तर तिच्यावर डाफरणं याखेरीज कुणाशीच काही बोलत नव्हता. शेवटी एकदा ओ-लानला ते असह्य झालं आणि ती मोठ्यांदा रडायलाच लागली. अगदी त्यांच्या उपासमारीच्या दिवसातही त्यानं तिला रडताना कधीच पाहिलं नव्हतं. म्हणून तो कठोरपणे म्हणाला, "बाई, आता काय झालं तुला? मी काय तुला ते तुझं घोड्याचं शेपूट विंचर, एवढंही सांगू शकत नाही का? इतका तमाशा करतेयंस ते!"

पण ती रडत-रडत पुन:पुन्हा एवढंच म्हणत राहिली, "मी मुलगे दिलेयंत तुम्हाला, मी मुलगे दिलेयंत तुम्हाला."

आणि त्यावर तो गप्पच झाला. अस्वस्थपणे स्वत:शीच काहीतरी पुटपुटत

राहिला. मनातून त्याला स्वत:चीच लाज वाटत होती. त्याच्या बायकोनं तक्रारीला काही जागा ठेवली नव्हती, ही गोष्ट तर खरीच होती. तिनं त्याला चांगले तीन मुलगे दिले होते – तिघेही जिवंत होते. त्याची वासना, याखेरीज दुसरं काही कारण नव्हतं त्याच्या वागण्याला.

हे असंच आणखी काही दिवस चालत राहिलं. मग एके दिवशी त्याची काकू आली आणि म्हणाली, ''झालं रे बाबा सगळं पूर्ण. त्या चहागृहाच्या मालकाची, त्या घराची जी बाईजी आहे ना, ती एकरकमी शंभर चांदीची नाणी घेईल. त्या मुलीला जेडचे डूल, जेडची एक आणि सोन्याची एक अशा दोन अंगठ्या, सॅटिनच्या कपड्यांचे दोन जोड, रेशमी कपड्यांचे दोन जोड, एक डझन बुटांचे जोड आणि दोन रेशमी रजया द्याव्या लागतील.''

या सगळ्यातलं वांगलुंगच्या कानावर इतकंच पडलं. ''झालं रे बाबा सगळं पूर्ण.'' आणि तिचं बोलणं पूर्ण व्हायच्या आतच तो ओरडला, ''करून टाकू सगळं, करून टाकू.'' तो आतल्या खोलीत धावला. तिथून चांदीची नाणी आणून त्यानं तिच्या हातात ओतली, पण गुपचुपच. कारण अनेक वर्षांच्या सुगीचे पैसे असे खर्च होताना कुणी पाहावं, असं त्याला वाटत नव्हतं. पैसे देऊन तो काकूला म्हणाला, ''तुझ्यासाठी दहा चांदीची नाणी ठेव हं.'' हे ऐकल्यावर मात्र तिनं आपलं लठ्ठ शरीर घट्ट आकसून घेत जोरजोरात मान हलवली आणि म्हटलं, ''नाही हं, हे मात्र मी करणार नाही. आपण एकाच कुटुंबातले आहोत. तू माझा मुलगा आणि मी तुझी आई नाही का? हे सगळं मी तुझ्यासाठी करतीये, पैशासाठी नाही काही.'' पण तिचा हात मात्र पसरलेलाच होता. त्या हातात त्यानं दहा नाणी ओतली. त्याच्या मनानं तो काही अनाठायी खर्च नव्हता.

मग त्यानं डुकराचं, गाईचं मांस विकत आणलं, मँडरिन मासे विकत घेतले, बांबूचे कोवळे अंकुर, चेस्टनट्स घेतले, दक्षिणेकडून येणारी खास सूपसाठी वापरली जाणारी काही पक्ष्यांची घरटी घेतली. वाळवलेले शार्कचे पंख घेतले. जी जी सुचली, आठवली, दिसली; ती मिठाई विकत घेतली आणि तो वाट पाहात राहिला – त्याच्या आतल्या जळत्या अस्वस्थ अधीरतेला वाट पाहावी म्हणता येत असतं तर.

सरत्या उन्हाळ्यात – म्हणजे आठव्या महिन्यातल्या एका चमकत्या झळकत्या भाजत्या दिवशी ती त्याच्या घरी आली. वांगलुंगनं दुरूनच तिला येताना बघितलं. ती भोयांनी उचललेल्या बांबूच्या खुर्चीसारख्या पालखीतून येत होती. शेताच्या कडेनं येणाऱ्या निरुंद रस्त्यावर तिची पालखी एकदा इकडं तर एकदा तिकडं, अशी झुलत होती. त्या पालखीपाठोपाठ कक्कूची आकृती दिसत होती. एक क्षणभर त्याचं हृदय

भीतीनं थडथडलं आणि त्याच्या मनात आलं, 'हे मी काय माझ्या घरात घेतोय?' आपण काय करतोय ते कळण्याआधीच तो त्याच्या बायकोबरोबर इतकी वर्षं जिथं झोपत होता, त्या खोलीत गेला आणि त्यानं दार लावून घेतलं. काकूची हाक ऐकू येईपर्यंत अत्यंत गोंधळलेल्या मनानं तो त्या अंधाऱ्या खोलीत सुन्न उभा होता, "कोण आलंय, बघ तरी! बाहेर ये बरं." मग शरमिंदा होऊन, जणू काही त्या मुलीला पूर्वी कधी पाहिलेलं नसावं, तसा तो हळूहळू बाहेर गेला. त्याची मान त्याच्या भारी कपड्यांवर झुकलेली होती आणि सरळ समोर बघण्याखेरीज त्याची नजर इतर सगळीकडे फिरत होती. पण कक्कूनं मोठ्या उत्साहानं त्याला हाकारलं, "काय कसं काय? आपण असाही व्यवहार कधी करू, असं मला वाटलं नव्हतं रे बाबा कधी."

मग ती भोयांनी खाली उतरलेल्या पालखीजवळ गेली आणि पालखीचा पडदा दूर करून चुकचुकत म्हणाली, "ये गं सोने बाहेर, माझं फूल ते. हे बघ तुझं घर आणि हे बघ तुझे मालक."

भोयांच्या चेहऱ्यावरचं फाजील हसणं वांगलुंगला कमालीचं अस्वस्थ वाटायला लागलं. पण तो स्वत:शीच म्हणाला, 'हे काय, शहरातले चार नालायक चटोर लोक आहेत, झालं!' स्वत:च्या लालबुंद तापलेल्या चेहऱ्याचाही त्याला राग आला आणि मग तो पुढे एक शब्दही बोलला नाही.

पालखीचा पडदा उचलला गेला. आपण काय करतोय हे त्याच्या लक्षात येण्याआधीच त्याची नजर पालखीच्या आतल्या अंधाऱ्या भागाकडे गेली. तिथे रंगरंगोटी केलेली, लिलीच्या फुलांसारखी थंड अशी लोटस बसली होती. तो क्षणार्धात सगळं विसरला, अगदी त्या कुत्सित हसणाऱ्या शहरी टवाळांनासुद्धा विसरला. त्याला एवढंच कळत होतं की, त्यानं या बाईला स्वत:साठी विकत घेतलंय आणि ती इथं त्याच्या घरात कायमची राहणार होती. वाऱ्याच्या झुळकेनं एखादं फूल डुलावं, तशी डुलत ती उठली. तो स्तब्ध उभा राहून नजर न ढळवता धडधडत्या मनानं पाहात राहिला – पाहातच राहिला. तिनं कक्कूचा हात धरला आणि पालखीतून बाहेर पाऊल टाकलं. तिची मान वाकलेली होती. नजर झुकलेली होती. तिच्या छोट्याशा पावलांवरचं तिचं चालणं म्हणजे झुलणंच होतं. त्याच्या जवळून जाताना ती काहीच बोलली नाही, पण अगदी अस्पष्टपणे कक्कूला म्हणाली, "माझ्या खोल्या कुठायंत?"

मग त्याची काकू पुढे झाली आणि त्या दोघींच्या आधाराने तिच्यासाठी नव्यानं बांधलेल्या खोल्यांमध्ये लोटस पोहोचली. हे सगळं पाहायला वांगलुंगच्या घरातलं कुणीच हजर नव्हतं. त्यानं चिंगला आणि त्याच्या मजुरांना एका दूरच्या शेतावर कामासाठी पाठवून दिलं होतं. ओ-लान धाकट्या जुळ्यांना घेऊन सकाळीच कुठे गेली होती, ते कुणालाच माहीत नव्हतं. मोठे दोघे मुलगे शाळेला गेले होते. म्हातारा

भिंतीशी टेकून गाढ झोपलेला होता आणि खुळ्या पोरीला काय – तिला कोण आलं कोण गेलं, कधीच कळायचं नाही. अजूनपर्यंत ती आपली आई आणि आपले वडील यांखेरीज तिसरा चेहराही ओळखायला शिकली नव्हती. पण तरीही लोटस आत गेल्यानंतर कक्कूनं दरवाज्याचे पडदे ओढून घेतले.

काही वेळानंतर त्याची काकू बाहेर आली. हाताला लागलेलं काहीतरी झटकावं, तसे तिनं हात झटकले, "अत्तराचा आणि रंगरंगोटीचा नुसता घमघमाट गं बाई." ती खुनशीपणानं हसत पुढे म्हणाली, "अगदी एखाद्या बाजारी बाईसारखाच. माझ्या पुतण्या, दिसते तेवढी ती तरुण नाहीय बरं. पुरुषांनी तिच्याकडे बघणं बंद करावं, अशा वयाशी जर ती येऊन ठेपलेली नसती, तर तुझ्यासारख्या श्रीमंत का होईना, पण खेडवळ शेतकऱ्याजवळ येऊन राहायला तयार झाली असती, असं मला नाही वाटत; मग भले तिला जेडचे डूल दे, सोन्याच्या अंगठ्या दे, नाहीतर रेशमीबिशमी कपडे दे." इतक्या स्पष्ट बोलण्यामुळे वांगलुंगच्या चेहऱ्यावर उमटलेला राग पाहून ती घाईघाईनं म्हणाली, "पण सुंदर मात्र खचीत आहे ती. मी तर तिच्याहून जास्त सुंदर बाई पाहिलेली नाही. तुला तर तुझ्या त्या ह्वांगच्या गावंढळ दासीनंतर ही अष्टरत्नांच्या साखरभाताची मेजवानीच होणारेय बघ."

वांगलुंगनं काहीच उत्तर दिलं नाही. तो फक्त घरात इथं-तिथं फिरत राहिला. त्याच्याच्यानं स्वस्थ बसवतच नव्हतं. शेवटी त्यानं तो लाल पडदा उचलून लोटससाठी बांधलेल्या नव्या चौकात जायचं धाडस केलं. तो हलकेच लोटस होती, त्या काळोख्या खोलीत शिरला आणि मग रात्र पडेपर्यंत सबंध दिवस तो तिथंच होता.

ह्या सगळा वेळेपर्यंत ओ-लान घराच्या जवळपाससुद्धा फिरकली नव्हती. पहाटेसच तिनं कोपऱ्यातून एक कुदळ घेतली होती. थोडं खाणं कोबीच्या पानात गुंडाळून घेतलं होतं आणि दोन्ही मुलांना घेऊन ती कुठेतरी निघून गेली होती. रात्र पडली, तेव्हा ती घरी परतली. अगदी गप्प – मातीनं माखलेली आणि अतिशय थकलेली – काळवंडलेली. तिच्या पाठोपाठ मुलंही गप्पगप्पशी आत आली. ती कुणाशीही काहीही बोलली नाही. सरळ स्वयंपाकघरात जाऊन तिनं जेवण बनवलं आणि ते टेबलावर ठेवलं – अगदी नेहमीसारखं. तिनं म्हाताऱ्याला बोलावलं. त्याचा भरलेला वाडगा आणि चॉपस्टिक्स् त्याच्या हातात दिल्या, वेड्या पोरीला खायला घातलं. मग मुलांबरोबर तिनंही थोडं खाऊन घेतलं. ती सारी जणं झोपली, तरी वांगलुंग टेबलाशीच बसून कसलीतरी स्वप्नं रंगवत होता. तिनं झोपण्यापूर्वी नेहमीसारखे हातपाय तोंड धुतलं आणि ती तिच्या नेहमीच्या खोलीत जाऊन नेहमीच्या पलंगावर झोपली – एकटीच.

वांगलुंगनं मात्र त्याचं प्रेम दिवसरात्र चाखायला सुरुवात केली. दिवसामागून

दिवस तो लोटस ज्या खोलीत आळसटून पहुडलेली असायची, तिथं जायचा आणि तिच्याशेजारी बसून ती काय करतेय ते निरखत राहायचा. शरत्कालाच्या सुरुवातीच्या काळात ती दिवसाच्या उष्म्याच्या वेळी कधीच बाहेर पडत नसे. ती आडवी असायची आणि कक्कू कोमट पाण्यानं तिचं अंग पुसून काढायची. तिला तेलानं मालिश करायची, तिच्या केसांना सुगंधी तेल लावायची. कारण लोटसनं 'कक्कू मला दासी म्हणून हवी', असा हट्टच केला होता. ती कक्कूला इतका पगार द्यायची, की दहापंधरा बायकांच्या मर्ज्या सांभाळण्यापेक्षा या एकीचीच सेवा करणं कक्कूला परवडण्याजोगं होतंच. त्यामुळे ती आणि तिची मालकीण लोटस या घरातल्या इतर सर्वांहून वेगळ्या अशा नव्या चौकात राहायला लागल्या होत्या.

दिवसभर अंधार केलेल्या खोलीत मिठाई-फळं चाखत ही मुलगी फक्त पातळसे हिरवट रेशमांचे कपडे पेहरून पहुडलेली असायची. कमरेपर्यंतचा एक घट्टसा कोट आणि खाली घोळदार विजार. वांगलुंग तिच्याकडे आपल्या प्रेमाची तृप्ती करून घेण्यासाठी यायचा, तेव्हा ती त्याला अशीच भेटायची.

सूर्य मावळायच्या सुमाराला ती त्याला लाडं-लाडं रूसत, फुरंगटत बाहेर जायला लावायची. मग कक्कू तिला स्नान घालायची, सुगंधित करायची आणि दुसरे कपडे चढवायची. तिच्या अंगासरशी पांढरंशुभ्र मऊ रेशीम आणि वर पीचच्या रंगाचे रेशमी कपडे – वांगलुंगनं दिलेले. तिच्या चिमुकल्या पावलांवर कक्कू भरतकाम केलेले इवलेसे बूट चढवायची. मग ती मुलगी तिच्या अंगणात थोडं फिरायची. तळ्यातले पाच सोनेरी मासे पाहात उभी राहायची. वांगलुंग हे सारं विलक्षण आपल्या मालकीचं झालंय याचं नवल करत तिच्याकडे पाहात राहायचा. तिच्या चिमुकल्या पावलांवर ती डुलायची, झुलायची. वांगलुंगच्या नजरेत तिची इवलीशी टोकदार पावलं आणि अर्धमिटले दुबळे असमर्थ हात याहून अधिक सुंदर साऱ्या जगात काही नव्हतं.

आणि या प्रेमाच्या मेजवानीत खाणारा-पिणारा तो एकटाच होता आणि म्हणून संतुष्टही होता.

■

एकवीस

ही लोटस नावाची बाई आणि तिची कक्कू नावाची दासी या दोघी बायका अगदी सहजपणे वांगलुंगच्या घरात आल्या आणि काहीही गदारोळ न होता रुळूनही गेल्या, असं समजणं चुकीचंच होईल. कारण एका छपराखाली दोन बायका कधीच गुण्यागोविंदाने राहू शकत नाहीत. पण हे वांगलुंगला कळलंच नव्हतं. ओ-लानचा दुर्मुखलेला चेहरा आणि कक्कूचा चिडकेपणा हे बघून काहीतरी बिनसलंय एवढं त्याला जाणवलेलं होतं. तरी तो लोटसच्या प्रेमात इतका रंगून, बुडून गेलेला होता की, दुसऱ्या कशाकडेही लक्ष द्यायला त्याला वेळही नव्हता आणि इच्छाही नव्हती.

तरीही दिवसांमागून रात्री आणि रात्रींमागून पहाट उगवल्या आणि एकदाची वांगलुंगची खात्री पटली की, ही लोटस नावाची बाई आता इथंच राहणार आहे. सूर्य उगवतो, तेव्हाही ती इथं असते आणि चंद्राचं चांदणं पसरतं, तेव्हाही तिचा हात आपल्या हाती येऊ शकतो. इतकं उमजल्यानंतर तिच्याविषयीची त्याची तहान हळूहळू भागायला लागली आणि मग पूर्वी न दिसलेल्या गोष्टी त्याला आता दिसायला लागल्या.

पहिल्याप्रथम त्याला काय दिसलं, तर ते ओ-लान आणि कक्कू यांच्यातलं धुमसणं. त्याला या गोष्टीचं फारच आश्चर्य वाटलं; कारण ओ-लाननं लोटसचा राग करणं, द्वेष करणं योग्यच होतं – म्हणजे असं होतं, असं त्यानं पुष्कळ वेळा ऐकलं होतं. नवऱ्यानं दुसरी बाई आणली, म्हणून तुळईला दोर टांगून फास लावून घेणाऱ्या बायकांबद्दलही त्यानं ऐकलं होतं आणि कटकट, चिडचिड, आदळआपट करून नवऱ्याला जीव नको करून सोडणाऱ्या बायकांबद्दलही ऐकलं होतं. ओ-लान अबोल स्वभावाची होती, हे त्याला बरंच वाटलं होतं. तिला बोलायला शब्दच सापडणार

नाहीत हे त्याला माहीत होतं. पण लोटसविरुद्ध शब्दही न बोलणारी बाई सगळा राग कक्कूवर काढते, हे त्याला काही उलगडत नव्हतं.

आत्तापर्यंत त्यानं फक्त लोटसचाच विचार केला होता. तिनं अगदी दीनवाणेपणानं म्हटलं होतं, "कक्कूला राहू दे ना इथं माझी दासी म्हणून, मी या जगात अगदी एकटी आहे हो! मला कळायला लागण्याआधीच माझे आईबाप मरून गेले आणि मी सुंदर होते, म्हणून काकानं मला त्या तसल्या ठिकाणी विकून टाकलं. मला कुणीच नाहीये." सतत तयारच असलेल्या तिच्या आसवांची सोबत या साऱ्या बोलण्याला होतीच. तिच्या सुंदर डोळ्यांच्या कोपऱ्याशी ते टपोरे आसू थरथरत, चमचमत राहायचे. तेव्हा तिच्या कोणत्याही मागणीला 'नाही' म्हणणं वांगलुंगला अशक्यच व्हायचं. शिवाय तिची सेवाचाकरी करायला दुसरं कुणी नव्हतं, हे खरंच होतं. हेही उघड होतं की ती या घरात अगदी एकटी पडणार होती. ओ-लान या दुसरीची काही सेवा करेल, तिच्याशी काही बोलेल, हे तर शक्य नव्हतंच; पण तिने कदाचित या लोटसची तिच्याकडे ढुंकून पाहण्याइतकीसुद्धा दखल घेतली नसती. म्हणजे राहता राहिला लोटसचा काका. लोटसजवळ असा कुणी माणूस असावा, हे वांगलुंगला बिलकूलच आवडण्यासारखं नव्हतं. त्याच्या ओळखीतही दुसरी कुणी बाई नव्हती. म्हणजे मग कक्कूशिवाय दुसरा इलाजच नव्हता.

पण जेव्हा ओ-लाननं कक्कूला पाहिलं, तेव्हा तिचा इतका संताप झाला होता की, तिला इतकं संतापणं जमलं कसं, याचंच वांगलुंगला नवल वाटलं होतं. त्यानं आजवर तिला इतकं संतापलेलं कधीच पाहिलं नव्हतं. कक्कूला वांगलुंगच्या खिशातून पगार मिळत होता, तेव्हा नीट वागायची तिची तयारी होतीच; पण ती हे मात्र विसरली नव्हती की, त्या मोठ्या हवेलीत ती मालकांच्या दालनात राहायची आणि ओ-लान स्वयंपाकघरातल्या अनेक दासीबटकींपैकी एक होती आणि तरीही त्या दोघी प्रथमच भेटल्या, तेव्हा तिनं ओ-लानला हाकारून म्हटलं होतं, "ही तर माझी जुनी मैत्रीणच की? आता आपण परत एका घरात आलो. बघ, आता तू मालकीण – मोठी आई – माझी आईच, काय काळ पालटला बघ!"

ओ-लान तिच्याकडे बघतच राहिली आणि जेव्हा ही कोण आहे याची तिला ओळख पटली आणि ती इथं कशी आलीय हे जाणवलं, तेव्हा तिनं उत्तर तर दिलं नाहीच; पण हातातली पाण्याची कळशी खाली ठेवून ती सरळ वांगलुंग बसला होता, त्या मधल्या खोलीत गेली आणि स्पष्टपणे म्हणाली, "ती दासी आपल्या घरात काय करतेय?"

वांगलुंग इकडेतिकडे बघायला लागला. मालकाच्या थाटात, "मग? त्याला

काय झालं? हे माझं घर आहे आणि माझी मर्जी असेल तो इथं येऊ शकतो. तू कोण विचारणारी?'' असं गुर्मीनं बोलायला त्याला आवडलं असतं; पण त्याच्याच्यानं असं बोलणं झालं नाही, कारण अजूनही तो ओ-लानच्या पुढे शरमत असे. जेव्हा जेव्हा तो विचार करायचा, तेव्हा त्याला वाटायचं की हे असं शरमण्याचं आपल्याला काय कारण आहे? श्रीमंत माणसं वागतात, तसंच तर तो वागतोय. पण तरीही त्याच्या मनातली शरम जायची नाही आणि मग त्याला स्वत:चाच राग यायचा. तरीही तो हे उघड-उघड बोलू शकला नाहीच. त्यानं इकडंतिकडं पाहिलं. आपल्या कपड्यात चाचपून पाईप शोधण्याचं ढोंग केलं. पण ओ-लान तिच्या मोठाड पावलांवर ठामपणे उभीच राहिली – त्याच्या उत्तराची वाट पाहात आणि तो जेव्हा काहीच बोलला नाही, तेव्हा तिनं पुन्हा अगदी स्पष्टपणे त्याच शब्दात विचारलं, ''ती दासी आपल्या घरात काय करतेय?'' ती उत्तर घेतल्याशिवाय जाणार नाही, हे जेव्हा वांगलुंगनं पाहिलं, तेव्हा तो कसाबसा म्हणाला, ''तुला काय करायचंय?''

आणि ओ-लान बोलायला लागली, ''त्या मोठ्या हवेलीत तिचं ते मिजासखोर वागणं मी लहानपणापासून सोसलंय. दिवसातून दहादा ती स्वयंपाकघरात धावत यायची. कधी 'मालकांना चहा हवाय', तर कधी 'मालकांना खायला हवंय' आणि सारखं 'हे फार गरम आहे', तर 'हे फार थंड आहे' आणि मला सारखी म्हणायची 'तू अगदी कुरूप आहेस, तू अगदी थंड गोळा आहेस, अशीच आहेस न् तू तशीच आहेस'....''

यावर उत्तर देण्यासारखं वांगलुंगकडे काही नव्हतंच. तो गप्पच राहिला. ओ-लाननं त्याच्या उत्तराची खूप वाट पाहिली. तो काहीच बोलेना, तेव्हा मग तिच्या डोळ्यांत क्वचित येणारी गरम आसवं हळूहळू दाटून आली. त्यांना मागं ढकलण्यासाठी तिनं डोळ्यांची उघडझाप केली आणि शेवटी तिच्या निळ्या एप्रनचं टोक उचलून तिनं डोळे पुसले आणि ती म्हणाली, ''माझ्या घरात हे अगदी कडूजहर घडलंय आणि मला परत जावं म्हटलं, तर आईचं घरही नाहीय.''

तरीही वांगलुंग स्तब्धच होता. तो काही बोलला नाही. त्यानं आपला पाईप शोधला आणि पेटवलासुद्धा. अजूनही तो काहीच बोलत नव्हता. तेव्हा मात्र एखाद्या मुक्या जनावरासारख्या आपल्या विलक्षण मूक नजरेनं तिनं त्याच्याकडे मोठ्या दीनवाणेपणानं पाहिलं आणि चाचपडत दरवाजा शोधून ती हलके-हलके निघून गेली, कारण तिची नजर भरल्या आसवांनी मंद झाली होती. ती गेली, तेव्हा वांगलुंग तिच्याकडे पाहात होता. ती गेली, हे त्याला बरंच वाटलं, पण अजूनही तो शरमिंदा होता. त्या शरमेचा त्याला रागही आलेला होता आणि मग तो स्वत:शीच पण मोठ्यानं पुटपुटू लागला, 'सगळे वागतात, तसा तर मी नाही ना

वागत? तिच्याशी तर चांगला वागतोय ना? इतर पुरुष कसे वागतात माहीते का?' जणू काही तो कुणाशी तरी भांडतच होता. हे शेवटचं वाक्य ओ-लानला ऐकू जावं, इतक्या मोठ्यानं म्हटलेलं होतं.

पण ओ-लाननं हे इतक्यावरच सोडून दिलेलं नव्हतं. ती आपल्या नेहमीच्या संथपणानं तिला जे हवं ते करतच होती. सकाळी ती नेहमीसारखंच पाणी तापवायची, म्हाताऱ्याला नेऊन द्यायची. वांगलुंग नव्या घरी नसला, तर त्याला चहा द्यायची; पण जेव्हा कक्कू तिच्या मालकिणीसाठी गरम पाणी घ्यायला यायची, तेव्हा भांडं रिकामं असायचं आणि तिनं कितीही मोठमोठ्यांदा विचारलं, तरी ओ-लान तिला एका शब्दानं उत्तर द्यायची नाही. मग स्वतःच पाणी उकळून घेण्याशिवाय कक्कूला दुसरा उपायच राहायचा नाही. पण तोवर सकाळची न्याहारी बनवायची वेळ झालेली असायची आणि कक्कूला चुलीशी जागाच नसायची. कक्कू आरडाओरडा करायला लागायची, "माझी फुलासारखी नाजूक मालकीण एक घोटभर गरम पाण्यासाठी अंथरुणात तडफडतेय, हे चांगलं आहे का?" पण ओ-लान चकार शब्द न काढता आपली कामं करतच राहायची. अगदी गरिबीच्या दिवसात पान-पान महाग वाटायचं, तेव्हा जशी काळजीपूर्वक गवतकाड्या चुलाण्यात सरकवायची, तसंच आताही करत राहायची. शेवटी कक्कू मोठमोठ्यांदा करवादत वांगलुंगकडे गेली. त्याच्या प्रेमामध्ये या अशा गोष्टींनी बाधा उत्पन्न व्हावी, म्हणून संतापून जाऊन तो ओ-लानकडे गेला आणि ओरडून तिला म्हणाला, "तुला सकाळी एक कपभर पाणी जास्तीचं उकळता येत नाही का?" ती अधिकच दुर्मुखल्या चेहऱ्यानं म्हणाली, "या घरात तरी मी दासींची नोकर नाहीय." तेव्हा मात्र त्याचा राग अनावर झाला. ओ-लानचे खांदे धरून तिला गदगदा हलवत तो ओरडला, "आणखी मूर्खपणा करू नकोस. पाणी दासीसाठी नाही, मालकिणीसाठी हवंय."

त्याचं सगळं मारणं तिनं सहन केलं. त्याच्याकडे पाहात ती एवढंच म्हणाली, "आणि तिला तुम्ही माझे मोती दिलेत." हे ऐकल्याबरोबर त्याचं बोलणं एकदम थांबलं, हात खाली आला आणि रागही नाहीसा झाला. कमालीच्या शरमेनं तो तिथून निघून गेला.

त्यानं कक्कूला सांगितलं, "मी तुला दुसरा चुलाणा आणि वेगळं स्वयंपाकघर बांधून देतो. माझ्या पहिल्या बायकोला ही अशी काहीच पक्वान्नं माहिती नाहीयेत – जी दुसरीला तिचं फुलासारखं रूप टिकवायला खावी लागतात आणि तुलाही आवडतात. तिथं तुला जे हवं ते तू बनवत जा." त्यानं मजुरांना बोलावून घेतलं आणि एक लहानसं स्वयंपाकघर आणि मातीचा चुलाणा बांधून घेतला. एक चांगलंसं पातेलंही घेतलं, 'तुला हवं ते बनव,' असं सांगितल्यामुळे कक्कू तर

खूशच होती.

तेव्हा कुठं वांगलुंगनं हुश्श केलं. तो स्वत:शीच म्हणाला, "चला, आता ठीक झालं. दोन्ही बायका शांत झाल्या आहेत. आता मला मनसोक्त प्रेमात डुंबायला काहीच हरकत नाही." आणि मग पुन्हा एकदा त्याला नव्यानं सारं जाणवायला लागलं – लोटसचं कधी कंटाळा न येणारं रूप. लिलीच्या पाकळ्यांसारख्या पापण्या मोठमोठ्या डोळ्यांवर झुकवत तिचं ते तिरकं बघणं, तिचं ओठ काढून फुरंगटणं आणि ती त्याच्याकडे वर नजर करून बघायची, तेव्हा तिच्या डोळ्यात चमकणारं हसू – सगळंच.

पण एवढं सगळं झाल्यावरसुद्धा ते नवं स्वयंपाकघर त्याला एखाद्या काट्या सारखं सलायला लागलं, कारण आता तर कक्कू रोजच बाजारात जायला लागली आणि दक्षिणेकडच्या मोठ्या शहरातून आणवलेल्या अनेक नव्या-नव्या आणि भयंकर महाग वस्तू विकत आणायला लागली. या वस्तूंमध्ये त्यानं पूर्वी कधी नावही न ऐकलेल्या अशा वस्तू असायच्या. लिची फळं, सुकवलेले मधाळ खजूर, तांदळाच्या पिठाच्या आणि लाल साखरेच्या चित्रविचित्र केक्स, समुद्रातले शिंगाचे मासे आणि असंच काही काही. या सगळ्याला जे काही पैसे पडायचे, ते देणं त्याला अजिबात आवडायचं नाही. शिवाय कक्कू त्याला कोणत्याच वस्तूची खरी किंमत सांगत नाहीय हेही तो जाणून होता आणि तरीही 'तू माझं रक्तमांस खातेयंस' असं स्पष्ट बोलायची त्याला भीतीच वाटत होती, कारण ती अपमानानं चिडली असती आणि मग लोटस नाराज झाली असती. म्हणजे मग चुपचाप कमरबंदात हात घालण्याखेरीज त्याला दुसरं काही करणं शक्यच नव्हतं. हेच त्याला काट्यासारखं सलत होतं. हे दुसऱ्या कुणाजवळ बोलण्यासारखं नसल्यामुळे तो काटा आणखीनच खोलखोल रुतत जात होता आणि मग त्याचं लोटसबद्दलचं प्रेम थोडं मंदावतच होतं.

शिवाय या पहिल्या काट्यातून आणखी एक बारीकसा काटा उगवला होता, तोही त्याला बोचत होताच. तो म्हणजे त्याची काकू! तिला चांगलंचुंगलं खायची भयंकर हौस होती, म्हणून ती पुष्कळदा जेवणाच्या वेळेसच नव्या चौकात जायला लागली आणि मग हळूहळू तिथं रुळलीच. आपल्या साऱ्या घरात मैत्री करायला लोटसला हीच बाई सापडावी, हे काही वांगलुंगला रुचलं नव्हतं. त्या तिन्ही बायका आतल्या नव्या चौकात भरपूर खायच्या आणि कुजबुजत, कुलकुल बोलत दिवसभर बसायच्या. त्याच्या काकूत लोटसला काय एवढं आवडलं होतं, कुणास ठाऊक. तिला ती बाई आवडली होता एवढं खरं आणि हेच वांगलुंगला बिलकूल आवडत नव्हतं.

तरीही याही बाबतीत करण्यासारखं काही नव्हतंच, कारण एकदा त्यानं

अगदी गोडीगुलाबीनं लोटसला समजावण्याचा प्रयत्न केला. तो म्हणाला, "लोटस, माझ्या फुला, तुझा सगळा गोडपणा माझ्यासाठी शिल्लक ठेव बरं! त्या जाड्या बुड्ढीवर कशाला तो खर्च करतेस? शिवाय ती खोटारडी फसवी आहे बरं. ती पहाटेपासून रात्रीपर्यंत तुझ्याजवळ असते, ते मला नाही आवडत." त्यावर लोटस फुसफुसत मान दुसरीकडे वळवून ओठ काढत म्हणाली, "आता बघा, मला तुमच्याशिवाय दुसरं कुणीच नाही. कुणी मैत्रिणीही नाहीत आणि मला तर भरल्या आनंदी घरात राहायची सवय आहे. तुमच्या घरात पहिल्या बाईंशिवाय दुसरं कुणीच नाही आणि त्या तर माझा राग करतात. तुमची पोरं तर मला सारखी छळतच असतात. मला आहे तरी कोण दुसरं?" आपली सगळी अस्त्रं तिनं त्याच्याविरुद्ध वापरली. त्या रात्री तिनं त्याला खोलीतही येऊ दिलं नाही आणि वर तक्रार केली, "तुमचं माझ्यावर प्रेमच नाहीये. नाहीतर मी दुःखी राहावं, असं तुम्हाला वाटलंच नसतं."

मग मात्र वांगलुंग हरला. मोठ्या चिंतातुर दुःखी मनानं त्यानं शरणागती पत्करली आणि तो तिला म्हणाला, "तुझ्या मनासारखं चालू दे बरं!" तेव्हा कुठं अगदी मोठ्या मनानं तिनं त्याला माफ केलं, पण त्याला तिच्या एखाद्या इच्छेविरुद्ध ब्र काढायचीही धास्ती वाटायला लागली. एवढंच काय, पण कधी कधी तो लोटसकडे यायचा, तेव्हा जर ही बाई तिथं चहा पीत मिठाई खात बसलेली असली, तर लोटस सरळ त्याच्याकडे दुर्लक्ष करायला लागली. त्याला थांबायला सांगायला लागली. ही दुसरी बाई गप्पा मारत असली, की ती आपल्या जवळ यायलासुद्धा नाराज असते, याचा संताप येऊन तो ताडताड तिथून निघून जायचा – अशानंही त्याचं प्रेम थोडं उणावलं होतंच, फक्त त्याला ते जाणवलं नव्हतं.

त्याला जास्त संताप कसला येत असेल, तर त्याची काकू लोटससाठी आणलेले हे चांगले चांगले श्रीमंती पदार्थ खाऊन आणखीनच लठ्ठ, तुकतुकीत व्हायला लागली होती. पण काकू धूर्त होती. ती त्याच्याशी अतिशय नम्रतेनं वागायची. त्याची गोड गोड शब्दांची स्तुती करायची. तो आला की, उठून उभी राहायची आणि मग त्याला तिला काही बोलताच यायचं नाही.

या सगळ्यामुळे पूर्वी त्याला लोटसबद्दल तनामनानं वाटणारं प्रेम आता संपूर्ण आणि स्वच्छ राहिलेलं नव्हतं. या प्रेमात छोट्या-छोट्या नावडत्या गोष्टींनी घरं केली होती. शिवाय या नावडत्या गोष्टींना काही उपाय नव्हता. त्या सहन करणं त्याला भागच होतं. त्यामुळे तर त्या त्याला जास्तच सलत होत्या. त्यातून आता तो ओ-लानशी मोकळेपणानं बोलू शकत नव्हता – आता त्यांचं एकत्र आयुष्य संपल्यासारखं होतं.

एकातून अनेक उत्पन्न व्हावे, तसं एका काट्यातून शेवटी वांगलुंगला एक

काट्यांचं रानच सामोरं आलं. इतके दिवस वाढत्या वयामुळे सतत पेंगत असणारे, कधीच काही न बघणारे वांगलुंगचे म्हातारे वडील, अचानक त्यांच्या उबदार झोपेतून जागे झाले आणि ड्रॅगनच्या मुठीच्या त्यांच्या काठीचा आधार घेत – ही काठी त्यांच्या सत्तराव्या वाढदिवशी खास वांगलुंगनं आणली होती – लटपटत लटपटत नव्या चौकाच्या पडद्यापर्यंत पोहोचले. आत्तापर्यंत इतक्या दिवसांत हे नवं दार त्यांना दिसलंच नव्हतं. या घरात कुणी नवी माणसं आलीयेत हे त्यांच्या ध्यानीमनी नव्हतं. शिवाय 'मी एक नवी बाई आणलीय', असं वांगलुंगनं त्याला सांगितलं नव्हतं. कारण अलीकडे ते इतके बहिरे झाले होते, की त्यांना नवी असलेली एखादी गोष्ट त्यांना सांगायला गेलं, तर कानावर पडणाऱ्या आवाजाखेरीज त्यांना दुसरं काही कळत नसे.

आजही त्यांना हे दार दृष्टीला पडण्याचं काहीच कारण नव्हतं. ते सरळ त्या दरवाज्याशी गेले आणि त्यांनी पडदा दूर सरकवला. ती संध्याकाळची वेळ होती आणि वांगलुंग आणि लोटस अंगणात फिरता फिरता पुष्करणीजवळ थांबून मासे पाहात होते – म्हणजे लोटस मासे पाहात होती आणि वांगलुंग लोटसकडे पाहात होता. जेव्हा म्हाताऱ्यानं आपला मुलगा एका सडपातळ, रंगरंगोटी केलेल्या मुली शेजारी उभा असलेला बघितला, तेव्हा तो आपल्या चिरक्या आवाजात ओरडला, "अरे, घरात ही कोण रांड शिरलीय?" लोटसच्या रागाला घाबरून – ती दिसायला नाजूक असली, तरी रागानं आदळआपट करण्यात आणि किंचाळण्यात वस्ताद होती – वांगलुंगनं वडिलांना घाईघाईनं दूर नेलं, पण तरी ते गप्प होईनात. वांगलुंगनं त्यांची खूप समजूत घातली, "बाबा शांत व्हा, ती कोणी वाईट बाई नाहीय – माझी दुसरी बायको आहे." पण म्हाताऱ्याला ऐकू जात होतं का नाही, त्याला काही समजत होतं की नाही, नकळे. तरी तो मधूनच चिरकायचा, "कोण रांड शिरलीय रे घरात?" एकदा अचानक जवळच बसलेल्या वांगलुंगकडे बघत स्पष्ट शब्दात त्याचे वडील म्हणाले, "मला एकच बायको होती आणि माझ्या वडिलांनाही एकच बायको होती. आम्ही शेती करत होतो." आणि मग थोड्या वेळाने ते पुन्हा एकदा ओरडले, "मी म्हणतो, रांडच आहे ती!"

अशा रीतीनं तो म्हातारा आपल्या म्हाताऱ्या डुलक्यांतून जागा झाला तोच लोटसबद्दलचा एक धूर्त द्वेष मनात बाळगून. ते तिच्या चौकाच्या दाराशी जायचे आणि एकदम ओरडायचे, "ए रांड!" किंवा दाराचा पडदा दूर करून ते आतल्या फरशीवर जोरात थुंकायचे किंवा छोटे-छोटे दगड गोळा करून आपल्या दुर्बळ हातांनी, जमेल तेवढ्या ताकदीनं ते माशांना घाबरवायला पुष्करणीत फेकायचे. अशा लहान मुलासारख्या खोडकरपणानं ते मनातला राग दाखवत राहायचे.

वांगलुंगच्या घरात या कारणानंही खळबळ माजलीच. त्याला वडिलांना काही बोलायची लाज वाटत होती, तर दुसरीकडे लोटसच्या रागाची भीती वाटत होती. अलीकडेच त्याला तिच्या तिरसट आणि पटकन रागाला येण्याच्या स्वभावाचा पत्ता लागला होता. आपल्या वडिलांनी तिला चिडवू नये, यासाठी जागरूक राहणं त्याची दमछाक करत होतं. त्याला त्यांचं प्रेम ओझ्यासारखं वाटायला लागण्याचं हे आणखी एक कारण होतं.

एक दिवस त्याला नव्या चौकातून एक किंकाळी ऐकू आली. लोटसचा आवाज ओळखून तो आत धावला. झालं होतं असं – त्याची जुळी मुलं – मुलगा आणि मुलगी – आपल्या थोरल्या वेडगळ बहिणीला हाताला धरून तिथं घेऊन गेली होती. त्याच्या चारही मुलांना या आतल्या नव्या चौकात राहणाऱ्या या बाईबद्दल नेहमीच कुतूहल वाटायचं; पण थोरले दोघेही मोठे होते, जाणते होते. ही बाई इथं कशाला आलीय, आपल्या वडिलांचे आणि तिचे काय संबंध आहेत, याची त्यांना चांगली जाणीव होती – ते गुपचुप एकमेकांशी तिच्याबद्दल बोलायचे ना – म्हणून बुजून थोडे दूरदूरच असायचे. पण धाकट्या दोघांचं मात्र कितीही आत डोकावलं, तरी समाधान व्हायचं नाही. तिच्या दरवळत्या अत्तरांचा वास घेणं, तिच्या जेवणाची उष्टी भांडी कक्कू घेऊन जात असताना त्यात हात घालणं, असं त्यांचं सारखं चालू असायचं. त्यांच्याबद्दल लोटसनं वांगलुंगकडे खूप वेळा तक्रारीही केल्या होत्या, "त्यांचा त्रास होतो, दरवाजा बंद करता येईल, असं काहीतरी करा", असं ती खूप वेळा त्याला म्हणाली होती. पण तो नेहमीच हसून टाळत आला होता, म्हणायचा "त्यांच्या वडिलांना सुंदर चेहरा आवडतो, तसा त्यांनाही आवडतो." त्यानं फक्त आपल्या मुलांना आतल्या चौकात जायला बंदी घातली. दुसरं काही केलं नाही. तो समोर असायचा, तेव्हा ती दोघं आत जायची नाहीत. पण तो नसला की, त्यांची सारखी आत-बाहेर धावपळ चालायची. या सगळ्या गोष्टींचा थोरल्या मुलीला अर्थातच पत्ता नव्हता. ती आपली बाहेरच्या भिंतीशी उन्हात बसून आपल्या चिंधीशी खेळत बसायची.

आज थोरले दोघे शाळेत गेल्यानंतर धाकट्या दोघांना अचानक सुचलं होतं की, थोरलीनंही आतल्या चौकातली ही बाई बघायला पाहिजे आणि त्यांनी तिचे हात धरून ओढतच तिला आत आणलं होतं. लोटस तिच्याकडे पाहातच राहिली – तिनं आजवर थोरलीला कधीच पाहिलेलं नव्हतं. वेडीला लोटसनं घातलेला चकचकीत रंगीबेरंगी रेशमी कोट, तिच्या कानातले जेडचे डूल झगमगताना दिसले आणि एका वेगळ्यात आनंदानं एक निरर्थक आवाज काढत, हसत ते रंग धरण्यासाठी तिनं हात पुढं केले. लोटस भयंकर घाबरली आणि मोठ्यांदा किंचाळली. ती ऐकूनच वांगलुंग धावत आत आला होता. लोटस रागानं थरथरत होती. आपली चिमुकली पावलं

आपटत होती. तिनं आपलं बोट त्या खुळ्या हसणाऱ्या मुलीवर रोखलं आणि ती किंचाळली, "ही माझ्याजवळ येणार असेल, तर मी या घरात राहणं शक्यच नाही. इथं, वेड्या-खुळ्यांशीसुद्धा सामना करावा लागेल, हे मला आधी कुणीच कसं सांगितलं नाही? मला आधी तुमची ही घाणेरडी मुलं ठाऊक असती, तर मी इथं आलेच नसते."

वांगलुंगचं आपल्या मुलांवर अतिशय प्रेम होतं. त्यामुळे आता मात्र त्याला सात्त्विक संताप आला आणि तो रागानं म्हणाला, "माझ्या मुलांना शिव्याशाप देण्याचं काही कारण नाहीय. मी कुणाकडूनही ऐकून नाही घेणार ते. माझ्या खुळीला तर कुणीच काही बोलायचं काम नाही – तुझ्यासारख्या वांझेनं तर नाहीच नाही. तू दिलायंस का एखादा तरी मुलगा कुणाला?" त्यानं आपल्या मुलांना गोळा केलं आणि सांगितलं, "जा, बाहेर जाऊन खेळा बाळांनो. या बाईच्या चौकात पुन्हा येऊ नका. तिचं तुमच्यावर बिलकूल प्रेम नाहीय आणि तुमच्यावर नाही, म्हणजे तुमच्या वडिलांच्या वरही नाही." मग तो त्याच्या लाडक्या वेडाबाईला अतिशय हळुवारपणे म्हणाला, "चला वेडाबाई, चला, तुमच्या नेहमीच्या उबदार उन्हातल्या जागेवर चला." ती त्याच्याकडे बघून हसली. त्यानं तिला हात धरून तिथून दूर नेलं.

लोटसनं त्याच्या या मुलीला शिव्याशाप द्यावे, वेडी म्हणावं, याचा त्याला सगळ्यात जास्त संताप आला होता. त्या मुलीबद्दलचं दुःख त्याच्या मनात पुन्हा नव्यानं उफाळून आलं. तो पुढले दोनतीन दिवस लोटसकडे गेलाच नाही. त्यानं मुलांशी खेळण्यात वेळ घालवला. शहरातून थोरलीसाठी बार्लीची चिक्की आणली. त्या गोड चिकट वस्तूंतला तिचा बालिश आनंद बघून मग त्याला थोडं शांत वाटलं.

तो पुन्हा जेव्हा लोटसकडे गेला, तेव्हा कुणीच हा विषय काढला नाही. तो दोन दिवस आला नाही, याबद्दलही लोटस काही बोलली नाही. पण त्याला खूश करण्याचा जास्तीत जास्त प्रयत्न मात्र ती करत होती. तो आला, तेव्हा त्याची काकू तिथं चहा पीत बसली होती. तिला लोटसनं सांगितलं, "मालक आलेत आणि त्यांच्याकडे लक्ष देणं हेच माझं सुख आहे." आणि काकू जाईस्तोवर ती तशीच उभी राहिली.

मग ती वांगलुंगपाशी गेली आणि त्याचा हात आपल्या गालाशी नेऊन तिनं त्याची खुशामत करायला सुरुवात केली. त्याचं तिच्यावर प्रेम होतं खरं, पण ते पूर्वीसारखं राहिलं नव्हतं हे नक्की.

आणि मग एके दिवशी उन्हाळा संपला. पहाटेचं आकाश अगदी स्वच्छ निरभ्र, समुद्रासारखं निळंभोर आणि थंड होतं. शरदाचा स्वच्छ वारा जमिनीवरून जोरात वाहायला लागला आणि वांगलुंग जणू झोपेतून जागा व्हावा, तसा खडबडून जागा झाला. त्यानं घराच्या दरवाज्यात जाऊन आपल्या शेतांवर नजर टाकली. सगळं पाणी उतरलं होतं आणि त्याची जमीन थंड कोरड्या वाऱ्याखाली आणि उतावीळ

सूर्याखाली झगमगत पसरली होती.

एक आवाज, एक हाकारा त्याच्या मनातून उठला. त्याच्या जमिनीच्या प्रेमाचा! त्याच्या आयुष्यातल्या इतर कोणत्याही आवाजापेक्षा, अगदी त्याच्या वासनेहूनही अधिक ताकदीचा असा तो हाकारा त्याच्या मनाच्या तळातून उसळला होता. त्यानं अंगावरचे रेशमी कपडे फाडून काढले, मखमली बूट, पांढरे मोजे फेकले आणि विजार गुडघ्यापर्यंत गुंडाळत तो अतिशय आतुरतेनं ओरडायला लागला, "कुठेयंत कुदळी-फावडी? आणि गव्हाचं बियाणं कुठं ठेवलंय? चला, चिंग दोस्ता, लोकांना बोलावून घे – मी शेतावर निघालोय."

■

बावीस

दक्षिणेच्या शहरात सोसलेल्या कष्टयातनांमुळे वांगलुंगच्या मनात उत्पन्न झालेला रोगी कडूपणा जसा पायाखालच्या काळ्याभोर ओलसर मातीच्या स्पर्शामुळे आणि ताज्या-ताज्या नांगरटीच्या सुगंधामुळे बरा झाला होता; तसाच त्याचा हा प्रेमरोगही त्याच वासानं, स्पर्शानं बरा झाला. त्यानं त्याच्या मजुरांना खूप धावाधाव करायला लावली आणि त्या साऱ्यांनी मिळून दिवसभर खूप श्रम केले. नांगरणीला सुरुवात करताना वांगलुंगच प्रथम नांगरावर उभा राहिला. बैलांच्या पाठीवर आसूड फडकावत आणि नांगराचा फाळ जमिनीत खोल घुसून, काळ्याशार मातीचे कुरळे-कुरळे सर उमटताना, डोळे भरून पाहिले आणि मग चिंगला बोलावून त्यानं नांगर त्याच्या स्वाधीन केला. तो स्वत: फावडे घेऊन ढेकळं फोडायच्या कामाला जुंपला आणि काळ्या साखरेसारखी ती मऊ ओलसर माती त्यानं अगदी मोकळी मोकळी केली. हे सगळं करायची त्याला काही गरज होती, असं नव्हे, तर त्यातला आनंद लुटण्यासाठीच फक्त तो हे करत होता आणि हे कष्ट करताना जेव्हा त्याला खूप थकायला झालं, तेव्हा तो तिथंच स्वत:च्या जमिनीत झोपून गेला. त्या मातीतली सारी ताकद, तंदुरुस्ती त्याच्या हाडामांसात विरघळून गेली आणि त्याचा रोग अगदी पार नाहीसा झाला.

रात्र पडली. एका ढगाचाही अडथळा न येता सूर्य झगमगत अस्ताला गेला; तेव्हा कुठं तो थकूनभागून, दुखऱ्या अंगानं पण विजयी मुद्रेनं घराकडे वळला. त्यानं खसकन लोटसच्या चौकाचा पडदा दूर केला. लोटस रेशमी कपडे घालून तिथं फिरत होती. मातीनं भरलेले त्याचे कपडे पाहून ती किंचाळली आणि तो तिच्याजवळ आला, तेव्हा तर ती चक्क शहारली.

पण तो मोठ्यांदा हसून आपल्या मळलेल्या हातात तिचे चिमुकले हात घेत

म्हणाला, "कळलं ना, तुझा धनी एक शेतकरी आहे ते आणि तू शेतकरीण." ती रागानं उसळून म्हणाली, "तुम्ही कुणी का असाना, मी काही शेतकरीण नाहीय नक्की." त्यावर पुन्हा एकदा मोठ्यानं हसून तो सहजपणे तिथून निघून गेला.

तसाच मळलेला-थकलेला असा तो जेवायला बसला आणि झोपण्याआधीचं हातपाय-अंग धुणंही त्यानं नाईलाजानंच केलं. अंग धुताना त्याला मोठ्यानं हसू फुटलं, कारण आता तो हे कुणा बाईसाठी करत नव्हता आणि आता तो अगदी स्वतंत्र झाला होता.

मग जमिनीपासून फार दिवस दूर राहिल्यागतच वांगलुंगला झालं. खूप कामं करायची राहिलेली त्याला दिसायला लागली. जमीन नांगरणी-पेरणीसाठी कासावीस झाली होती. दिवसांमागून दिवस तो तिथं जमिनीत राबण्यात घालवत होता. सबंध उन्हाळाभर त्याच्या प्रेमामुळं फिकुटलेला त्याचा रंग उन्हामुळे पुन्हा लालसर तांबूस व्हायला लागला. प्रेमाच्या निष्क्रियतेमुळे हाताचे घट्टे झडून गेले होते, ते जिथं-जिथं कुदळ फावडं घासत होतं, तिथं-तिथं पुन्हा उगवू लागले.

तो दुपारी आणि रात्री जेवायला यायचा आणि ओ-लाननं बनवलेलं जेवण अगदी भरपूर जेवायचा. चांगला भात, कोबी पनीरचा रस्सा आणि गव्हाच्या रोटीत गुंडाळलेली लसणीची चमचमीत पाकळी. तो आल्यानंतर त्याच्या वासामुळं जर लोटसनं आपलं इवलसं नाक हातात धरलं, तर तो बिनधास्त हसायचा. आपला लसणीचा उच्छ्वास मुद्दाम तिच्या अंगावर सोडायचा आणि म्हणायचा, "मला जे आवडेल, ते मी खाणार. तू सहन करायला शीक हळूहळू." आता तो त्या प्रेमरोगातून साफ बरा होऊन, अगदी तंदुरुस्त झाला होता. इतका की, तो आता लोटसकडे जाऊन, तिथलं काम उरकून सहजगत्या दुसऱ्या कामाकडे वळू शकत होता.

अशा रीतीने या दोन्ही बायकांनी त्याच्या घरात आपआपल्या जागा घेतल्या. लोटस म्हणजे त्याचं खेळणंच; सौंदर्यातला, नाजूकपणातला त्याचा आनंदाचा ठेवा आणि तिच्याबरोबरची रतिक्रीडा यांसाठी आणि ओ-लान त्याचं सगळं घर बघणारी त्याच्या मुलांची आई, त्याला, त्याच्या वडिलांना आणि मुलांना जेवू घालणारी.

गावातले पुरुष त्याच्या आतल्या चौकातल्या बाईबद्दल मत्सरानं बोलायचे, ही वांगलुंगची एक अभिमानाची गोष्ट होती. जणू काही एखाद्या मौल्यवान रत्नाबद्दल किंवा एखाद्या महाग खेळण्याविषयी बोलावं – ज्याचा खरोखरी काही उपयोग नसतो, पण त्याच्या मालकाचं मोठेपण मात्र त्यावरून शाबीत होतं. म्हणजे असं की, जरुरीच्या वस्तू घेण्यापुरतेच पैसे त्याला आता मिळत नाहीत, तर मौजमजा करण्यासाठी वाटेल तसे पैसे खर्च करण्याइतका तो आता बडा झालाय. त्याच्या श्रीमंतीच्या सगळ्या चर्चेत पुढाकार घेणारा असायचा त्याचा काका, आजकाल

एखाद्या लुब्र्या कुत्र्यासारखा तो वांगलुंगच्या पुढेपुढे करत असायचा. तो सांगायचा, "आपल्यासारख्या फालतू लोकांना बघायलाही मिळणार नाही, अशी बाई माझ्या पुतण्यानं घरात आणून ठेवलीय." कधी म्हणायचा, "ती माझ्या पुतण्याची बाई रेशमी कपडे घालते बरं – तो तिच्याकडे यायचा असतो तेव्हा, मोठमोठ्या श्रीमंतांच्या बायका घालतात ना तसले म्हणजे मी नाही बघितलं स्वत: पण माझी बायको सांगते ना मला." पुन्हा कधी म्हणायचा, "माझा पुतण्या – माझ्या सख्ख्या भावाचा मुलगा – खानदानच वसवतोय बघा आता आपलं. त्याचे मुलगे म्हणजे बडे बापके बेटे असतील – जन्मात कधी काम करायची गरज पडणार नाही त्यांना."

या अशा साऱ्या बोलण्यानं गावकऱ्यांच्या मनातला वांगलुंगबद्दलचा आदर वाढायला लागला. आजकाल ते तो आपल्यातला एक असल्यासारखे त्याच्याशी बोलत नसत, तर मोठ्या तालेवार जमीनदाराशी बोलावं, तसे बोलत असत. त्याच्याकडे पैसे व्याजानं मागायला येत असत आणि आपल्या मुलामुलींच्या लग्नाबद्दल त्याचा सल्ला घ्यायलाही येत असत. शेताच्या बांधाबद्दल काही भांडण उपटलं, तर निवाड्यासाठी ते सरळ वांगलुंगकडे यायचे आणि त्यानं दिलेला निवाडा मान्यही करायचे.

आतापर्यंत वांगलुंग फक्त आपल्या प्रेमात गुंतलेला होता. तो आता इतरही अनेक गोष्टींमध्ये रस घ्यायला लागला. पाऊस वेळेवर पडला. गव्हाला कोंब फुटले – वाढले, पुन्हा हिवाळा आला, तेव्हा वांगलुंगनं आपला सारा शेतीमाल बाजारात विकायला नेला. कारण आता तो चांगली किंमत मिळेपर्यंत थांबू शकत होता. या वेळी त्यानं आपल्या थोरल्या मुलाला बरोबर नेलं.

आपला थोरला मुलगा कागदावर लिहिलेली अक्षरं मोठ्यानं वाचू शकतो आणि दुसऱ्यांना वाचता येईल अशी अक्षरं स्वत:ही लिहू शकतो, तेव्हा पुरुषाला केवढा अभिमान वाटतो, याचा अनुभव वांगलुंगला तेव्हा आला. तो मोठ्या अभिमानानं हे घडताना पाहात उभा राहिला. पूर्वी त्याची चेष्टा करणारे कारकून आता जेव्हा आश्चर्यानं म्हणायला लागले, "अरे, काय सुंदर अक्षर आहे या मुलाचं! हुशार आहे बेटा!" तेव्हा तो अजिबात हसला नाही. छे, छे! आपला मुलगा चारचौघांपेक्षा काही वेगळा आहे, असं वांगलुंग अजिबात मानत नव्हता. अगदी त्याच्या थोरल्यानं जेव्हा कडक आवाजात एकाला सुनावलं, "हे अक्षर इथं चुकीचं पडलंय, हे असं असायला हवं," तेव्हासुद्धा नाही. खरं म्हणजे तेव्हा तर अभिमानानं त्याचं हृदय फुटायला आलं होतं. इतकं की मान वळवून त्यानं थोडंसं खोकल्यासारखं केलं आणि तो जमिनीवर थुंकलासुद्धा. थोरल्याच्या या बोलण्यावर आश्चर्यचकित होऊन सारे कारकून आपसात कुजबुजायला लागले, तेव्हासुद्धा तो इतकंच म्हणाला, "बदलून टाक मग ते अक्षर. चुकीचं काही लिहिलेलं असेल, तर आपण त्याच्यावर

आपलं नाव टाकायचं नाही.''

आणि तो मोठ्या गर्वानं आपला मुलगा ते चुकीचं अक्षर दुरुस्त करताना पाहात उभा राहिला.

सगळं काम उरकलं. त्याच्या मुलानं वडिलांचं नाव विक्रीखतावर आणि पैशाच्या पावतीवर घातलं. दोघे चालत घराकडे परतले – बाप आणि लेक. तेव्हा बापाच्या मनात आलं, मुलगा मोठा झाला, बाप्या झाला. त्याच्याकडे बघितलं पाहिजे आता. चांगलीशी मुलगी शोधून त्याचा साखरपुडा करून टाकायला पाहिजे. तो स्वत: एका मोठ्या घरात गेला होता आणि तिथला उरलासुरला, कुणाला नको असलेला गाळ त्याला पत्करावा लागला होता. पण त्याच्या मुलाला हे असलं काही करायची जरूर नव्हती. तो श्रीमंत माणसाचा मुलगा होता. स्वत: जमीनदार होता.

आता वांगलुंग आपल्या मुलासाठी मुलगी शोधायच्या कामाला लागला. चांगलंच कठीण काम होतं ते. कारण त्याला कुणी साधीसुधी सामान्य मुलगी नको होती. एके रात्री तो आणि चिंग दोघेच मधल्या खोलीत बसले होते. दिवसभराच्या कामाचा हिशोब – नवं काय बियाणं आणायला हवंय, काय शिल्लक आहे असं सगळं बोलणं झाल्यानंतर त्यानं चिंगकडे हे बोलणं काढलं. अर्थात चिंग काही फार मोलाचा सल्ला देईल, अशी त्याला अपेक्षा नव्हतीच. कारण चिंग फारच साधाभोळा होता. पण त्याला खात्री होती की चिंग कुत्र्यासारखा प्रामाणिक आहे. अशा प्रामाणिक माणसाशी मनातलं बोलणंसुद्धा किती सुखाचं असतं.

वांगलुंग टेबलाजवळ बसलेला होता आणि चिंग अदबीनं त्याच्यासमोर उभा होता. वांगलुंग एवढा बडा झाल्यापासून त्यानं किती सांगितलं, तरी चिंग त्याच्यासमोर बरोबरीच्या नात्यानं काम करत नसे. वांगलुंग आपल्या थोरल्या मुलाबद्दल जे बोलत होता, ते तो नीट लक्ष देऊन ऐकत होता. वांगलुंगनं मुलाच्या बायकोबद्दलच्या आपल्या अपेक्षा बोलून दाखवल्या, तेव्हा तो एक मोठा नि:श्वास टाकून म्हणाला, ''माझी गरीब बिचारी पोर इथं असती, तर काही न घेता मोठ्या आनंदानं आणि कृतज्ञतेनं मी ती तुला देऊन टाकली असती रे. पण आता ती कुठं असेल कुणास ठाऊक? ती जिवंत असेल की नाही, हेसुद्धा कुणाला ठाऊक नाहीय.''

यावर वांगलुंगने त्याचे आभार मानले, पण त्याच्या मनात काय होतं, ते काही त्यानं बोलून दाखवलं नाही – त्याच्या मुलाची बायको म्हणून चिंगची मुलगी चालली नसती. किती चांगला असला, तरी शेवटी चिंग हा दुसऱ्याच्या शेतावर काम करणारा एक शेतमजूर होता. पोराची बायको कोणा मोठ्या घराण्यातली असायला हवी होती.

मग वांगलुंगनं इतर कुणाशी काही जास्त न बोलता, फक्त इथं-तिथं, चहागृहात शहरातल्या श्रीमंत माणसांच्या उपवर मुलींच्या गोष्टी चालत, तिथं कान

द्यायला सुरुवात केली. त्याच्या काकूला मात्र त्यानं मनातल्या गोष्टीचा थांगपत्ता लागू दिला नाही. त्याच्या स्वत:साठी चहागृहातली एखादी बाई आणण्यापुरती ती ठीक होती. त्याच्या मुलासाठी बायको बघताना त्याला आपल्या काकूसारखी कुणीच मध्यस्थ नको होती. तिला योग्य ते खानदान, योग्य ती मुलगी माहीत असणं शक्यच नव्हतं.

हिवाळा आला. मरणाची थंडी पडायला लागली. नव्या वर्षाचा सण आला. खूप खाणंपिणं झालं. वांगलुंगला नव्या वर्षाच्या शुभेच्छा द्यायला फक्त आजूबाजूचे नव्हे, तर शहरातले लोक येऊन गेले. सगळे म्हणायचे, "तुमचं आणखी काय चांगलं होवो, म्हणायचं? सगळंच तर भरभरून आहे तुमच्याकडे. घरात मुलगे, बायका, पैसा आणि जमीन."

वांगलुंग आपले रेशमी कपडे घालून चांगले कपडे ल्यालेल्या आपल्या दोघा मुलांना दोन्ही बाजूला उभं करून त्यांचं स्वागत करायचा. गोड केक्स, कलिंगडाच्या बिया, दाणे असं टेबलावर खायला मांडलेलं असायचं. लाल कागदाची शुभशकुनाची चिन्हं त्याच्या दरवाज्यांवर नव्या वर्षाच्या सुखसमृद्धीसाठी चिकटवलेली होती. त्याला ठाऊक होतं, त्याचं नशीब चांगलं होतं.

पुन्हा वसंत आला. विलोवृक्ष फिकट हिरवे झाले. पीच वृक्षांना फिकट गुलाबी बहर आला. पण वांगलुंगला अजून मुलाजोगती नवरी सापडली नव्हती.

वसंताचे लांबच लांब उबदार दिवस आले. अलुबुखार आणि चेरीच्या बहरांचे चमचमाट दरवळायला लागले. विलोवृक्षांनी आपली लांब लांब पानं पुरती उलगडली. सारेच वृक्ष हिरवेगार झाले. ओली वाफाळती जमीन पिकानं लवल्यागत झाली.

आणि अचानक वांगलुंगचा थोरला मुलगा बदललाच, त्याचं मूलपण संपलं. तो अगदी लहरी झाला, चिडचिडा झाला. हे खायला नको, ते आवडत नाही, असं करायला लागला. पुस्तकांचा, अभ्यासाचा कंटाळा करायला लागला. हे सगळं बघून वांगलुंग घाबरला आणि त्याला डॉक्टरकडे नेण्याच्या गोष्टी करायला लागला.

पुन्हा त्या मुलाला काही सांगण्याची सोयच नव्हती. जर वडिलांनी प्रेमानं बाबापुता करून म्हटलं, "खा रे बाबा, इतका चांगला भात आहे. मांस आहे, खा थोडंसं." तर तो अडेलतट्टूपणानं वागायचा किंवा उदासवाणा तरी व्हायचा आणि जर रागावून बोलले, तर रडायलाच लागायचा आणि खोलीतून निघून जायचा.

या वागण्याचं वांगलुंगला फारच नवल वाटायचं. त्याला त्याचा काही अर्थच लागेनासा झाला होता. तो काही वेळा मुलाच्या पाठोपाठ जाऊन प्रेमानं म्हणालाही होता, "मी बाप आहे तुझा, काय तुझ्या मनात आहे, ते मला सांग तरी." त्यावर तो मुलगा रडणं न थांबवता मानेनंच 'नाही' म्हणाला होता.

आता तर त्या मुलाला आपले म्हातारे गुरुजीच आवडेनासे झाले होते. तो

शाळेत जाण्यासाठी लवकर उठायचाच नाही. मग वांगलुंगला त्याच्या अंगावर ओरडायला लागायचं. एक-दोनदा तर मारही द्यावा लागला होता. तरी मुलगा नाईलाजानं चिडूनच शाळेत गेला होता. कधीकधी तो शहराच्या रस्त्यांवर अळंमटळंम करत दिवस घालवायचा आणि हे रात्री वांगलुंगला कळायचं, कारण धाकटा वैषम्यानं म्हणायचा, "आज दादा शाळेत आला नव्हता." हे ऐकल्यानंतर मात्र वांगलुंग चांगलाच भडकला आणि आपल्या थोरल्या मुलाच्या अंगावर ओरडून म्हणाला, "कष्टाचा पैसा फुकट घालवू काय मी?" आणि एक वेत घेऊन रागाच्या भरात त्यानं मुलाला चांगलं चोपून काढलं. त्याचं ओरडणं ऐकून ओ-लान – त्याची आई स्वयंपाकघरातून धावत बाहेर आली आणि बापलेकांच्यामध्ये उभी राहिली. तिच्या बाजूबाजूंनी मुलाला फटकावण्याच्या प्रयत्नात वांगलुंगचे बरेच फटके तिलाही बसले, पण ती हटली नाही. नवलाची गोष्ट अशी की, एखाद्या साध्या शब्दानंही रडायला लागणारा हा मुलगा सारा वेताचा मार खात गप्प उभा होता. दगडाच्या मूर्तीसारखा त्याचा भावहीन चेहरा फिकटला होता. रात्रंदिवस विचार करूनही वांगलुंगला काही हे कोडं सुटत नव्हतं.

एका रात्री जेवण झाल्यानंतर तो याच गोष्टीचा विचार करत बसला होता. त्या दिवशीही शाळा बुडवल्याबद्दल थोरल्यानं मार खाल्ला होता. ओ-लान गुपचुप खोलीत आली आणि काही न बोलता त्याच्यासमोर उभी राहिली. त्याला कळालं, की हिला काहीतरी बोलायचं होतं, म्हणून तो म्हणाला, "बोल, काय म्हणतेस, थोरल्याची आई?" ती म्हणाली, "तुम्ही मारताय पोराला, पण त्याचा काही उपयोग नाही. मी मोठ्या हवेलीतल्या तरुण कुमारसाहेबांना असं वागताना बघितलंय. तेही असेच उदास, चिडचिडे व्हायचे आणि मग त्यांनी आधीच शोधली नसेल, तर मोठे मालक त्यांना एखादी दासी शोधून द्यायचे आणि मग हे सारं संपायचं."

"पण असं व्हायला पाहिजे, असं काही नाहीय." वांगलुंग वाद घालत म्हणाला, "मी लहान होतो, तेव्हा मला नव्हतं ते असं काही होतं? उदासपणा, लहरीपणा, चिडचिड – आणि दासीपण नव्हत्या."

ओ-लान थोडी थांबली. मग संथपणे म्हणाली, "मीसुद्धा हे असं वागणं श्रीमंत लोकांच्या मुलांखेरीज दुसऱ्या कुणाच्यात पाहिलेलं नाही. तुम्ही शेतात काम करत होतात. हा कुमारसाहेबच आहे. घरात रिकामा बसलेला असतो."

या तिच्या बोलण्याचं वांगलुंगला खूपच आश्चर्य वाटलं. पण थोडा वेळ विचार केल्यावर त्याला तिचं म्हणणं पटलं. तो जेव्हा या वयाचा होता, तेव्हा उदासबिदास व्हायला त्याला वेळ नव्हता, हे तर खरंच होतं. पहाटेला उठून बैल, नांगर घेऊन कामाला लागावं लागायचं आणि कापणीच्या वेळी तर पाठ मोडेतो काम पडायचं. त्याला रडू येत असेल, तर त्यानं खुशाल रडावं, पण ऐकायला कुणी नसायचं.

त्याचा मुलगा शाळेतून पळून यायचा, तसं पळून यायला त्याला दुसरी जागाच नव्हती. कामापासून पळून जायचं तर कुठं जायचं, हा प्रश्नच होता आणि काम नाही केलं, तर खायचं काय, हाही प्रश्नच होता. त्याला काम करणं भागच होतं. हे सगळं त्याला आठवलं आणि तो स्वत:शीच म्हणाला, ''पण माझा मुलगा असा नाहीय. तो माझ्याहून खूपच नाजूक आहे. त्याचा बाप श्रीमंत आहे. माझा गरीब होता शिवाय माझ्याकडे इतके नोकर असताना कष्ट करण्याची त्याला काहीच जरूर नाहीय आणि इतक्या शिकल्या सवरलेल्या मुलाला नांगर धरायला लावायचं, हेही काही बरोबर नाही.''

आपला मुलगा असा आहे, याचं मनातून त्याला कौतुकच वाटलं आणि तो ओ-लानला म्हणाला, ''तो जर कुमारसाहेबासारखा असेल, तर मग गोष्टच वेगळी आहे. पण मी काही त्याच्यासाठी दासीबिसी विकत घेणार नाही. त्याचं लग्न ठरवून टाकतो आणि लवकरात लवकर लग्न करून टाकू या, म्हणजे झालं.''

आणि तो उठून आतल्या नव्या चौकाकडे गेला.

■

तेवीस

आपल्याजवळ बसूनही आपल्या सौंदर्याचा विचार न करता वांगलुंग दुसराच कसला तरी विचार करतोय हे पाहून लोटस रुसली आणि म्हणाली, ''मला जर ठाऊक असतं, की एका वर्षभरातच मी तुम्हाला दिसून न दिसल्यासारखी होईन, तर मी तिथंच – चहागृहातच राहिले असते.'' हे बोलताना तिनं मान वळवली आणि डोळ्यांच्या कोपऱ्यातून त्याच्याकडे असं काही पाहिलं की तो मोठ्यानं हसला. त्यानं तिचा हात ओढून गालाशी नेला आणि फूल हुंगावं, तसा तो हुंगून तो म्हणाला, ''माणूस काय कोटावर शिवलेल्या रत्नाचाच विचार करत बसणार का कायम? पण ते हरवलं, तर मात्र त्याला सहन व्हायचं नाही ते. आजकाल मी माझ्या थोरल्या मुलाच्या विचारात असतो गं! त्याचं तरुण रक्त उसळ्या मारतंय, त्याचं लग्न करून द्यायला हवंय आणि त्याला शोभेलशी मुलगी कुठं शोधावी, तेच मला कळेनासं झालंय. गावातल्या कुणा शेतकऱ्याच्या मुलीशी लग्न करणं मला काही पसंत नाहीय. शिवाय गावातले सगळेच आम्ही वांग घराण्याचे आहोत, म्हणजे ते योग्यही नाही. शहरात माझ्या कुणी इतकं ओळखीचंही नाही की, सरळ त्याच्याकडे जाऊन त्याच्या मुलीला मागणी घालीन आणि धंदेवाईक मध्यस्थाकडे जायला मलाच नकोसं वाटतंय – न जाणो, पैशाच्या लालचीनं एखादी व्यंगाची नाहीतर वेडीबागडी मुलगी माझ्या मुलाच्या गळ्यात बांधायची ती.''

वांगलुंगचा थोरला मुलगा आता तारुण्यात पाऊल टाकताना चांगला उंचनिंच देखणा दिसायला लागला होता आणि लोटसला आवडायला लागला होता. वांगलुंगचं बोलणं ऐकून तिला गंमत वाटली. थोडा विचार करून ती म्हणाली, ''मी त्या चहागृहात होते ना, तेव्हा एक माणूस माझ्याकडे यायचा. तो नेहमी त्याच्या मुलीबद्दल बोलायचा, कारण ती माझ्यासारखी होती म्हणे, लहानगी आणि नाजूक.

वयानं लहानच होती वाटतं.'' तो नेहमी म्हणायचा, ''तुझ्याकडे यायला मला कसंतरीच वाटतं ग, कारण तू अगदी माझ्या मुलीसारखीच आहेस आणि ते बेकायदेशीर आहे.'' म्हणून मग मी त्याला सगळ्यात जास्त आवडायची, तरी तो अनारकली नावाच्या धिप्पाड लालबुंद मुलीकडे जायचा.''

''कसा काय होता माणूस?'' वांगलुंगनं विचारलं.

''चांगला माणूस होता. पैसे खर्च करायला नेहमी तयार असायचा. एकदा 'देतो' म्हटलं की ती वस्तू देणारच. आम्हाला सगळ्यांनाच तो आवडायचा, कारण तो कशालाच 'नाही' म्हणायचा नाही. कधी एखादी मुलगी दमलेली असेल, तर 'मला फसवलं' म्हणून आरडाओरडा कधीच करायचा नाही, उलट एखाद्या उदार सरदारासारखा म्हणायचा, 'हे घे पैसे आणि आराम कर पोरी, तुला पुन्हा हुशारी वाटेपर्यंत, प्रेम करावंसं वाटेपर्यंत आराम कर', खूप गोड बोलायचा आमच्याशी तो.'' आणि बोलता बोलता ती गप्प झाली. वांगलुंगनं तिला घाईघाईनं भानावर आणलं. तिच्या जुन्या आयुष्याच्या आठवणीत तिनं रंगून जावं, हे काही त्याला आवडण्यासारखं खासच नव्हतं.

''पण त्याचा उद्योग काय होता? एवढा पैसेवाला होता तो तर?'' त्यानं विचारलं. ती म्हणाली, ''आता हे काही मला नक्की ठाऊक नाहीय, पण मला वाटतं त्याचा धान्याचा व्यापार होता. पण मी कक्कूला विचारते. तिला या सगळ्या गोष्टी – पुरुषांच्या आणि पैशाच्या माहीत असतात.'' तिनं टाळी वाजवल्याबरोबर कक्कू स्वयंपाकघरातून धावतच बाहेर आली. चुलीजवळ उभं राहिल्यामुळं तिचं उंच नाक आणि गाल लाल झाले होते. लोटसनं तिला विचारलं, ''तो कोण गं – मोठा धिप्पाड माणूस होता बघ, पहिल्यांदा माझ्याकडे यायचा. पण मग माझ्याकडे पाहिलं की मुलीची आठवण येते म्हणायचा. म्हणून मग मीच सगळ्यात आवडायची, तरी तो अनारकलीकडे जायला लागला.'' कक्कूनं ताबडतोब उत्तर दिलं, ''तो होय? त्याचं नाव लिऊ – धान्याचा व्यापारी आहे तो. भला माणूस होता बिचारा. मला बघितलं की, एखादं तरी चांदीचं नाणं हातात टाकायचाच.''

''कुठंय दुकान त्याचं?'' वांगलुंगनं काहीशा बेफिकिरीनंच विचारलं. शेवटी बायकांच्या गप्पाच त्या – त्यातून काही निघेलच असं नाही.

''दगडी पुलाच्या रस्त्यावर,'' कक्कू म्हणाली. तिचं बोलणं पुरं व्हायच्या आत वांगलुंगनं आनंदानं टाळी पिटली आणि तो म्हणाला, ''अरेच्या, तिथंच तर मी माझं धान्य विकतो, हे तर फारच चांगलं झालं. हे नक्कीच जुळवता येईल.'' आता त्याची उत्सुकता खरी जागृत झाली होती. ज्याला आपण धान्य विकतो, त्याची मुलगी आपल्या मुलाची बायको म्हणून यावी, हे त्याला फारच भाग्याचं वाटत होतं.

उंदराला चरबीचा वास यावा, तसा इथं कक्कूला पैशाचा वास आलाच. तिनं

चटकन एप्रनला हात पुसले आणि ती म्हणाली, "मी मालकांच्या सेवेला हजर आहे." तिच्या धूर्त चेहऱ्याकडे पाहून वांगलुंग थोडा विचारात पडला. पण लोटस आनंदानं चित्कारत म्हणाली, "हो, हो कक्कू जाईल आणि लिऊला भेटून येईल. तो तिला चांगलं ओळखतो. हे कक्कू नक्कीच जमवेल. चांगली हुशार आहे ती. देणंबिणं योग्य जमवलं, तर मध्यस्थाची दक्षिणा तिला मिळेल की!"

"हो, हो तर चांगलं जमवीनच मी." कक्कू उत्साहाने म्हणाली. दक्षिणेच्या कल्पनेनंच तिला हसू फुटत होतं. तिनं कमरेचा एप्रन सोडलासुद्धा आणि ती गडबडीनं म्हणाली, "मी आत्ताच जाऊन येते. जेवणाची तयारी झालीय सगळी, मटण तयार केलेलं आहे, फक्त चुलीवर चढवायचंय, भाज्यासुद्धा धुवून ठेवल्यात."

पण या गोष्टीवरचा पुढचा मागचा सारा विचार अजून वांगलुंगच्या मनात पूर्ण झाला नव्हता. इतक्या चटकन ठरवून टाकण्यासारखी काही ती गोष्ट नव्हती. म्हणून तो मोठ्यानं म्हणाला, "नको, मी अजून निश्चित काही ठरवलं नाहीय. थोडे दिवस याच्यावर विचार करतो आणि मग सांगतो काय ते!" दोघी बायका अगदी उतावीळ झाल्या होत्या. कक्कू पैशासाठी आणि लोटस काहीतरी नवी करमणूक मिळेल म्हणून. पण "नाही, नाही. शेवटी माझ्या मुलाचा प्रश्न आहे. थांबतोच मी थोडे दिवस." असं म्हणून वांगलुंग तिथून निघून गेला.

आणि असा इकडचा तिकडचा, या गोष्टींचा त्या गोष्टींचा विचार करण्यात त्यानं खूप दिवस घालवलेही असते. पण त्यानं एका भल्या पहाटे थोरल्याला घरी परतताना पाहिलं. त्याचा चेहरा भरपूर वाईन प्याल्यामुळे लालजर्द तापलेला होता. दुर्गंधी श्वास होता आणि पावलं लटपटत होती. वांगलुंगनं त्याचं अंगणातलं धडपडणं ऐकलं होतं आणि कोण आहे ते बघायला तो बाहेर धावला होता. थोरला कसंतरी तोंड करत त्याच्या समोरच भडाभडा ओकला. त्याला इतकी कडक वाईन पिण्याची सवय नव्हती. घरी केलेल्या घरच्या तांदळाची सरबतासारखी गोड वाईन कधीतरी पिण्यापर्यंतच त्याची मजल गेलेली होती. तो चक्कर येऊन तिथेच स्वतःच्या ओकारीत कुत्र्यासारखा पडून राहिला.

वांगलुंगनं भयंकर घाबरून ओ-लानला हाका मारल्या. त्या दोघांनी मिळून मुलाला उचललं. ओ-लाननं त्याला स्वच्छ केलं आणि मग स्वतःच्या खोलीत स्वतःच्या बिछान्यावर त्याला झोपवलं. एवढं होईपर्यंत त्या मुलाला मेल्यासारखी गाढ झोप लागून गेली आणि वडिलांच्या एकाही प्रश्नाला त्यानं उत्तरच दिलं नाही.

तेव्हा मग वांगलुंग दोन्ही मुलग्यांची झोपायची खोली होती, तिथं गेला. तिथं धाकटा आता आळोखेपिळोखे देत, जांभया देत, शाळेची पुस्तकं एका चौकोनी रुमालात बांधून शाळेत जायची तयारी करत होता. वांगलुंगनं त्याला विचारलं, "काल तुझा दादा इथं तुझ्याशेजारी झोपला नव्हता?" धाकट्यानं नाईलाजानं उत्तर

दिलं, "नव्हता." त्याच्या डोळ्यात कसलीतरी भीती होती. ती पाहून वांगलुंगनं दरडावून विचारलं, "कुठे गेला होता तो?" मुलगा उत्तर देईना, तशी त्याची मानगूट पकडून त्याला गदागदा हलवत तो ओरडला, "कुत्र्या, सांगतोस की नाही मला सगळं?" मुलगा फारच भेदरला आणि ओक्साबोक्शी हुंदके देऊन रडायलाच लागला. रडतारडता म्हणाला, "दादानं सांगितलंय, तुम्हाला सांगायचं नाही म्हणून. सांगितलं, तर तो मला चिमटे काढेल किंवा सुई तापवून मला डाग देईल आणि नाही सांगितलं, तर पैसे देणारे तो मला."

हे ऐकल्यावर तर वांगलुंग फारच बिथरला आणि ओरडला, "सांगतोस की नाही, मढ्या?" मुलानं इकडेतिकडे पाहिलं, पण आता सांगितलं नाही, तर वडील गळाच दाबतील, हे बघून तो म्हणाला, "तीन दिवस रोज रात्री बाहेर जातोय तो. कुठे जातो, कशाला जातो, हे काही मला माहीत नाही, पण तुमच्या काकांच्या मुला बरोबर जातो, एवढं मात्र मला ठाऊक आहे." वांगलुंगनं त्याची मानगुट सोडून त्याला बाजूला ढकलून दिलं आणि तो ताडताड काकांच्या खोलीत शिरला. तिथं त्याच्या चुलतभावाचीही स्थिती त्याच्या मुलासारखी असलेली त्याला दिसली. तसाच लालजर्द तापलेला चेहरा, पण तितका लटपटत नव्हता. कारण तो वयानेही मोठा होता आणि जगाच्या व्यवहारात चांगला मुरलेला होता. वांगलुंग त्याच्या अंगावर ओरडून म्हणाला, "कुठे नेलं होतंस माझ्या मुलाला?" तो तरुण त्याच्याकडे पाहात खोचून म्हणाला, "आहा! त्या माझ्या चुलत पुतण्याला कुणी न्यावं लागत नाही बरं. तो एकटा कुठेही जाऊ शकतो." पण वांगलुंगनं पुन्हा मोठ्या आवाजात ओरडून तेच विचारलं. या वेळी तो निर्लज्ज पाजी चेहरा पाहून तो आपल्या चुलतभावावर इतका संतापला होता की त्यानं त्याचा जीव घ्यायलाही मागेपुढे पाहिलं नसतं, "रात्री माझा मुलगा कुठे होता?" त्याचा आवाज ऐकून मात्र तो तरुण माणूस मनातून घाबरला. आपली कोडगी नजर खाली वळवत अगदी नाराजीनं तोंड वेडंवाकडं करत तो म्हणाला, "त्या मोठ्या हवेलीतल्या एका चौकात एक बाई राहते. तिच्याकडे तो गेला होता." हे ऐकताच वांगलुंग मोठ्यानं विव्हळला. कारण ही वेश्या चांगलीच गाजलेली होती. अगदी गरीब सामान्य माणसांखेरीज तिच्याकडे कुणी जात नसे. ती आता उताराला लागली असल्यानं थोड्याशा पैशाच्या मोबदल्यात पुष्कळ काही द्यायला तयार असे.

काही न खातापिता तो तसाच घरातून बाहेर पडला आणि शेतातल्या वाटेनं शहरात निघाला. आज प्रथमच शेतात कसं काय पीक आलंय, कोणतं पीक किती येणार आहे, यातलं त्याला काहीही दिसलं नाही. मुलानं ओढवून आणलेलं संकटच त्याच्या मनावर वेटाळून होतं.

तो या सगळ्याचा विचार करत आत नजर वळवूनच चालत राहिला. तटबंदीतला

दरवाजा ओलांडून तो त्या एके काळी मोठ्या असलेल्या त्या हवेलीत पोहोचला.

आता तो प्रचंड दरवाजा संपूर्णपणे उघडलेला होता. आजकाल त्या जाड लोखंडी बिजागऱ्या करवत तो बंद करायला कुणी धजत नव्हतं. कुणालाही जायला-यायला मुक्तद्वार होतं. तो आत शिरला. सारे चौक, साऱ्या खोल्या फालतू सामान्य लोकांनी भाड्यानं घेतलेल्या होत्या. एका खोलीत एक कुटुंब, सारी हवेली घाणीनं बुजबुजली होती. मोठे पाईनवृक्ष कापून टाकलेले होते. जे शिल्लक होते, तेही मरतच होते. चौकाचौकातील कारंजी कचऱ्यानं भरून वाहात होती.

पण वांगलुंगला यातलं काहीच दिसलं नाही. पहिल्याच चौकात उभं राहून त्यानं हाकारलं, "ती यांग नावाची रांड कुठे राहते?" एक बाई तीन पायाच्या स्टुलावर बसून बुटाचा सोल शिवत होती. तिनं वर पाहिलं, मानेनंच बाजूच्या एका दाराकडे खूण केली आणि पुन्हा आपलं काम चालू केलं. जणू काही या प्रश्नाला तिनं आजवर खूप वेळा उत्तर दिलं असावं.

वांगलुंग त्या दाराजवळ गेला आणि त्यानं जोरात दार ठोकलं. आतून एक किरकिरा आवाज आला, "जा बाबा जा, मी रात्रभर काम करून थकलेय आणि आता झोपणारंय." तरी त्यानं दार वाजवणं चालूच ठेवलं. पुन्हा तो आवाज किरकिरला, "कोणंय?" त्यानं काही उत्तर न देता दार ठोकणं चालूच ठेवलं. काही झालं, तरी तो आज आता या बाईला भेटणारच होता. शेवटी एकदाची एक खसफस झाली आणि दार उघडलं गेलं. एक मध्यम वयाची बाई दारात उभी होती. भरभरीत पांढऱ्या पावडरनं माखलेला, दमलेला चेहरा आणि तांबडे रंगवलेले लोंबते ओठ. तो रंग धुवून काढायचे कष्टही त्या बाईने घेतले नव्हते. ती त्याच्याकडे पाहून रागाने म्हणाली, "आता रात्रीच्या आधी काही नाही. तुला हवं तर रात्री कितीही लवकर ये, पण आता मला झोपलंच पाहिजे." वांगलुंगनं तिचं बोलणं मध्येच तोडलं, कारण तिच्याकडे पाहणंही त्याला अशक्य होत होतं आणि तिच्याबरोबर आपल्या मुलाची कल्पना त्याला असह्य होत होती. तो म्हणाला, "मी माझ्यासाठी नाही आलोय. मला तुझ्यासारखीची गरज नाहीय. मी माझ्या मुलासाठी आलोय." आणि एकदम मुलाच्या आठवणीनं त्याचा घसा दाटूनच आला.

त्या बाईनं विचारलं, "तुझ्या मुलाचं काय?"

कापऱ्या आवाजात वांगलुंग म्हणाला, "तो काल रात्री इथं आला होता."

"काल रात्री पुष्कळ लोकांचे मुलगे इथं आले होते. त्यातला तुझा कोणता ते मला माहिती नाही." ती बाई उत्तरली.

वांगलुंग अजीजीनं म्हणाला, "आठवून पाहा बरं. एक सडपातळसा मुलगा – वयाच्या मानानं उंचापुरा पण मोठा पुरुष झालेला नव्हे – मुलगाच. त्याची अशी एखाद्या बाईकडे जायची हिंमत होईल, हे माझ्या स्वप्नातसुद्धा आलं नाही."

त्या बाईनं थोडं आठवल्यासारखं करून म्हटलं, "दोघे जण होते का ते? त्यातला एक मुलगा मोठा नाक वर करून आपल्याला सगळं माहीतच आहे, अशा नजरेचा होता – टोपी मोठी झोकात तिरपी घातली होती. तो? आणि दुसरा तुम्ही म्हणताय तसा – उंच, तगडा पण मुलगेलासा – पुरुष व्हायला उतावळा झालेला."

"हो, हो, तोच तो माझा मुलगा." वांगलुंग म्हणाला.

"बरं मग? त्याचं काय?" तिनं विचारलं. वांगलुंग तळमळून म्हणाला, "असं की, तो जर इथं आला, तर तू त्याला टाळायचंस – असं सांगून की तुला पुरुष आवडतात – काय हवं ते सांग, पण त्याला घालव. प्रत्येक वेळी त्याला घालवायचे दुप्पट पैसे देईन मी तुला."

ती बाई बेफिकीर हसली आणि एकदम खूश होऊन म्हणाली, "याला कोण नाही म्हणेल? काम न करता पैसे मिळाले, तर कुणाला नको असतात?" त्याच्याकडे तिरप्या नजरेनं पाहात ती पुढे म्हणाली, "शिवाय मला खरंच पुरुष आवडतात. लहान पोरांची काय मजा येणार?"

वांगलुंगला तिच्या खरबरीत चेहऱ्याची एकदम शिसारी आली. तो घाईघाईनं म्हणाला, "ठरलं तर मग?" आणि झपाट्यानं वळून घराकडे चालायला लागला. त्या बाईची मळमळ घालवण्यासाठी तो चालताना सारखा थुंकत होता.

त्या दिवशी त्यानं कक्कूला सांगितलं, "तू म्हणालीस, तसंच होऊ दे. त्या धान्यव्यापाऱ्याकडे जा आणि सगळं ठरवून टाक. मुलगी चांगली असेल आणि लग्न ठरण्यासारखं असेल, तर हुंडा थोडा कमी-जास्त मिळाला तरी चालेल." आणि मगच तो मुलगा झोपला होता, तिथं गेला. त्याच्या शेजारी बसला असताना त्याच्या मनात आलं, 'हा किती गोरा आहे, किती लहान आहे.' झोपेत शांत दिसणारा त्याचा चेहरा अजून किती तुळतुळीत आहे हे त्याला नव्यानं दिसलं आणि पुन्हा त्याला त्या बाईच्या रंगवलेल्या चेहऱ्याची आणि जाड लोंबत्या ओठांची आठवण झाली. रागानं आणि शिसारीनं त्याचं मन गदगदून गेलं. स्वतःशीच काहीतरी पुटपुटत तो तिथं बसून राहिला.

ओ-लान खोलीत आली आणि मुलाकडे पाहात उभी राहिली. त्याच्या अंगावर तरारलेला स्वच्छ घाम बघून तिनं कोमट पाणी आणि व्हिनेगर यांचं मिश्रण करून आणलं आणि त्यात फडकं बुडवून त्यानं हळुवारपणे तो घाम पुसून काढला. मोठ्या हवेलीतले मालक लोक जास्त प्यायले की त्यांना असंच पुसून काढायचे. एवढं पुसून काढलं, तरी मुलाला त्याच्या धुंदीतून जाग येत नाहीये हे पाहून संतापून जाऊन वांगलुंग काकाच्या खोलीकडे गेला. हा आपला काका-वडिलांचा भाऊ आहे हे तो साफ विसरला. त्याच्या एवढंच लक्षात होतं की, आपल्या निष्पाप मुलाला भलत्या वाटेला नेणाऱ्या दुर्गुणी, आळशी उर्मट माणसाचा हा बाप आहे. तो आत गेला

आणि मोठ्यानं ओरडला, "माझ्या घरातच हे कृतघ्न साप पाळले की मी! आता चांगले डसताहेत मलाच."

त्याचा काका टेबलाजवळ बसून सकाळची न्याहारी करीत होता. कारण तो मध्यान्हीच्या आधी झोपूनच उठायचा नाही. कामच काय होतं त्याला दुसरं? वांगलुंगचं ओरडणं ऐकून त्यानं आळसटपणानं वर पाहिलं आणि विचारलं, "आता काय?" वांगलुंगनं घुसमटत गहिवरत काय झालं होतं, ते सांगितलं. त्यावर त्याचा काका फक्त हसला आणि म्हणाला, "मुलग्याचाच पुरुष होणं थांबवता येतं का कुणाला? तरणा कुत्रा कुत्रीच्या मागे जाणारच की!"

काकाचं ते हसणं बघून वांगलुंगला पळभरात या काकामुळं त्याला काय काय सहन करावं लागलं होतं, सोसावं लागलं होतं, ते झर्रकन आठवलं. याच काकानं त्याच्या बुऱ्या वक्ताला जमीन विकण्याची जबरदस्ती करण्याचा प्रयत्न केला होता. हीच तिघं त्याच्या घरात आरामात आळसात बसून फुकटचं खातपीत होती आणि आता याच काकाच्या पोरानं त्याच्या कोवळ्या निष्पाप मुलाला बिघडवलं होतं. तो दातओठ खाऊन म्हणाला, "चल नीघ माझ्या घरातून – तू आणि तुझी बायकापोरं. आता कणभर भातसुद्धा या घरात तुम्हाला मिळणार नाही. नुसते बसून खाता, पण थोडीसुद्धा कृतज्ञता नाही तुम्हाला. अशा लोकांना घरात थारा देण्यापेक्षा घर जाळून टाकीन मी."

पण त्याचा काका शांतपणे बसून, थोडं या भांड्यातलं, थोडं त्या भांड्यातलं असं घेऊन चवीचवीनं खातच राहिला. काका लक्ष देत नाही, असं दिसल्यावर भयंकर खवळून वांगलुंग हात उगारतच पुढे झाला. तेवढ्यात त्याचा काका त्याच्याकडे वळून म्हणाला, "हिंमत असेल तर मला घराबाहेर काढ." वांगलुंग चमकून थबकला आणि "काय, काय", असं काहीतरी बोलतोय, तोवर काकानं कोट उचलून अस्तराशी लावलेली एक वस्तू त्याला दाखवली. वांगलुंग एकदम स्तब्ध झाला. तिथं एक मोठी लाल दाढी आणि लाल कापडाचा तुकडा अडकवलेला होता. या वस्तूंकडे नजर खिळल्याबरोबर त्याचा सगळा राग पाण्यासारखा गळून गेला आणि अंगातली ताकद गेल्यासारखा तो थरथर कापायला लागला.

या दोन गोष्टी – लाल दाढी आणि लाल रुमाल – म्हणजे वायव्य प्रांतात धुमाकूळ घालणाऱ्या एका दरोडेखोर टोळीचं चिन्ह होतं. त्यांनी खूप घरं जाळून टाकली होती. खूप बायका उचलून नेल्या होत्या. भल्या शेतकऱ्यांना त्यांच्या जळत्या घराच्या उंबऱ्याशी बांधून ठेवून जिवंत सोडून दिलं होतं. दुसऱ्या दिवशी ते जिवंत असले, तर पूर्ण वेडे झालेले तरी सापडायचे किंवा पूर्ण भाजलेले तरी सापडायचे. या खुणांकडे वांगलुंग डोळे फाडून बघतच राहिला आणि मग एक शब्दही न बोलता तिथून निघून गेला. जाता जाता पुन्हा खायला लागलेल्या काकाचं

दबक्या आवाजातलं हसणं त्याच्या कानावर पडलंच.

आता कल्पनाही करता येणार नाही, अशा गुंत्यात वांगलुंग पुरता अडकला गेला. त्याच्या काकाचं जाणं-येणं पूर्वीसारखंच चालू होतं. तसेच निष्काळजीपणं गुंडाळलेले कपडे आणि विरळ राखाडी दाढीमधून उमटणारं छद्मी हास्य. तो दृष्टीला पडला की, वांगलुंगला थंडगार घाम फुटायचा, पण नेहमीच्या सभ्य शब्दां खेरीज दुसरं काही बोलायची त्याला हिम्मतच व्हायची नाही. न जाणो, काका केव्हा काय करेल? एक गोष्ट मात्र खरी होती – त्याच्या इतक्या सुबत्तेच्या वर्षांत आणि दुष्काळातही जेव्हा इतर माणसं मुलाबाळांसकट उपासमार काढत होती; तेव्हाही दरोडेखोर त्याच्या घरादाराच्या, शेतीवाडीच्या आसपासही फिरकले नव्हते. त्याला नेहमीच त्यांची भीती वाटायची आणि तो रोज रात्री दाराला मजबूत अडसर घालायचा. त्याच्या प्रेमाच्या सुरुवातीपर्यंत तो स्वत: जाडेभरडे कपडेच वापरायचा. आपली श्रीमंती कुणाच्या डोळ्यावर येऊ नये, असं म्हणायचा. इतर लोकांकडून या लुटमारीच्या गोष्टी ऐकल्या की घरी येऊन जागत बसायचा, प्रत्येक चाहूल कान देऊन ऐकत बसायचा.

पण त्याच्या घरी दरोडेखोर कधीच आले नाहीत. हळूहळू तो बेफिकीर व्हायला लागला, धिटाईनं वागायला लागला. त्याला वाटायला लागलं की देवच आपलं रक्षण करताहेत आणि मग हळूहळू तो सगळ्याच गोष्टींबाबत बेपर्वा व्हायला लागला – अगदी देवासमोर उदबत्ती लावण्याबाबतसुद्धा – उदबत्ती लावली नाही, तरीसुद्धा ते त्याची काळजी घेतच होते ना आणि तो स्वत:च्या आणि जमिनीच्या कामातच पुरा गुंतून राहिला.

आत्ता अचानक त्याला तो इतका सुरक्षित कसा राहिला होता, ते कळलं आणि जोवर तो आपल्या काकाला आणि त्याच्या कुटुंबाला पोसतोय, तोवर सुखरूप राहणार आहे हेही त्याला कळून चुकलं. हा विचार मनात येता क्षणी त्याला दरदरून थंडगार घाम फुटायचा आणि हे गुपित कुणाकडेही बोलायची त्याची हिंमत व्हायची नाही.

अर्थातच तो काकाला काही बोलला नाही. उलट अगदी आग्रहानं काकूला म्हणाला, “नव्या चौकात जे आवडेल ते खात चल आणि हे थोडे पैसे असू देत वरखर्चाला.” चुलतभावाशी बोलताना त्याला उमळून येत होतं, तरी तो रेटून म्हणाला, “हे घे, थोडे पैसे ठेव, लागतात तरुण माणसांना मजा करायला.”

पण स्वत:च्या मुलावर मात्र त्यानं बारीक लक्ष ठेवलं. सूर्यास्तानंतर घराबाहेर पडायची त्याला बंदी घातली. मग तो मुलगा चिडायचा, आदळआपट करायचा. धाकट्या भावंडांना विनाकारण मारहाण करायचा. अशा रीतीनं वांगलुंग स्वत:च्या

संकटांमध्ये पुरताच गुंतून गेला.

पहिल्यापहिल्यांदा स्वत:वर कोसळलेल्या या साऱ्या संकटाचा विचार करता करता त्याला काही कामधाम सुचायचं नाही. तो कधी याचा विचार करायचा, तर कधी त्याचा – त्याला वाटायचं, मी काकाला घालवून देऊन तटाच्या आत राहायला जाऊ शकेन – तटबंदीची दारं या डाकूंना अडवण्यासाठीच तर रोज रात्री बंद केली जातात. पण मग त्याला आठवलं, त्याला रोज शेतावर येणं तर भागच होतं. मग त्याच्या स्वत:च्या जमिनीवर का असेना, पण तो एकटाच काम करत असताना काय होईल कुणी सांगावं? शिवाय एखादा माणूस कायमचा शहरातल्या घरात आपल्या जमिनीपासून दूर असा कसा राहू शकेल? मरेलच की तो आणि दुष्काळही पडणारच कधीतरी. मग शहरातसुद्धा डाकूंचा धुमाकूळ माजेल – ह्वांगच्या हवेलीचं तसंच तर झालं होतं.

किंवा शहरात जाऊन तो सरळ न्यायाधीशाकडे जाऊन त्यांना सांगू शकला असता, की माझा काका लाल दाढीवाल्यांपैकी एक आहे. पण त्यानं असं केलं, तरी त्याच्यावर विश्वास कोण ठेवणार? स्वत:च्या काकाबद्दल असं बोलणाऱ्या माणसावर खरंच कोण विश्वास ठेवेल? उलट घरातल्या वडीलधाऱ्या माणसाचा अपमान केला, म्हणून त्यालाच फटके खावे लागले असते कदाचित. शिवाय ही गोष्ट लाल दाढीवाल्याच्या कानावर गेली, तर ते त्याचा सूड उगवणारच आणि या धास्तीने उरलेला सारा जन्म नासून जाईल.

आता जणू हे सगळं पुरेसं नव्हतं म्हणून की काय, कक्कू त्या धान्याच्या व्यापाऱ्याकडून परतली आणि सांगायला लागली, "लिऊशेठला हे लग्न मान्य आहे. बाकी सगळ्या गोष्टी मनासारख्या ठरताहेत, पण आता फक्त साखरपुड्याचे कागदपत्र करण्याशिवाय ते आणखी काही करायला तयार नाहीत. लग्नाला मुलगी फार लहान आहे म्हणतात. फक्त चौदाच वर्षांची आहे. त्यामुळे लग्नासाठी अजून तीन वर्षं तरी थांबणं भाग आहे."

अजून तीन वर्षं या पोराचं हे असलं चिडचिड करणं, आळशीपणा करणं, कुठंतरी टक लावून बसणं, हे सगळं सहन करावं लागणार, म्हणून वांगलुंगची गाळणच उडाली. आजकाल तर थोरला दहापैकी जेमतेम दोन दिवस शाळेत जायचा. रात्री जेवायला बसल्यावर वांगलुंग ओ-लानवरच ओरडला, "या उरलेल्या मुलांची लग्नसुद्धा पक्की करून टाकू या. जितकी लवकर जमतील तितकी आणि शक्य तितक्या लवकर ती उरकूनपण टाकू या. हा सगळा प्रकार अजून तीन वेळा सहन करणं मला शक्यच नाही."

रात्रभरच्या अस्वस्थ अशांत झोपेतून दुसऱ्या दिवशी सकाळी जाग आल्या बरोबर नेहमी घरातल्या कटकटीचं ओझं फार झालं की, तो जे करायचा, तेच त्यानं

आजही केलं. आपला पायघोळ अंगरखा, बूट काढून फेकून दिले आणि एक फावडं उचलून तो त्याच्या शेतात निघून गेला. जाताजाता बाहेरच्या चौकात चिंधीशी खेळत स्वत:शीच हसत बसलेली त्याची थोरली मुलगी त्याला दिसली. तो पुटपुटला, "बाकी सगळ्या पोरांपेक्षा ही बिचारी खुळीच मला जास्त सुख देते." त्यानंतर दिवसांमागून दिवस तो शेतात काम करत राहिला आणि त्या सद्गुणी जमिनीनं आपलं समाधान देण्याचं काम पुन्हा एकदा बजावलं. सूर्यानं त्याच्यावर तळपून त्याच्या जखमा बऱ्या केल्या. उन्हाळ्याच्या उबदार वाऱ्यांनी त्याला लपेटून घेऊन मनाची शांती परत मिळवून दिली. पण तेवढ्यातच एक छोटासा फिकटसा ढग दक्षिणेकडून यायला लागला होता. सुरुवातीला तो ढग हलक्या धुक्यासारखा क्षितिजावर तरंगत राहिला. पण वाऱ्यानं ढग इकडेतिकडे पांगतात, तसा तो हलत मात्र बिलकूल नव्हता. पंख्याच्या आकारात पसरून अगदी स्थिर असा हवेत तरंगत राहिला होता.

गावकऱ्यांनी तो ढग पाहिला आणि त्यांच्यात कुजबुज सुरू झाली. गावावर भीतीचं सावट पसरलं. तो ढग म्हणजे टोळधाड असावी, अशी त्यांना भीती वाटत होती. आता हे टोळ शेतात पेरलेलं उगवलेलं सारं खाऊन फस्त करणार होते. वांगलुंगही त्यांच्याबरोबर उभा राहून पाहात होता, निरखत होता. शेवटी वाऱ्याच्या एका झुळकीनं त्यांच्या पायाशी काहीतरी आणून टाकलं. एकानं ते घाईनं उचललं – मेलेला टोळ होता तो – मेलेला आणि म्हणून पाठून येणाऱ्या टोळांपेक्षा हलका.

मग वांगलुंग सगळं विसरलाच. बायका, मुलं, काका सगळं विसरला. घाबरलेल्या गावकऱ्यांच्यात फिरून तो त्यांना ओरडून सांगायला लागला, "या आकाशीच्या शत्रूशीसुद्धा आपण लढलं पाहिजे – आपल्या जमिनीसाठी." पण काही जात्याच निराश असणाऱ्या लोकांनी माना हलवल्या आणि म्हटलं, "छे, छे! आता काही करण्यासारखं नाहीचेय. या वर्षी आपण भुकं मरावं, अशी देवाचीच इच्छा असेल, तर आपण काय लढणार! भुके मरणार ते मरणारच." बायका रडत रडत शहरात जाऊन छोट्या देवळातल्या भूमीच्या देवांसमोर लावायला उदबत्त्या घेऊन आल्या. काही शहरात मोठ्या देवळात जाऊन आकाशाच्या देवांसमोर उदबत्त्या जाळून आल्या. अशी भूमी आणि आकाश दोघांचीही पूजा करण्यात आली.

तरीही टोळ साऱ्या शेतजमिनीच्या वर तरंगतच होते. मग वांगलुंगनं आपल्या मजुरांना बोलावलं. चिंग न बोलता त्याच्याशेजारी तयार उभा होताच. शिवाय काही तरुण शेतकरीही त्याच्या मदतीला आले. या साऱ्यांनी मिळून स्वत:च्या हातांनी काही शेतातल्या उभ्या पिकाला काडी लावली आणि चांगला उत्कृष्ट कापणीस आलेला गहू जाळून टाकला. त्यांनी चांगले रुंद खंदक खणले आणि विहिरीचं पाणी त्यात सोडून ते भरून टाकले. अहोरात्र न झोपता ते काम करत राहिले. ओ-लान

आणि इतर बायका त्यांचं जेवण घेऊन यायच्या आणि हे लोक शेतात उभ्याउभ्याच जनावरं खातात, तसं खाऊन घेऊन पुन्हा कामाला भिडायचे.

हळूहळू आकाश काळंभोर व्हायला लागलं. हवेत अनेक पंख फडफडल्याचा खोल दमदार आवाज घुमायला लागला आणि साऱ्या शेतांवर टोळधाड कोसळली. एखाद्या शेतावरून ती टोळधाड उडत पुढे निघून जायची – त्यातल्या दाण्यालाही धक्का न लावता, तर एखाद्या शेतात ती त्या शेताचा पुरता उन्हाळा करूनच उठायची. माणसं सुस्कारायची आणि म्हणायची, "देवाची इच्छा." पण वांगलुंग भयंकर संतापून टोळांना मारायचा, चिरडायचा, त्याची माणसं लाकडी धोपटण्यांनी टोळांना मारायची. लाखो टोळ त्यांनी पेटवलेल्या आगीत होरपळून मेले आणि लाखो टोळ त्यांनी खणलेल्या खंदकांमध्ये पडून मेले. पण त्यामुळे उरलेल्या लाखो टोळांच्या झुंडीमध्ये काहीच कमी झालं नाही.

तरीसुद्धा या साऱ्या लढाईचं फळ वांगलुंगला मिळालंच. त्याची सर्वांत उत्तम शेतं टोळधाडीतून वाचवली होती. जेव्हा टोळधाड पुढे सरकली आणि त्यांना श्वास घ्यायला फुरसत मिळाली; तेव्हा कापणी करण्याजोगा गहू अजून थोडातरी शिल्लक होता, भाताची खाचरं अजून उभी होती, याचंच त्याला समाधान वाटलं. खूप लोकांनी टोळ भाजून खाल्ले, पण वांगलुंगला ते शक्यच नव्हतं. त्याच्या लेखी हे टोळ म्हणजे एक त्याच्या शेतांची, जमिनीची नासधूस करणारी गलिच्छ वस्तू होती. तरीही ओ-लाननं जेव्हा ते टोळ तेलात तळले आणि त्याच्या मजुरांनी ते दाताखाली काडकन फोडून ते खाल्ले, मुलांनीही त्यांच्या मोठमोठ्या डोळ्यांना घाबरत, हळूहळू ते सोलून त्यांची चव घेतली; तेव्हा तो काही बोलला नाही, पण त्यानं स्वत: मात्र त्या टोळांना हातही लावला नाही.

त्या टोळांनी त्याच्यावर एक उपकार मात्र केला होताच. सात दिवस त्याच्या जमिनीखेरीज दुसरा विचार त्याच्या मनाला शिवला नव्हता. त्याचे सारे काळजीकाटे दूर गेले होते. हे ध्यानात आल्यावर त्यानं शांतपणानं विचार केला, 'ठीकाय! प्रत्येकालाच काही ना काही दु:ख, काही ना काही काळजी असते. मी माझ्या काळज्यांसकट जगायला शिकलं पाहिजे, हेच खरं! काका म्हातारा आहे, तो आज नाहीतर उद्या मरेलच आणि माझ्या मुलानं जशी निभतील, तशी ही तीन वर्षं काढलीच पाहिजेत. मी काही या गोष्टीसाठी स्वत: मरत पडणार नाही हे नक्की.'

मग त्यानं गहू कापला, पाऊस आल्यावर कोवळ्या हिरव्यागार भाताची रोपं पाणी भरल्या खाचरात लावली आणि पुन्हा एकदा उन्हाळा आला.

■

चोवीस

आपल्या घरात आता शांतता नांदायला लागलीय असं वांगलुंगच्या मनात येऊन गेल्यानंतर थोड्याच दिवसांत त्याचा थोरला मुलगा त्याच्याकडे आला. वांगलुंग दुपारी शेतावरून नुकताच परतला होता, त्या वेळेस थोरला त्याच्याजवळ येऊन म्हणाला, "मी जर पुढं शिकायचं असेल, तर या म्हाताऱ्याकडे शिकण्यात काही अर्थ नाही. त्याच्याकडे आता मला शिकण्यासारखं काही राहिलेलं नाही."

वांगलुंगनं स्वयंपाकघरातल्या उकळत्या पाण्याच्या सतेल्यातून एक बादलीभर पाणी काढून घेतलं होतं. त्या उकळत्या पाण्यात एक फडकं बुडवून ते पिळून काढून, त्या वाफाळणाऱ्या फडक्यानं तो तोंड, अंग पुसत होता. त्यानं विचारलं, "काय म्हणतोयंस?" मुलगा थोडा चाचरला आणि मग म्हणाला, "मी जर चांगलं शिकून विद्वान व्हावं, असं तुम्हाला वाटत असेल, तर मला दक्षिणेकडच्या शहरात जाऊन एखाद्या चांगल्या शाळेत नाव घालू द्या. म्हणजे जे काही शिकण्यासारखं असेल, ते सारं मला शिकता येईल." वांगलुंगनं त्या गरम फडक्यानं डोळे, कान, मान स्वच्छ पुसून काढले. शेतातल्या कष्टांमुळं ठणकणाऱ्या अंगामुळं तो चिडचिडला होता. तशाच वाफाळणाऱ्या चेहऱ्यानं मुलाकडे पाहात त्यानं रागानं विचारलं, "आता हा आणखी काय मूर्खपणा आहे? मी सांगतोय, तुला जाता येणार नाही. मला उगाच चिडवू नकोस. मी एकदा सांगितलं, म्हणजे सांगितलं. पुष्कळ झालं शिकणं तुझं." आणि त्यानं पुन्हा ते फडकं पाण्यात बुडवून पिळायला सुरुवात केली.

पण तो तरुण तसाच वडिलांकडे रागानं पाहात काहीतरी पुटपुटला. ते नीट ऐकू न आल्यामुळे वांगलुंग आणखीनच चिडला आणि मोठ्यानं ओरडून मुलाला म्हणाला, "जे काही बोलायचंय, ते नीट मोठ्यानं बोल." वडिलांचा चढलेला

आवाज ऐकून तो मुलगाही भडकून म्हणाला, "मी जाणार म्हणजे जाणारच. या मठ्ठ घरात लहान मुलासारखा पहाऱ्यात नाही राहणार मी आणि हे काय शहर आहे? खेडंच ते. मला बाहेर जायचंय, शहर पाहायचंय, काही नवं शिकायचंय." वांगलुंगनं एकदा स्वत:च्या मुलाकडे न्याहाळून पाहिलं. त्याचा मुलगा उन्हाळ्यासाठीचा पायघोळ पातळ सुती, चंदेरी राखी रंगाचा अंगरखा घालून उभा होता. त्याच्या ओठावर आता कुठे मर्दाची खूण असलेली लव उमटायला लागली होती. त्याची कातडी सोनेरी आणि तुळतुळीत होती. अंगरख्याच्या लांब बाह्यांच्या आत दडलेले त्याचे पंजे बाईच्या हातांसारखे मऊ आणि नाजूक होते. वांगलुंगनं एक नजर स्वत:कडे टाकली. तो चांगला राबस होता, मातीनं माखलेला होता. त्यानं निळ्या सुती कापडाची गुडघ्याशी घट्ट बसणारी विजार फक्त घातलेली होती. वरचं अंग उघडंच होतं. एखादा अनोळखी माणूस तर त्याला त्याच्या मुलाचा बाप न समजता नोकरच समजला असता. हे जाणवल्यावर तर त्याला आपल्या मुलाच्या उंच, सडपातळ, देखणेपणाबद्दल तुच्छताच वाटली आणि तो आणखी निष्ठुरपणे रागावून ओरडला, "थोडा शेतात काम करायला लाग. लागू दे माती थोडी अंगाला – एखादा बाईच समजायचा तुला – फुकट खातोयंस, ते थोडं काम करून खा."

आपल्याला कधी काळी या मुलाच्या शिक्षणाचा, लिहिण्या-वाचण्याचा अभिमान वाटत होता, हे तो साफ विसरला. उघडे पाय फरशीवर फटाफट आपटत तो तिथून निघून गेला. मुलाच्या डौलदार वागण्याचा राग आलेला असल्यामुळे जात-जाता फरशीवर पचकन थुंकायलाही त्यानं कमी केलं नाही.

त्या रात्री नेहमीसारखा वांगलुंग आतल्या चौकात लोटसजवळ जाऊन बसला. ती बिछान्यावरच्या चटईवर पहुडली होती. कक्कू तिला वारा घालत होती. ती सहज काहीतरी बोलायचं म्हणून बोलल्यासारखं दाखवत त्याला म्हणाली, "तुमचा थोरला मुलगा झुरतोय बाहेर जाण्यासाठी."

मुलावरच्या रागाची आठवण होऊन वांगलुंगनं तिखटपणे विचारलं, "मग? तुला काय करायचंय त्याच्याशी? या वयात त्यानं इथं आलेलं मला खपायचं नाही." पण लोटस घाईघाईनं उत्तरली, "नाही, नाही. कक्कू म्हणत होती असं!" आणि कक्कूही तितक्याच घाईनं म्हणाली, "कुणाच्याही सहज लक्षात येईल ते. इतका चांगला मुलगा – नुसतं गप्प बसवत नाही या वयात." वांगलुंग या शब्दांनी थोडा शांत झाला, पण त्याला आपल्या मुलावरचा राग आठवत होता, "नाही, नाही! मी अजिबात त्याला पाठवणार नाहीय. उगाच मूर्खासारखे पैसे काय खर्च करायचे?" त्यानंतर मात्र त्यानं याबद्दल काहीही बोलणं टाळलंच. लोटसच्याही लक्षात आलं की, त्याला कसला तरी राग आलाय. तिनं कक्कूला बाहेर पाठवून दिलं आणि स्वत:च त्याचा सगळा राग सोसला.

मग पुष्कळ दिवसांत या विषयावर बोलणं झालंच नाही. थोरलाही अचानक शांत, खुशीत दिसायला लागला. त्यानं शाळेत जाणं मात्र सोडलं ते सोडलंच. वांगलुंगनंही त्याला त्याबद्दल काही म्हटलं नाही. नाही म्हटलं, तरी तो आता जवळजवळ अठरा वर्षांचा झाला होता. आईसारखा थोराड बांध्याचा झाला होता. त्याचे वडील घरी यायचे, तेव्हा तो आपल्या खोलीत वाचत बसलेला असायचा. वांगलुंगही समाधानात होता. त्याला वाटायचं, 'पोरपणाचा एक हट्ट होता, झालं. त्यालाही खरंतर कळत नाहीय, आपल्याला काय हवंय ते. शेवटी तीनच वर्षं काढायची आहेत ना. त्यातून पाहू, अजून थोडे पैसे खर्च करून ती तिनाची दोन किंवा एक करता आली तर! जरा एवढी कापणी-मळणी उरकू दे आणि हिवाळ्याच्या पेरणीची तयारी होऊ दे. मग बघतोच काय करता येईल ते.'

एवढं मनाचं समाधान करून तो मुलाला विसरूनच गेला, कारण टोळधाड येऊन गेली, तरीसुद्धा हातात पडण्यासारखं पीक खूप होतं. त्यानं लोटसवर केलेला खर्च आता सगळा भरून निघाला होता. त्याला पुन्हा एकदा त्याचं सोनं आणि चांदी मोलाचं वाटायला लागलं होतं. कधी-कधी तर अगदी खोल मनात त्याला स्वत:चंच नवल वाटायचं – वाटायचं 'एका बाईवर आपण एवढा खर्च केला तरी कसा?'

अर्थात अजूनही काही वेळा ती त्याला गोडसं चेतवू शकत होती – अगदी पहिला आवेग शिल्लक नसला तरी. ती त्याच्या मालकीची होती, याचा त्याला अभिमान वाटायचा. खरं म्हणजे त्याच्या काकूनं सुरुवातीला म्हटलेलं खरं होतं, हे त्याला आता चांगलं कळून चुकलं होतं. ती अगदी छोटीशी, नाजूक असली, तरी वाटली तेवढी तरुण नव्हती. शिवाय तिला कधीही दिवस गेले नाहीत. पण त्याला याबद्दल काहीच दु:ख नव्हतं. कारण त्याला मुलगे होते, मुली होत्या. तिच्यापासून मिळणारं सुख त्याला पुरेसं होतं.

लोटस तर जसजशी वयानं वाढू लागली, तशी अधिकाधिक सुंदर दिसायला लागली. आधीच्या तिच्या रूपात दोषच काढायचा, तर ती एखाद्या पाखरासारखी बारीक होती, असं म्हणावं लागेल. तिचा चेहरा अगदी टोकदार आणि कानशिलं खोल गेलेली वाटायची. पण आता कक्कूनं शिजवलेलं भरपूर अन्न आणि एकाच माणसाबरोबर घालवत असलेलं सुखासीन आयुष्य यामुळे तिच्यावर गोलाई, मऊपणा यायला लागला. तिचा चेहरा गुबगुबीत झाला आणि तिचे मोठे डोळे आणि छोटीशी जिवणी यांमुळे ती अधिकच एखाद्या माऊसारखी दिसायला लागली. ती जेवायची आणि आराम करायची, त्यामुळे तिच्या शरीरावर चांगलं मांस चढलं होतं. ती आता अगदी कमळाची कळी नसली, तरी पूर्ण उमललेल्या फुलासारखी नक्कीच होती. ती तरुण नसेल, पण म्हातारीही नव्हती. तारुण्य आणि म्हातारपण दोन्ही तिच्यापासून सारखंच दूर होतं.

आता त्यांचं आयुष्य संथ झालं होतं आणि थोरला मुलगाही शांत झाला होता. म्हणून वांगलुंग आनंदात राहू शकला असता. पण एके रात्री तो मधल्या खोलीत एकटाच बसून आपल्या पिकाच्या दराचा बोटं घालून हिशोब करत होता, तेव्हा ओ-लान हलकेच खोलीत आली. ती जात्या वर्षांबरोबर अधिकच काटकुळी, शुष्क झाली होती. तिच्या चेहऱ्याची हाडं पहाडासारखी बाहेर आली होती आणि डोळे खोल गेले होते. तिला कुणी विचारलं, 'तू कशी आहेस?' तर ती एवढंच सांगायची, 'माझ्या काळजात जळतंय काहीतरी.' गेली तीन वर्षं गर्भारशी असल्यासारखं तिचं पोट वाढलेलं होतं. फक्त मूल होत नव्हतं. तरीही ती नेहमीसारखीच पहाटे उठायची आणि कामाला लागायची. घरातलं टेबल, खुर्ची किंवा शेतातलं एखादं झाड यांच्याकडे जावं; तेवढंच लक्ष वांगलुंगचं तिच्याकडे जायचं. एखाद्या बैलानं मान टाकली किंवा एखादं डुक्कर खाईनासं झालं, तर वांगलुंग जितकं लक्ष देईल, तितकंही तो ओ-लानकडे देत नव्हता. ती एकटी काही न बोलता काम करत राहायची. काकूशीही जेवढ्यास तेवढंच बोलायची. कक्कूशी तर कधीच बोलायची नाही. ओ-लान एकदाही मागच्या चौकात गेली नव्हती. जर कधी लोटस स्वत:चं अंगण सोडून थोडी बाहेर आलीच, तर 'ती गेली' असं कुणीतरी येऊन सांगेपर्यंत ओ-लान स्वत:च्या खोलीत जाऊन बसायची. ती सगळ्यांचं स्वयंपाकपाणी करायची, अगदी तळ्यातल्या पाण्याचं बर्फ झालेलं असलं, तरी तिथं कपडे धुवायची. पण वांगलुंगच्या कधी मनात आलं नाही, की तिला म्हणावं, 'आता इतके पैसे आहेत आपल्याकडे तर तू एखादी दासी का विकत घेत नाहीस किंवा एखादी मोलकरीण का ठेवत नाहीस?' याची काही जरूरी आहे हेच त्याला जाणवत नव्हतं. तरी तो शेतात काम करायला; बैल, गाढवं, डुकरं यांना राखायला माणसं ठेवायचा, पावसाळ्यात पाणी वाढलं की, त्यावर पाळलेल्या बदकांना सांभाळायलाही माणसं ठेवायचा.

या संध्याकाळी तो एकटा बसला होता. शिशाच्या स्टँडमधल्या लाल मेणबत्त्या शांत जळत होत्या, तेव्हा ती येऊन त्याच्यासमोर उभी राहिली. थोडा वेळ इकडेतिकडे बघत उभी राहिली आणि मग म्हणाली, "मला काहीतरी सांगायचंय." तो तिच्याकडे आश्चर्यानं बघतच राहिला. मग म्हणाला, "बोल ना मग." त्याला पुन्हा एकदा तिच्या चेहऱ्यावरचे खड्डे दिसले आणि पुन्हा एकदा जाणवलं की तिच्यात कसलंच सौंदर्य नाहीय आणि म्हणूनच गेली कित्येक वर्षं तिची इच्छाच झाली नाहीय आपल्याला.

ती खरखरीत आवाजात कुजबुजली, "थोरला सारखा मागच्या चौकात जात असतो. तुम्ही नसता तेव्हा तो जातो." ती इतक्या हलक्या आवाजात कुजबुजली, की ती काय म्हणतेय ते त्याला नीटसं ऐकूच आलं नाही. तोंड वासत पुढं झुकून

तो म्हणाला, "काय म्हणतेस, बाई?"

तिनं मुकाट्यानं लेकाच्या खोलीकडे बोट केलं आणि स्वत:च्या जाड रुक्ष ओठांचा चंबू आतल्या चौकाच्या दाराकडे वळवला. पण वांगलुंग ठाम अविश्वासानं तिच्याकडे पाहात राहिला. अखेरीस तो म्हणाला, "तुला स्वप्न पडलंय." तिनं मान हलवली आणि नेहमीच्या प्रयासानं तिचे शब्द उमटायला लागले, "ठीकाय, मग एखाद्या दिवशी धनी, तुम्ही नकळत घरी या." थोड्या वेळानंतर ती पुन्हा बोलली, "दक्षिणेकडे तर दक्षिणेकडे. पण त्याला दूर पाठवणंच ठीक होईल." तिनं टेबलाशी जाऊन त्याचा चहा थंड झालाय का, ते पाहिलं. गारढोण झालेला चहा जमिनीवर ओतून देऊन, तिनं टेबलावरच्या किटलीतून ताजा गरम चहा त्याच्यासाठी ओतला आणि ती आली होती, तशी निघून गेली – अगदी आवाज न करता – त्याला तसाच आ वासलेला सोडून.

'हं, हं! ही बाई मत्सर करायला लागलीय.' तो स्वत:शीच म्हणाला, 'काही जिवाला त्रास करून घ्यायला नकोय. मुलगा चांगला खोलीत बसून शांतपणानं वाचताना दिसतो की! काय बायका तरी कोत्या मनाच्या असतात.' तो स्वत:शीच हसत उठला. त्यानं ओ-लानचं बोलणं कानाआड केलं.

पण मग जेव्हा तो रात्री लोटसच्या शेजारी आडवा झाला आणि तिच्याकडे वळला, तेव्हा तिनं कुरकुरीच्या रुसक्या आवाजात म्हटलं, "किती उकडतंय आणि तुम्हाला वाससुद्धा किती येतोय. तुम्ही इथं झोपायला येताना स्नान करून याल, तर किती बरं होईल." ती उठून बसली. चेहऱ्यावर आलेले केस चिडचिडत मागे सारत तिनं त्याचे हात खांद्यावरून झटकून टाकले. त्यानं कितीही मनधरणी केली, तरी ती बधली नाही. शेवटी तो अंथरुणात निश्चल पडून राहिला. त्याला आठवलं, की गेल्या काही रात्री नाखुशीनंच ती त्याच्या स्वाधीन होत होती. पण त्याला वाटलं होतं, सरत्या उन्हाळ्याच्या उष्म्यामुळे आणि तिच्या लहरी स्वभावामुळे हे असं होत असावं. पण आता ओ-लानचे शब्द कचकन घुसल्यासारखे त्याला आठवले. तो रागानं म्हणाला, "झोप तर मग एकटीच. मला काही वाटलं, तर गळा काप माझा." धाडकन खोलीच्या बाहेर पडून तो स्वत:च्या घराच्या मधल्या खोलीत आला. तिथं दोन खुर्च्या एकमेकांना जोडून तो त्यांच्यावर आडवा झाला, पण त्याला झोप लागणं शक्यच नव्हतं. तो उठून घराच्या फाटकातून बाहेर पडला आणि घराशेजारच्या बांबूच्या वनात फेऱ्या मारत राहिला. शरदऋतूची चाहूल असलेल्या रात्रीच्या थंड वाऱ्यामुळे त्याला तिथं थोडंसं बरं वाटलं.

तेव्हाच त्याला थोरल्याला बाहेर जायची इच्छा आहे हे लोटसला माहीत होतं, हे आठवलं. 'तिला कसं काय कळलं ते?' त्याला हेही आठवलं, की मुलगा आज काल कुठं जाण्याची गोष्ट काढीनासा झालाय. उलट चांगला शांत झालाय.

कशामुळे हा शांत झाला? हे काय आहे ते आपण प्रत्यक्षच पाहायचं, असं त्यानं भयंकर चिडून मनाशी ठरवलं.

उरलेली रात्र त्यानं शेतावरच्या धुक्यातून लालबुंद पहाट उगवायची वाट पाहात घालवली.

पहाट झाली. सूर्य शेताच्या कडेला सोनेरी किनारीसारखा डोकवायला लागला, तेव्हा तो घरात गेला. न्याहारी करून तो नेहमीसारखाच त्याच्या सुगीच्या कामांवर मजुरांवर देखरेख करायला गेला. इथं तिथं फिरून झाल्यावर तो घरातल्या सर्वांना ऐकू जाईल, इतक्या मोठ्या आवाजात ओरडला, "मी तटाशेजारच्या शेतावर जातोय, यायला उशीर होईल." आणि शहराच्या दिशेनं चालायला लागला.

पण अर्ध्या वाटेवरच भूमिदेवाचं देऊळ लागलं, तिथं तो रस्त्याशेजारच्या एका गवताळ उंचवट्याशेजारी बसला. हा उंचवटा म्हणजे एक जुनी विसरली गेलेली कबर होती. त्यानं एक गवताची काडी उपटली आणि ती पिरगाळत तो विचारात गढून गेला. जाणिवेच्या वरच्या थरात त्याला जाणवत होतं – ते देव त्याच्याकडे कसे रोखून बघत होते. पूर्वीच्या काळात त्याला त्यांची कशी भीती वाटायची. पण आता तो बेफिकीर झाला होता. पैसा मिळायला लागल्याने त्याला आता देवांची जरूर नव्हती. तो इथंही क्वचित यायचा. अगदी अंतर्मनात मात्र एकच विचार पुन:पुन्हा येत होता. 'जावं का परत?' या विचारात असतानाच त्याला एकदम आठवलं, आदल्या रात्रीच त्याला लोटसनं दूर ढकललं होतं. तिच्यासाठी त्यानं काय काय केलं होतं, त्याचा विचार मनात येऊन तो आणखीच संतापला आणि स्वत:शीच बोलला, "मला खात्री आहे, त्या चहागृहात ती काही फार वर्षं टिकू शकली नसती आणि माझ्या घरात चांगलं श्रीमंती खाणंपिणं मिळतंय, भारी कपडे मिळताहेत म्हणून बरंय."

या रागाच्या भरातच तो उठला आणि दुसऱ्या रस्त्यानं झपाझप घराकडे गेला. वेगळ्याच दारानं घरात शिरून तो आतल्या चौकाच्या दारावरच्या पडद्यापाशी उभा राहिला. कान देऊन ऐकल्यावर त्याला आतून एक पुरुषी आवाजातलं बोलणं ऐकू आलं. तो आवाज त्याच्या स्वत:च्या मुलाचा होता.

आजपर्यंतच्या साऱ्या आयुष्यात कधी आला नव्हता, इतका प्रचंड संताप वांगलुंगच्या मनात उफाळून आला. त्याला बरकत आली आणि लोक त्याला पैसेवाला म्हणायला लागले, तेव्हापासून त्याचा गरीब शेतकऱ्यासारखा भित्रा स्वभाव बदलायला लागला होता आणि छोट्या-छोट्या गोष्टींनी त्याला रागही यायला सुरुवात झाली होती. शहरातही तो आता ताठ मानेनं वावरू शकत होता. पण आत्ताचा त्याचा संताप काही वेगळाच होता. हा संताप दुसऱ्या पुरुषानं आपलं प्रेमपात्र चोरल्यावर एका पुरुषाला यावा, तसा होता आणि जेव्हा वांगलुंगला

आठवलं, की हा दुसरा पुरुष त्याचा स्वत:चा मुलगाच आहे, तेव्हा तर त्याला उलटी होईलसं वाटायला लागलं.

दात घट्ट आवळून त्यानं बाहेरून एक लवचीक वेत कापून आणला. टोकाच्या थोड्या काड्या सोडून बाकीच्या काड्या पानं काढून टाकली. मग हलकेच आत जाऊन त्यानं फाडकन पडदा दूर सारला. आत त्याचा मुलगा होता. लोटस पुष्करणीच्या काठावर एका स्टुलावर बसली होती. तिच्याकडे पाहात तो चौकात उभा होता. वांगलुंगनं लोटसला कधीही इतक्या सकाळी इतक्या नीटनेटक्या कपड्यांत पाहिलं नव्हतं. ती आत्ता तिचे पीचच्या रंगाचे रेशमी कपडे ल्यालेली होती. ती दोघं एकमेकांशी गप्पा मारत होती. ती बाई हलकं-हलकं हसत होती, मान वाकडी करून डोळ्यांच्या कोपऱ्यातून त्या तरुणाकडे वर पाहात होती. वांगलुंग आत आलेला त्या दोघांनाही कळलं नाही. तो तिथंच उभा राहून दातओठ खात, मुठी वळून त्यांच्याकडे पाहात उभा राहिला, तरी त्यांचं त्याच्याकडे लक्ष गेलं नाही आणि ते गेलंही नसतं, पण कक्कू आतल्या खोलीतून बाहेर आली नि त्याला पाहून मोठ्यानं किंचाळली, तेव्हा त्यांना तो दिसला.

वांगलुंगनं झपाट्यानं पुढं होऊन मुलावर वेत ओढायला सुरुवात केली. मुलगा त्याच्याहून उंच असला, तरी शेतातल्या कष्टांमुळे वांगलुंगचं शरीर चांगलं मजबूत झालेलं होतं. शिवाय मध्यम वयाचा बलदंडपणाही होता. रक्त फुटेपर्यंत त्यानं मुलाला झोडपलं. जेव्हा लोटसनं किंचाळत त्याचा हात धरायचा प्रयत्न केला, तेव्हा पहिल्यांदा त्यानं तिला नुसतं दूर ढकललं. ती जेव्हा ऐकेना, तेव्हा ती आत पळून जाईपर्यंत तिलाही फटके मारायला त्यानं कमी केलं नाही. मुलगा जमिनीवर ओणवा झाला, रक्तबंबाळ चेहरा हातात लपवून कण्हायला लागला, तेव्हा कुठं वांगलुंग थांबला. करकचून आवळलेल्या दातांमधून त्याचा श्वास शीळ घालावी, तसा उमटत होता. त्याचं शरीर घामानं ओलंचिंब झालं होतं आणि एखाद्या मोठ्या आजारपणातून उठावं, तसा तो गळून गेला होता. त्यानं वेत फेकून दिला आणि धापा टाकत मुलाला सांगितलं, "चल, तुझ्या खोलीत जा आणि माझ्या डोळ्या समोर येऊ नकोस, नाहीतर ठार मारीन मी तुला."

एक शब्दही न बोलता तो मुलगा उठला आणि बाहेर निघून गेला. लोटस आधी बसली होती, त्या स्टुलावर वांगलुंग बसला आणि डोकं हातात धरून त्यानं डोळे मिटून घेतलं. त्याची छाती अजून धपापत होती. तो शांत होईपर्यंत असाच बसून राहिला. त्याच्या जवळ फिरकण्याचं धाडस कुणीच केलं नाही.

अतिशय कष्टानं तो उठला आणि आत गेला. लोटस बिछान्यावर पालथी पडून मोठ्यांदा रडत होती. तिला त्यानं सरळ केलं. ती तशीच रडत त्याच्याकडे पाहात राहिली. तिच्या चेहऱ्यावर त्याच्या फटक्याचा मोठा थोरला लाल जांभळा वळ

उठला होता.

तो फार दु:खानं तिला म्हणाला, "शेवटी तू रांड ती रांडच राहणार. पण रांडगिरी माझ्याच मुलाशी?" ती आणखीनच मोठ्यानं रडायला लागली आणि म्हणायला लागली, "नाही, नाही! मी असं केलेलं नाही. तो पोरगा एकटाच बसायचा, म्हणून आत यायचा आणि कक्कूला विचारा हवं तर – आज उभा होता त्याच्या आत-माझ्या बिछान्यापर्यंत कधी आलाय का तो ते!" तिनं भीतभीत त्याच्याकडे मोठ्या केविलवाणेपणानं पाहिलं आणि हलकेच त्याचा हात धरून गालावरच्या वळावरून फिरवत मुसमुसत म्हटलं, "बघा, तुम्ही तुमच्या लोटसला काय केलंत ते. तुमच्याशिवाय दुसरा पुरुष माझ्यासाठी या जगात नाहीय – तुमचा मुलगा म्हणजे दुसराच ना शेवटी – मला काय करायचंय त्याच्याशी."

तिनं त्याच्याकडे वर पाहिलं. स्वच्छ आसवांत तिचे सुंदर डोळे तरंगत होते. या बाईचं सौंदर्य रागाच्या पलीकडचं होतं. रागवायचं असून तिच्यावर रागवता येत नव्हतं. तो मोठ्यानं विव्हळला. तिच्यावर प्रेम करायचं नाही, असं ठरवूनसुद्धा तो तिच्या प्रेमात बुडालेलाच होता. अचानक त्याला वाटावं, या दोघांच्यात काय काय घडलं ते आपल्याला कळायला नकोच – न कळलेलंच बरं. तो पुन्हा एकदा विव्हळून बाहेर निघून गेला. मुलाच्या खोलीवरून जाताना आत पाऊलही न टाकता त्यानं मोठ्यानं ओरडून सांगितलं, "तुझी बांधाबांध कर आणि उद्या दक्षिणेला जायचंय तिथे चालायला लाग. मी बोलावणं पाठवल्याशिवाय परत येऊ नकोस इथे." आणि तो घराबाहेर पडला. वाटेत ओ-लान त्याचा काहीतरी कपडा शिवत बसली होती. हा सगळा आरडाओरडा, मारपीट तिच्या कानावर पडली असली, तरी तिनं तसं काहीच दर्शवलं नाही. तो तसाच पुढे आपल्या शेतावर निघून गेला. दिवसभर शेतात राबल्यासारखा तो थकून गेला होता.

■

पंचवीस

थोरला मुलगा निघून गेल्यानंतर घरातली एक ठुसठुसती अस्वस्थता निचरून गेल्यासारखं वांगलुंगला हलकं हलकं वाटायला लागलं. तो मनाशी म्हणाला, 'हा थोरला गेला, हे बरंच झालं. आता धाकट्या मुलांकडे थोडं लक्ष देता येईल. त्यांचं कसं काय चाललंय, ते पाहता येईल.' कारण आपल्या अडचणी, शेतीची कामं – ती तर वेळेवर झालीच पाहिजेत ना. या सगळ्या धबडग्यामध्ये आपली धाकटी मुलं कशा प्रकारची आहेत हेही त्याला ठाऊक नव्हतं. शिवाय त्यानं ठरवून टाकलं होतं, की दुसऱ्या मुलाला शाळेतून काढून एखाद्या धंद्यात उमेदवार म्हणून चिकटवून द्यायचं. कामाला लागला की, थोरल्यासारखं तरुण वयाचं भूत त्याच्या मानगुटीवर बसून घरादाराला सतावून सोडणार नाही.

एका घरातले दोन मुलगे जितके वेगवेगळे असू शकतात, तितके वांगलुंगचे हे दोन मुलगे एकमेकांहून वेगळे होते. थोरला त्याच्या आईसारखा उत्तरेकडच्या रंगारूपाचा होता – थोराड बांध्याचा, उंचापुरा आणि लालबुंद वर्णाचा, तर दुसरा ठेंगणा, सडपातळ, पिवळट वर्णाचा होता. त्याला पाहिलं की वांगलुंगला आपल्या वडिलांचा भास व्हायचा. तशीच धूर्त, तिखट पण हसरी नजर आणि वेळप्रसंग आलाच, तर खुनशी होऊ शकणारी वृत्ती.

वांगलुंगच्या मनात आलं, 'हा मुलगा चांगला व्यापारी होईल. मी त्याला शाळेतून काढतो आणि धान्यबाजारात कुठे उमेदवारी आहे का, ते बघतो. मी तिथंच धान्य विकतो, तेव्हा माझा एक मुलगा तिथं कामाला असणं फायद्याचं होईल. चांगलं वजनमापावर लक्ष ठेवील – जमलं तर माझ्या बाजूला पारडं जड करेल.' म्हणून मग एके दिवशी तो कक्कूला म्हणाला, "धान्यबाजारात जा आणि थोरल्याच्या ठरलेल्या बायकोच्या वडिलांना सांग, मला त्यांच्याशी काही बोलायचंय. शिवाय

आता आम्ही नातेवाईक होणार आहोत. आमचं रक्त एकत्र होणार आहे, तेव्हा घोटभर वाईन एकत्र बसून घेणंही योग्य होईल....''

कक्कू गेली आणि लगेच परतली. ''तुम्ही म्हणाल तेव्हा भेटायला ते तयार आहेत. आज दुपारी थोडी वाईन घ्यायला आलात, तर फार बरं होईल, असा त्यांचा निरोप आहे किंवा म्हणत असाल, तर ते इथं येऊनही तुम्हाला भेटायला तयार आहेत.'' पण त्या शहरी व्यापाऱ्यानं आपल्या घरी यावं, अशी वांगलुंगची इच्छा नव्हती, कारण मग त्याला खूप तयारी करावी लागली असती. त्यानं स्नान केलं आणि आपला रेशमी कोट चढवून तो बाहेर पडला. शेतांमधून चालत शहरात पोहोचल्यानंतर पहिल्यांदा तो कक्कूनं सांगितल्याप्रमाणे पुलाच्या रस्त्याकडे गेला आणि लिऊचं नाव असलेल्या एका फाटकासमोर थांबला. म्हणजे त्याला 'लिऊ' असं लिहिलेलं वाचता आलं, असं नव्हे, तर 'पुलाच्या उजव्या हाताचं दुसरं फाटक' हे माहीत असल्यानं त्यानं ते ओळखलं. शिवाय त्यानं रस्त्यावरून जाणाऱ्या एका माणसाला विचारून तेच लिऊशेठचं घर असल्याची खात्री करून घेतली. चांगल्या टिकाऊ लाकडाचं, फारसं शोभिवंत नाही, पण मजबूत असं मध्यमवर्गीय माणसाचं दार होतं ते. त्यावर वांगलुंगनं हातानंच ठोठावल्याबरोबर ते दार उघडलं गेलं. एक दासी एप्रनला ओले हात पुसत उभी होती. तिनं वांगलुंगला त्याचं नाव विचारलं आणि त्यानं ते सांगितल्यावर ती बघतच राहिली. तिनं त्याला आत घेतलं आणि पुरुषांच्या चौकात एका दालनात नेऊन बसण्याची विनंती केली. घरातल्या मुलीच्या ठरलेल्या नवऱ्याचे हे वडील आहेत हे ठाऊक असल्यामुळे त्याच्याकडे पुनःपुन्हा निरखून पाहात ती मालकांना बोलवायला गेली.

वांगलुंगनं काळजीपूर्वक आजूबाजूच्या वस्तू निरखल्या. उठून दरवाज्यावरच्या पडद्यांचं कापडही हाताळून पाहिलं. मधल्या टेबलाचं लाकूड कसं काय आहे ते पाहिलं. सगळीकडे उत्तम राहणीची लक्षणं होती, पण अफाट श्रीमंती नव्हती हे पाहून तो चांगलाच खूश झाला. त्याला खूप श्रीमंताची मिजासखोर, या ना त्या गोष्टीसाठी हट्ट करणारी आणि काहीच पसंत न पडणारी उर्मट मुलगी सून म्हणून नकोच होती. अशा श्रीमंत मुलीनं त्याच्या मुलाचं मन आपल्या आई-बापापासून नक्कीच दूर केलं असतं. वांगलुंग पुन्हा खुर्चीत बसून वाट पाहात राहिला.

थोड्याच वेळात भारी भक्कम पावलांचा आवाज आला आणि एक प्रौढ वयाचा जाडजूड माणूस खोलीत आला. वांगलुंगनं उभं राहून त्याला कमरेत वाकून अभिवादन केलं. त्या माणसानंही तसंच अभिवादन केलं. दोघेही एकमेकांकडे चोरून पाहात होते. दोघेही एकमेकांना पसंत पडले असावेत, कारण समोरचा माणूस चांगला संपन्न सुखी आहे हे दोघांनीही जोखलं होतं. दोघंही समोरासमोर बसले आणि दासीनं आणलेली गरम वाईन घुटक्याघुटक्यानं प्यायला लागले.

इकडचं तिकडचं बोलणं सुरू झालं. पीकपाणी, पिकांच्या किमती, पुढच्या वर्षीच्या किमतीचे अंदाज सगळं झालं. शेवटी वांगलुंग म्हणाला, "मी काही कामासाठी आलोय. तुम्हाला नाही पटलं, तर आपण दुसरं काहीतरी बोलू. तुमच्या मोठ्या थोरल्या दुकानात जर एखादा नोकर हवा असेल, तर माझा मधला मुलगा आहे. चांगला हुशार आहे. पण तुम्हाला नोकर नको असेल, तर काहीच हरकत नाही."

पण तो व्यापारी हसत-हसत म्हणाला, "त्याला जर लिहिता वाचता येत असेल, तर मी असा एक हुशार पोरगा शोधतच होतो." यावर वांगलुंग मोठ्या अभिमानानं म्हणाला, "माझे दोन्ही मुलगे चांगले शिकलेले आणि हुशार आहेत. थोडीशी चूक झाली, तरी सांगू शकतात. पाण्याचं चिन्ह कुठे लिहायचं आणि लाकडाचं कुठं हेही सांगू शकतात."

"फारच छान..." लिऊ म्हणाला, "त्याला हवं तेव्हा येऊ दे मग. त्याला सगळं काम समजेपर्यंत फक्त जेवणखाण मिळेल. वर्षाच्या शेवटी तो जर चांगलं काम करत असेल, तर दरमहा एक चांदीचं नाणं मिळेल. तीन वर्षांच्या शेवटी तीन नाणी मिळतील आणि उमेदवारीची मुदत संपेल. मग त्याची लायकी असेल तितका तो वर चढू शकेल. शिवाय आता आपण नातेवाईक असल्यानं मला कुणाचा हवाला किंवा हवाल्याचे पैसेही नकोत."

अगदी खूश होऊन वांगलुंग उठला आणि हसत हसत म्हणाला, "आता आपण चांगले मित्रच झालोत. तर माझ्या दुसऱ्या मुलीसाठी योग्य असा मुलगा आहे तुमच्या घरात?"

तो खाऊनपिऊन चांगला लठ्ठमुठ्ठ असलेला व्यापारी तोंड भरून हसला आणि म्हणाला, "मला दहा वर्षांचा एक मुलगा आहे ना, त्याचं लग्न नाही ठरलेलं अजून, केवढी आहे ही मुलगी?"

वांगलुंग पुन्हा हसून म्हणाला, "येत्या वाढदिवशी दहाची होईल ती, नुसतं फूल आहे." दोघे जण मनापासून हसले आणि लिऊशेठ म्हणाले, "मग आपण दोर दुहेरी करायचा का आपल्यातला?" यावर मात्र वांगलुंग जास्त काहीच बोलला नाही, कारण ही गोष्ट काही अशी समोरासमोर बोलून ठरवण्याची नव्हती. पुन्हा एकदा वाकून अभिवादन करून बाहेर पडताना तो स्वत:शीच म्हणाला, 'हे जमू शकेल.' घरी परतल्यावर त्यानं आपल्या धाकट्या मुलीकडे नीट निरखून पाहिलं. मुलगी खरंच एखाद्या फुलासारखी सुंदर होती. तिच्या आईनं तिची पावलंही नीट काळजीपूर्वक बांधली होती, त्यामुळे ती छोटी छोटी डौलदार पावलं टाकत चालायची.

पण असं निरखून पाहात असतानाच वांगलुंगला तिच्या गालांवरच्या आसवांच्या खुणाही दिसल्या. ती वयाच्या मानानं जरा फिकटलेली आणि प्रौढ वाटत होती.

त्यानं तिचा छोटासा हात धरून जवळ घेतलं आणि विचारलं, "का बरं रडतेयंस तू?" खाली मान घालून स्वतःच्या कोटाच्या बटणाशी चाळा करत ती लाजत लाजत पुटपुटली, "माझी आई माझे पाय रोज जास्त जास्त घट्ट बांधते आणि मग मला रात्री झोप येत नाही." तो अचंब्यानं म्हणाला, "मी तर तुला कधी रडताना ऐकलं नाही." ती सरळपणे उत्तरली, "नाही, कारण आईनं सांगितलंय मोठ्यानं रडायचं नाही म्हणून. आई म्हणाली, तुम्ही खूप प्रेमळ आणि हळवे आहात. मला रडताना पाहिलंत, तर तुम्ही माझे पाय सोडायला लावाल आणि मग आई जशी तुम्हाला आवडत नाही, तशी मीपण माझ्या नवऱ्याला आवडणार नाही."

लहान मुलानं एखादी ऐकलेली गोष्ट सांगावी, तशा निष्पाप सरळपणानं तिनं हे सारं वांगलुंगला सांगितलं, पण ते ऐकून त्याच्या काळजात मात्र भोसकल्या सारखं झालं. ओ-लाननं स्वतःच आपल्या लेकीला सांगावं, की तुझी आई तुझ्या वडिलांना आवडत नाही! तो चटकन म्हणाला, "आज मी एक छानसा नवरदेव पाहिलाय तुझ्यासाठी. बघू या, कक्कू जमवते का सगळं ते?" ती छोटी मुलगी हसली आणि तिनं लाजून मान खाली घातली. क्षणात तिचं बाळपण संपलं होतं. ती मोठी झाली होती. त्याच रात्री आतल्या चौकात गेल्यावर त्यानं कक्कूला सांगून टाकलं, "जा आणि हे लग्न ठरू शकेल का, ते बघून ये."

तरी लोटसशेजारी त्याला त्या रात्री शांत झोप लागली नाहीच. तो जागा होऊन स्वतःच्या आयुष्याचा विचार करत बसला. त्याच्या आयुष्यातली ओ-लान ही पहिली बाई होती. त्याच्याशी एखाद्या नोकरासारखी, गुलामासारखी प्रामाणिक होती. त्याच्या बरोबरीनं उभी होती. त्याच्या मुलीचं बोलणं आठवून त्याला खूप वाईट वाटलं. कारण तिच्या सगळ्या साधेभोळेपणालाही त्याचं मर्म बरोबर ताडता आलं होतं.

पुढच्या काही दिवसांत त्याचा मधला मुलगा शहरात उमेदवारी करायला निघून गेला आणि दुसऱ्या मुलीच्या लग्नकरारावर सह्याही झाल्या. हुंडापांडा, देणंघेणं, वरदक्षिणा सगळं ठरलंच; शिवाय लग्नाच्या दिवशीचे कपडे-दागिनेसुद्धा नक्की झाले. मग कुठं वांगलुंगनं थोडा विसावा घेतला आणि तो मनाशी म्हणाला, 'चला, सगळी मुलं मार्गी लागली, म्हणायला हरकत नाही. माझी वेडाबाई तर उन्हात बसून चिंधीशी खेळण्याशिवाय दुसरं काहीच करू शकत नाही आणि धाकट्या मुलानं शेतात काम करायचंय. त्याला शाळेत पाठवायची काहीच जरूर नाही. दोघांना लिहिता-वाचता येतंय तेवढं पुष्कळ झालं.'

त्याला तीन मुलगे होते. त्यातला एक चांगला सुशिक्षित होता. दुसरा व्यापारी आणि तिसरा शेतकरी. याचा त्याला मोठा अभिमान होता. त्याला त्यानं केलेल्या या व्यवस्थेचं मोठं समाधान वाटत होतं. त्यामुळे त्यानं आता मुलांबद्दल आणखी विचार करणं सोडूनच दिलं. पण कितीही प्रयत्न केला, तरी या मुलांना जन्म

देणाऱ्या बाईचा विचार टाळणं काही त्याला जमत नव्हतं.

ओ-लानबरोबर घालवलेल्या एवढ्या वर्षांत वांगलुंग पहिल्यांदाच तिचा विचार करत होता. ती नवी-नवी आलेली होती, तेव्हाही त्यानं तिचा विचार 'तिचा' म्हणून केला नव्हता. केला असेलच, तर एवढाच की ती त्याच्या आयुष्यातली, त्यानं भोगलेली पहिली स्त्री होती. त्याला वाटलं, आत्तापर्यंत तो या नाही तर त्या कामात गुंतलेलाच होता. आत्ता कुठं मुलं मार्गी लागली होती, शेतीची कामं सुरळीत पार पडली होती आणि लोटसला मार दिल्यामुळं तीही आता अगदी मऊपणानं त्याच्याशी वागायला लागली होती – तेव्हा कुठं त्याला कसलाही विचार करायला वेळ मिळाला होता – आणि तो ओ-लानचा विचार करत होता.

त्यानं तिच्याकडे आता एकवार नजर टाकली. ती एक बाई आहे, म्हणून नव्हे किंवा ती किती शुष्क, कुरूप आणि पिवळटलेली आहे म्हणूनही नव्हे. त्याची नजर आता एका विलक्षण परताव्यानं भरलेली होती. त्याला आत्ता दिसलं की, ती कमालीची वाळलीय. तिची कातडी सुरकुतलीय, पिवळी पडलीय. ती मुळात होती सावळीच. शेतात काम करताना लालजांभळी व्हायची, पण आता गेली कितीतरी वर्षं ती सुगीच्या वेळेखेरीज शेतात गेली नव्हती. गेली दोन वर्षं तर सुगीच्या वेळेसही नाही, कारण त्याला ते आवडायचं नाही. त्याला वाटायचं लोक म्हणतील, "काहो, तुम्ही एवढे पैसेवाले आणि तुमची बायको अजून शेतात राबते?"

तरी ती घरी राहायला का कबूल झाली किंवा ती इतकी हळूहळू का चालते याची चौकशी करावी, असं काही त्याच्या मनात आलं नव्हतं. आत्ता विचार करायला लागल्यानंतर त्याला आठवलं की, कधी कधी अंथरुणावरून उठताना किंवा चुलाणा पेटवायला खाली वाकली की ती कण्हायची. त्यानं 'आता काय झालं आणखी?' असं विचारलं की, एकदम चूप व्हायची. आता तिच्याकडे पाहताना, तिच्या शरीरावरची ती चमत्कारिक सूज बघताना त्याला का कोण जाणे, कमालीचा पश्चात्ताप होत होता. त्यानं स्वत:शीच वाद घालायला सुरुवात केली, 'माझं तिच्यावर एखाद्या रखेलीवर असावं तसं प्रेम नाहीय, हा काही माझा दोष नाही. माणसं नाहीच करत आपल्या बायकोवर असं प्रेम. मी काही तिला कधी मारलं-झोडलं नाही. उलट ती मागेल तेवढे पैसे तिला नेहमीच दिलेत मी.' स्वत:चीच समजूत घालण्याचा प्रयत्न होता तो.

तरीही त्याची मुलगी काय बोलली होती, ते त्याला विसरता येईना आणि मग आपण इतर नवऱ्यांपेक्षा कितीतरी चांगले असूनही आपल्याला ही टोचणी का लागावी, तेही त्याला कळेनासं झालं.

ही मनातली अस्वस्थता झटकून टाकता येईना, म्हणून तो अधिकच तिच्याकडे पाहायला लागला. ती त्याचं जेवण आणून ठेवायची किंवा घरात इतर काही कामं

करत असायची तेव्हा. एकदा तर त्यांची जेवणं झाल्यावर जमीन झाडण्यासाठी ती वाकली, तेव्हा तिचा चेहरा आतल्या वेदनेनं एकदम पांढराफटक पडलेला त्याला दिसला. तिनं ओठ उघडून हलकेच धापा टाकायला सुरुवात केली. झाडण्यासाठी वाकलेली तशीच तिनं पोटावर हात दाबून धरला. त्यानं तिखटपणे विचारलं, "काय झालं?" पण तोंड फिरवून तिनं हलकेच उत्तर दिलं, "विशेष काही नाही, तेच जुनं दुखणं!" पण तो तिच्याकडे पाहातच राहिला. मग धाकट्या मुलीला म्हणाला, "तो झाडू घे आणि जमीन झाडून टाक. तुझी आई आजारी आहे." मग खूप वर्षांत बोलला नव्हता, इतक्या कनवाळूपणानं तो ओ-लानला म्हणाला, "जा, तुझ्या बिछान्यावर जाऊन झोप. मी पोरीला तुला गरम पाणी आणून द्यायला सांगतो. तू उठू नकोस."

तिनं काही न बोलता हे ऐकलं आणि सावकाश चालत ती तिच्या खोलीकडे निघून गेली. खोलीतली तिची खसफस त्याच्या थोडा वेळ कानावर आली. अखेरीस ती आडवी झाली आणि हलकेच कण्हायला लागली. अगदी असह्य होईपर्यंत त्यानं ते कण्हणं ऐकलं आणि मग वैद्याचं दुकान कुठंय, याची चौकशी करण्यासाठी तो तडक उठून शहरात गेला. त्याचा दुसरा मुलगा काम करत होता, त्या धान्य बाजारातल्या एका कारकुनानं एक पत्ता दिला, तिथं तो गेला. वैद्यराज पुढ्यात एक किटलीभर चहा घेऊन निवांत चहा पीत बसले होते. ते म्हातारे होते. लांब पांढरी दाढी होती. घुबडाच्या डोळ्यांसारखा पितळी गोल चष्मा त्यांच्या नाकावर होता. त्यांचा मळका राखी अंगरखा त्यांचे पंजे झाकून खाली आलेला होता. वांगलुंगनं आपल्या बायकोला काय होतंय हे सांगितल्यावर ओठांचा चंबू करत त्यांनी थोडा विचार केला. मग खणातलं काळ्या फडक्यातलं एक पुडकं बरोबर घेत ते म्हणाले, "चल, मी येतो."

ते दोघे ओ-लानच्या बिछान्याजवळ आले, तेव्हा ती हलक्याशा गुंगीत होती. तिच्या वरच्या ओठावर आणि कपाळावर घामाचे थेंब जमा झाले होते. ते पाहून म्हाताऱ्या वैद्यानं मान हलवली. माकडासारखा पिवळट आणि सुरकुतलेला हात बाहेर काढून त्यानं तिची नाडी तपासली. खूप वेळ नाडीपरीक्षा करून झाल्यानंतर त्यानं गंभीरपणे पुन्हा एकदा मान हलवली आणि म्हटलं, "प्लीहा वाढलीय, यकृत रोगट झालंय, गर्भाशयात माणसाच्या डोक्याएवढा दगड झालाय. आतड्यांचे तुकडे पडलेयंत, छातीचे ठोके पडताहेत, पण अगदी मंद. मला खात्री आहे, तिच्या काळजात कीड लागलीय."

हे ऐकल्याबरोबर वांगलुंगचं स्वतःचं काळीज बंद पडायला आलं. तो घाबरून खूप रागानं ओरडला, "मग औषधं द्या ना तिला, येईल ना देता तुम्हाला?"

तो बोलत असतानाच ओ-लाननं डोळे उघडले. वेदनांमुळे तिला झापड आली

होती. हे काय चाललंय ते तिला कळतच नव्हतं. म्हातारा वैद्य पुन्हा बोलला, "हे कठीण आहे. तुम्हाला बरं होण्याची हमी नको असेल, तर मला चांदीची दहा नाणी द्या, म्हणजे मी तुम्हाला जडीबुटी, वाघाचं सुकवलेलं काळीज आणि कुत्र्याचा दात यांचं एक औषध बनवून देतो. त्याचा काढा करून तिला पाजा, पण जर पूर्ण बरं व्हायची हमी हवी असेल, तर पाचशे चांदीची नाणी पडतील."

जेव्हा ओ-लाननं पाचशे चांदीची नाणी हे शब्द ऐकले, तेव्हा ती एकदम तिच्या गुंगीतून बाहेर आली आणि कसंबसं म्हणाली, "नको, नको एवढं काही माझं आयुष्य मोलाचं नाहीय. एवढ्यामध्ये एक चांगल्यापैकी जमिनीचा तुकडा येईल."

हे ऐकल्यावर तर वांगलुंगचा सारा पश्चात्ताप उसळून आला आणि तो त्वेषानं म्हणाला, "माझ्या घरात मयत व्हायला नकोय मला. आहेत तेवढे पैसे माझ्याकडे."

जेव्हा म्हाताऱ्या वैद्यानं त्याचं बोलणं ऐकलं, तेव्हा त्याचे डोळे अधाशीपणानं चमकले खरे, पण त्याला कायदाही माहीत होता. त्याची हमी खोटी झाली असती आणि ही बाई मेली असती, तर काय झालं असतं याची त्याला पूर्ण कल्पना होती. म्हणून तो नाईलाजानं म्हणाला, "नाही, आता तिच्या डोळ्यांच्या पांढऱ्याकडे पाहिलं, तर माझी चूक झाली असं वाटतंय, पाच हजार चांदीची नाणी लागतील हमी हवी असेल तर."

वांगलुंगनं गप्प राहून वैद्याकडे पाहिलं. त्याला कळलं होतं, तो काय सांगतोय ते. जमीन वगैरे विकल्याखेरीज त्याच्याकडे एवढे पैसे कुठून येणार होते आणि जमीन विकून पैसे देऊनसुद्धा काय फायदा होता! वैद्य हेच तर सांगत होता – "ही बाई मरणार आहे."

तो वैद्याबरोबर बाहेर गेला. त्याला दहा चांदीची नाणी देऊन त्यानं वाटेला लावलं आणि मग तो त्या अंधाऱ्या स्वयंपाकघरात गेला. इथंच ओ-लाननं तिचं बहुतेक आयुष्य घालवलं होतं. आता ती तिथं नव्हती, म्हणून त्याला बघणारंही कुणी नव्हतं. त्यानं काळवंडलेल्या भिंतीकडे तोंड केलं आणि तो रडला.

■

सव्वीस

पण ओ-लानच्या शरीरामधून एकदम काही जीव निघून गेला नाही. ती जेमतेम मध्यम वयाशी पोहोचली होती, तेव्हा तिचा जीव सहजासहजी ते शरीर सोडणार नव्हता. त्यामुळे ती खूप महिने बिछान्यात पडून तिळातिळानं मरत होती. हिवाळ्याचे लांबच लांब महिने ती अंथरुणात खिळूनच होती. आयुष्यात पहिल्यांदाच वांगलुंगला आणि मुलांना ओ-लान म्हणजे घरात काय होती, ते कळून आलं होतं. ती त्यांच्या सोयीगैरसोयी किती बघायची आणि हे सगळं त्यांना जाणवण्याच्याही आधी व्हायचं, हेही त्यांना उमगलं होतं.

कुणालाच गवत नीट मांडून चुलाणा कसा पेटवायचा, ते माहीत नव्हतं. तो पेटत कसा ठेवायचा, हेही अर्थात माहीत नव्हतं. न मोडता न जाळता मासा कसा उलटायचा, तेही कुणाला जमत नव्हतं. या भाजीला तिळाचं तेल की सोयाबीनचं तेल वापरायचं, तेही कुणाला माहीत नव्हतं. जेवणातले तुकडे, खरकटं सडका वास येईपर्यंत टेबलाखाली साठून राहायला लागलं. शेवटी वैतागून वांगलुंग बाहेरच्या कुत्र्याला आत बोलावून ते खाऊन टाकायला लावायचा किंवा धाकट्या मुलीवर ओरडून ते खरवडून साफ करायला लावायचा.

धाकटा मुलगाही आई करत असलेली आजोबांची लहानमोठी कामं करायचा. आता आजोबा लहान मुलासारखे अगतिक झाले होते. ओ-लान आता त्यांची कामं का करत नाहीय हे त्यांना कितीदा सांगितलं, तरी कळतच नव्हतं. त्यांना चहा देणं, गरम पाणी देणं, त्यांना उठवून बसवणं, झोपवणं हे सारं करायला ते तिला हाका मारायचे आणि ती आली नाही की, चिडचिड करायचे. एकदा तर हट्टी मुलासारखा त्यांनी चहाचा वाडगा जमिनीवर फेकूनच दिला. शेवटी वांगलुंगनं त्यांना हाताला धरून ओ-लानच्या बिछान्याजवळ नेलं. म्हाताऱ्यानं आपल्या अर्ध-आंधळ्या नजरेनं

तिच्याकडे पाहिलं आणि काहीतरी पुटपुटत ते रडायला लागले. काहीतरी बिघडलंय एवढं त्यांना निश्चित जाणवलं होतं.

फक्त गरीब बिचाऱ्या खुळीला यातलं काहीच कळत नव्हतं. ती आपली स्वत:शी हसत चिंधी पिरगाळत बसलेली असायची, तरी तिचंही बघावं लागायचंच. रात्रीचं तिला उठवून आत आणावं लागायचं, खाऊ घालावं लागायचं आणि दिवसा बाहेर उन्हाशी नेऊन बसवावं लागायचं. पाऊस आला, तर आठवणीनं आत आणावं लागायचं. हे सगळं लक्षात ठेवून करावं लागायचं. पण कधीकधी वांगलुंग स्वत:ही विसरायचा. एकदा ती रात्रभर बाहेरच विसरली होती. दुसऱ्या दिवशी पहाटे बिचारी थंडीत थरथर कापत रडत बसलेली सापडली. वांगलुंग भयंकर चिडला आणि त्यानं आपल्या जुळ्या मुलांना आपल्या वेड्या बहिणीला विसरल्याबद्दल खूप दोष दिला. पण नंतर त्याच्या लक्षात आलं की, ती दोघंही अजून लहान आहेत आणि आईची जागा घ्यायचा प्रयत्न करताहेत पण ते त्यांना तितकंसं जमत नाहीय. तेव्हा तो शांत झाला आणि त्यानंतर त्यानं स्वत:च खुळीला सकाळ-संध्याकाळ पाहायला सुरुवात केली. पाऊस पडायला लागला किंवा थंड चावरे वारे वाहायला लागले, तर तो तिला आत आणून चुलाण्याच्या उबदार राखेत बसवायचा.

हिवाळ्याचे सारे काळोखे महिने ओ-लान झिजत पडली होती, तेव्हा वांगलुंगनं शेतीकडे अजिबात लक्ष दिलं नव्हतं. हिवाळ्याची सगळी कामं आणि सारे मजूर त्यानं चिंगच्या स्वाधीन करून टाकले. चिंगही प्रामाणिकपणे कष्ट करत होता. रोज सकाळी आणि रात्री तो ओ-लानच्या खोलीच्या दाराशी येऊन न चुकता हलक्या आवाजात विचारायचा, "कशी आहे तब्येत?" रोज रोज 'आज ती थोडं सूप प्यायली' किंवा 'आज थोडी पेज खाल्ली' असं उत्तर देणं वांगलुंगला असह्य व्हायला लागलं, तेव्हा त्यानं चिंगला फर्मावलं, "तू तुझं काम कर, बस्स. जास्त चौकशा करू नकोस."

ते सारे थंडगार महिने वांगलुंग बराचसा वेळ ओ-लानच्या शेजारी बसून असायचा. तिला थंडी वाजायला लागली, तर तो कोळशाची शेगडी पेटवून तिच्या बिछान्याशेजारी ठेवायचा. प्रत्येक वेळी ती अस्पष्टसं कुजबुजायची, "हे फार खर्चिक होतंय." एके दिवशी मात्र तिनं असं म्हटल्यानंतर त्याची सहनशक्ती संपली आणि तो उसळून म्हणाला, "मला हे सहनच होत नाहीय. तू बरी होणार असशील, तर माझी सगळी जमीन विकायला मी तयार आहे." हे ऐकून ती हसली आणि धापा टाकत पुटपुटली, "आणि मी बरी हे करू देईन तुम्हाला. केव्हातरी मी मरणारच. पण जमीन माझ्यानंतरही राहील." त्याला तिचं हे मरणाचं बोलणं ऐकवलं नाही. नेहमी ती असं बोलायला लागली की, तो उठून बाहेर निघून जायचा.

तरीही त्याला मनातून कळून चुकलं होतं की, ती मरणार आहे. म्हणून मग आपलं शेवटचं कर्तव्य बजावण्यासाठी एक दिवस तो शहरात एका शवपेटी बनवणाऱ्याच्या दुकानी गेला. त्यानं तिथं असलेल्या सगळ्या शवपेट्या पाहिल्या आणि मग एक चांगली वजनदार, मजबूत लाकडाची काळी पेटी त्यानं निवडली. त्याची निवड पुरी होईपर्यंत धूर्तपणे गप्प असलेला सुतार म्हणाला, "जर दोन पेट्या घेतल्या, तर एकूण किमतीच्या एकतृतीयांश मी सोडून देईन. तुम्ही स्वत:साठीही का एक घेऊन ठेवत नाही? आपली सोय केलेली असली की, मनाला शांती मिळते."

"छे! छे! माझे मुलगे करतील ना ते काम माझ्यासाठी." वांगलुंग उत्तरला. पण तेवढ्यात त्याला स्वत:च्या वडिलांची आठवण आली. आपण वडिलांसाठी अजून शवपेटी घेतलेली नाही हेही त्याला आठवलं आणि तो म्हणाला, "हो, पण माझे म्हातारे वडील आहेत, तेही लवकरच मरतील. खूप अशक्त, बहिरे, अर्धे आंधळे झालेत ते. आता घेतोच मी दोन पेट्या."

त्या सुतारानं त्या दोन्ही शवपेट्या पुन्हा एकदा चांगल्या रंगवून वांगलुंगच्या घरी पाठवायचं मान्य केलं. वांगलुंगनं जेव्हा हे ओ-लानला सांगितलं, तेव्हा त्यानं आपली चांगली सोय केली, म्हणून ती अतिशय खूश झाली.

तो आता दिवसातले कितीतरी तास तिच्या शेजारी बसून घालवायला लागला. ती दोघं फार एकमेकांशी बोलत नसत, कारण ती फारच अशक्त झाली होती. शिवाय त्यांच्यात फार बोलणं असं कधी नव्हतंच. तो तिच्या शेजारी शांत, निश्चल बसलेला असला, की कधी कधी ती आपण कुठे आहोत हे विसरायची आणि लहानपणच्या गोष्टी बडबडायची. इतक्या वर्षात पहिल्यांदाच वांगलुंगला तिच्या अंतर्मनात काय चाललंय ते तुटक-तुटक का होईना, पण उलगडत होतं.

ती बोलायची, "मी मांस फक्त दारापर्यंतच आणीन – मला माहीतेय की मी कुरूप आहे – मोठ्या मालकांसमोर जाण्यासारखी नाहीय." मग पुन्हा धापा टाकत म्हणायची, "मारू नका, मला मारू नका. मी पुन्हा नाही खायची यातलं." आणि ती पुन:पुन्हा म्हणायची, "बाबा-आई, बाबा-आई." कधी म्हणत राहायची. "मला माहितेय, मी वाईट आहे दिसायला. कुणालाच आवडणार नाही." तिचं हे बोलणं वांगलुंगला सहन झालं नाही. त्यानं तिचा पसरट, मेल्यागत झालेला पंजा हातात घेतला आणि त्यावरून हात फिरवायला सुरुवात केली. ती जे बोलत होती, ते अगदी खरं होतं, म्हणून त्याला स्वत:चं नवल वाटत होतं आणि स्वत:च्या वागण्याचं दु:खही होत होतं. आतासुद्धा तिचा हात हातात घेतल्यानंतर त्याच्या मनातली कोवळीक, हळवेपणा त्या स्पर्शातून तिच्यापर्यंत पोहोचावा, असं त्याला वाटत होतं. तरीही त्याच्या मनात तिच्याबद्दल ती कोवळीक उत्पन्न होऊ शकत

नव्हती, याची त्याला शरम वाटत होती. लोटस नुसता ओठांचा चंबू करून त्याचं मन विरघळवू शकत होती, तसं तर काहीच होऊ शकत नव्हतं. हा मरता खरबरीत हात हातात घेऊनसुद्धा त्याला त्याच्याबद्दल प्रेम वाटत नव्हतं आणि त्याच्या दयेला तिटकाऱ्याचं अस्तर होतंच.

हे असं वाटत असल्यामुळेच कदाचित तो अधिकच दयाळूपणे तिच्याशी वागत होता. तो तिच्यासाठी खास पदार्थ विकत आणायचा – पांढऱ्या माशांचं किंवा कोवळ्या कोबीचं सूप बनवून घ्यायचा. शिवाय तो आता लोटसचं सुखही भोगू शकत नव्हता. या ताणल्या गेलेल्या अटळ मरणाच्या दुःखाची वेदना विसरण्यासाठी तो लोटसकडे गेला, तरी ओ-लानला विसरू शकत नव्हता. अगदी लोटस मिठीत असली, तरी तो ओ-लानमुळं हरवूनच जात होता.

कधी कधी मात्र ओ-लान पूर्ण शुद्धीत यायची आणि आजूबाजूला काय चाललंय, ते बघायची. एकदा तिनं कक्कूला बोलवायला सांगितलं. अत्यंत आश्चर्यानं वांगलुंगनं तिला बोलावणं पाठवलं. ती आल्यानंतर ओ-लान कोपरावर थरथरत उठली आणि अगदी स्पष्टपणे म्हणाली, "तू मोठ्या मालकांच्या दालनात राहात होतीस हे ठीकाय, तू सुंदर समजली जायचीस, हे पण कबूल, पण शेवटी एका माणसाची बायको मी झाले, त्याला मुलगे मी दिले आणि तू मात्र अजून तशीच राहिलीयंस." यावर चिडून कक्कू काहीतरी बोलणार, तेवढ्यात बाबापुता करून वांगलुंगनं तिला बाहेर नेलं आणि समजावलं, "ती काय बोलतेय, हे तिचं तिलाच कळेनासं झालंय." तो जेव्हा परत खोलीत गेला, तेव्हा अजूनही ओ-लान तशीच अर्धवट उठलेली होती. त्याला बघून ती म्हणाली, "मी मेल्यानंतर ती बाई किंवा तिची मालकीण माझ्या खोलीत येता कामा नये. त्यांनी माझ्या कोणत्याही वस्तूला हात लावता कामा नये. त्यांनी जर हे ऐकलं नाही, तर मी भूत होऊन सगळ्यांना छळीन." आणि ती उशीवर कोसळलीच आणि मग तिला डुलकी लागून गेली.

पण नववर्षाच्या सणाच्या काही दिवस आधी विझण्याआधी दिवा मोठा व्हावा, तशी तिची तब्येत एकदम सुधारली. खूप दिवसात वागली नव्हती, अशी ती वागायला लागली. बिछान्यात उठून बसली. स्वतःच्या हातानं केस विंचरून तिनं अंबाडा बांधला आणि थोडा चहाही मागितला. वांगलुंग आल्यावर ती म्हणाली, "नव्या वर्षाचा सण येऊन ठेपलाय. घरात काही खाण्यापिण्याची तयारी नाहीय. मला एक सुचलंय. ती बटकी मला माझ्या स्वयंपाकघरात आलेली खपणार नाही. पण तुम्ही आपल्या थोरल्याच्या ठरलेल्या बायकोला बोलावणं पाठवा. मीपण अजून तिला पाहिलेलं नाहीय. ती आली की, काय करायचंय ते मी तिला सांगीन."

तिच्या तब्येतीतली सुधारणा पाहून वांगलुंग चांगलाच हरखला होता. तरी

त्याला फार मोठा उत्सव करण्याची काही इच्छा नव्हती. त्यानं कक्कूला लिऊशेठकडे त्याची मनधरणी करायला पाठवलं. किती वाईट परिस्थिती आहे हे बघून लिउशेठही थोड्या वेळात तयार झाले. कारण कक्कूनं स्पष्टपणे सांगितलं होतं, ओ-लान हा हिवाळा काही काढणार नाही. शिवाय मुलगी सोळा वर्षांची तर झालीच होती. तिच्याहून लहान मुलीसुद्धा नवऱ्याच्या घरी पाठवल्या जात होत्या.

ओ-लानच्या तब्येतीमुळे उत्सव, मेणबत्त्या वगैरे काही नव्हतंच. ती मुलगी अगदी साधेपणानं एका खुर्चीच्या पालखीतून आली. तिची आई आणि एक म्हातारी दासी तिच्याबरोबर आल्या. मुलगी ओ-लानच्या स्वाधीन केल्यानंतर तिची आई परत गेली आणि म्हातारी दासी मुलीच्या दिमतीला राहिली.

धाकट्या मुलांची खोली रिकामी करून ती नव्या सुनेला देण्यात आली. सगळं नीटनेटकं मांडण्यात आलं. वांगलुंग सुनेशी काही बोलत नसे, कारण ते चांगलं दिसत नव्हतं, पण तिनं वाकून अभिवादन केलं की तो मान वाकवून ते स्वीकारायचा. तिला तिचं काम नीट ठाऊक होतं. घरात ती अगदी हलकेच वावरायची. तिची नजर नेहमी खाली झुकलेली असायची. त्यामुळे वांगलुंग तिच्यावर खूश असायचा. शिवाय ती दिसायलाही चांगली होती. गोरी होती, पण गर्व करावा इतकी गोरी नव्हती. ती वागण्या-बोलण्यात अगदी पद्धतशीर होती. ती ओ-लानच्या खोलीत जाऊन तिचं हवं-नको बघायची, सेवा करायची त्यामुळे वांगलुंगचं दुःख थोडं हलकं झालं होतं. आता तिच्या आवतीभोवती एक बाई वावरत होती, म्हणून ओ-लानही समाधानी होती.

अशा आनंदात ओ-लानचे तीन-चार दिवस गेले. मग तिला नवं काहीतरी सुचलं. रात्र कशी गेली, ते बघायला वांगलुंग तिच्या खोलीत आल्यावर ती म्हणाली, ‘‘मी मरण्यापूर्वी आणखी एक गोष्ट व्हायला हवी.’’ वांगलुंग चिडून म्हणाला, ‘‘मरायच्या गोष्टी बोललीस, तर मला काही बरं वाटणार नाही.’’

ती तिचं नेहमीचं डोळ्यांत पोहोचण्याआधीच संपून जाणारं संथ हसू हसली आणि म्हणाली, ‘‘मरायला तर हवंच मला. माझ्या आतच तर टपून बसलंय ते. मला माहीतेय ना. पण माझा थोरला मुलगा घरी येऊन या माझ्या गुणाच्या सुनेशी लग्न लावेपर्यंत काही मी मरायची नाही. माझी फार सेवा करते ती, मला गरम पाणी देते तेव्हा भांडं हलूसुद्धा देत नाही. मला दुखत असतं, तेव्हा माझा घामेजला चेहरा केव्हा पुसून काढायचा ते तिला बरोबर कळतं. आता मी मरणार, हे तर नक्कीच आहे. तेव्हा माझ्या पोराला घरी बोलवा. त्याला हिच्याशी लग्न लावू दे. म्हणजे मग मला नातू आणि म्हाताऱ्याला पणतू होणार, याची खात्री पटेल आणि मला मरणपण शांतपणे येईल.’’

तिची तब्येत ठणठणीत असतानाही ती एका दमात कधी इतकं बोलायची

नाही. कितीतरी दिवसांत ती इतक्या जोरात काही बोलली नव्हती. तिच्या इच्छेतला जोर आणि आवाजातला आवेश बघून वांगलुंग आनंदला. खरं म्हणजे थोरल्या मुलाचं लग्न मोठ्या थाटामाटात करायचं, तर थोडा वेळ पाहिजे होता, पण तरी तो तिच्या इच्छेबाहेर गेला नसताच. तो मनापासून म्हणाला, "हो, हो! करू या ना लग्न. मी आजच माणूस पाठवतो दक्षिणेला, तो पोराला शोधून लग्नासाठी घेऊन येईल. पण तू पहिलं कबूल कर की, सगळी ताकद बरं होण्याकडे लावशील आणि हे मरण-बिरण सगळं विसरून जाशील. तुझ्याशिवाय हे घर म्हणजे जंगली जनावरांची गुहा झालीय नुसती." तिला बरं वाटावं, म्हणून तो हे बोलत होता. तसं तिला बरं वाटलंही. पण ती तशीच उशीवर डोकं टेकून डोळे मिटून स्वत:शीच किंचितसं हसत पडून राहिली.

मग वांगलुंगनं लगेच एका माणसाला दक्षिणेला पिटाळलंच. त्याला त्यानं सांगितलं होतं, "तुझ्या धाकट्या मालकांना सांग, त्यांची आई मरायला टेकलीय. त्यांचं लग्न झालेलं पाहिल्याशिवाय तिच्या आत्म्याला शांती मिळणार नाहीय. त्यांना जर माझी, त्यांच्या आईची, त्यांच्या घराची काही किंमत असेल, तर दुसरा श्वास घेण्याआधी त्यांनी निघायला हवं. आजपासून तिसऱ्या दिवशी मी लग्नविधीसाठी पाहुणे बोलवतोय आणि मेजवानीचीही तयारी करतोय."

त्यानं बोलण्याप्रमाणे सारं केलं. कक्कूला बोलावून तिला जितकी उत्तम मेजवानीची तयारी करता येईल, तितकी करायला सांगितली. तिला शहरातल्या दुकानातल्या स्वयंपाक्यांना मदतीला बोलवायची परवानगी दिली. तिच्या हातात भरपूर चांदीची नाणी ओतून तो म्हणाला, "त्या मोठ्या हवेलीत अशा वेळी जशा मेजवान्या व्हायच्या, तशी झाली पाहिजे. तुला हवे तर आणखीही पैसे मिळतील."

मग त्यानं गावात जाऊन आमंत्रणं केली. बायका-पुरुष जेवढे त्याच्या ओळखीचे होते, त्या सर्वांना त्यानं बोलावलं. शहरात जाऊनही त्यानं चहागृहातल्या, धान्यबाजारातल्या ओळखीच्या लोकांना आमंत्रण केलं. त्यानं त्याच्या काकालाही सांगितलं, "तुम्हाला किंवा तुमच्या मुलाला कुणा मित्रांना बोलवायचं असेल, तर माझ्या मुलाच्या लग्नाला जरूर बोलवा."

त्याचा काका कोण आहे हे कायमचं लक्षात राहिल्यामुळेच वांगलुंग असं बोलला होता. तो नेहमीच काकाशी सभ्यतेनं वागायचा. त्याला मानाच्या पाहुण्या सारखं वागवायचा – हे तो काकाची खरी ओळख पटल्यापासूनच करत आला होता.

लग्नाच्या आदल्या रात्री वांगलुंगचा थोरला मुलगा घरी परतला. तो लांबलांब ढांगा टाकत खोलीत आला आणि त्याच्यापायी झालेला सारा त्रास वांगलुंग साफ विसरला. त्यानं मुलाला पाहिलं, त्याला दोन वर्षांहून अधिक काळ उलटला होता.

तो मुलगा आता त्याच्यासमोर उभा होता. आता पोरगा नव्हता, पुरुष झाला होता. उंचापुरा, मजबूत चौकोनी शरीर, देखणा चेहरा, उंच लालसर गाल, तेल लावून वळवलेले चमकदार आखूड केस. दक्षिणेकडच्या दुकानात मिळतात तसा गडद लाल सॅटिनचा अंगरखा त्यानं घातला होता. त्याला बिनबाह्यांचं काळं मखमली जाकीट होतं. त्याला बघून अभिमानानं वांगलुंगचं हृदय फुटायला आलं. हा देखणा पुरुष त्याचा मुलगा आहे याखेरीज तो बाकी सगळं विसरला. हाताला धरून त्यानं मुलाला आईच्या बिछान्याजवळ नेलं.

तो तरुण आईच्या बिछान्याशेजारी बसला. आईची दशा पाहून त्याचे डोळे भरून आले. पण ''चांगली धडधाकट दिसतेयंस की तू, तू काही एवढ्यात मरत नाहीस,'' असं गमतीचं काहीबाही तो बोलत राहिला. पण ओ-लान शांतपणे म्हणाली, ''तुझं लग्न झालेलं बघते आणि मगच मरीन मी.''

आता लग्नाआधी नवऱ्या मुलानं नवऱ्या मुलीला पाहणं अर्थातच योग्य नव्हतं, त्यामुळे आणि तिची लग्नाची तयारी करण्यासाठी लोटसनं तिला आतल्या चौकात नेलं. ही तयारी करायला लोटस, कक्कू आणि वांगलुंगची काकू यांच्यापेक्षा जास्त योग्य कोण मिळणार? या तिघींनी लग्नाच्या दिवशी सकाळी नवऱ्या मुलीला डोक्यापासून पायापर्यंत स्वच्छ स्नान घातलं. नव्या स्वच्छ पांढऱ्या पट्ट्यांनी तिचे पाय पुन्हा बांधले. त्यावर पांढरे नवे मोजे चढवले. लोटसनं स्वत:चं सुगंधी बदामी तेल तिच्या अंगाला चोळलं. मग त्यांनी तिला माहेरून आणलेले नवे कपडे चढवले. तिच्या कुंवार गोड शरीरालगत पांढरा फुलांचा रेशमी झगा, त्यावर उत्तम, कुरळ्या मऊ लोकरीचा हलकासा कोट आणि त्यावर नववधूची लाल सॅटिनची वस्त्रं, त्यांनी तिच्या कपाळावर थोडं चूर्ण लावलं आणि मोठ्या कौशल्यानं एका बारीक सुतानं तिच्या कुंवारपणाची खूण असलेली कपाळावरची केसांची झालर उपटून काढली. त्यामुळं तिचं कपाळ भव्य, उंच आणि तिच्या नव्या 'पत्नी' या दर्जाला शोभेल, असं चौकोनी दिसायला लागलं. त्यांनी तिचा चेहरा पांढऱ्या आणि लाल रंगानी रंगवला. एका ब्रशनं दोन बारीक भिवया रेखाटल्या. एवढं झाल्यानंतर त्यांनी तिच्या डोक्यावर मुंडावळ्या आणि मण्यांचा बुरखा चढवला. तिच्या चिमुकल्या पावलांवर भरतकाम केलेले बूट चढवले. तिची नखं रंगवली आणि तळवे सुशोभित केले. अशी त्यांनी सगळी तिची तयारी केली. ही नववधू हे सगळं करून घेत होती. पण अगदी योग्य अशी लाजतही होती, 'नको, नको' म्हणत होती.

वांगलुंग, त्याचे काका, वडील आणि सगळे पाहुणे आपल्या खोलीत नवऱ्या मुलीची वाट पाहात थांबले होते. नवरी मुलगी, तिची म्हातारी दासी आणि वांगलुंगची काकू यांचा आधार घेऊन आत आली. नजर खाली वळवून मान वाकवून अगदी नम्रतेनं ती चालत होती. शिवाय तिचं चालणं असं होतं की कुणाही पुरुषाशी

लग्न करण्याची हिला मुळीच इच्छा नाहीय, म्हणून तिला आधार देऊनच लग्नस्थळी न्यावं लागतंय, यात तिचा मोठा विनयशील स्वभाव दिसून येत होता. 'चांगली मुलगी आहे', वांगलुंग खूश होऊन स्वत:शीच म्हणाला.

मग वांगलुंगचा थोरला आत आला. त्यानं त्याचा गडद लाल सॅटिनचा अंगरखा आणि काळं जाकीट घातलं होतं. त्याचे केस तुळतुळीत विंचरलेले होते आणि दाढी स्वच्छ केलेली होती. त्याच्यापाठोपाठ त्याचे दोघे भाऊ होते. आपल्या देखण्या मुलाची ही मिरवणूक बघताना वांगलुंगचं हृदय अभिमानानं फुटायला आलं. हेच मुलगे तर तो मेल्यानंतर त्याचं घराणं पुढं नेणार होते. त्याचे म्हातारे वडील आत्तापर्यंत 'काय चाललंय' ते काहीच न दिसल्याने न कळल्याने नुसते बसले होते. त्यांच्या एकदम सारं लक्षात आलं आणि ते आपल्या चिरक्या आवाजात मोठ्यानं हसत पुन:पुन्हा म्हणत राहिले, "लग्न आहे इथं..." लग्न म्हणजे मुलं-नातवंडं. त्यांना इतकं मनापासून खदखदून हसायला येत होतं की, त्यांचं हसणं बघून जमलेले सारे पाहुणेही हसायला लागले. वांगलुंगच्या मनात आलं, आज ओ-लान इथं येऊन बसू शकली असती, तर खरा आनंदाचा दिवस झाला असता.

हा सारा वेळ वांगलुंग चोरून तीक्ष्ण नजरेनं आपल्या मुलाकडे पाहात होता. मुलगा आपल्या नवरीकडे बघतो की नाही, हे त्याला बघायचं होतं. त्या तरुणानं डोळ्याच्या कोपऱ्यातून तिच्याकडे चोरटी नजर टाकलेली त्यानं पाहिली. त्यानंतर तो तरुण अगदी आनंदात मजेत दिसत होता. मग वांगलुंग अभिमानानं स्वत:शीच म्हणाला, 'मी निवडलेली बायको त्याला आवडलेली दिसतेय.'

मग नवरानवरीनं आजोबांना आणि वांगलुंगला वाकून अभिवादन केलं आणि ती दोघं ओ-लानच्या खोलीत गेली. आज तिनंही स्वत:ला नवा काळा कोट चढवून घेतला होता. ती दोघं आत आली, तेव्हा ती उठून बसली होती आणि तिच्या उंच गालावर लाल रंग चमकत होता. वांगलुंगला वाटलं, 'चला आता हिची तब्येत नक्की सुधारणार.' नवरानवरीनं तिच्याजवळ जाऊन तिलाही नमस्कार केला. बिछान्यावर थापटत ती म्हणाली, "इथं बसा. तुमच्या लग्नाची वाईन इथंच प्या, भात खा. सगळं माझ्या डोळ्यासमोर होऊ दे. तुमच्या लग्नाचा बिछाना हाच असू दे, कारण मी आता थोड्याच दिवसांची सोबतीण आहे." ती असं बोलायला लागली की तिला कुणीच उत्तर देत नसे. पण ते जोडपं लाजत एकमेकांशेजारी बसलं. वांगलुंगची लठ्ठ काकू मोठेपणानं अगदी लगबगीनं आत आली. तिच्या हातात गरम वाईनचे दोन पेले होते. नवरानवरीनं प्रथम आपआपल्या पेल्यांतल्या वाईनचे घुटके घेतले आणि मग दोन्ही पेल्यातली वाईन एकत्र मिसळून पुन्हा घुटके घेतले – आता आम्ही एक झालो – असं ती दोघं दर्शवत होती. यानंतर त्यांनी भात स्वतंत्रपणे खाल्ला आणि मग

मिसळून खाल्ला आणि 'आता आमची आयुष्यं एकत्र झाली,' असं सुचवलं. अशा रीतीनं त्यांचं लग्न लागलं. मग पुन्हा एकदा ओ-लानला आणि वांगलुंगला वाकून नमस्कार करून ते जोडपं बाहेर गेलं आणि त्यांनी जमलेल्या पाहुण्यांनाही वाकून नमस्कार केला.

मग मेजवानी सुरू झाली. खोल्या, चौक, अंगण सगळीकडे टेबलं मांडलेली होती. सगळीकडे स्वयंपाकाचा सुगंध आणि हसण्याबोलण्याचे आवाज भरून राहिले होते. पाहुणे फार लांबलांबून आले होते. वांगलुंगनं बोलावलेले आणि काही न बोलावलेले, न बघितलेलेसुद्धा. कारण सगळ्यांना माहीत होतं, वांगलुंग चांगला पैसेवाला माणूस होता आणि अशा शुभप्रसंगी त्याच्याकडे अन्नाला काही तोटा नसणार. कक्कूनं शहरातून स्वयंपाकी बोलावले होते. कारण शेतकऱ्याच्या स्वयंपाकघरात कधी न बनणारे असे अनेक श्रीमंती पदार्थ बनवायचे होते. हे शहरी स्वयंपाकी तयार केलेल्या काही पक्वान्नांच्या भल्यामोठ्या करंड्या घेऊन आले होते. ही पक्वान्नं फक्त गरम करून वाढायची होती. त्यांचे कळकट कपडे मिरवत इथून तिथे लगबगीनं फिरत त्यांनी आणखीही काही पदार्थ बनवले होते. सगळेच जण भरपूर खात होते, पिववेल तितकं पीत होते आणि एकूण मजेत होते.

ओ-लाननं मधली सगळी दारं उघडून घेतली होती. सगळे पडदे बाजूला ओढायला लावले होते, म्हणजे मग तिला सगळं गडबड-हसणं-खिदळणं ऐकू येणार होतं, जेवणाचा वास येणार होता. ती कशी आहे ते बघायला वांगलुंग परत तिच्या खोलीत येत होता आणि तो असा आला की, ती त्याला पुन:पुन्हा विचारत होती, "सगळ्यांना वाईन मिळतेय ना? मध्यभागी ठेवलेला साखरभात चांगला गरमागरम आहे ना? चांगली भरपूर चरबी, साखर आणि आठही फळं घातली गेलीयंत ना नीटपणे त्याच्यात?" जेव्हा त्यानं तिला पटवून दिलं की, अगदी सगळं छान, नीटनेटकं तिच्या मनासारखं आहे, तेव्हा कुठं ती समाधानानं उशीवर टेकली आणि ते सारे आवाज ऐकत राहिली.

मग एकदा सगळी गडबड संपली. पाहुणे घरोघरी गेले. रात्र पडली, घरात शांतता पसरली. गडबडीबरोबरच ओ-लानची ताकदसुद्धा ओसरायला लागली. ती खूप थकली होती, तरी तिनं नव्या जोडप्याला जवळ बोलावलं आणि सांगितलं, "मी आता आनंदात आहे. आता माझं जे व्हायचं ते होऊ दे. माझ्या मुला, आपल्या वडिलांकडे आणि आजोबांकडे नीट लक्ष दे. माझ्या मुली, तुझा नवरा, त्याचे वडील आणि त्याचे आजोबा यांच्याबरोबर अंगणातली माझी खुळी एवढी तुझी जबाबदारी आहे. त्यांच्यानंतर तू कोणाचं काही देणं लागत नाहीस." हे शेवटचं वाक्य ती लोटसबद्दल बोलली होती, जिच्याशी ती कधीही एक शब्दही बोलली नव्हती. एवढं झाल्यानंतर तिला एक डुलकी लागल्यासारखं झालं. सारे जण ती अजून काही

बोलेल, म्हणून वाट पाहात होते. ती पुन्हा एकदा जागी होऊन बोलायला लागली, तेव्हा आपण कुठे आहोत, समोरचे लोक कोण आहेत हे तिला कळत नसावं, कारण डोकं इकडून तिकडे हलवत ती पुटपुटत होती. ''मग? मी कुरूप असले म्हणून काय झालं? मुलगा झालाय की मला – मी दासी बटकी असले, तरी घरात मुलगा आहे ना माझ्या? मग?'' मग जरा वेळानं ती एकदम म्हणाली, ''ती त्यांची माझ्यासारखी काय काळजी घेणारंय? जेवणखाण पाहाणाराय? रूप असलं, तरी त्यानं काही पुरुषाला मुलगे नाही मिळत.'' त्यानंतर मात्र ती त्या साऱ्यांना विसरूनच गेली आणि स्वत:शीच काहीतरी पुटपुटत पडून राहिली. वांगलुंगनं साऱ्यांना बाहेर जाण्याची खूण केली आणि ती झोपत-जागत असताना तिच्याकडे पाहात तो तिच्याजवळ बसून राहिला. ती मरणाच्या दारात पडली असतानासुद्धा आपल्याला तिचे दातावरून विचकले गेलेले जाड जांभळे ओठ कसेतरी वाटावेत, याबद्दल त्याला स्वत:चाच तिटकारा वाटला. असा तो तिच्याकडे पाहात असतानाच तिनं डोळे पूर्ण उघडले. त्यामध्ये एक धुकं तरंगत होतं. तिनं खूप वेळ त्याच्याकडे निरखून पाहिलं. जणू काही तो कोण आहे याचा ती अचंबा करत असावी. अचानक गोल उशीवरून तिची मान कलंडली आणि तिचा प्राण गेला.

एकदा तिचा प्राण गेल्यानंतर वांगलुंगला तिथं क्षणभरही थांबणं अशक्य झालं. त्यानं ओ-लानला स्नान वगैरे घालून पुरण्यासाठी तयार करायला काकूला बोलावलं. सगळं झाल्यानंतरसुद्धा पुन्हा तो आत गेला नाही. त्यानं काकूला, थोरला मुलगा आणि सुनेला ओ-लानचं शरीर उचलून त्यानं आणलेल्या मोठ्या थोरल्या शवपेटीत ठेवायला सांगितलं. स्वत:चं मन शांतवण्यासाठी तो शहरात गेला. तिथं शवपेटी सीलबंद करणाऱ्या माणसांना त्यानं घरी पाठवलं. ज्योतिषाकडे जाऊन ओ-लानला पुरण्यासाठी चांगला दिवस विचारून घेतला. हा दिवस तीन महिन्यांनंतर होता. त्याच्याआधी असा शुभ दिवस नव्हताच. ज्योतिषाला दक्षिणा देऊन वांगलुंग शहरातल्या मंदिरात गेला. तिथल्या गुरुजींशी घासाघीस करून त्यानं ओ-लानची शवपेटी इतके दिवस ठेवण्यासाठी मंदिरातली एक जागा भाड्यानं घेतली. ओ-लानच्या शेवटच्या विश्रांतीचं ठिकाण ते मंदिर होतं, कारण वांगलुंगला ती पेटी इतके दिवस सतत डोळ्यासमोर घरात ठेवणं अशक्यच वाटत होतं.

सुतक पाळण्याच्या योग्य त्या सर्व गोष्टी करण्यात वांगलुंग फार दक्ष होता. त्यानं स्वत:साठी आणि मुलांसाठी सुतकाचे कपडे बनवून घेतले. त्यांचे बूट जाड्याभरड्या पांढऱ्या कापडाचे होते. त्यांच्या पायाच्या घोट्याशी पांढऱ्या पट्ट्या बांधल्या होत्या. घरातल्या बायकांनी आपले केस पांढऱ्या दोरीनं बांधले होते. कारण पांढरा रंग हा दु:खाचा, सुतकाचा आहे.

एवढं झाल्यानंतर वांगलुंगला ओ-लान ज्या खोलीत वारली होती, तिथं झोपणं शक्यच नव्हतं, म्हणून त्यानं आपली सगळी चीजवस्तू गोळा केली आणि तो कायमचा लोटस राहात होती, त्या आतल्या चौकात राहायला गेला. त्यानं आपल्या थोरल्या मुलाला सांगितलं, "तुझी आई जिथं राहिली आणि वारली, जिथं तू तिच्या गर्भात आलास आणि जन्मलास, तिथं तुझ्या बायकोला घेऊन राहायला जा आणि तुझ्या मुलांना जन्म दे."

ती दोघंही त्या खोलीत समाधानानं राहायला लागली.

मरण एकदा घरात शिरलं की एकच घास घेऊन सहजासहजी जात नाही – असं म्हणतात. ते खरंच आहे. वांगलुंगचे म्हातारे वडील एका रात्री स्वत:च्या बिछान्यात झोपले. ओ-लानचं मृत शरीर शवपेटीत ठेवताना पाहिल्यापासून ते भांबावल्यासारखेच वागत होते. दुसऱ्या दिवशी सकाळी धाकटी मुलगी त्यांचा चहा घेऊन गेली, तेव्हा ते उताणे झोपले होते. त्यांचं डोकं मागे झुकलेलं होतं आणि विरळ दाढी छताकडे वळली होती. ते बघताच ती मोठ्यानं किंचाळून रडत वडिलांकडे धावली. वांगलुंग खोलीत आला, तर त्याला वडील मेलेले आढळले. त्यांचं म्हातारं हलकं शरीर लाकडासारखं थंडगार, कठीण झालं होतं. ते बहुधा बिछान्यात पडल्याबरोबर वारले असावेत, असं वाटत होतं. वांगलुंगनं स्वत: त्यांना स्नान घातलं आणि हळुवारपणे दुसऱ्या शवपेटीत ठेवलं. ती शवपेटीही त्यानं सीलबंद करून घेतली आणि तो म्हणाला, "आपल्या घरातल्या या दोघांनाही आपण एकाच दिवशी पुरू. माझ्या जमिनीतला तो चांगला उंचवटा आहे, तिथं आपण पुरू यांना आणि मी मेल्यानंतर मला पुरायची जागा ठेवतो तिथंच."

त्यानं म्हटल्याप्रमाणे केलंही. वडिलांची शवपेटी सीलबंद केल्यानंतर त्यानं ती मधल्या खोलीत दोन बाकांवर ठेवली. पुरण्याच्या दिवसापर्यंत ती पेटी तिथंच ठेवलेली होती. वांगलुंगला सारखं भासत राहिलं की, मेल्यानंतरसुद्धा त्या मधल्या खोलीत असणं त्या म्हाताऱ्या माणसाला सुखाचं वाटतंय. त्याला शवपेटीत बंदिस्त झालेल्या आपल्या वडिलांबद्दल खूप जवळीक वाटत होती. त्याला त्यांच्या मरणाचं दु:ख नक्कीच होत होतं, पण अगदी असह्य होईल इतकं नव्हतं. कारण म्हाताऱ्यानं पूर्ण आयुष्य तर उपभोगलं होतंच, शिवाय गेली कित्येक वर्षं तो अर्धमृत अवस्थेतच होता.

ज्योतिषानं सांगितलेला वसंताच्या मध्यावरचा दिवस उजाडला. वांगलुंगनं ताओ मंदिरातून बौद्धमंदिरातून गुरुजी बोलावले. ताओ मंदिरातले गुरुजी पिवळ्या लांब कफन्या घातलेले आणि डोक्यावर जटाजूट बांधलेले होते, तर बौद्ध मंदिरातल्या गुरुजींनी राखाडी कफन्या घातल्या होत्या आणि त्यांच्या मुंडण केलेल्या मस्तकांवर नऊ पवित्र वणही होते. हे सारे गुरुजी रात्रभर दोघा मृतात्म्यांसाठी वाद्यं वाजवत होते,

मंत्र म्हणत होते. जेव्हा ते क्षणभरही थांबायचे, तेव्हा वांगलुंग त्यांच्यासमोर पैसे ओतायचा. मग पुन्हा मोठा श्वास घेऊन ते मंत्र म्हणायला सुरुवात करायचे. असं पहाटेपर्यंत चाललं.

वांगलुंगनं कबरीसाठी एका छोट्याशा उंचवट्यावर खजुरीच्या झाडाखालची चांगली जागा निवडली होती. चिंगनं कबरी खोदून घेतल्या होत्या आणि त्यांच्या सभोवार मातीची भिंतही उभारली होती. भिंतीच्या आत स्वत: वांगलुंग, त्याचे मुलगे, त्यांच्या बायका, एवढंच नव्हे, तर त्यांचेही मुलगे या साऱ्यांसाठी जागा ठेवलेली होती. ही जमीन चांगली उत्तम प्रतीची उपजाऊ होती, तरी वांगलुंगला त्याचं वाईट वाटलं नव्हतं. कारण ही अशी स्मशानभूमी असणं हे त्याचं खानदान आता बडं झाल्याचं लक्षण होतं. जिवंत किंवा मेलेले, ते सारे आता स्वत:च्या जमिनीतच कायम राहाणार होते.

सर्व गुरुजींचं रात्रभरचं मंत्रपठण संपल्यानंतर ठरलेल्या दिवशी वांगलुंगनं पांढऱ्या जाड्याभरड्या कापडाचा डगला चढवला. असेच डगले त्यानं त्याचा काका आणि चुलतभाऊ यांनाही दिले. त्याचे स्वत:चे मुलगे, सून आणि मुलीही अशाच कपड्यांत होत्या. त्यानं शहरातून सर्वांसाठी खुर्चीच्या पालख्या बोलावल्या होत्या. कारण गरीब सामान्य माणसांसारखं शवयात्रेत चालत जाणं त्यांना आता शोभण्यासारखं नव्हतं. आयुष्यात प्रथमच तो माणसांच्या खांद्यावरून जात होता. ओ-लानच्या शवपेटीमागे तो होता. त्याच्या वडिलांच्या शवपेटीच्या मागे त्याचा काका होता. ओ-लान जिवंत असताना लोटस कधी तिच्या समोरही आली नव्हती. ती आता ओ-लान मेल्यानंतर तिच्या शवयात्रेत एका पालखीत बसून सामील झाली. तिच्या मालकाच्या थोरल्या बायकोचा मान तिनं ठेवला नाही, असं कुणी म्हणायला नको. मग वांगलुंगनं त्याची काकू आणि चुलतभाऊ यांच्यासाठीही पालख्या मागवल्या. त्याच्या खुळीसाठीही त्यानं एक पालखी मागवली आणि तिला आत बसवलं. पण ती इतकी भेदरली की रडण्याच्याऐवजी मोठमोठ्यानं कर्कश्श हसतच सुटली.

मग मोठ्यानं रडत, दु:ख करत ती सारी जणं खोदलेल्या कबरीजवळ पोहोचली. त्यांच्या मागून चिंग आणि त्याचे मजूर चालत होते. त्यांनीही दु:खनिदर्शक असे जाड पांढरे बूट घातले होते. वांगलुंगनं ओ-लानची शवपेटी देवळातून आणवून घेतली होती आणि प्रथम वडिलांचं दफन झाल्यानंतर तिचं दफन करण्यासाठी ती बाजूला ठेवली होती. दोन्ही दफनविधी होताना वांगलुंग तिथं निश्चल उभा राहून बघत होता. त्याचं दु:ख कोरडं कठीण झालं होतं. त्यामुळेच तो इतरांसारखा रडत-आरडत नव्हता. त्याचे डोळे अगदी कोरडे होते. त्याला वाटत होतं, जे होणार ते होणारच, त्याच्या हातात होतं तेवढं सगळं त्यानं केलं होतं. करण्यासारखं काही शिल्लक नव्हतं.

पण दोन्ही कबरी मातीनं झाकून टाकल्या गेल्या, वरची मातीही नीट करण्यात आली, तेव्हा मात्र स्वत:ची पालखी रिकामीच परत पाठवून तो नि:शब्दपणे तिथून चालायला लागला. एकटाच स्वत:शी विचार करत तो घरच्या वाटेला लागला. त्याच्या सगळ्या जडशीळ दु:खात त्याला फार यातना देणारा एक विचार फार तीव्रतेनं त्याच्या मनात पुन:पुन्हा येत होता. तो हा की, त्या दिवशी ओ-लान तळ्यावर त्याचे कपडे धूत होती, तेव्हा त्यानं तिच्याकडून ती दोन मोती घ्यायला नको होते आणि लोटसनं ती मोती कानात घातलेली त्याला बघवणार नव्हतं.

अशाच जड विचारात तो चालत राहिला. त्याच्या मनात आलं, 'या माझ्या जमिनीत माझ्या आयुष्याचा चांगला अर्धा भाग पुरला गेला. आज जणू काही मीच अर्धा तिथं पुरला गेलोय. आता माझ्या घरातलं सगळं आयुष्यच बदलून जाईल.'

आणि मग एकदम त्याच्या डोळ्यांत पाणी आलं. ते त्यानं लहान मुलासारखं पालथ्या हातानं पुसून टाकलं.

■

सत्तावीस

या सगळ्या काळात पीकपाणी कसं आहे वगैरे काही बघायला वांगलुंगला फुरसतच झाली नव्हती. त्याच्या घरातलं लग्न आणि मृत्यू यातच तो गुंतलेला होता. पण एक दिवस चिंग त्याच्याकडे आला आणि म्हणाला, "आता दुःख, आनंद सगळं झालंय. आता मला जमिनीच्या कामासंबंधी थोडं बोलायचंय."

वांगलुंग उत्तरला, "बोल ना मग! इतके दिवस माझी माणसं तिच्यात पुरण्याखेरीज मी माझ्या जमिनीचा दुसरा काही विचारच केला नाहीय. माझ्याकडे जमीन आहे की नाहीय, हेसुद्धा मी विसरलो होतो." वांगलुंगच्या या बोलण्याला थोडी सहानुभूती म्हणून चिंग थोडा वेळ गप्प राहिला आणि मग हलकेच म्हणाला, "देव करो आणि हे संकट टळो! पण या वर्षी पूर्वी कधी आला नाही, असा पूर येणारसं दिसतंय. अजून उन्हाळा चालू आहे, तरी शेतावर पाणी वाढायला लागलंय. हे पाणी वाढणं फार लवकर होतंय."

वांगलुंग आडमुठेपणानं म्हणाला, "त्या आकाशातल्या देवानं माझं आजवर काही भलं केलेलं नाही. मग उदबत्त्या जाळा की न जाळा. त्याला जे वाईट करायचं, ते तो करतोच. चल, जाऊनच बघू." बोलता बोलता तो उठलाच.

चिंग हा आपला सरळ, साधा, देवभोळा माणूस होता. कितीही वाईट दिवस आले, तरी तो वांगलुंगसारखं देवाच्या विरुद्ध एक अवाक्षर बोलू शकत नसे. तो फक्त म्हणायचा, 'देवाची मर्जी' आणि ओला दुष्काळ – सुका दुष्काळ मुकाट्याने स्वीकारायचा. वांगलुंगचं तसं नव्हतं. तो त्याच्या शेतावर गेला, त्यानं सगळी जमीन पायाखाली घातली, तेव्हा त्याला चिंगचं म्हणणं पटलं. म्हाताऱ्या मालकांकडून त्यानं विकत घेतलेले खंदकाजवळचे जमिनीचे तुकडे, खालून झिरपणाऱ्या पाण्यामुळे चिखलमय झाले होते. त्यामुळं या चांगल्या सकस जमिनीतला गहू फिकट पिवळट

दिसत होता.

खंदकही एखाद्या तळ्यासारखा फुगला होता आणि कालवे नद्यांसारखे. या पाण्यात लहान-लहान लाटा उठत होत्या, भोवरे तयार होत होते. एखाद्या मठ्ठालाही कळलं असतं की, पावसाळा सुरू व्हायच्या आधीच इतकं पाणी म्हणजे पावसाळ्यात भयंकर मोठा पूर येणार हे नक्की. बायका, मुलं, माणसं उपाशी. मग वांगलुंग त्याच्या सगळ्या जमिनीवर इकडेतिकडे धावायला लागला. चिंग एखाद्या मुक्या सावली सारखा त्याच्या पाठोपाठ जात होता. दोघांनी मिळून कुठल्या जमिनीवर किती पाणी चढेल आणि कुठं कुठं भात लावता येईल, याचा विचार केला. आत्ताच काठापर्यंत पाण्यानं भरलेल्या कालव्यांकडे बघून वांगलुंग वैतागून म्हणाला, ''आता तो आकाशातला म्हातारडा देव खाली बघेल आणि सगळे लोक उपाशी मरताहेत, नाहीतर बुडून मरताहेत असं दिसलं की, त्याला अगदी बरं वाटेल. तसलाच आहे तो दुष्ट.'' तो इतक्या मोठ्यानं आणि रागानं हे म्हणाला की, श्रद्धाळू चिंग थरकापून म्हणाला, ''काही झालं तरी तो आपणा सर्वांहून मोठा आहे ना, मग मालक असं बोलू नये बरं.''

पण पैसेवाला झाल्यापासून वांगलुंग बेफिकीर बनला होता. मनात येईल, ते तो रागानं बोलत होता. त्याच्या शेतात भरणारं चढतं पाणी त्याच्या चांगल्या उभ्या पिकाचा नाश करत असताना पाहून, तो घरी जातानासुद्धा स्वत:शी काहीतरी पुटपुटत होताच.

मग वांगलुंगनं म्हटलं होतं, तसंच व्हायला लागलं. उत्तरेकडच्या नदीनं आपले सारे बंधारे फोडले. पहिला बंधारा फुटला, तेव्हा सगळ्यांनी त्याची डागडुजी करण्यासाठी घाईघाईनं पैसे गोळा करायला सुरुवात केली. सगळ्यांनी लगेच जमतील तसे पैसे दिलेसुद्धा, कारण बंधारा दुरुस्त करणं सगळ्यांच्याच फायद्याचंच होतं. हा सगळा पैसा त्यांनी जिल्ह्याच्या न्यायाधीशांकडे सोपवला. हे न्यायाधीश नव्यानं तिथं आलेले होते. नव्यानंच न्यायाधीश झालेले होते, गरीब परिस्थितीतून वर आलेले होते. साहजिकच एवढा पैसा त्यांनी बापजन्मी बघितलेला नव्हता. त्यांच्या बापानंच तर जन्माची कमाई आणि वर थोडी उधार-उसनवार कमाई खर्ची करून ही सत्तेची जागा त्यांच्यासाठी विकत घेतली होती. आता आपला मुलगा हा पैसा परत मिळवेल, अशी यांचीही अपेक्षा होतीच.

जेव्हा बंधारा फुटला, तेव्हा सारे लोक आरडाओरडा करत, दंगा करत न्यायाधीशांच्या घराकडे गेले. कारण त्यांनी कबूल केल्याप्रमाणे बंधारा दुरुस्तीचं काम करून घेतलेलं नव्हतं. न्यायाधीश महाराजांनी सगळीच्या सगळी तीन हजार चांदीची नाणी स्वत:चं घर बांधण्यासाठी वापरून टाकली होती. ते पळून जाऊन लपून बसले, तरी लोकांनी त्यांना शोधून काढलंच. लोक आपल्याला ठार करतील, हे पाहून त्यांनी

स्वत:च पाण्यात उडी मारून जीव दिला, तेव्हा कुठं हा जमाव शांत झाला.

तरीही पैसे संपलेले होते आणि नदीनं आणखी एक बंधारा फोडला होता. तिथं पाणी वाढायला लागलं, तसा दुसरा बंधाराही फुटला. त्यातली सारी माती वाहून गेली. इतकी की इथं कधी बंधारा होता हे कुणाला खरंही वाटलं नसतं. असे एकापाठोपाठ एक बंधारे फुटत गेले आणि नदी एखाद्या समुद्रासारखी साऱ्या जमिनीवर पसरली. पेरलेला गहू आणि उगवलेलं भात या समुद्राच्या तळाशी गेले होते.

एकापाठोपाठ एक खेड्याची बेटं व्हायला लागली. माणसं वाढत्या पाण्यावर नजर ठेवूनच बसायला लागली. त्यांच्या उंबरठ्यापासून दोन फुटांवर पाणी येऊन ठेपलं की टेबल, खाटांवर घराचे दरवाजे बांधून त्यांचे तराफे करून घरातलं जमेल तेवढं सामान या तराफ्यांवर लादून मुलामाणसांसकट त्यावर बसून राहू लागले. पाणी वाढत वाढत घरात शिरायचं. मातीच्या भिंती मऊ करून विरघळवायचं आणि घरं होती की नव्हती करून टाकायचं. मग जणू काही जमिनीवरच्या पाण्यानं आकाशातलं पाणी ओढून घ्यावं, तसा पाऊस सुरू झाला. जमिनीवर पाण्याचा दुष्काळ असावा, तसा पाऊस पडायला लागला आणि दिवसामागून दिवस पडतच राहिला.

वांगलुंगचं घर एका रुंद टेकाडावर बांधलेलं होतं. तो घराच्या दारात बसून दूरवर दिसणाऱ्या घाटाच्या पाण्याकडे बघत राहायचा. त्याच्या शेतात वाढणारं पाणी नव्या स्मशानापर्यंत जातं की काय, याकडे त्याचं बारीक लक्ष होतं; पण ते तिथपर्यंत पोहोचलं नाही. ते मातकट भुकेलं पाणी स्मशानभोवतालच्या भिंतीवर लपकत मात्र होतं.

त्या वर्षी कुठलंच पीक आलं नाही. सगळीकडे लोक उपाशी होते. पुन्हा एकदा कोसळलेल्या या संकटानं चिडल्यासारखे झाले होते. काही जण दक्षिणेकडे गेले. काही जण अगदी निराश झाले होते. खूपच चिडले होते. आपण काय करतोय याचं भान सुटलेलं होतं. ते सरळ नव्या तयार होणाऱ्या डाकूंच्या टोळ्यांना सामील झाले. या डाकूंच्या टोळ्यांनी एकदोनदा शहरावरही हल्ला करण्याचा प्रयत्न केला, तेव्हापासून शहराच्या लोकांनी तटबंदीचा दरवाजा कायम बंदच ठेवायला सुरुवात केली. एकच छोटा दरवाजा 'पश्चिम पाणी दरवाजा' नावाचा उघडा असायचा आणि त्यावरही दिवसा शिपायांचा पहारा असायचा आणि रात्री तोही बंद केला जायचा.

वांगलुंग त्याची बायकोमुलं, वडील एके काळी दक्षिणेला कामधंदा शोधत गेले होते, तसे गेलेले लोक आणि हे नवे डाकू यांच्याशिवाय जे लोक होते – भित्रे, म्हातारे, थकलेले, चिंगसारखे – मुलगा नसलेले – ते तिथंच उपासमार सहन करत राहिले. गवत-पाला-पाचोळा खात जगत राहिले. असे जमिनीवर आणि पाण्यावर

खूप जण मेले.

जेव्हा हिवाळी पिकांची पेरणी करायची वेळ येऊन ठेपली आणि तरीही पाणी उतरलेलं नव्हतं – म्हणजे पुढच्या वर्षीही पीक नाही हे जेव्हा वांगलुंगनं पाहिलं, तेव्हा असा पूर काही आधी कधी आपण बघितलेला नाही याची त्याला खात्री पटली. मग मात्र त्यानं स्वतःच्या घरातल्या धान्याच्या, पैशाच्या खर्चाकडे जास्त लक्ष द्यायला सुरुवात केली. दुष्काळाच्या या दिवसातसुद्धा कक्कू शहरातून रोज मांस विकत आणते म्हणून तो तिच्याशी मनापासून भांडला. जेव्हा पाणी वाढत-वाढत गेलं आणि त्याचं घर शहरापासून तुटलं, तेव्हा त्याला थोडंसं बरंच वाटलं. आता काही तिला मनात येईल, तेव्हा शहरात जाता येणार नव्हतं. कारण त्यानं स्वतः सांगितल्याशिवाय होडी पाण्यात घालायची नाही, असा त्याचा हुकूमच होता आणि कक्कूनं कितीही थयथयाट केला, तरी चिंग काही तिचं ऐकायचा नाही.

वांगलुंगच्या स्वतःच्या परवानगीशिवाय घरात काही आणणं किंवा काही विकणं त्यानं अजिबात बंद करून टाकलं. त्याच्याजवळ जे होतं, ते त्यानं नीट काळजीपूर्वक वापरायला सुरुवात केली. रोज सकाळी तो दिवसभर पुरेल इतकं धान्य काढून सुनेजवळ द्यायचा. मजुरांना काय लागेल, ते धान्य तो चिंगकडे द्यायचा. सगळ्या मजुरांना फुकटचं पोसणं त्याच्या फार जिवावर यायचं. इतकं की, जेव्हा हिवाळा आला आणि साठलेल्या पाण्याचं बर्फ झालं, तेव्हा त्यानं सर्व मजुरांना सांगून टाकलं, ''दक्षिणेकडे जा आणि पोट भरा, कष्ट करा, भीक मागा, काही करा. वसंत आल्यानंतर हवं तर माझ्याकडे परत या.'' फक्त लोटसला तो गुपचूप साखर आणि तेल द्यायचा, कारण तिला हालअपेष्टांची सवय नव्हती. नव्या वर्षाच्या सणाच्या दिवशीही त्यांनी स्वतः पकडलेले मासे आणि शेतावरचं एक डुक्कर एवढ्यावरच सण साजरा केला.

लोकांना दाखवत होता, तेवढा काही वांगलुंग गरीब झालेला नव्हता. त्याच्या मुलाच्या आणि सुनेच्या झोपायच्या खोलीत भिंतीत पैसा पुरून ठेवला होता. अर्थात हे त्यांना माहीत नव्हतं. घराजवळच्या शेतातल्या तळ्याच्या तळाशी एक रांजण पैशानं भरून त्यानं ठेवला होता, त्यात थोडं सोनंही होतं. बांबूंच्या बुंध्याशी थोडा पैसा पुरलेला होता. मागच्या वर्षीचं त्यानं न विकलेलं धान्य शिल्लक होतं. तसं त्याच्या कुटुंबाला उपासमारीचं भय नव्हतंच.

पण त्याच्या आवतीभोवती लोक उपासमारीनं मरत होते. त्याला त्या हवेलीच्या दाराशी उपाशी लोकांनी केलेला दंगा चांगलाच आठवत होता. त्याला हेही माहीत होतं की तो स्वतः अजून खातोय, मुलाबाळांना खाऊ घालू शकतोय त्यामुळे त्याचा द्वेष करणारे, त्याच्यावर संतापलेले पुष्कळ लोक होते. म्हणून तो घराची दारं कायम बंद ठेवायचा आणि कुणाही अनोळखी माणसाला घरात घ्यायचा नाही आणि तरीही

त्याला हे पक्कं ठाऊक होतं की, त्याच्या काकाच्या ताकदीमुळेच आजवर त्याचं घर, धान्य, पैसा, बायका लुटालुटीतून बचावल्या होत्या. म्हणून तर तो त्याचा काका, काकू आणि चुलतभाऊ यांच्याशी अतिशय सौजन्याने वागायचा. ते जणू काही पाहुणे असल्यासारखे त्यांना चहा पहिल्यांदा द्यायचा, जेवायच्या वेळी जेवणाच्या भांड्यात आपल्या चॉपस्टिक्स् पहिल्यांदा घालू द्यायचा.

या तिघांच्याही चांगलंच लक्षात आलेलं होतं की, वांगलुंग आपल्याला घाबरतोय. त्यामुळे ते फारच मिजासखोर झाले होते. सारखं काहीतरी मागायचे आणि खाण्यापिण्याबाबत तक्रारी करायचे. जास्त करून त्याची काकू. कारण तिला आता आतल्या चौकातली पक्वान्नं मिळेनाशी झाली होती ना! ती तिच्या नवऱ्याकडे कुरकुरायची आणि ती तिघं मिळून वांगलुंगकडे कुरकुरायची.

वांगलुंगचा काका आता बराच म्हातारा झाला होता. आळशी, बेफिकीर झाला होता. एकटा असता, तर त्यानं स्वत: तक्रारी करायचे कष्ट घेतलेच नसते. पण त्याची बायको आणि मुलगा त्याला सारखे विचारायचे. एक दिवस वांगलुंग घराच्या फाटकाशी उभा असताना त्यानं या दोघांना काकाशी बोलताना ऐकलं, "आहे त्याच्याकडे पैसा, धान्य, तर आपण का नाही मागू थोडा पैसा?" काकू म्हणत होती, "आपल्याला त्याच्यावर कब्जा करायची दुसरी संधी नाही मिळणार पुन्हा. त्याला माहितेय, तुम्ही त्याचे काका नसता, त्याच्या बापाचा सख्खा भाऊ नसता, तर एव्हाना त्याचं घरदार, पैसाअडका सगळं लुबाडून फन्ना होऊन गेलं असतं. तुम्ही लाल दाढीवाल्यांच्या पुढाऱ्याचा उजवा हात आहात, म्हणून तर वाचलाय तो."

हे सगळं कानावर पडल्यावर वांगलुंग इतका संतापला की, त्याची कातडी फुटेल की काय, असं त्याला वाटायला लागलं. खूप प्रयत्न करून तो गप्प राहिला खरा, पण त्याला काही सुचेनासं झालं. दुसऱ्या दिवशी जेव्हा काकानं त्याला म्हटलं, "मला थोडे तंबाखूला पैसे देरे पुतण्या, शिवाय माझ्या बायकोचा कोटही फाटलाय." तेव्हा त्यानं मुकाट्यानं कमरबंदातून पाच चांदीची नाणी काढून काकाच्या हातात टिकवली. पूर्वी जेव्हा तो पैशापैशाला महाग होता, तेव्हाही एखादा पैसा खर्च करताना त्याला दु:ख झाला नव्हतं, इतकं दु:ख हे पैसे काकाला देताना त्याला होत होतं. पण मुकाट्यानं दात-ओठ खाण्यापलीकडे त्याला काहीच करणं शक्य नव्हतं.

यानंतर दोन दिवस उलटताहेत, तोवर काकानं पुन्हा पैसे मागितले आणि मग पुन:पुन्हा मागायला सुरुवात केली. शेवटी वांगलुंग चिडून ओरडला, "आणि बाकीच्यांनी काय उपाशी मरायचं का?" त्यावर मोठ्यानं बेफिकीर हसून काका म्हणाला, "तुझं नशीब चांगलं समज. तुझ्याहून कमी पैसेवाली माणसं त्यांच्या जळत्या घराच्या वाशांना टांगली गेलीयत." हे ऐकलं तेव्हा वांगलुंगला थंडगार घाम फुटला आणि चकार शब्द न बोलता त्यानं काकाला पैसे देऊन टाकले.

त्यानंतर मग घरातल्या लोकांना मांस नाही मिळालं, तरी या तिघांना मांस लागायचंच. वांगलुंग स्वत: क्वचित तंबाखू ओढायचा, पण काका सतत गुडगुडी ओढत बसायचा.

वांगलुंगचा थोरला मुलगा आपल्या लग्नात, आपल्या बायकोत इतका गढून गेला होता की, आजूबाजूला काय चाललंय याकडे त्याचं लक्षच नव्हतं. तो आपल्या बायकोला आपल्या चुलत काकाच्या नजरेपासून दूर ठेवण्यातच गुंग असायचा. त्यामुळे त्या दोघांची मैत्री संपून ते आता शत्रू झाले होते. संध्याकाळी ही तिघं आपल्या खोल्यांत गेलेली पाहिल्याशिवाय तो बायकोला तिच्या खोलीतून बाहेरच येऊ देत नसे. दिवसभर तर ती खोलीतच बंद असायची. पण जेव्हा त्यानं या तिघांचं मनमानी वागणं वडील खपवून घेताहेत हे पाहिलं, तेव्हा तो संतापला. आधीच तो रागीट होता. तो म्हणाला, "तुम्हाला जर तुमच्या स्वत:च्या मुलासुनेपेक्षा तुमच्या नातवंडांच्या आईपेक्षा हे तिघे वाघ जास्त जवळचे वाटत असतील, तर नवलच आहे. पण मग आम्ही दुसरं घर मांडलेलंच बरं."

तेव्हा कुठं वांगलुंगनं आजवर कुणालाही न सांगितलेली त्याच्या मनातली गोष्ट थोरल्याला स्पष्ट बोलून दाखवली. "या तिघांचा मला मरणाचा तिटकारा वाटतो. मला जर त्यांचं काही करायचं सुचलं, तर मी नक्कीच करेन. पण माझा काका हा रानटी डाकूंचा सरदार आहे. जोवर मी त्याला पोसतोय, लाडावतोय, तोवर आपण सुखरूप आहोत. म्हणून तर त्यांच्यावर संतापणं मला शक्य नाही." हे ऐकलं तेव्हा थोरल्याचे डोळे खोबणीतून बाहेर पडतील, एवढे मोठे झाले. पण थोडा विचार केल्यावर त्याचा राग आणखीनच वाढला. तो म्हणाला, "असं करू या का? एका रात्री त्या तिघांनाही पाण्यात ढकलून देऊ या का? चिंग त्या बाईला ढकलेल, कारण ती फोपशी दुबळी आहे, माझ्या चुलतकाकाला मी ढकलतो; सारखा माझ्या बायकोकडे पाहात असतो हरामखोर आणि तुम्ही तुमच्या काकाला ढकला."

पण कुणालाही ठार करणं वांगलुंगला शक्यच नव्हतं. अर्थात स्वत:च्या एखाद्या बैलाला मारताना त्याला जास्त दु:ख झालं असतं, हे खरं; पण कितीही राग आला, तिटकारा वाटला, तरी कुणाला जिवानिशी मारणं त्याला शक्यच नव्हतं. तो म्हणाला, "नको, नको, मला जरी हे करायला जमलं, तरीसुद्धा इतर डाकूंना याचा पत्ता लागला, तर आपण काय करायचं? तो जिवंत आहे, तोवर आपण सुखरूप आहोत. एकदा तो मेला की इतरांच्यात आणि आपल्यात काय फरक राहिला? मग आपल्यावरपण धाडी पडायला वेळ लागणार नाही या दिवसात."

दोघेही काय करावं, या विचारात बुडून गेले. त्या तरुण माणसाला आपल्या वडिलांचं म्हणणं पटलं. काकांचं मरण म्हणजे आणखीच त्रास! दुसऱ्या एखाद्या उपायाचाच विचार करायला पाहिजे. वांगलुंग स्वत:शीच पण मोठ्यानं म्हणाला,

"असं काहीतरी करायला पाहिजे, ते इथं राहतील, पण त्यांचा त्रास काहीही होणार नाही. असं काही झालं, तरीपण अशी जादू कोणी करायची?" थोरला एकदम टाळी पिटून ओरडला, "बघा, तुम्हीच शोधून काढलात उपाय. त्यांच्यासाठी अफू आणू आपण. बड्या लोकांसारखे अफू ओढत बसा, मजा करा, असं सांगू आपण त्यांना. मी माझ्या काकाशी पुन्हा दोस्ती केल्यासारखं दाखवतो आणि शहरातल्या अफूच्या चहागृहात घेऊन जातो. तिथूनच काका-काकूंसाठी अफू आणता येईल." पण वांगलुंगला स्वतःला हा उपाय सुचला नसल्यामुळं तो थोडा साशंक होता. "पैसे पडतील रे पण खूप. अफू जेडएवढी महाग झालीय म्हणे!" तो म्हणाला, "हो, पण त्या तिघांना असं मनमानी वागू देणं जेडपेक्षा महाग पडेल आपल्याला, त्याचं काय? शिवाय त्यांचं ते मिजासखोर वागणं आणि माझ्या चुलतकाकाचं माझ्या बायकोकडे बघणं!" तरी हे काही एवढं सोपं नव्हतं. महागही खूप पडणार होतं, त्यामुळे वांगलुंगनं लगेच काही होकार दिला नाही.

ही गोष्ट कधी घडून आली असती की नाही, कोण जाणे? कदाचित पाणी ओसरायची वाट पाहात ते सारे तसंच सगळं सहन करत राहिले असते. पण मध्येच एक गोष्ट घडली.

झालं असं की वांगलुंगच्या चुलतभावाची वाईट नजर वांगलुंगच्या धाकट्या मुलीकडे वळली. खरं म्हणजे ती रक्ताच्या नात्याची होती – त्याला बहिणीसारखी असायला हवी होती. ही धाकटी मुलगी दिसायला अतिशय सुंदर होती. बरीचशी तिच्या व्यापारी भावासारखी पण सडपातळ, नाजूकशी शिवाय त्याच्यासारखा तिचा रंग पिवळा नव्हता, तर बदामाच्या फुलासारखा फिकट पांढरा होता. छोटंसं नाक होतं. जिवणी पातळ होती आणि पावलं इवलीशी होती.

एका रात्री ती स्वयंपाकघराच्या चौकातून एकटी जात असताना हा चुलतभाऊ तिला आडवा आला. त्यानं धसमुसळेपणानं तिला पकडून तिच्या छातीवर आपला पंजा दाबला. ती मोठ्यानं किंचाळली, ते ऐकून वांगलुंग बाहेर धावला आणि त्यानं काठीनं त्याला हाणायला सुरुवात केली. पण भुकेला कुत्रा जसा तोंडातला मांसाचा तुकडा सोडत नाही, तसा तो माणूस काही त्या पोरीला सोडेना. शेवटी वांगलुंगनं ओढून त्याला आपल्या मुलीपासून दूर केलं, तेव्हा तो तरणा गडी घोगरं हसून म्हणाला, "काय झालं, थोडी गंमत केली तर? माझी बहीण आहे ती – बहिणीशी कुणी वाकडं वागतं का?" पण त्याचे डोळे वेगळेच चमकत होते. तोंडातल्या तोंडात पुटपुटत वांगलुंगनं मुलीला स्वतःच्या खोलीत पाठवून दिलं.

रात्री वांगलुंगनं त्याच्या मुलाला घडलेली गोष्ट सांगितली. मुलगा गंभीर होत म्हणाला, "आपण तिला तिच्या सासरी पाठवून देऊ. लिऊशेठ जरी म्हणाले, 'हे वर्ष लग्नाला चांगलं नाही.' तरी पाठवून देऊ या. हा गरम रक्ताचा वाघ घरात

असताना तिचं कुवारपण सांभाळणं आपल्याला जमलं नाही तर?''

वांगलुंगनं तसंच केलं. दुसऱ्याच दिवशी तो शहरात जाऊन लिऊशेठना भेटला आणि म्हणाला, ''माझी मुलगी आता तेरा वर्षांची झालीय. मूलपण संपलंय तिचं, लग्नाला झालीय.'' पण लिऊशेठ थोडा बाचकत होता. तो म्हणाला, ''या वर्षी काही लग्नकार्य करावं, कुटुंब वाढवावं, असा फायदा झाला नाहीय मला!'' वांगलुंगला अर्थातच 'माझ्या घरात असा माझा चुलतभाऊ आहे', हे उघडउघड सांगायची शरम वाटली. तो एवढंच म्हणाला, ''मुलीची आई वारलीय. तिची काळजी मी कशी घेणार? मुलगी सुंदर आहे, वयात आलेली आहे. माझ्या घरी सारखं चार लोकांचं येणं-जाणं असतं. सारखं तिथं काहीतरी चाललेलं असतं. आता सारखं मी तिच्यावर लक्ष कसं ठेवू? तुमच्या घराण्यात येणारच आहे ती, तर तिचं कुवारपण इथं जपलं जाऊ दे. मग तुमच्या मर्जीप्रमाणे केव्हाही लग्न लावून द्या तिचं.''

लिऊ चांगला दयाळू माणूस होता. तो म्हणाला, ''ठीक आहे. अशी अडचण असेल, तर पाठवून द्या मुलीला. मी माझ्या मुलाच्या आईशी बोलतो. मुलगी सासूच्या चौकातच सुरक्षित राहू दे. पुढच्या सुगीनंतर लग्न उरकून टाकू.''

असं सगळं नीट मनासारखं ठरवून, 'हुश्श' करत वांगलुंग परत निघाला. तटातल्या दरवाज्यापाशी चिंग होडी घेऊन त्याची वाट पाहात होता. तिकडे जाताना वाटेत त्याला एक तंबाखू-अफूचं दुकान लागलं. वांगलुंग आत गेला आणि त्यानं स्वत:साठी थोडी तंबाखू संध्याकाळी गुडगुडी ओढावी, म्हणून घेतली. तिथला कारकून तंबाखूचं वजन करत असताना थोड्या अनिच्छेनंच वांगलुंगनं विचारलं, ''अफू आहे का हो तुमच्याकडे? केवढ्याला?'' कारकून उत्तरला, ''आजकाल अफू उघड उघड विकता येत नाही, बेकायदेशीर आहे ते. पण तुम्हाला हवी असेल आणि पैसे आणले असतील तर – मागच्या खोलीत जा. एका औसला एक चांदीचं नाणं.'' वांगलुंग जास्त विचार न करता चटकन म्हणाला, ''मला सहा औंस द्या.''

■

अठ्ठावीस

दुसऱ्या मुलीची पाठवणी झाल्यानंतर वांगलुंग काळजीतून थोडा मोकळा झाला. मग एक दिवस काकाला म्हणाला, "काही झालं, तरी तुम्ही माझ्या वडिलांचे भाऊ आहात. म्हणून ही थोडी भारी तंबाखू आणलीय तुमच्यासाठी." त्यानं अफूची बाटली उघडली. अफूचा गोड वास सगळीकडे घमघमला. ती चिकट अफू थोडीशी बोटावर घेऊन हुंगत काका खुशीनं हसत म्हणाला, "वा, वा! पूर्वी कधीतरी ओढलीय मी अफू, पण महाग आहे ना, त्यामुळे फार वेळा नाही, आवडते हो, पण मला ही तंबाखू." बेफिकिरीपणाचा आव आणत वांगलुंग उत्तरला, "माझ्या वडिलांना शेवटी शेवटी झोप लागायची नाही, तेव्हा मी थोडी विकत आणली होती. आज ती बरणी मला सापडली, तेव्हा मनात आलं, 'हे माझे काका इथं आहेत. माझ्याआधी त्यांनाच मिळायला हवी ही. मला काही तिची गरज नाही एवढ्यात. घ्या घ्या ठेवा तुम्ही, हवी तेव्हा ओढा किंवा काही दुखलंखुपलं तर ओढा."

काकानं हावरटपणानं ती बाटली हातात घेतली. अफू चांगली गोड होती. शिवाय श्रीमंत माणसांच्या चैनीची गोष्ट होती ती, कुणा सटरफटर माणसाची नव्हे. मग काकानं एक गुडगुडीही विकत घेतली आणि दिवसभर बिछान्यावर पडून तो अफू ओढायला लागला. मग वांगलुंगनं आणखी दोनतीन गुडगुड्या आणून सहज ठेवल्यासारख्या इथंतिथं ठेवून दिल्या. स्वत:ही अफू ओढल्याचं ढोंग तो कधी कधी करायचा, पण ती गुडगुडी उचलून खोलीत नेऊन ती विझू द्यायचा. स्वत:चे दोन्ही मुलगे आणि लोटस यांना अफूला हात लावायलाही बंदी होती, 'फार महाग आहे,' हे त्याचं कारण तो सांगायचा. सगळे चौक हळूहळू अफूच्या गोड धुरानं भरून जायला लागले. या सगळ्याला लागणारा पैसा वांगलुंग बिनतक्रार खर्चत होता,

कारण या पैशानं त्याच्या घरात शांती आली होती.

हिवाळा संपला. पाणी उतरायला लागलं. वांगलुंग शेतांवर फिरून देखरेख करायला लागला. असाच एके दिवशी तो फिरत असताना थोरला पाठून आला आणि अभिमानाने म्हणाला, "घरात एक खाणारं तोंड वाढणार आहे बरं तुमच्या नातवाचं." हे ऐकताच वांगलुंग गर्रकन वळला आणि आनंदानं हात एकमेकांवर चोळत म्हणाला, "चांगला दिवस आहे खरा आजचा." पुन्हा एकदा मोठ्यानं हसून तो चिंगकडे गेला आणि त्याला शहरात पाठवून त्यानं मासे आणि इतर पौष्टिक पदार्थ मागवून घेतले. ते सारे सुनेकडे पाठवून त्यानं तिला सांगितलं, "खा भरपूर आणि माझ्या नातवाला चांगला ताकदवान बनव." मग सबंध वसंत ऋतुभर हा नवा जन्माला येणारा जीव त्याला सुखवत होता. तो कामात असला, तरी नातवाचा विचार करायचा, कशानं त्रासला असला, तरी तोच विचार करायचा आणि मनात सुखावायचा.

वसंतातून उन्हाळा उगवायला लागला, तसे पुरानं देशोधडीला लागलेले लोक परतायला लागले. एकेकटे आणि जथ्याजथ्यानंही. हिवाळ्यामुळं थकलेले-भागलेले, परतल्यामुळे आनंदलेले – अगदी घरं होत्याची नव्हती झाली असली, तरी आनंदलेले – या चिखलमातीतून पुन्हा घरं बांधता आली असती की, पुन्हा चटयांची छपरं टाकता आली असतीच. पुष्कळ जण वांगलुंगकडे पैसे कर्जाऊ मागण्यासाठी आले. त्यानं लठ्ठ दरानं पैसे दिलेसुद्धा. पैशाची निकडच लोकांना अशी होती की, भारी व्याजदरसुद्धा ते मान्य करत होते. वांगलुंगची अट एकच असायची, 'कर्जाला तारण फक्त जमीन.' पाणी ओसरल्यावर गाळामुळं जमीन चांगली सुपीक झाली होती. लोकांना बियाणं लागणार होतं, बैल लागणार होते, शेतीची अवजारं लागणार होती. या साऱ्याला पैसा लागणार होता. या पैशासाठी मग लोकांनी शेताचे तुकडे विकायला काढले आणि उरलेल्या जमिनीवर पेरणी केली. वांगलुंगनं ही सारी आणि आणखी बरीच जमीन खरेदी केली. लोकांना कसंही करून पैसा हवाच होता, म्हणून त्याला ही सारी जमीन अगदी स्वस्तात मिळाली.

पण तरी काही जण असे होते की ते जमीन विकायला तयार नव्हते. बियाणं, बैलं, अवजारं या साऱ्याला पैसा लागला; तेव्हा त्यांनी आपल्या मुली विकल्या. असे हे मुली विकणारेही वांगलुंगकडे यायला लागले, कारण तो आता मोठा पैसेवाला आणि दयाळू जमीनदार म्हणून ओळखला जात होता.

येणाऱ्या बाळाचा सतत विचार करायची सवय लागल्यामुळे आणि सर्व मुलांची लग्नं झाल्यानंतर येणाऱ्या नातवंडांच्या फौजेचा विचार करून वांगलुंगनं पाच दासी विकत घेतल्या. दोघी बारा वर्षांच्या, धष्टपुष्ट शरीराच्या आणि मोठ्या पावलांच्या होत्या. दोन लहान होत्या. सगळ्यांची वरची हलकी कामं करण्यासाठी

घेतल्या आणि एक लोटसच्या सेवेसाठी घेतली. कारण कक्कू आता म्हातारी झाली होती. तिच्याच्यानं काहीच काम व्हायचं नाही. शिवाय धाकटी मुलगी सासरी गेल्यापासून घरात कुणीच काम करणारं नव्हतं. या पाचही दासी त्यानं एका दिवसात खरेदी करून टाकल्या. कारण तो आता पैसेवाला माणूस होता. मनात आलेली गोष्ट झटकन करून टाकण्याइतका पैसेवाला.

बऱ्याच दिवसांनंतर एक माणूस एका सहा-सात वर्षांच्या मुलीला विकायला घेऊन आला. अगदी छोटीशी, नाजूकशी मुलगी होती ती. सुरुवातीला वांगलुंगनं नाहीच म्हटलं, कारण ती फारच अशक्त वाटत होती. पण लोटसनं तिला पाहिलं आणि ती तिला हवीशी वाटली. ती फुरंगटत म्हणाली, "ही मला हवीच, कारण ती सुंदर आहे. ती दुसरी आहे, ती अगदी राबस आहे. शिवाय तिला शेळीमेंढीसारखा वास येतो. मला अजिबात आवडत नाही ती."

वांगलुंगनं त्या छोट्या मुलीचे भेदरलेले सुंदर डोळे पाहिले, तिचं केविलवाणं लुकडं शरीर पाहिलं आणि वरवर लोटसला खूश करायला, पण मनातून त्या पोरीला भरपूर खायलाप्यायला घालून लठ्ठमुठ्ठ झालेलं पाहावं, या हेतूनं म्हणाला, "ठीकाय होऊ दे तुझ्या मनासारखं."

त्यानं त्या मुलीला चांदीची वीस नाणी देऊन विकत घेतलं. ती लोटसच्या चौकात राहायला लागली आणि तिच्या पायागती झोपायला लागली.

आता घरात शांतता नांदेल, असं वांगलुंगला वाटायला लागलं. पाणी उतरलं, उन्हाळा आला आणि जमिनीत चांगलं बियाणं पेरायची वेळ आली तसा तो सगळीकडे फिरून प्रत्येक शेताची पाहणी करून जमीन कशी आहे. चांगलं पीक येण्यासाठी काय बदल करावे, वगैरे सगळं चिंगशी चर्चा करून ठरवायला लागला. तो जिथे जिथे जायचा, तिथे तिथे आपल्या सगळ्यात धाकट्या मुलाला घेऊन जायला लागला. त्याच्यानंतर हा मुलगाच शेती बघणार होता, तेव्हा त्यानं शिकायला सुरुवात करायला हवीच होती. हा मुलगा आपलं बोलणं नीट ऐकतोय की नाही किंवा ऐकतोय तरी की नाही, हे वांगलुंगनं कधीच बघितलं नाही. कारण हा मुलगा नेहमी खाली मान घालून चालायचा. त्याचा चेहरा नेहमी दुर्मुखलेला असायचा, त्याच्या मनात काय चाललंय हे कोणालाही कधी कळायचं नाही.

पण तो काय करतोय याकडे वांगलुंगनं कधीच लक्ष दिलं नाही. तो आपल्या मागून सगळीकडे येतोय की नाही, एवढं फक्त तो बघायचा. सगळं नीट व्यवस्थेशीर ठरवून झाल्यावर समाधानानं घरी परतताना वांगलुंग स्वत:शीच म्हणाला, 'माझंही वय व्हायला लागलंय आता. एवढी माणसं कामावर ठेवल्यानंतर आता काही मला स्वत:ला कष्ट करायची जरूरी नाही. माझे मुलगे बघतील आता सगळं, आता मी

घरात शांत बसेन.’

पण तो घरात पोहोचला, तेव्हा घरात शांतता नव्हतीच. त्यानं मुलाला बायको दिली होती. सगळ्यांची सेवाचाकरी करायला दासी विकत घेतल्या होत्या. काका-काकूंना शांत ठेवायला पुरेशी अफू दिली जात होती. तरी घरात शांतता नव्हतीच. याचं कारण पुन्हा एकदा त्याचा थोरला मुलगा आणि त्याचा चुलतभाऊ हेच होते.

वांगलुंगचा थोरला मुलगा स्वत:च्या मनातली काकाबद्दलची खोल अढी काढून टाकू शकत नव्हता आणि त्याबद्दलची अविश्वासाची भावनाही विसरू शकत नव्हता. त्यानं स्वत:च्या तरुणपणातच या माणसाच्या दुष्टपणाचा, वाईट वागण्याचा पुरेपुर अनुभव घेतला होता. आता गोष्टी इतक्या थराला गेल्या होत्या की, हा चुलतकाका त्याच्याबरोबर घराबाहेर निघाल्याखेरीज थोरला चहागृहातही जाईनासा झाला होता. तो चुलतकाकावर बारीक लक्ष ठेवून असायचा आणि तो घराबाहेर पडल्यावरच मग हा बाहेर जायचा. त्याला हा चुलतकाका दासीबरोबर वाईट वागतो असा संशय तर होताच, पण लोटसच्या चौकातलं त्याचं वागणंही काही चांगलं नाही असाही त्याला संशय होता. अर्थात हा संशय निराधार होता, कारण लोटस दिवसेंदिवस वयस्क आणि लठ्ठ होत चालली होती. बऱ्याच दिवसांपासून तिनं तिचं खाणंपिणं सोडून दुसऱ्या कोणत्याही गोष्टीकडे लक्ष देणं बंदच केलं होतं. एखादा पुरुष तिच्याजवळ आला असता, तर तिनं त्याच्याकडे एक नजर टाकण्याचेही कष्ट कदाचित घेतले नसते. वांगलुंगचं तिच्याकडे येणंसुद्धा आता वयोमानाप्रमाणे कमी झालं होतं आणि तिला ते बरंच वाटायचं.

आता धाकट्या मुलाबरोबर वांगलुंग शेतावरून घरी परतल्याबरोबर थोरल्यानं त्याला बाजूला घेतलं आणि सांगितलं, “हा माझा काका सारखा इकडेतिकडे डोकावत असतो. अस्ताव्यस्त कपडे घालून दासीकडे पाहात पसरलेला असतो.” त्याची आतल्या चौकातल्या बाईकडे बघण्याचीसुद्धा हिंमत आहे हे मनातलं बोलायला मात्र त्याला धीर आला नाही; कारण मनाच्या अगदी आतल्या कप्प्यात आपणही या बाईला चोरून बघायला असेच टपलेलो असायचो, ही कटू आठवण खदखदत होती. शिवाय आता ती इतकी म्हातारी, लठ्ठ दिसत होती की, त्या वेळेला आपण असं का केलं, असं मनात येऊन त्याला स्वत:ची शरमही वाटत होती. त्यामुळे ती आठवण स्वत:च्या वडिलांना त्यानं कधीही आपणहून करून देणं शक्यच नव्हतं. म्हणून त्या गोष्टीबद्दल चूप राहून, त्यानं फक्त दासीबद्दलची तक्रार वडिलांच्या कानावर घातली.

वांगलुंग शेतावरून घरात आला तो चांगल्या खुशीत, मस्तीत होता. पाणी ओसरलं होतं. हवा गरम, कोरडी झाली होती. धाकटा मुलगा बरोबर आल्याचा त्याला आनंद झाला होता. त्यामुळे या नव्या कटकटीचा त्याला एकदम राग आला,

“तू तरी मूर्खासारखा याच गोष्टीचा विचार का करत बसतोस? तुझ्या बायकोच्या तू फारच कह्यात गेलायंस. ते चांगलं दिसत नाही. कारण आईबापांनी करून दिलेली बायको इतर कशाहीपेक्षा जास्त महत्त्वाची मानणं पुरुषाला शोभत नाही बरं. एखाद्या रखेलीवर करावं, तसं मूर्खासारखं अलोट प्रेम आपल्या बायकोवर करणं बरं दिसतं का?”

वडील आपल्याला उलट रागावले, म्हणून तो तरुण चिडला. त्याला नेहमी सगळ्यात जास्त काळजी कसली असेल, तर ‘तुझं वर्तन योग्य नाही,’ असं कुणी म्हणेल याची. म्हणजे कुणाला आपण सामान्य, फालतू, अडाणी कुणीतरी आहोत, असं वाटू नये, याची तो सतत काळजी घेत असायचा. तो झटकन उत्तरला, “हे मी माझ्या बायकोबद्दल म्हणतच नाहीय. माझ्या वडिलांच्या घरात हे असलं वागणं चांगलं दिसत नाही, म्हणून म्हणतोय.”

पण वांगलुंगचं त्याच्याकडे लक्षच नव्हतं, तो आपल्याच रागात म्हणाला, “मला या घरातल्या कटकटीतून कधी सुटका मिळणार आहे की नाही? माझं वय व्हायला लागलंय, रक्त थंडावायला लागलंय, माझ्या सगळ्या वासनांतून, इच्छांतून माझी थोडी सुटका होतेय. आता थोडी शांतता हवी म्हटलं, तर माझ्या मुलांचे हेवेदावे मलाच भोगले पाहिजेत का?”

थोड्या वेळानंतर तो पुन्हा ओरडला, “मग? मी काय करावं असं तुझं म्हणणं आहे?”

तो तरुण वडिलांच्या रागाचा भर ओसरेपर्यंत शांतपणे उभा होता, कारण त्याला वडिलांना काहीतरी सांगायचं होतं, हे वांगलुंगला जाणवलं होतं, म्हणून तर त्यानं हा प्रश्न विचारला होता.

थोरला संथपणे म्हणाला, “मला वाटतं, आपण हे घर सोडून शहरात जाऊन राहू या. आपण असं मजुरांसारखं शेतावर राहणं बरं दिसत नाही. आता आपण शहरात जाऊ आणि काका-काकू आणि माझा चुलत काका यांना इथंच सोडून जाऊ. शहरातल्या दरवाज्यांमागे आपण अगदी सुरक्षित राहू शकू.”

हे ऐकून वांगलुंग कडवटपणे हसला. थोरल्याची इच्छा अगदी कुचकामी आहे, तिचा विचारही करायला नको, अशी त्यानं ती कानाआड केली.

टेबलाजवळ बसून गुडगुडी स्वत:जवळ ओढून घेत तो ठासून म्हणाला, “हे माझं घर आहे. तुम्हाला हवं तर राहा, नाहीतर जा. हे माझं घर आणि माझी जमीन आहे. ही जमीन नसती, तर आपणही इतरांसारखे उपाशी मेलो असतो आणि तुलाही तुझे हे गुलछबू कपडे घालून आळशी विद्वानासारखं मिरवता आलं नसतं. या माझ्या जमिनीमुळेच तर तू शेतमजुरापेक्षा कुणीतरी मोठा झालायंस.”

वांगलुंग उठला आणि दणादणा पाय वाजवत मधल्या खोलीत फेऱ्या मारायला

लागला. जमिनीवर थुंकला काय, अगदी गावंढळासारखा वागला काय! कारण मनाच्या एका कोपऱ्यात त्याला मुलाच्या गुलजारपणाचा अभिमान वाटत असला, तरी दुसऱ्या कोपऱ्यात थोडी तुच्छताच वाटत होती. खरंतर अभिमान अशासाठी होता की थोरल्याकडे पाहून कुणालाही वाटलं नसतं की, ही एका शेतकरी घराण्याची दुसरीच पिढी आहे.

थोरलाही काही लगेच फार मानणारा नव्हता. वडिलांच्या पाठोपाठ जात तो म्हणाला, "ह्मांगची हवेली आहे. पुढचा भाग सटरफटर लोकांनी भाड्यानं घेतलाय खरा, पण मागचे चौक कुलुपबंद आहेत. शांत आहेत. आपण ते चौक भाड्यानं घेऊन शांतपणे तिथं राहू शकतो. तुम्ही आणि माझा सर्वांत धाकटा भाऊ येऊन जाऊन शेती बघू शकाल आणि मलाही या कुत्र्यापासून सुटका मिळेल." वडिलांचं मन वळवण्यासाठी त्यानं डोळ्यात आसवं आणली, ती गालांवर वाहवली, पुसलीसुद्धा नाही आणि तो पुन्हा म्हणाला, "मी तर किती चांगल्या मुलासारखा वागतो. ना जुगार खेळत, ना अफू ओढत. तुम्ही दिलीत त्या बायकोवर मी समाधान मानून आहे. आता मी एवढंच तर तुमच्याकडे मागतो. बस्स!" आता मुलाच्या आसवांमुळे वांगलुंग हलला असता की नाही कोण जाणे! तो हलला, तो मुलाच्या शब्दांमुळे 'ह्मांगची हवेली मिळण्यासारखी आहे.'

एकदा कधी तो अगदी लाचारीनं त्या प्रचंड हवेलीत गेला होता, तिथं राहणाऱ्या लोकांसमोर शरमून उभा होता, तिथल्या दारवानाचीसुद्धा त्याला भीती वाटली होती. हे इतक्या वर्षांत वांगलुंग कधीही विसरला नव्हता. ही आठवण त्याला अगदी नकोशी वाटायची, पण ती मनातून उपटून काढणं त्याला कधीच जमलं नव्हतं. सारं आयुष्यभर त्याला असं वाटत राहिलं होतं की, लोकांच्या नजरेत आपण शहरी माणसापेक्षा खालच्या पायरीचे समजले जातो आणि तो जेव्हा म्हाताऱ्या माताजींच्या समोर उभा राहिला होता, तेव्हा तर ही जाणीव त्याला फारच जोरात झाली होती. म्हणून जेव्हा त्याचा मुलगा त्याला म्हणाला, 'आपण त्या घरात राहू शकू,' तेव्हा खऱ्यासारखं एक चित्र त्याच्या डोळ्यासमोर उमटलं. 'माताजी बसल्या होत्या, तिथं मी बसू शकेन. तिथून त्यांनी मला एखाद्या चाकरासारखं हाकललं होतं, तसं मी आता दुसऱ्याला बोलावू शकेन.' विचार करून करून तो पुन्हापुन्हा म्हणत राहिला, 'माझी मर्जी असेल, तर मी हे करू शकेन.'

त्या विचाराशी मनातल्या मनात खेळत, तो थोरल्याला काही उत्तर न देता गप्प राहिला. त्यानं जवळची एक पेटती काडी घेऊन गुडगुडी पेटवली. ती ओढत आपण मनात आणलं, तर काय काय करू शकू, याची स्वप्नं बघत राहिला. त्याच्या मुलामुळे किंवा चुलतभावामुळे तो ही स्वप्नं पाहात नव्हता. त्याच्या दृष्टीनं ह्मांगची हवेली हे कायमचंच एक 'बडं घर' होतं.

त्या नंतरच्या काही दिवसांत त्यानं जरी उघडपणे काही बदल केले नाहीत किंवा काही बोलणं केलं नाही; तरी तो चुलतभावाच्या निरुद्योगीपणावर, आळशीपणावर जास्त जास्त चिडायला लागला. त्यानं त्याच्यावर बारीक लक्ष ठेवलं आणि तो खरंच दासीकडे वाईट नजरेनं बघतोय, हे त्याच्या नजरेला आलेलं होतं. तेव्हा मात्र तो स्वतःशीच पुटपुटला, 'हा उंडगा कुत्रा घरात असला, तर इथं राहणं शक्यच नाही मला.'

त्याचा काका आता अफू ओढून ओढून अगदी हडकुळा झाला होता. त्याची कातडी पिवळी पडली होती. पाठीला बाक आला होता. त्याच्या खोकल्यातून आता रक्त पडायचं, काकूची अवस्थाही तशीच होती. कायम अफूची गुडगुडी मिळाली, की ती खूश होऊन दिवसरात्र त्याच धुंदीत पडून राहायची. आता या दोघांचा काहीच त्रास राहिला नव्हता. अफूनं आपलं काम अगदी वांगलुंगच्या मनासारखं बजावलं होतं.

पण हा काकाचा मुलगा होता ना अजून शिल्लक. त्याचं लग्न झालेलं नव्हतं. त्याच्या इच्छा-वासना अगदी जनावरासारख्या होत्या. तो काही आपल्या म्हाताऱ्या आईबापांसारखा अफूच्या गुंगीला शरण जाऊन, झोपेत आपली स्वप्नं पुरी करायला तयार नव्हता. हा चुलतभाऊ त्याच्याजवळ राहात असेपर्यंत तर वांगलुंग त्याचं लग्न करून द्यायला तयारच नव्हता. त्याचा जो पोरवडा तयार झाला असता, तो सांभाळायचा कुणी? त्याच्यासारखा एक माणूस पुष्कळ होता – त्याच्या पोरांची काही जरूर नव्हती. परत हा तरणाताठा माणूस काही कामही करत नव्हता. त्याला काम करायची जरूर वाटत नव्हती आणि त्याला जबरदस्तीनं काम करायला भाग पाडणारंही कुणी नव्हतं. तो रात्रीचा बाहेर जायचा तेवढंच काम, पण हेही हळूहळू कमी व्हायला लागलं, कारण बाहेर गेलेली माणसं परतायला लागली. पुन्हा सगळ्याची नीट घडी बसायला लागली, गावं वसायला लागली, तसे सगळे डाकू वायव्येकडच्या दऱ्याखोऱ्यात जाऊन लपून राहायला लागले. त्यांच्याबरोबर जायला हा माणूस तयार नव्हता – इथं फुकटचं खायला-प्यायला मिळत होतं ना! असा तो घरीदारी सगळ्यांना काट्यासारखा सलत होता. भर दुपारपर्यंत अर्धवट कपडे घालून, जांभया देत कुणाशीही गप्पा ठोकत, हा माणूस वेळ घालवत असायचा.

शेवटी एक दिवस वांगलुंग धान्यबाजारात आपल्या मधल्या मुलाला भेटायला गेला. त्यानं सरळच विचारलं, "आपण शहरातल्या त्या मोठ्या हवेलीचा एक भाग भाड्यानं राहायला घ्यावा, असं तुझ्या थोरल्या भावाचं म्हणणं आहे. तुझं काय मत आहे यावर?"

मधला मुलगा आता चांगला तरुण माणूस झालेला होता. अजूनही ठेंगणा, पिवळ्या कातडीचा आणि लबाड नजरेचा असला, तरी इतर कारकुनांसारखा

नीटनेटका तरतरीत झाला होता. तो नम्रपणानं म्हणाला, "हे तर फारच छान होईल. मलाही खूप बरं पडेल, कारण मग मलाही लग्न करता येईल आणि आम्हीही तिथंच राहू शकू – सगळे एकत्र – जशी सगळी बडी घराणी राहतात तशी."

आत्तापर्यंत वांगलुंगनं या मुलाच्या लग्नाबद्दल काहीच हालचाल केली नव्हती. एक तर हा थंड डोक्याचा, थंड रक्ताचा मुलगा होता. त्याला काही इच्छा, वासना असतील, असं एकही चिन्ह वांगलुंगला दिसलं नव्हतं. दुसरं म्हणजे वांगलुंगच्या पाठी इतर कटकटी खूप होत्या. आता मुलगाच असं म्हणाल्यावर आपलं त्याच्याकडे खरंच दुर्लक्ष झालंय, हे जाणवून तो थोडासा शरमून म्हणाला, "मी तर कितीतरी दिवस ठरवतोय तुझं लग्न करावं असं. पण काही ना काहीतरी सारखं पुढे यायचं आणि ते बाजूला पडायचं. या दुष्काळानं तर कहरच केला. जेवणं, मेजवान्या काहीच करता आलं नसतं. पण आता सगळं चांगलं आहे, लोकांना खायला, प्यायला मिळतंय तेव्हा..." त्यानं मनातल्या मनात चांगल्या योग्य मुली कुठं बघाव्या, याचाही विचार सुरू केला. तेवढ्यात मधला म्हणाला, "ठीकाय, लग्न तर करायचंच आहे मला. वेळच्या वेळी लग्न झालेलं बरं असतं, म्हणजे गरज पडली म्हणून कुठेतरी जाऊन पैसे खर्च करावे लागत नाहीत. शिवाय माणसाला मुलगे हवेतच ना. पण मला माझ्या भावासारखी शहरी बायको नको आहे. कारण मग ती सारखं आपल्या वडिलांच्या घरी काय काय आहे, तेच सांगत बसेल. मला उगाच नको तिथं पैसा खर्च करायला लावेल. मला काही आवडायचं नाही ते."

हे सगळं बोलणं वांगलुंग मोठ्या आश्चर्यानं ऐकत होता. आपली थोरली सून अशी आहे हे त्याला नवीन होतं. ती वागण्यात पद्धतशीर आणि दिसायला चांगली आहे एवढंच त्याला माहीत होतं. तरी त्याला मधल्या मुलाचं शहाणपणाचं बोलणं पटलं आणि आपला मुलगा इतका शहाणा आणि पैशाच्या बाबतीत इतका काटेकोर आहे, हे पाहून त्याला आनंदही वाटला. हा मुलगा त्याला खरंच काहीच माहीत नव्हता. मोठ्या भावाच्या दंग्यापुढे तो नेहमीच फिका पडायचा. लहानपणी किंवा तरुणपणी तो असा काही फार लक्ष वेधून घेणारा नव्हता. त्यामुळे तो धान्यबाजारात कामाला राहिल्यापासून दिवसचे दिवस वांगलुंगला त्याची आठवणही होत नसे. फक्त कुणी विचारलं, की तुम्हाला मुलं किती. तर वांगलुंग सांगायचा, "तीन मुलगे आहेत मला."

आज आता त्यानं या आपल्या मधल्या मुलाकडे नीट निरखून पाहिलं. त्याचे केस नीटपणे कापलेले होते. तेल लावून गुळगुळीत विंचरलेले होते. बारीक नक्षीच्या राखी रेशमी कापडाचा स्वच्छ अंगरखा त्यानं घातला होता. त्याच्या हालचाली नेटक्या होत्या, डोळे आतल्या गाठीचे, संथ असे होते. तो आश्चर्यानं स्वतःशीच म्हणाला, 'हासुद्धा माझाच मुलगा आहे.' आणि मग मोठ्यानं म्हणाला, "ठीकाय!

तुला कशी बायको हवीय मग?'' यावर मुलानं इतकं झटकन आणि इतकं व्यवस्थित उत्तर दिलं की जणू काही त्यानं सगळ्या गोष्टी आधीच ठरवून ठेवल्या होत्या. ''मला गावाकडची चांगल्या घराण्यातली मुलगी पाहिजे. हुंडा चांगला भरपूर आणावा तिनं, पण गरीब नातेवाईक नसावेत. दिसायला कुरूप नको, पण फार सुंदर पण नको. स्वयंपाक करता आला पाहिजे तिला, म्हणजे मग स्वयंपाकाला नोकर असले, तरी त्यांच्यावर ती देखरेख करू शकेल. व्यवहारचतुर इतकी हवी की तांदूळ खरेदी केला तिनं, तर सर्वांना पुरेल, पण मुठीपेक्षा जास्त शिल्लक राहणार नाही. कापड घेतलं, तर कपडा शिवून झाल्यानंतर उरलेल्या चिंध्या तिच्या तळहातावर मावल्या पाहिजेत. अशी बायको हवीय मला!''

हे ऐकल्यावर वांगलुंगनं आश्चर्य आणखीच वाढलं. हा माणूस त्याचा स्वत:चा मुलगा असला, तरी अगदी अनोळखीच होता. त्याच्या स्वत:च्या अंगात त्याच्या तरुणपणी किंवा थोरल्याच्या अंगात हे रक्त नक्कीच वाहात नव्हतं. तरी या मुलाच्या शहाणपणाचं त्याला कौतुकच वाटलं आणि तो मोठ्यानं हसत म्हणाला, ''ठीकाय! मग मी चिंगला आजूबाजूच्या खेड्यांत चौकशीला पाठवून देतो तर.'' तो हसत हसतच बाहेर पडला. त्या हवेलीच्या जवळ जाऊन, दगडी सिंहांच्या जवळ जाऊन थबकला. तिथं त्याला अडवणारं कुणी नव्हतंच, म्हणून तो तसाच आत गेला. थोरल्याचं त्या रांडेकडे जाणं बंद करण्यासाठी म्हणून तो इथं आला होता, ते शेवटचं. त्याला आठवत होतं, तसेच बाहेरचे चौक होते. झाडांवर कपडे वाळत टाकलेले होते. बायका ठिकठिकाणी बसून लांब सुयांनी बुटांचे सोल शिवत कुटाळक्या करत होत्या. नागडी, मळकी मुलं चौकातल्या धुळीत खेळत होती. सगळीकडे फालतू माणसांचा वास भरून राहिला होता – मोठे लोक निघून गेल्यानंतर त्यांच्या घरात घुसणाऱ्या फालतू लोकांचा वास. त्यानं त्या बाईच्या दरवाज्याकडे नजर टाकली. तो अर्धवट उघडा होता. पण तिथं एक म्हातारा राहात होता. वांगलुंगला थोडं बरं वाटलं. तो आणखी पुढे गेला.

जर ह्वांगचं घराणं इथं राहात असतं, तर वांगलुंगलाही या सामान्य लोकां सारखाच त्यांचा द्वेष, मत्सर, भीती वाटली असती एके काळी. पण आता त्याच्याकडे जमीन होती, पैसा होता, दडवलेलं चांदी-सोनं होतं; तेव्हा त्याला या सगळीकडे घुसलेल्या फालतू लोकांचा तिटकारा वाटत होता, 'किती घाणेरडे आहेत हे लोक.' असा विचार करत तो घाणेरडा वास टाळण्यासाठी उथळ-उथळ श्वास घेत तो घाणीतून जपून चालत होता. जणू काही तोही या श्रीमंत खानदानातला असावा, तसा त्याला या लोकांचा राग येत होता.

'सहज बघावं' म्हणूनच तो आतल्या चौकात गेला. काही निश्चित ठरवलंय म्हणून नव्हे. आतल्या चौकाकडे जाणारं फाटक कुलुपबंद होतं आणि एक म्हातारी

तिथं डुलक्या घेत बसली होती. त्यानं तिच्याकडे निरखून पाहिलं, तेव्हा त्याला आठवलं की, ही तर दारवानाची देवीचे वणवाली बायको. तो चक्रावूनच गेला. त्याला ती चांगली धष्टपुष्ट, मध्यम वयाची अशी आठवत होती. आता सुरकुतलेली, म्हातारी पांढऱ्या केसांची झाली होती. दात पिवळे पडले होते, सैलावले होते. तिच्याकडे पाहता-पाहता आपल्या पहिल्या बाळाला हातात घेऊन इथं आलो, त्याला किती वर्षं उलटली, याचं भान वांगलुंगला एका क्षणात आलं आणि जन्मात पहिल्यांदाच आपलं वय वाढत चालल्याची खरी जाणीव त्याला झाली.

थोड्याशा जड मनानंच तो त्या म्हातारीला म्हणाला, "ऊठ, ऊठ, जागी हो, मला आत यायचंय." ती म्हातारी दचकून जागी झाली. डोळे फडफडवत कोरड्या ओठांवरून जीभ फिरवत म्हणाली, "आतलं सगळं भाड्यानं घेणाऱ्यालाच दार उघडायला परवानगी आहे." वांगलुंग एकदम म्हणाला, "ठीकाय ना! मला आतली जागा आवडली, तर घेईनही मी!" आपण कोण आहोत हे त्यानं तिला सांगितलं नाही. तो फक्त तिच्यापाठोपाठ फाटकातून आत गेला. त्याला आत कसं जायचं, ते चांगलं आठवत होतं. तो तिच्यामागून चालत राहिला. आत सगळे चौक नि:शब्द उभे होते. ती छोटीशी खोली – तिथं त्यानं आपली टोपली ठेवली होती. इथं तो लांबलचक व्हरांडा नाजूक नक्षीकामाच्या लाल खांबांवर उभा होता. तो तिच्यापाठोपाठ त्या प्रचंड दिवाणखान्यात पोहोचला. खूप खूप वर्षांपूर्वी तो स्वत: इथंच वाट बघत उभा होता – या घरातल्या एका दासीशी लग्न करण्यासाठी. तिथं त्याच्यासमोर तो कोरीव काम केलेला ओटा होता. इथंच तर म्हाताऱ्या माताजी बसल्या होत्या तेव्हा. त्यांच्या सुकलेल्या नाजूक शरीरावर चंदेरी सॅटिनचे कपडे पेहरून.

एका विलक्षण उर्मीनं तो पुढे गेला आणि माताजी बसत, तिथंच बसला, समोरच्या टेबलावर हात टेकून. इतक्या उंचीवरून त्यानं खाली म्हाताऱ्या चौकीदारणीकडे पाहिलं. ती डोळे फडफडवीत तो पुढं काय करतोय हे पाहात होती. आजपर्यंत माहिती नसलेलं एक वेगळंच समाधान त्याच्या मनात उफाळून आलं. त्यानं समोरच्या टेबलावर पंजा आपटला आणि मोठ्यानं म्हणाला, "हे घर मी घेणार!"

■

एकोणतीस

दत्या काळी वांगलुंगनं एकदा काही करायचं ठरवलं की, पार पडेपर्यंत त्याला धीर निघत नसे. जसजसं त्याचं वय वाढायला लागलं, तसतसं सकाळी सगळी कामं आटपून मग संध्याकाळी निवांत बसण्यासाठी तो उतावळा व्हायचा. संध्याकाळचा सूर्य मावळताना बघावा, थोडं शांतपणे बसावं, शेतावर एक फेरी मारून आल्यानंतर एक डुलकी काढावी, असं त्याला वाटायचं. म्हणून मग आपण काय ठरवलंय ते त्यानं थोरल्याला सांगितलं आणि ते काम त्याच्यावरच सोपवून दिलं. थोरल्याला मदत व्हावी, म्हणून त्यानं मधल्यालाही बोलावून घेतलं. सगळी तयारी झाल्यावर ते नव्या घरात आले. पहिल्यांदा लोटस, कक्कू आणि त्यांचे दासदासी आणि सामान हललं. मग वांगलुंगचा थोरला मुलगा, सून आणि त्यांचे दासदासी, नोकर निघाले.

पण वांगलुंगचा पाय काही एकदम निघेना. त्यानं आपल्या धाकट्याला स्वत:जवळ ठेवून घेतलं. जिथं त्याचा जन्म झाला, ती जागा सोडणं त्याला वाटलं होतं तितकं सोपं नव्हतं आणि झटकन होणारंही नव्हतं. त्याच्या मुलांनी आग्रह केला, तेव्हा तो म्हणाला, ''ठीकाय मग! माझ्या एकट्यासाठी एक चौक तयार करून घ्या. माझी मर्जी लागली, की मी येईन. नातू जन्मायच्या आधी येईन हे नक्की. म्हणजे माझ्या मनात आलं की माझ्या जमिनीकडे मी परत येऊ शकेन.''

त्यांचा फारच आग्रह व्हायला लागला, तेव्हा तो म्हणाला, ''या माझ्या खुळीचं काय करायचं, ते मला कळत नाहीय. माझ्याबरोबर नेलं तर पाहिजेच नाहीतर, तिचं खाणंपिणं सगळं बघायला दुसरं कोण आहे इथं?''

हे तो आपल्या थोरल्या सुनेला उद्देशून बोलला होता, कारण सुनेला खुळी नजरेसमोर नको असायची. ती खुळीबद्दल सारखी तक्रार करायची. ती दिसली की, मळमळल्यासारखं करायची. म्हणायची, ''अशी माणसं जगतात कशाला कुणास

ठाऊक? हिच्याकडे पाहूनसुद्धा माझ्या पोटातल्या बाळाला काहीतरी व्हायचं.'' आपल्या बायकोचं हे बोलणं-वागणं थोरल्याच्या पक्कं ध्यानात होतं, म्हणून तो गप्प बसला, पुढे काहीच बोलला नाही. आपल्या रागावण्याचं वांगलुंगला वाईट वाटलं आणि तो थोड्या मवाळपणे म्हणाला, ''माझ्या मधल्या मुलासाठी बायको सापडली, की मी येईन. तोवर इथं राहणं सोईचं आहे, कारण चिंग बघतोय ना मुली.'' मग दुसऱ्या मुलाचा आग्रहही थंडावला.

आता घरात फक्त काका आणि काकू, चुलतभाऊ, चिंग आणि शेतावरचे मजूर यांच्याखेरीज स्वत: वांगलुंग, त्याची खुळी आणि सर्वांत धाकटा मुलगा एवढेच राहिले. काका आणि काकू आणि चुलतभाऊ यांनी लोटसच्या चौकाचा ताबा घेतला. पण वांगलुंगला त्याचं फारसं दु:ख झालं नाही. असे कितीसे दिवस उरले होते त्यांचे; शिवाय म्हातारा काका एकदाचा वारल्यानंतर वांगलुंगचं कर्तव्य संपत होतं. मग जर चुलतभाऊ वांगलुंग सांगेल, तसं वागला नाही, तर त्याला घरातून हाकलून दिलं, तरी कुणी काही बोलू शकलं नसतं. चिंग मजुरांसकट बाहेरच्या खोल्यांमध्ये राहायला लागला आणि वांगलुंग खुळी आणि धाकटा यांना घेऊन मधल्या खोल्यांत राहायला लागला. सगळ्यांची कामं करण्यासाठी त्यानं एक चांगली मजबूत बाई नोकरीला ठेवली.

मग वांगलुंगनं भरपूर विश्रांती घेतली, झोप काढली आणि आजूबाजूला काय चाललंय याच्याकडे लक्ष देणं अजिबात बंद केलं. तो एकाएकी खूप थकला होता आणि घरात खूप शांतता होती. त्याला त्रास द्यायला तिथं कुणीसुद्धा नव्हतं. त्याचा धाकटा मुलगा अगदी शांत होता. वडिलांच्या दृष्टिआडच असायचा. तो कशा प्रकारचा मुलगा आहे हे वांगलुंगला फारसं माहीतच नव्हतं, इतका तो शांत होता.

पण अखेरीला वांगलुंगनं जागं होऊन दुसऱ्या मुलासाठी मुलगी पाहायला चिंगला सांगितलं.

आता चिंगही म्हातारा सुरकुतलेला झाला होता, वेताच्या काठीसारखा लुकडा झाला होता, पण इमानी कुत्र्यामध्ये शेवटपर्यंत असते, तशी ताकद त्याच्यामध्येही होती. अर्थात अलीकडे वांगलुंग त्याला नांगर धरू देत नसे किंवा कुदळ फावडं उचलू देत नसे. पण तरी सर्व मजुरांवर लक्ष ठेवायला त्याचा चांगला उपयोग व्हायचा. काम करताना, धान्य मोजताना, भरताना त्याचं पूर्वीसारखंच बारीक लक्ष असायचं. जेव्हा त्यानं वांगलुंगची इच्छा ऐकली, तेव्हा स्वच्छ स्नान करून आपला ठेवणीतला निळा सुती कोट चढवून तो बाहेर पडला. इकडच्या तिकडच्या गावांमध्ये जाऊन त्यानं अनेक मुली नजरेखालून घातल्या. बऱ्याच दिवसांनी तो एकदाचा परतला आणि म्हणाला, ''तुझ्या मुलाऐवजी मला स्वत:साठी मुली बघायच्या असत्या, तर बरं झालं असतं बाबा. पण मी जर तरुण असतो आणि मला जर लग्न

करायचं असतं, तर एक चांगली मुलगी मला आढळलीय. तीन गावांपलीकडे तिचं घर आहे. चांगली सुदृढ, पद्धतशीर मुलगी आहे. नावच ठेवायचं, तर फार चटकन हसते. तिच्या वडिलांनाही तुमच्याशी संबंध जोडणं पसंत आहे. आजकालच्या मानानं हुंडाही चांगला आहे. शिवाय जमीनही आहे त्यांच्याकडे. अर्थात मी काही पक्कं करून आलेलो नाही. तुम्ही 'हो' म्हटल्याशिवाय कसं करणार?''

वांगलुंगला हे सगळं पटलं. त्यालाही सगळ्या जबाबदाऱ्या उरकून टाकायची घाई झाली होती. त्यानं होकार दिला आणि सगळे कागदपत्र तयार झाल्यानंतर त्यांच्यावर आपला शिक्काही उठवून टाकला. एवढं झाल्यावर त्यानं हुश्शऽ केलं आणि मनाशी म्हटलं, 'आता एकच मुलगा राहिला लग्नाचा. तेवढं झालं की, मी या सगळ्या जंजाळातून सुटेन आणि मला शांतता मिळेल एकदाची. झालं, जवळ आलं आता ते.'

लग्न ठरलं. लग्नाचा दिवस ठरला आणि वांगलुंग अगदी आपल्या वडिलांसारखा उन्हाला पाठ देऊन बसून डुलक्या घ्यायला लागला.

आता वांगलुंग तर म्हातारा कमजोर झालाच होता, शिवाय खाणंपिणं आणि डुलक्या यांमुळे चांगला लठ्ठमुठ्ठही झाला होता. तसाच चिंगही अशक्त व्हायला लागलेला होता. वांगलुंगचा सर्वांत धाकटा मुलगा अजून जबाबदारीनं काम करायला लहानच होता. म्हणून मग सगळ्यात दूरची शेतं कसायला द्यायचं वांगलुंगनं ठरवलं. मग आजूबाजूच्या खेड्यातले पुष्कळ लोक वांगलुंगकडे आले आणि त्याची शेतं सालानं कसायला घेऊन त्याचे सालदार बनले. भाडं ठरलं, अर्धं उत्पन्न जमिनीच्या मालकाचं – म्हणजे वांगलुंगचं आणि अर्ध कसणाऱ्याचं असं ठरलं. शिवाय वांगलुंगनं खतं द्यायची, त्याच्या तेलाच्या घाण्यातली पेंड द्यायची आणि सालदारानं वांगलुंग कुटुंबासाठी काही खास पिकं काढायची, असं ठरलं.

आता अखेरीला त्याच्या देखरेखीची काहीच गरज उरली नाही, असं पाहून वांगलुंग कधीमधी शहरात जायचा आणि त्याच्यासाठी राखून ठेवलेल्या खास चौकात झोपायचा. पण दिवस उजाडताना तो शेतावर परतलेला असायचाच. पहाटेला शहराच्या तटबंदीतलं दार उघडायचीच तो वाट पाहात असायचा. चालत येतायेताच त्याला मातीचा ताजाताजा सुगंध यायचा आणि त्याचं मन आनंदानं भरून जायचं.

मग पुन्हा एकदा त्याच्या म्हातारपणात त्याला शांतता मिळावी, म्हणून देवांनीच कधी नव्हे ती त्याच्यावर कृपा केली. त्याचा चुलतभाऊ आजकाल अगदी अस्वस्थ व्हायला लागला होता. घर अगदी शांत झालं होतं. घरात कुणीच बायका नव्हत्या. घरातील धष्टपुष्ट बाई शेतावरच्याच एका मजुराची बायको होती. त्यामुळं

त्याला करमेनासं झालं होतं. इतक्यात त्याला उत्तरेकडे कसली तरी लढाई चालू झाल्याची बातमी कळली. तसाच तो वांगलुंगला म्हणाला, "उत्तरेकडे लढाई सुरू झालीय म्हणतात. मी जातो सैन्यात शिपाई म्हणून काहीतरी करायला, बघायला मिळेल मला. मला फक्त कपडेलत्ते, अंथरुण आणि खांद्यावर ठेवायला एक परदेशी बंदूक घेण्यापुरते पैसे दिलेत, तर मी जाऊ शकेन."

वांगलुंगचं हृदय आनंदानं एकदम धडधडलं, पण त्यानं तो आनंद मोठ्या कौशल्यानं लपवला आणि दाटून म्हणाला, "तू तर माझ्या काका-काकूंचा एकुलता एक मुलगा आहेस. काही बरंवाईट झालं, तर त्यांना मूठमाती कोण देणार तुझ्याखेरीज?"

पण त्या माणसानं हसत हसत उत्तर दिलं, "मी काय मूर्ख आहे की काय धोक्याच्या ठिकाणी थांबायला? जर कुठं हाणामारी चालू असेल, तर मी दूर सुरक्षित ठिकाणी जाऊन बसेन की! म्हातारा व्हायच्या आधी थोडं फिरून यावं, थोडं काही नवं बघून यावं, एवढीच माझी इच्छा आहे." वांगलुंगनं अत्यंत आनंदानं त्याच्या हातात चांदीची नाणी ओतली. या वेळीही पैसे देताना त्याला काही दुःख झालं नाही. तो मनाशीच म्हणाला, 'चांगलं झालं. त्याला हा धंदा आवडला तर फारच चांगलं. कारण या देशात कुठं ना कुठं तरी लढाई चालू असतेच.' अगदी खोल मनात असाही विचार आला, 'कदाचित मारलाही जाईल तो, माझं नशीब चांगलं असलं तर. मरतात की कितीतरी लोक लढाईत.'

या सगळ्यांमुळे तो चांगलाच खुशीत होता. मुलगा जातोय म्हणून रडणाऱ्या काकूचं सांत्वन आणखी अफू देऊन करताना मात्र त्यानं हा आपला आनंद दडवून ठेवला होता. तिची अफूची गुडगुडी पेटवताना तो म्हणाला, "चांगला मोठा अधिकारी होईल बघ तो सैन्यात. आपल्या घराण्याचं नाव वाढवेल तो."

शेवटी एकदाची घरात पूर्ण शांतता पसरली. त्याला गावातल्या घरात त्याच्या माणसांखेरीज फक्त ती दोन झोपलेली म्हातारी माणसं होती आणि शहरातल्या घरात त्याच्या नातवाचा जन्म व्हायची वेळ जवळ-जवळ यायला लागली.

जसजशी ही वेळ जवळ येत होती, तसतसा वांगलुंग शहरातल्या घरात जास्त वेळ राहायला लागला. तो इथं तिथं साऱ्या चौकांतून फिरत राहायचा... काय काय झालं, कसं कसं घडलं, याचा विचार करणं संपायचंच नाही. या हवेलीत जिथं एकेकाळी ह्वांगचं खानदान राहायचं तिथं तो, बायको, मुलगे, सुना यांना घेऊन राहतोय आणि त्याची तिसरी पिढी लवकरच सुरू होईल याचं त्याला सारखं नवल वाटायचं.

या साऱ्याचा त्याला इतका गर्व वाटायला लागला की, आपल्या पैशानं काय विकत घेऊ आणि काय नको, असं त्याला होऊन गेलं. मग त्यानं सगळ्यांसाठी उत्तम सॅटिनचे आणि रेशमी कपडे बनवून घेतले, कारण त्या लाकडी जाळीदार

खुर्च्यांवर आणि दक्षिणेकडच्या काळ्याभोर लाकडाच्या नक्षीदार टेबलांजवळ साधे निळे सुती कपडे शोभायचेच नाहीत.

त्यानं दासदासींसाठी चांगलं टिकाऊ निळं आणि काळं सुती कापड घेतलं, म्हणजे त्यांच्यापैकी कुणाला फाटके कपडे घालायला लागू नयेत. थोरल्याचे शहरी मित्र जेव्हा घरी यायचे, तेव्हा हे सारं त्यांच्या नजरेला पडतंय म्हणून तो फुशारून जायचा. आजकाल तर वांगलुंगला तऱ्हेतऱ्हेची नाजूकसाजूक पक्वान्नंही खायला आवडायला लागली होती. हाच तो – ज्याला एक चांगली जाडजूड रोटी आणि लसणाची पाकळी जेवायला पुरेशी वाटायची. आता तो काही स्वत:च्या हातानं शेतावर कष्ट करायचा नाही, उलट दुपारपर्यंत झोपून राहिलेला असायचा. त्यामुळे साहजिकच 'हे नको, ते चांगलं नाहीय', असं तो करायला लागला होता. श्रीमंत माणसं त्यांची मंदावलेली भूक चाळवायला जे-जे काही खातात, ते सर्व खायला लागला. हिवाळी बांबूचे कोंब, झिंग्यांची अंडी, दक्षिणेकडचे मासे, उत्तरेकडची कालवं, कबुतरांची अंडी आणि असं बरंच काही-काही. हे सारं त्याचे मुलगेही खायचे, लोटसही खायची. हे सगळं बघून कक्कू हसायची आणि म्हणायची, ''मी पूर्वी इथं होते ना तसंच चाललंय सगळं. फक्त माझं हे शरीर आता सुकलंय, सुरकुतलंय, आता म्हाताऱ्या मालकांसाठीसुद्धा उपयोग नाही माझा.'' हे बोलताना तिनं धूर्तपणानं वांगलुंगकडे एक नजर टाकली आणि ती पुन्हा एकदा हसली. तिचं हे चावट बोलणं त्यानं ऐकून न ऐकल्यासारखं केलं खरं, पण तिनं आपली म्हाताऱ्या मालकांशी केलेली तुलना ऐकून वांगलुंगला मनात बरं वाटलं होतं.

असं मनात येईल तेव्हा उठावं, खावं-प्यावं आणि पुन्हा आळशीपणानं लोळावं असे दिवस घालवत तो नातवाची वाट पाहात होता. एके दिवशी पहाटेसच त्यानं एका बाईचं विव्हळणं ऐकलं आणि तो तडक थोरल्याच्या चौकात गेला. तिथं पोचतापोचता थोरला त्याला सामोरा आला आणि म्हणाला, ''वेळ भरलीय, पण कक्कू म्हणते अजून पुष्कळ वेळ लागेल, कारण बाई निरुंद बांध्याची आहे – कठीण आहे बाळंतपण.''

वांगलुंग आपल्या चौकात परतला आणि ते विव्हळणं ऐकत बसून राहिला. बऱ्याच वर्षांनी त्याला कसली ती भीती वाटत होती आणि कुणातरी दैवी शक्तीच्या आधाराची त्याला जरूर भासत होती. तो उठला आणि सुगंध्याच्या दुकानात गेला. तिथून उदबत्त्या विकत घेऊन तो शहरातल्या दयादेवतेच्या मंदिरात गेला. तिथं रेंगाळणाऱ्या एका उपाध्यायाला बोलावून तो म्हणाला, ''या उदबत्त्या पेटवा बरं देवीसमोर. हे काम खरं म्हणजे मी – एका पुरुषानं करायला नको, पण माझा पहिला नातू जन्माला येऊ घातलाय, त्याची आई अडलीय – शहरी बाई आहे लुकडीशी. माझ्या मुलाची आई वारलीय आणि घरात दुसरी कुणी बाई नाहीय, या उदबत्त्या

पेटवायला.''

तो उपाध्याय उदबत्त्या देवीसमोरच्या अंगाऱ्यात खोचून पेटवत असताना वांगलुंगच्या मनात एकदम एक भयंकर विचार आला, 'आणि नातू न होता मुलगी झाली तर?' आणि तो घाईघाईनं म्हणाला, ''नातू झाला, तर देवीला नवे लाल कपडे करण्यासाठी पैसे देईन, पण मुलगी झाली तर काही देणार नाही.'' या गोष्टीची कल्पनाही त्याच्या मनाला आधी शिवली नव्हती. म्हणून कमालीचा अस्वस्थ होऊन तो बाहेर गेला आणि आणखी उदबत्त्या घेऊन त्याच्या शेतातल्या देवळाकडे गेला. भयंकर उकडत होतं, रस्त्यावर वीतवीत धूळ होती, तरी तो त्या देवळात गेला आणि तिथं उदबत्त्या लावून पुटपुटला, ''आजपर्यंत आम्ही तुमचं खूप केलंय. माझ्या बापानं, मी आणि माझ्या मुलानंही, आता त्याला मूल व्हायची वेळ आलीय, मुलगा झाला तर ठीक, नाहीतर तुमचं काहीसुद्धा करणार नाही मी.''

जेवढं शक्य होतं, तेवढं करून झाल्यावर दमूनभागून तो घराकडे परतला. घरात जाऊन टेबलाजवळ बसला. त्याला चहा हवा होता, ओल्या फडक्यानं अंग पुसण्यासाठी गरम पाणी हवं होतं, पण त्यानं टाळ्या वाजवूनसुद्धा कुणी आलं नाही. सगळे जण इकडेतिकडे धावत होते. त्याच्याकडे कुणीच लक्ष देत नव्हतं आणि त्याचीही कुणाला थांबवण्याची हिंमत झाली नाही, 'काय झालं? मुलगा की मुलगी? की अजून व्हायचंय?' हेसुद्धा त्याच्याच्यानं विचारलं जात नव्हतं. तो तसाच तिथं धूळभरला, दमलाभागला बसून राहिला. कुणीच त्याच्याशी काही बोललं नाही.

शेवटी अगदी संध्याकाळ झाली, वाट पाहून-पाहून तो थकून गेला. तेवढ्यात आपल्या चिमुकल्या पावलांवर आपलं गुबगुबीत शरीर सांभाळत, कक्कूचा आधार घेत लोटस तिथं आली आणि मोठ्यानं हसत म्हणाली, ''तुमच्या थोरल्याला थोरला झाला बरं का? बाळ-बाळंतीण खुशाल आहेत. मी बघून आले ना बाळ, छान गोरा आणि गुटगुटीत आहे.''

वांगलुंगही मोठ्यानं हसत टाळ्या वाजवत उठून उभा राहिला आणि म्हणाला, ''मी आपला इथं बसलोय, स्वत:लाच पहिला मुलगा होणार असल्यासारखा काय करावं ते न कळून – सगळ्यांची काळजी करत बसलोय आपला.''

मग लोटस तिच्या खोलीत निघून गेली आणि तो एकटाच तिथं विचार करत बसून राहिला. त्याच्या मनात आलं, 'तिनं माझ्या थोरल्या मुलाला जन्म दिला, तेव्हासुद्धा मला एवढी भीती वाटली नव्हती.' त्याला तो दिवस आठवला. ती कशी एकटीच आतल्या अंधेऱ्या खोलीत गेली होती आणि कसे तिनं एकटीनंच त्याचे मुलगे आणि मुली जन्माला घातल्या होत्या, ते सारं-सारं त्याला आठवलं. ती किती मुकाट्यानं सगळं सोसायची आणि नंतर शेतात येऊन त्याच्या बरोबरीनं कामाला

लागायची, हेही त्याला आठवलं आणि इथं त्याची सून लहान मुलासारखी वेदनांना घाबरून ओरडत होती, सगळ्यांना इकडेतिकडे पळवत होती. शिवाय नवरा दाराशी उभा होताच.

खूप जुनं स्वप्न आठवावं, तसं त्याला आठवलं. शेतात काम करता करता ओ-लान थोडी थांबायची आणि मुलाला पाजायची. तिच्या स्तनांतून पौष्टिक पांढरं शुभ्र झरायचं आणि मातीत मिसळायचं. इतकी जुनी आठवण की, हे खरंच असं कधी घडलं होतं का असं वाटावं?

तेवढ्यात त्याचा मुलगा मोठ्या आढ्यतेनं हसत आत आला आणि मोठ्यानं म्हणाला, "बाबा, मुलगा झाला. आता त्याच्यासाठी एक धष्टपुष्ट दाई शोधायला हवी, कारण त्याला पाजलं, तर माझ्या बायकोचं सौंदर्यही कमी होईल आणि तिची ताकदही उणावेल. मला काही ते आवडायचं नाही. शिवाय थोरामोठ्यांच्या कुणीच बायका स्वत: मुलांना पाजत नाहीत."

वांगलुंग जड मनानं म्हणाला, "ठीकाय, जसं योग्य वाटेल तसं कर. ती जर आपल्या स्वत:च्या मुलाला पाजू शकणार नसेल, तर मग काय करणार?" त्याला कसलं दु:ख झालं, हे त्याचं त्यालाही कळलं नाही.

बाळ एक महिन्याचा झाला, तेव्हा त्याच्या वडिलांनी – म्हणजे वांगलुंगच्या थोरल्या मुलानं जन्माच्या मेजवान्या दिल्या. या मेजवान्यांना त्यानं शहरातले मित्र, बायकोचे आईवडील आणि शहरातली इतर बडी माणसं बोलावली होती. कोंबडीची शेकडो अंडी त्यानं लाल रंगानं रंगवून सर्व पाहुण्यांना, शुभचिंतकांना वाटली. घरभर नुसता खाणंपिणं आणि आनंदाचा जल्लोष चालू होता. कारण पोरगा चांगला बाळसेदार होता. शिवाय पहिले दहा दिवस उलटून गेले, तरी जिवंत होता, म्हणजे काळजीचा पहिला टप्पा पार झाला होता.

या सगळ्या मेजवान्या संपल्यानंतर थोरला वांगलुंगकडे जाऊन म्हणाला, "आता या घरात तीन पिढ्या आहेत. तेव्हा आपण पूर्वजांच्या नावांच्या शिलापत्रिका करून घेऊ या. त्याचं सणावाराला पूजन करू या. सर्व मोठ्या घराण्यात अशीच प्रथा असते आणि आता आपलं घराणंही मोठंच समजलं जातं."

हे ऐकून वांगलुंग फारच खूश झाला. त्यानं जरूर त्या सगळ्या गोष्टी करायला थोरल्याला सांगितलं – त्यानं त्या तशा करून घेतल्याही. मग मुख्य दिवाणखान्यात या शिलापत्रिका रांगेत मांडण्यात आल्या. वांगलुंगचे आजोबा, मग वडील अशी नावं घालून झाल्यावर पुढची जागा वांगलुंग, त्याचा मुलगा, त्याचा मुलगा यांच्यासाठी रिकामी सोडलेली होती. वांगलुंगच्या मुलानं एक मोठं धूपदान विकत आणलं आणि ते या शिलापत्रिकांसमोर मांडलं.

एवढं सगळं झाल्यानंतर वांगलुंगला दयादेवतेला कबूल केलेल्या लाल कपड्यांची आठवण झाली. त्याबरोबर तो देवळात जाऊन पैसे देऊन आला आणि देवळातून परततानाच, जणू काही देवांनाही हातचं राखून देण्याची सवय असावी, त्यांनी काहीतरी बाकी ठेवावंच, तसा शेतातून एक माणूस धावत निरोप घेऊन आला, ''चिंगची तब्येत अचानक बिघडलीय, मरतोयंच तो. तुम्ही येता का त्याला शेवटचं भेटायला!'' हा निरोप ऐकल्याबरोबर वांगलुंग चिडून ओरडला, ''ते देवळातलं जोडपं हेवेदावे करत असेल आता! मी दयादेवतेला कपडे दिले ना – त्यांना माहिती नाहीये का बाळंतपणावर त्यांचं काही चालत नाही – चालतं फक्त जमिनीबद्दल.''

खरं म्हणजे त्याचं दुपारचं जेवण टेबलावर तयार होतं. पण तो जेवायला काही तयार नव्हता. लोटसनं हाका मारमारून सांगितलं की, ऊन उतरेपर्यंत थांबा, मग मी पण येते. पण तो तिच्यासाठीही थांबला नाही. सरळ बाहेर पडला. तो आपलं ऐकत नाहीय हे पाहून लोटसनं एका दासीला तेली कागदाची छत्री घेऊन त्याच्या पाठोपाठ पिटाळलं. पण तो इतका भराभर चालत होता की, त्या प्रशस्त बाईला त्याच्या डोक्यावर छत्री धरून चालणं कठीणच व्हायला लागलं.

जिथं चिंगला ठेवलं होतं, तिथंच सरळ वांगलुंग गेला आणि मोठ्यानं ओरडून म्हणाला, ''आता हे कसं काय झालं?'' त्या खोलीत सगळ्या मजुरांनी गर्दी केली होती. त्यांनी सगळ्यांनी एकदम गडबडीनं सांगायला सुरुवात केली, 'मळणीला ते स्वतः कामाला भिडले ना.', 'तरी आम्ही किती सांगितलं – त्यांच्या वयाला म्हणजे –', 'तो नवा मजूर आहे ना, त्याला काही ते थोपटणं नीट जमत नव्हतं म्हणून मग चिंग स्वतःच दाखवायला लागले', 'म्हाताऱ्या माणसाला झेपायला नको का एवढं कष्टाचं काम!' वांगलुगं भयंकर आवाजात गरजला, ''कुठंय तो नवा मजूर?'' सगळ्यांनी मिळून त्या थरथर कापणाऱ्या मजुराला पुढं ढकललं. चांगला धिप्पाड लालबुंद असा खेडूत पोरगा होता तो. खालचा ओठ झाकून टाकत होते, इतके वरचे दात पुढे आलेले होते आणि बैलाच्या डोळ्यांसारखे गोल गरगरीत निस्तेज डोळे होते त्याचे. तो इतका भेदरला होता की, त्याचे गुडघे एकमेकांवर आपटत होते. पण वांगलुंगला त्याची दया आली नाही. त्यानं त्या पोराच्या दोन सणसणीत थोबाडीत लगावल्या आणि मग दासीच्या हातून छत्री घेऊन त्यानं एकापाठोपाठ एक फटके लगावायला सुरुवात केली. कोणाचीही त्याला थांबवायची हिंमत होईना, न जाणो, त्याचा राग त्याच्या रक्तात मिसळून विष व्हायचा. तो पोरगा मठ्ठपणे मार खात उभा होता.

तेवढ्यात चिंग आपल्या बिछान्यावरून कण्हला. वांगलुंग छत्री फेकून देत ओरडला, ''इथं मी या मूर्खाला मारतोय, तोवर चिंग मरून जायचा.'' चिंगशेजारी बसून त्यानं त्याचा हात हातात घेतला. सुकलेल्या पानासारखा तो हात हलका शुष्क

झाला होता. त्यात रक्त शिल्लक असेल, असं वाटतच नव्हतं, इतका तो गरम आणि कोरडा लागत होता. पण चिंगचा नेहमी फिकट पिवळट असणारा चेहरा मात्र आता त्याच्या अपुऱ्याशा रक्तानंही काळवंडलेला दिसत होता. त्याच्या अर्धवट मिटलेल्या डोळ्यांवर कसलातरी पडदा उतरला होता आणि श्वास धाप लागल्यागत थांबून-थांबून येत होता. वांगलुंग त्याच्यावर वाकून त्याच्या कानात मोठ्यानं म्हणाला, "मी आलोय रे! माझ्या वडिलांच्या खालोखालची शवपेटी आणीन मी तुझ्यासाठी!" पण चिंगचे कानही रक्तानं भरले होते. त्याला काही ऐकू गेलं असेल, तर त्यानं तसं दर्शवलं काहीच नाही. तो फक्त तिथं धापा टाकत हळूहळू मरत पडून राहिला आणि मग मेलाच.

वांगलुंग स्वतःचे वडील वारले, तेव्हाही रडला नव्हता, एवढा रडला. त्यानं उत्तम प्रतीची शवपेटी मागवून घेतली. प्रेतयात्रेसाठी उपाध्ये बोलावले आणि प्रेतयात्रेत तो स्वतः पांढरे सुतकी कपडे घालून चिंगच्या मागे चालत गेला. त्यानं आपल्या थोरल्यालाही जणू काही एखादा जवळचा नातेवाईक मरावा, तशा पांढऱ्या पट्ट्या घोट्यांभोवती घालायला लावल्या. थोरल्यानं अर्थातच कुरकुर केली. "शेवटी एक नोकर तर होता ना तो. थोडा वरचा, पण नोकरच. त्याच्यासाठी सुतक पाळणं बरं दिसत नाही." तरीही वांगलुंगनं त्याला तीन दिवसांचं सुतक पाळायला लावलंच. जर सगळंच वांगलुंगच्या मनासारखं झालं असतं, तर त्यानं नक्कीच चिंगला त्याच्या खासगी स्मशानाच्या भिंतीच्या आत पुरलं असतं – जिथं त्याचे वडील आणि ओ-लान होते. पण इथं मात्र त्याच्या मुलांनी खूप आरडाओरडा केला. म्हणाले, "आमची आई आणि आजोबा काय एका नोकराशेजारी राहतील काय? आणि आमची वेळ येईल, तेव्हा आम्हीपण तसंच करायचं का?" त्यांना तोंड देणं वांगलुंगला शक्य नव्हतं. शिवाय त्याला म्हातारपणी घर शांत असावं, असं वाटायचं, म्हणून मग त्यानं चिंगला स्मशानाच्या दारातच पुरलं. एवढ्यानं त्याचं समाधान झालं, कारण त्याच्या मनात आलं, 'चिंगला खरोखर ही जागाच योग्य आहे. तो नेहमीच मला वाईटापासून वाचवत आलाय!' मात्र त्यानं मुलांना स्पष्ट सांगून ठेवलं की त्याला दफनायची जागा चिंगच्या अगदी जवळ असली पाहिजे.

आता तर वांगलुंगचं शेतावर जाणं आणखी कमी झालं. आता चिंग तिथं नव्हता. त्याला एकट्याला फिरावं लागायचं आणि ते त्याला फार दुःखाचं व्हायचं. शिवाय त्याच्याच्यानं आता अजिबात कष्ट होत नव्हते. तो एकटा शेतातून फिरला, तर त्याचं अंग ठणकायला लागायचं. तेव्हा त्यानं त्याची शक्य तितकी सगळी शेती खंडानं देऊन टाकली. लोकांनीही मोठ्या उत्साहानं ती घेतली. कारण त्याची जमीन चांगली सुपीक म्हणून प्रसिद्धच होती. फक्त वांगलुंगनं एक फूटभर जमीनसुद्धा विकली नाही. ना स्वतः विकली, ना कुणाला विकण्याचा शब्द काढू दिला. तो

भाडेपट्टीही एका वेळी एकाच वर्षाची करायचा म्हणजे त्याला अजूनही जमीन आपली आहे, आपल्या हातात आहे असं वाटायचं.

त्यानं मजुरांपैकीच एकाला आणि त्याच्या बायकोला शेतावरच्या घरात राहायला सांगितलं आणि त्या दोन म्हाताऱ्या अफीमबाजांवर लक्ष ठेवायला सांगितलं. मग त्याच्या सर्वांत धाकट्या मुलाची आतूर नजर पाहून तो म्हणाला, ''ठीकाय. आता तूपण चल माझ्याबरोबर शहरात. मी खुळीलापण घेतो बरोबर. ती माझ्या चौकात राहील. आता चिंग नाहीय, म्हणजे तुलाही एकटं-एकटं वाटेल आणि खुळीची नीट काळजी घेतील ही माणसं, याचा मला काही भरवसा नाही. तिला मारलं, उपाशी ठेवलं, तर कोण आहे इथं बघायला? ती स्वत: काही तक्रार करू शकत नाही आणि शेतीची कामं तुला शिकवायलाही कुणी नाही. चिंग नाही ना आता.''

या दोन्ही मुलांना शहरात घेऊन गेल्यानंतर मग तर वांगलुंगचं शेतावर येणं फारच कमी झालं.

■

तीस

आता मात्र वांगलुंगला पटलं की, इच्छा करण्यासारखं आता काही राहिलं नाही. वयही राहिलं नाही आणि तो शांतपणे खुळीच्या शेजारी उन्हाला पाठ देऊन गुडगुडी ओढत आरामखुर्चीत पडून राहिला तरी चालणार आहे. आता त्यानं कष्ट केले नाहीत, तरी जमीन कसली जात होती आणि त्यानं धावपळ न करता पैसेही जमा होत होते.

हे सगळं असंच त्याच्यासारखं चालत राहिलंही असतं. पण त्याचा थोरला होता ना – त्याचं समाधान म्हणून व्हायचं नाही. आणखी आणखी काहीतरी त्याला हवंच असायचं. तो वडिलांकडे येऊन म्हणाला, "घरात बरंच काही काही करायला हवंय. आपण या घरात राहिलो, म्हणजे तेवढ्यानंच काही खानदानी श्रीमंत होत नाही. मधल्याचं लग्न सहा महिन्यावर आलंय आणि आपल्याकडे पाहुण्यांना बसायला पुरेशा खुर्च्या नाहीत, की पुरेशी जेवणाची भांडी नाहीत, की काहीच नाही. शिवाय त्या मोठ्या दरवाज्यातून पाहुण्यांना आत यायला सांगायची आपल्याला लाज वाटणार आहे. काय घाण आणि गोंगाट आहे तिथं या फालतू लोकांचा आणि मधल्याचं लग्न झालं की तो आणि त्याची बायको, मुलंबाळं सगळे मिळून आपल्याला तीही जागा लागणारच आहे."

वांगलुंगनं रुबाबदार भारी कपडे घालून समोर उभ्या असलेल्या आपल्या देखण्या, थोरल्या मुलाकडे पाहिलं. गुडगुडीचा एक जोरदार झुरका मारून तो गुरकावला, "आता आणखी काय नवं काढलयंस?"

थोरल्याला दिसत होतं की आपल्याला बोलण्याला आपले वडील कंटाळलेयत, पण तरी तो हट्टानं म्हणाला, "मी म्हणतोय, आपण बाहेरचे चौकही घेऊ या. इतक्या बड्या खानदानानं जसं राहायला पाहिजे, तसं राहू या की आपण! एवढा

पैसा आहे आपल्याकडे, एवढी जमीन आहे.''

वांगलुंग गुडगुडीतच पुटपुटला, ''ती आहे ती जमीन माझी आहे. तू कधी काडीचंही काम केलं नाहीयेस तिथं!''

या बोलण्यावर थोरल्यानं आक्रोशच केला, ''वा, वा, बाबा तुम्हीच तर मला शिकायला शाळेत घातलंत आणि मी तुमच्यासारख्या जमीनदाराला शोभेलसा मुलगा बनण्याचा प्रयत्न करतोय, तर तुम्ही मला आणि माझ्या बायकोला मजुरा सारखं राहायला सांगताय.'' आणि त्यानं जोरात मागे वळून तिथल्या एका जुन्या पाईलच्या खोडावर डोकं आपटून घेण्याचा आविर्भाव केला. कुठं पोरगं स्वत:ला मारून घेतंय की काय, या भीतीनं वांगलुंग ओरडला, ''जा, जा, काय हवं ते कर. मला त्रास देऊ नकोस.''

हे ऐकल्याबरोबर खूश होऊन वडिलांचं मन पालटण्याच्या आत थोरला घाईनं बाहेर पडला. शक्य तितक्या तातडीनं त्यानं सूचौहून कोरीव नक्षीकामाच्या टेबल-खुर्च्या मागवल्या, दरवाज्यांसाठी लाल रेशमी पडदे मागवले, लहान-मोठ्या फुलदाण्या आणल्या. सुंदर-सुंदर स्त्रियांची रेशमी गुंडाळीचित्रं आणली. चित्रविचित्र दगड आणवून चौकाचौकांमध्ये त्यांच्या सुंदर रचना केल्या. हे असं सगळं त्यानं दक्षिणेकडे पाहिलेलं होतं. असा तो खूप दिवस या कामांमध्ये गुंतलेला होता. या सगळ्या कामांमुळे त्याला जवळजवळ रोजच बाहेरच्या चौकामधून जावं लागायचं. त्या फालतू माणसांमधून जाताना त्याला ते सगळं असह्य व्हायचं आणि तो नाक वर करून चालत जायचा. तो पुढे गेला की मागून ते लोक त्याला हसायचे आणि म्हणायचे, ''बापाच्या दारातल्या शेणाचा वास विसरलाय बेटा.'' पण त्याच्यासमोर असं काही बोलायची कुणाची हिंमत नव्हती. काही झालं, तरी शेवटी बड्या बापाचा मुलगा होता तो.

नव्या वर्षाच्या दिवशी सगळ्यांची भाडी ठरवली जायची. या वर्षी सगळ्या लोकांना भाडी खूपच वाढवलेली दिसली – दुसरा कुणीतरी तेवढं भाडं द्यायला तयार होता ना – त्यांना सगळ्यांना तिथून जावं लागलं. मग त्यांना कळलं, की या साऱ्याच्या पाठी वांगलुंगचा थोरला मुलगा आहे. त्यानं ह्वांगच्या मुलाशी परदेशात पत्रव्यवहार करून हे सगळं जमवून आणलं होतं. ह्वांगच्या मुलाला या जुन्या घरातून जितका मिळेल तितका पैसा हवाच होता. त्याला दुसरं कशाचंही सोयरसुतक नव्हतं.

हे सगळे लोक गेले खरे, पण कुरकुरत, चिडत, शिव्याशाप देतच गेले. करणार काय, शेवटी पैसेवाला माणूस आपल्या मनासारखं सगळं सहजपणे करू शकतो ना. त्यांनी आपले फाटकेतुटके संसार आवरले. जाताना ते सारे चिडून पुटपुटत होते, 'पैसेवाले फार पैसेवाले झाले, की गरीब येतातच परत – तसेच

आम्हीही येऊ कधीतरी.'

अर्थात यातलं काहीच वांगलुंगच्या कानावर गेलं नाही. कारण तो नेहमीच आतल्या चौकात असायचा. क्वचितच बाहेर पडायचा. खायचा, प्यायचा आणि आराम करायचा. वय बोलायला लागलं होतं ना त्याचं – म्हणून त्यानं सगळ्या गोष्टी थोरल्यावर सोपवून दिल्या होत्या. थोरल्यानं गवंडी, सुतार बोलावले आणि सगळ्या खोल्या, गोल दरवाजे दुरुस्त करून घेतले. हे सगळे खालचे लोक राहात होते, तेव्हा त्यांनी या साऱ्या गोष्टींची वाट लावली होती. त्यानं पुष्करणी पुन्हा बांधून घेतल्या आणि त्यात ठिपक्यांचे आणि सोनेरी मासे सोडले. हिंदुस्थानातून आणलेले लाल फळं लागणारे बांबू लावले. हे असं सगळं दक्षिणेत असायचं. त्याला जेवढं आठवलं, तेवढं सगळं त्यानं करून घेतलं. त्यानं काय काय केलंय ते पाहायला त्याची बायको बाहेर आली. दोघांनी सर्व खोल्या, सर्व चौक हिंडून पाहिले. तिला इथं काही, तिथं काही अशा उणिवा दिसल्याच. त्यानंही त्या लक्षपूर्वक ऐकून घेतल्या. म्हणजे नंतर त्याला ते सर्व करून घेता यावं.

शहरातल्या सगळ्या लोकांना या थोरल्या मुलाचं काय चाललंय याची बातमी लागली होतीच, 'आता पुन्हा तिथं एक बडा माणूस राहायला आलाय, तेव्हा तिथं असं काही काही होणारच.' असंच सगळ्यांच्या तोंडी होतं. पूर्वी 'शेतकरी वांगलुंग' म्हटलं जायचं. आता 'जमीनदार वांगलुंग' असं म्हटलं जायला लागलं होतं.

या सगळ्यांसाठी खर्च झालेला पैसा वांगलुंगच्या हातातून थोडा थोडा करून गेलेला होता. त्यामुळे हा पैसा कुठे, कसा आणि किती खर्च झालाय याचा त्याला पत्ताच नव्हता. थोरला त्याच्याकडे येऊन म्हणायचा, "मला एक शंभर चांदीची नाणी हवीयेत." किंवा "चांगला दरवाजा आहे. थोडेसे पैसे घालून दुरुस्त केला, तर नव्यासारखा होईल." किंवा "या ठिकाणी लांबट टेबल असायलाच हवं." आणि वांगलुंग थोडे थोडे पैसे देत राहायचा. तो गुडगुडी ओढत आरामात बसलेला असायचा. असे पैसे द्यायला त्याला काही वाटायचं नाही, कारण प्रत्येक सुगीला जमिनीतून भरपूर पैसा घरात येत होता. आपण असे किती पैसे दिले, हे त्याला कळलंही नसतं. पण एके दिवशी सकाळी सूर्य उगवतोय न उगवतोय, तोच त्याचा मधला मुलगा त्याच्या चौकात आला आणि म्हणाला, "बाबा, या सगळ्या खर्चाचा काही शेवट होणार की नाही? आपल्याला काय राहायला राजवाडा हवाय का? एवढे पैसे वीस टक्के व्याजानं गुंतवले असते, तर किती पैसा मिळाला असता? या सगळ्या पुष्करणींचा, माशांचा आणि फुलझाडांचा उपयोग काय आहे? धड फळझाडंसुद्धा नाहीत – नुसत्या आळसटलेल्या, उमलत सुटणाऱ्या लिली."

या दोन भावांचं भांडण होणार, असं वांगलुंगला दिसलंच आणि तो स्वतःला शांतता मिळावी, म्हणून घाईघाईनं म्हणाला, "हे तर सगळं तुझ्या लग्नासाठी

चाललंय.'' याच्यावर वाकडेपणानं हसल्यासारखे ओठ मुरडत मधला म्हणाला, ''मुलीपेक्षा दसपट पैसे लग्नावर खर्च करायचे म्हणजे नवलच आहे. हा आमचा वारसा आहे, तुमच्यानंतर आम्ही तो वाटून घ्यायचाय. तो सगळा आत्ताच माझ्या थोरल्या भावाच्या मिजाशीत खर्च होऊन जातोय.''

वांगलुंगला आपल्या या मुलाच्या हट्टी स्वभावाची माहिती होती. एकदा बोलणं सुरू झालं की तो आपल्याला आटोपणार नव्हता, हेही त्याला माहीत होतं. म्हणून तो घाईघाईनं म्हणाला, ''ठीकाय, ठीकाय. बंद करतो मी हा खर्च, मी बोलतो थोरल्याशी. खरंय तुझं म्हणणं – पुष्कळ झालं आता.''

थोरल्यानं किती किती खर्च केला, याची एक यादीच मधल्यानं लिहून आणली होती. या यादीची लांबी पाहिल्याबरोबर वांगलुंग झटकन म्हणाला, ''मी अजून खाल्लं नाहीये काही, माझ्या वयाला सकाळी काही खाल्लं नाही तर गरगरायला लागतं. पुन्हा केव्हातरी बघतो हं!'' आणि तो वळून आपल्या खोलीत निघूनच गेला.

पण त्या संध्याकाळी मात्र तो आपल्या थोरल्या मुलाशी बोललाच. तो म्हणाला, ''आता ही रंगरंगोटी आणि झकपक बंद कर हं. पुरे झालं. काही झालं तरी आपण खरे खेड्यातले शेतकरी आहोत.''

यावर तो तरुण मोठ्या प्रौढीनं म्हणाला, ''आपण काही तसे नाहीयोत. शहरातले लोक आता आपल्याला 'व्हांग खानदानातले' म्हणून ओळखायला लागलेत. त्या नावाला शोभेलसं आपण रुबाबात राहायला पाहिजे. माझ्या भावाला पैशापलीकडे काही दिसत नसेल, तरी मी आणि माझी बायको आपल्या नावाला कमीपणा येऊ देणार नाही.''

शहरात लोक काय म्हणताहेत हे आजकाल वांगलुंगला कळायचं नाही. कारण तो क्वचित चहागृहात जायचा. धान्यबाजारात तर जवळजवळ नाहीच, कारण त्याचं काम बघायला त्याचा दुसरा मुलगा होता ना. हे ऐकून त्याला मनातून आनंदच झाला तरी तो म्हणाला, ''मोठी खानदानंसुद्धा जमिनीतूनच वर येतात. त्यांची पाळंमुळं जमिनीत खोल गेलेली असतात बरं.'' यावर त्याच्या मुलानं मोठ्या हुशारीनं चटकन उत्तर दिलं, ''हो, पण ते तिथंच राहात नाहीत. पाळंमुळं मोठी होऊन फांद्या होतात, त्यावर फळंफुलं धरतात.''

असं मुलानं फार हुशारीनं आणि चटकन उत्तर द्यावं, हे काही वांगलुंगला रुचलं नाही आणि तो म्हणाला, ''हे बघ, मी जे सांगितलं ते सांगितलं. आता ही उधळपट्टी बंद कर आणि एक लक्षात ठेव, चांगली फळंफुलं यायला हवी असतील, तर मुळं मातीत चांगली खोल आणि घट्ट जावी लागतात.''

संध्याकाळ व्हायला लागली होती. आता हा आपल्या चौकात निघून जाईल आणि आपल्याला या संध्याकाळच्या वेळी एकट्याला शांत बसू देईल, तर किती

बरं, असं वांगलुंगच्या मनात आलं. पण तसं होणार नव्हतं. आता थोरल्याचं खोल्या चौकांच्या कामाबद्दल पूर्ण समाधान तात्पुरतं तरी झालेलं होतं. त्यामुळे तो वडिलांचं ऐकायला तयार होता. त्याला जे करायचं होतं, ते करून झालं होतं. तरी त्यानं म्हटलं, "ठीकाय, पुरे तर पुरे. पण अजून एक गोष्ट बोलायचीय."

यावर मात्र चिडून वांगलुंगनं गुडगुडी जमिनीवर फेकली आणि ओरडून विचारलं, "मला शांतता मिळणार आहे की नाही?"

तरी तो मुलगा हटवादीपणानं बोलतच राहिला, "हे माझ्यासाठी किंवा माझ्या मुलासाठी नाहीय. माझा सगळ्यात धाकटा भाऊ – तुमचा स्वतःचा मुलगा – त्याच्याबद्दल बोलायचंय. तो इतका निरक्षर अडाणी असावा, हे बरं दिसत नाहीय. त्याला काहीतरी शिकवलं पाहिजे."

हे आपण काहीतरी नवंच ऐकतोय, असा वांगलुंग बघतच राहिला. त्यानं कधीच ठरवून टाकलं होतं, त्याच्या धाकट्यानं काय करायचं ते. तो म्हणाला, "या घरात आणखी कुणी घोकंपट्टी करायची जरूरी नाहीय. दोघे शिकले तेवढे बस्स. मी मेल्यानंतर त्याला शेती बघायचीय."

"हो, म्हणूनच तो रात्रीचा रडत असतो आणि इतका फिकट झालाय, सुकलाय." थोरला उत्तरला.

धाकट्याच्या मनात त्याला कोण व्हायचंय, ते विचारावं असं वांगलुंगच्या कधी मनातही आलं नव्हतं. एक मुलगा शेतीत असलाच पाहिजे, हे त्यानं ठरवूनच टाकलं होतं. त्यामुळे थोरल्याचं बोलणं त्याला तोंडात मारल्यासारखं लागलं. तो गप्पच झाला. त्यानं सावकाश गुडगुडीची नळी उचलून हातात घेतली आणि तो धाकट्याबद्दल विचार करायला लागला. हा मुलगा त्याच्या भावासारखा नव्हता. आपल्या आईसारखा न बोलणारा होता आणि तो गप्प असायचा, म्हणूनच त्याच्याकडे कोणाचंही लक्ष सहसा जायचं नाही.

"त्यानं स्वतः सांगितलं तुला हे?" वांगलुंगनं संशयानं म्हटलं.

"तुम्हीच त्याला विचारा, बाबा." थोरला उत्तरला. एकदम भांडणाच्या मोठ्या आवाजात वांगलुंग म्हणाला, "हो, पण कुणीतरी शेती बघितली पाहिजे ना?"

"पण कशासाठी, बाबा?" थोरला आग्रहानं म्हणाला, "तुम्ही एवढे बडे जमीनदार आहात की तुमच्या कोणत्याच मुलाला मजुरासारखं राबायची जरूर नाहीय. बरंही नाही दिसणार ते. लोकं म्हणतील, तुम्ही किती दुष्ट आहात बघितलं? हा माणूस स्वतः राजासारखा राहतो आणि मुलाला मात्र नोकरासारखा राबवतो. म्हणतीलच असं लोक."

हा तरुण माणूस फार हुशार होता. त्याला माहीत होतं, आपल्याबद्दल लोक काय बोलतील, याचं आपल्या वडिलांना फार भयं वाटतं. म्हणून तो पुढे म्हणाला,

"आपण एक शिक्षक ठेवून त्याला शिकवू शकू किंवा त्याला दक्षिणेकडच्या शाळेत शिकायला पाठवू शकू. इथं घरात तुम्हाला मदत करायला मी आणि दुकानात माझा भाऊ आहोतच. धाकट्याला त्याच्या मनासारखं ठरवू दे."

शेवटी वांगलुंगला म्हणावं लागलं, "पाठवून दे बरं त्याला माझ्याकडे."

थोड्या वेळानं धाकटा येऊन वडिलांसमोर उभा राहिला. हा काय प्रकारचा मुलगा आहे हे ताडण्यासाठी वांगलुंगनं त्याला खालवर नीट न्याहाळलं. चांगला उंच, अगदी सडपातळ, काटकुळा मुलगा होता. वडिलांसारखाही नव्हता आणि आईसारखाही नव्हता. फक्त आईचा मूक गंभीरपणा त्याच्यात होता. आईपेक्षा खूपच जास्त देखणा होता तो. तसं पाहिलं, तर लग्न होऊन सासरी गेलेली आणि आता वांग घराण्याशी काही संबंध न उरलेली मुलगी सोडली, तर या मुलाइतकं देखणं मूल वांगलुंगचं दुसरं कोणतंच नव्हतं. त्याच्या साऱ्या देखणेपणाला मारक अशी एकच गोष्ट होती. ती म्हणजे त्याच्या नितळ कपाळावर लांब आणि जाड पसरलेल्या काळ्याभोर भिवया. त्याच्या फिकट वर्णामुळं त्या भिवया त्याच्या पोरसवदा चेहऱ्यावर अधिकच उग्र, जाड दिसत होत्या आणि जेव्हा जेव्हा तो कपाळाला आठ्या घालायचा – आणि चटकन घालायचा आठ्या – त्या काळ्याभोर जाड भिवया त्याच्या नाकावर एकत्र यायच्या.

वांगलुंगनं मुलाला नीट निरखून पाहिलं आणि मग म्हटलं, "तुझा थोरला भाऊ म्हणतोय, तुला लिहायला-वाचायला शिकायचं म्हणून?" ओठही न हालवता मुलानं उत्तर दिलं, "हो!"

वांगलुंगनं गुडगुडीमधली राख काढून टाकली. नवा तंबाखू सावकाश अंगठ्यानं दाबून भरला आणि मग तो म्हणाला, "म्हणजे तुला शेतात काम करायची इच्छा नाहीय, असंच ना? माझ्या स्वतःच्या जमिनीवर माझा स्वतःचा एकही मुलगा कामाला नाही – मला इतके भरपूर मुलगे असतानाही!" तो अगदी कडवटपणानं हे बोलला होता, पण मुलानं काहीच उत्तर दिलं नाही. उन्हाळ्याच्या आपल्या पांढऱ्या शुभ्र पायघोळ अंगरख्यात तो तसाच ताठ आणि मूक उभा होता. शेवटी त्याच्या न बोलण्याचीच वांगलुंगला चीड आली आणि तो ओरडून म्हणाला, "बोलत का नाहीयेस? तुला शेती बघायची नाहीय, हे खरंय का?" मुलानं परत उत्तर दिलं, "हो."

त्याच्याकडे पाहता-पाहता वांगलुंगच्या मनात आलं, 'हे माझे मुलगे मला म्हातारपणात फारच त्रास देताहेत. त्यांचीच काळजी करावी लागतेय मला. काय करावं, काही कळेनासं झालंय.' आपल्यावर मुलांकडून केवढा अन्याय होतोय असं मनात येऊन तो ओरडला, "मला काय करायचंय, तू काय करणारेस त्याच्याशी?

जा, जा, चालता हो इथून.'' मुलगा लागलीच तिथून निघून गेला. वांगलुंग एकटाच राहिला. त्याच्या मनात आलं, ''माझ्या पोरींनी मला यांच्यापेक्षा जास्त सुख दिलंय. माझ्या खुळीला तर जेवायला घातलं आणि खेळायला चिंधी दिली की झालं. दुसरी लग्न करून माझ्या घरातनं गेलेलीच आहे.'' आणि मग संध्याप्रकाश हलकेच चौकात उतरला आणि त्यानं वांगलुंगला वेढून घेतलं.

तरीही नेहमी व्हायचं, तसंच झालं. रागाचा भर ओसरल्यावर नेहमीच वांगलुंग मुलांना त्याच्या मनासारखं वागू द्यायचा. तसंच त्यानं आता थोरल्याला बोलावलं आणि सांगितलं, ''धाकट्याला हवं असेल तर शिक्षक ठेव. त्याच्या मनासारखं होऊ दे. पण याचा मला काही त्रास व्हायला नको.''

मग त्यानं मधल्याला बोलावून सांगितलं, ''माझा कोणताच मुलगा शेती बघायला तयार नाहीय. तेव्हा सालदारांकडून खंड वसूल करणं आणि पिकाचे पैसे करणं ही आता तुझी जबाबदारी. तुला वजनंमापं करणं सगळं येतं. तेव्हा माझा कारभारी म्हणून तू काम बघायचंस.''

हे ऐकून मधला तर खूशच झाला. कारण आता सगळा पैसा त्याच्या हातातून जाणार होता. म्हणजे घरात कुठलाही वायफळ खर्च झालेला तो लगेचच वडिलांच्या कानावर घालू शकला असता.

हा मधला मुलगा वांगलुंगला आपल्या सगळ्या मुलांमध्ये वेगळा वाटायचा. त्याच्या स्वत:च्या लग्नाच्या दिवशीही तो मांसमाशांवर किती पैसे खर्च झाले आणि वाईनवर किती झाले, याच्यावर लक्ष ठेवून होता. त्यानं पाहुण्यांना बसवण्याची, जेवण वाढण्याची व्यवस्थाही फार काळजीपूर्वक केली होती. त्याचे शहरातले मित्र सगळ्यात चांगल्या ठिकाणी बसले होते आणि सर्वांत उत्कृष्ट पदार्थ त्यांना वाढले जात होते, कारण त्यांना या पदार्थांच्या किमती माहीत होत्या. शेतावरचे सालदार आणि गावकरी – ज्यांना बोलावणं आवश्यकच होतं – त्यांना थोड्या कमी प्रतीचे पदार्थ आणि वाईन वाढली जात होती. कारण त्यांचं रोजचं जेवण अगदी भिकार असायचं. त्यामुळे थोडंसं चांगलं जेवण त्यांच्यासारख्यांसाठी उत्कृष्टच होतं.

शिवाय येणाऱ्या सगळ्या वस्तू, सगळे उपाहार यांवरही त्याचं बारीक लक्ष होतं. नोकरचाकरांना जितकी कमी बक्षिसी देता येईल, तेवढी त्यानं दिली होती. जेव्हा त्यानं कक्कूच्या हातात फक्त दोन चांदीची नाणी ठेवली, तेव्हा ती कुचेष्टेने लोकांना ऐकू जाईल, अशा आवाजात म्हणाली, ''खरे बडे लोक काही असं तोलूनमापून बक्षीस देत नाहीत. या हवेलीत राहिले, म्हणून काही हे लोक बडे होणार नाहीयेत!''

थोरल्यानं हे ऐकलं आणि तो शरमेनं अर्धा झाला. कक्कूच्या बोलण्याची त्याला भीतीच वाटायची. म्हणून त्यानं तिला गुपचूप आणखी बक्षीस दिलं. पण मधल्या भावावर तो चांगलाच संतापला. मधल्या भावाच्या लग्नाच्या दिवसापासूनच भावाभावांत

अशी तेढ निर्माण झाली. अगदी पाहुणेमंडळी बसली असताना, नवरीची पालखी दारातून आत येत असतानाच.

म्हणून तर थोरल्यानं आपल्या थोड्याशाच मित्रांना भावाच्या लग्नाच्या मेजवानीला बोलावलं होतं. ते मित्रही फार जवळचे नव्हते. त्याला भावाच्या कंजूषपणाचीही लाज वाटत होती आणि भावाची बायको खेड्यातली आहे या गोष्टीचीही. तो दूरच उभा राहून तिटकाऱ्याने म्हणाला, "माझ्या भावाला जेडचा पेला मिळू शकला असता, कारण माझे वडील बडे आहेत, तर त्यानं मातीचं भांडं निवडलंय." जेव्हा नवविवाहित जोडपं त्याला आणि त्याच्या बायकोला मोठा भाऊ आणि वहिनी या नात्यानं मानाचा नमस्कार करायला आलं तेव्हाही त्यानं तिटकाऱ्यानंच थोडीशी मान लववली. त्याच्या बायकोनंही तिच्या योग्यतेला, मानाला शोभेल, असं थोडंसंच डोकं हलवलं.

आता ही सगळी जणं एकाच घरात राहणार, म्हणजे तिथं शांतता किंवा सुख समाधान असणं शक्यच नव्हतं. एक व्यक्ती फक्त मजेत होती. ती म्हणजे वांगलुंगचा नातू. वांगलुंग स्वत:सुद्धा समाधानी नव्हता. लोटसच्या चौकाशेजारच्याच चौकात तो राहायचा. पण स्वत:च्या खोलीतल्या प्रशस्त लाकडी नक्षीदार पलंगावर त्याला कधीकधी अर्धवट जाग यायची आणि वाटायचं, आपण अजून त्या साध्यासुध्या मातीच्या अंधाऱ्या घरातच आहोत – मनात आलं की चहा जमिनीवर ओतून देता येतो – तिथं खराब होण्यासारखं काही नसतं – शिवाय एक पाऊल टाकलं की पोहोचला स्वत:च्या शेतात.

वांगलुंगच्या मुलांच्यात तर कायम झगडे चालू असायचे. थोरल्यावर वाटायचं, आपण भरपूर पैसे खर्च केले नाहीत, तर लोकांच्या दृष्टीनं कमी ठरू, कधी शहरातला एखादा मित्र आला असताना एखादा गावकरी सरळ चालत आत येईल. लाज आणवेल; तर मधल्याला वाटायचं, खूप वायफळ खर्च होतोय, पैसा फुकट जातोय आणि धाकटा तर वाया गेलेली वर्षं भरून काढण्यासाठी रात्रंदिवस अभ्यासाला जुंपलेला होता.

फक्त एक होता घरात – धडपडत धडपडत इथं पळायचा आणि मजेत राहायचा – थोरल्याचा मुलगा. या छोट्याला हवेलीखेरीज दुसरं घर माहीतच नव्हतं. त्याच्या दृष्टीनं ती हवेली मोठीही नव्हती, लहानही नव्हती. ते फक्त त्याचं घरच होतं. शिवाय इथं त्याचे आईवडील, आजोबा आणि घरातील बाकी सगळी माणसं त्याची चाकरी करायला हजर होतीच. या नातवाकडूनच वांगलुंगला थोडी सुखशांती मिळायची. त्याला न्याहाळताना वांगलुंगचं पोट कधी भरायचं नाही. त्याच्याकडे पाहात राहावं, त्याच्या बाळलीलांना हसावं आणि तो पडला की, त्याला उचलून

घ्यावं, त्याचे स्वत:चे वडील काय करायचे, ते आठवून त्यानंही एक पट्टा तयार करून घेतला. तो बाळाच्या कमरेभोवती गुंडाळून त्याला न पडता चालायला शिकवण्यात त्याला फार सुख व्हायचं. असे ते दोघे चौकाचौकांतून फिरत राहायचे. नातू कधी पुष्करणीतल्या सुळसुळणाऱ्या माशांकडे बोटं दाखवायचा, सारखा गडबड करायचा, फुलं तोडायचा – सगळीकडे तो असायचाच. यामध्येच वांगलुंगला थोडी शांती मिळायची.

शिवाय हा नातू एकटाच नव्हता. थोरल्याची बायको प्रामाणिकपणे एकापाठोपाठ गर्भारपणं, बाळंतपणं करत होती. प्रत्येक मुलागणिक एक दासी वाढत होती. दर वर्षी वांगलुंगला चौकात नवी मुलं आणि नव्या दासी दिसायच्या. कुणीतरी जर सांगितलं की, थोरल्याच्या चौकात एक खाणारं तोंड वाढणार आहे, तर तो मोठ्यांदा हसून एवढंच म्हणायचा, "वाढू दे, वाढू दे – माझी जमीन आहे तोवर सगळ्यांना भरपूर खायला आहे."

जेव्हा योग्य वेळी मधल्याच्या बायकोलाही दिवस राहिले, तेव्हा तो आणखीच खूश झाला. मोठ्या जावेचा मान राखायचा म्हणून तिला पहिली मुलगी झाली. पुढच्या पाच वर्षांत वांगलुंगला चार नातू, तीन नाती झाल्या. सारे चौक त्यांच्या हसण्यानं आणि रडण्यानं भरून गेले.

पाच वर्षं म्हणजे एखाद्याच्या आयुष्यात काही फार मोठा काळ नसतो. पण तो माणूस अगदी लहान असतो किंवा अगदी म्हातारा असतो, तेव्हा मात्र ही पाच वर्षंही खूप मोठी असतात. या पाच वर्षांत वांगलुंगला नातवंडं मिळाली. पण त्याचा काका – अफू ओढून स्वप्नांच्या दुनियेतच राहणारा म्हातारा जीव निघून गेला. आजकाल त्यांचं खाणंपिणं, कपडालत्ता आणि अफू पुरवणं याखेरीज वांगलुंगच्या ती दोघं लक्षातसुद्धा नसायची.

त्या वर्षी तीस वर्षांत आला नव्हता, एवढा कडक हिवाळा आला. वांगलुंगच्या आठवणीत पहिल्यांदाच शहराभोवतालच्या खंदकातलं पाणी थिजून बर्फ झालं आणि लोक त्याच्यावरून चालत जा-ये करायला लागले. ईशान्येकडचा बर्फाळ वारा सतत वाहात असायचा आणि कितीही केसाळ कातड्याचे गरम कपडे घातले, तरी माणसाला ऊब कशी ती यायची नाही. हवेलीतल्या प्रत्येक खोलीत कोळशाची शेगडी पेटवलेली असायची आणि तरीही सोडलेला श्वास स्पष्ट दिसायचा.

वांगलुंगच्या काका-काकूंच्या अंगावरचं मांस अफू ओढून ओढून केव्हाच पुरतं झडून गेलं होतं. दिवसरात्र ती दोघं सुकलेल्या काड्यांसारखी आपल्या बिछान्यावर पडलेली असायची. त्यांच्या अंगात काहीच ऊब नव्हती. वांगलुंगला कळलं की, काका आजकाल आपल्याआपण उठूनही बसू शकत नाही आणि थोडा हलला तरी

रक्त थुंकतोय. तो त्याला भेटायला गेला तेव्हाच त्याला कळलं की, काकाची घटका भरलीय.

मग वांगलुंगनं बऱ्यापैकी लाकडाच्या दोन शवपेट्या विकत घेतल्या आणि काकानं त्या पाहून समाधानानं मरावं, म्हणून काकाच्या खोलीत आणून ठेवल्या. काका गहिवरून त्याच्या कुजबुजत्या, थरथरत्या आवाजात म्हणाला, "त्या माझ्या उनाड पोरांपेक्षा तूच खरा माझा मुलगा आहेस."

काकूमध्ये थोडी जास्त ताकद शिल्लक होती. ती म्हणाली, "माझा मुलगा घरी परतायच्या आधी जर मी मेले, तर त्याचं लग्न चांगल्या मुलीशी लावून देशील, असं मला वचन दे, म्हणजे पुढेतरी आम्हाला कुणीतरी असेल वंशातलं." वांगलुंगनं तिला तसं वचन दिलं.

काका कधी वारला, ते वांगलुंगला कळलंच नाही. एका संध्याकाळी दासी थोडं सूप घेऊन काकाच्या खोलीत गेली, तेव्हा काका मेलेला होता. एका थंडगार दिवशी वारा बर्फाचे ढग वाहून आणत असताना वांगलुंगनं काकाला आपल्या वडिलांशेजारी पुरलं. वडिलांच्या थोडं खाली आणि त्याच्या स्वतःच्या जागेच्या थोडं वर.

वांगलुंगनं सगळ्या कुटुंबाला एक वर्षभर सुतक पाळायला लावलं. कुणाला काकाच्या मरणाचं खरंखुरं दुःख झालं होतं, म्हणून नव्हे; तर एवढ्या मोठ्या खानदानी कुटुंबानं जवळचा नातेवाईक मेला की एवढं सुतक पाळायची पद्धत आहे म्हणून.

मग त्यानं काकूला शहरात आणवलं. आता तिनं एकटीनंच शेतातल्या घरात राहणं योग्य नव्हतं. अगदी मागच्या चौकातली एक खोली त्यानं तिला वापरायला दिली. तिच्या खाण्यापिण्याकडे लक्ष द्यायला एक दासी नेमायला कक्कूला सांगितलं. ती म्हातारी दिवसांमागून दिवस आपली अफूची गुडगुडी ओढत समाधानानं पडून राहिली. शेजारी ठेवलेली आपली शवपेटी पाहायची आणि निश्चिंत व्हायची.

या लठ्ठ, तोंडवळ बाईचं आपल्याला किती भय वाटायचं, हे आठवून वांगलुंगला खूप आश्चर्य वाटायचं. तीच बाई आता पिवळी पडली होती, वाळून कोळ झाली होती. अगदी गप्प झाली होती – अगदी आता अवकळेला आलेल्या ह्वांग घराण्यातल्या माताजीसारखी.

■

एकतीस

वांगलुंग आयुष्यभर 'इकडे लढाई चाललीय', 'तिकडे लढाई चाललीय', असं ऐकत आला होता. पण हे काय प्रकरण आहे हे त्याला प्रत्यक्ष पाहायला कधीच मिळालं नव्हतं. एकदा फक्त त्यानं तरुणपणी दक्षिणेकडच्या शहरात एक हिवाळा काढला होता, तेव्हा त्याच्या थोड्या जवळ लढाई आली होती, एवढंच. तो लहान असल्यापासून माणसांना बोलताना ऐकत आला होता, 'या वर्षी पश्चिमेकडे लढाई होतेय' किंवा 'पूर्वेकडे लढाई चालू आहे' किंवा 'ईशान्येकडे लढाई चालू आहे.'

म्हणून त्याच्या दृष्टीनं जसं आभाळ, जमीन, पाणी या गोष्टी 'का' आहेत ते न कळता त्या असतातच, तशीच 'लढाई' ही एक गोष्ट होती. त्यानं पुष्कळदा हेही ऐकलं होतं, 'आपण आता लढाईवर जाऊ'. पण माणसं हे केव्हा बोलायची? तर कमालीची उपासमार व्हायला लागली की, म्हणजे भीक मागण्यापेक्षा शिपाई होणं बरं, असं वाटलं तर किंवा घरात अगदी बेचैन व्हायला लागलं तर – जसा त्याचा चुलतभाऊ झाला होता. काही असलं तरी लढाई नेहमीच दूर कुठेतरी चालू असायची आणि मग एकदा अचानक निरुद्देश वावटळीसारखी ती जवळ आली.

वांगलुंगला ही बातमी त्याच्या मधल्या मुलाकडून समजली. तो दुपारच्या जेवणासाठी बाजारातून घरी आला होता. तो वडिलांना म्हणाला, ''धान्याचे भाव एकदम खूप चढलेयंत. लढाई आपल्या दक्षिणेला आलीय आणि जवळजवळ येतेय. जसं सैन्य जवळजवळ येईल, तसतसे धान्याचे भाव आणखी वाढतील. मगच आपण आपला साठा विकायला काढू.''

जेवता जेवता वांगलुंग हे ऐकत होता. तो म्हणाला, ''चांगलं झालं. मलाही बघायचीच होती 'लढाई, लढाई' काय म्हणतात ती. जन्मभर ऐकलंय, पण बघायला कधीच नाही मिळाली.''

त्याला मनात आठवलं, एकदा त्यालाही धरून नेतील, म्हणून तो खूप घाबरला होता. पण आता त्याला तशी काही भीती नव्हती. एक तर तो आता खूप म्हातारा झाला होता. शिवाय खूप श्रीमंतही झाला होता. श्रीमंतांना कोणत्याच गोष्टीची भीती नसते. त्याला खूप काही उत्सुकता नव्हती या गोष्टींची. सहज गंमत म्हणून बघू, असं त्याच्या मनात आलं. तो मधल्याला म्हणाला, "तुला योग्य वाटेल तेव्हा वीक धान्य. तुझ्याच हातात आहे सगळं."

तो आपला नेहमीसारखा मनात आलं की, नातवंडांशी खेळत होता, खात होता, पीत होता, गुडगुडी ओढत होता. कधीकधी त्याच्या चौकातल्या एका कोपऱ्यात बसून असणारी खुळी ठीक आहे ना, ते पाहात होता.

आणि तेवढ्यात टोळधाड येऊन कोसळावी, तशी चढत्या उन्हाळ्यात वायव्येकडून माणसांची एक लाट आली. एका सकाळी वांगलुंगचा छोटा नातू नोकराबरोबर दरवाज्यात गंमत बघत उभा होता. त्यानं ही राखाडी कोटवाल्या शिपायांची पलटण पाहिली. तो धावत-धावत आजोबांकडे गेला आणि त्यांना बोलावून सांगायला लागला, "आजोबा, चला, चला गंमत बघायला." त्याला खूश करायला म्हणून वांगलुंग दरवाज्यात गेला.

शहरभर, रस्ताभर राखाडी कपडे घातलेली माणसं पसरलेली होती. पावलाला पाऊल जुळवून चालणारी राखाडी माणसं इतकी झाली होती, की वांगलुंगला एकदम प्रकाश, हवा कमी झाल्यासारखं वाटलं. त्यांच्याकडे नीट निरखून पाहिल्यावर वांगलुंगच्या लक्षात आलं की, त्यांच्यापैकी प्रत्येकाच्या हातातल्या शस्त्राला एक छोटीशी सुरी जोडलेली होती. त्यांच्यापैकी काही शिपाई म्हणजे अगदी तरणी पोरं होती, तरीपण प्रत्येकाचा चेहरा रखरखीत आणि जंगली होता, भीतिदायक होता. हे चेहरे पाहिल्यावर वांगलुंगनं नातवाला घाईघाईनं जवळ ओढलं आणि तो पुटपुटला, "चल, आपण आत जाऊ आणि दार बंद करून घेऊ. ही काही चांगली माणसं नाहीयेत, माझ्या सोन्या.' पण तो मागे वळण्याआधीच एकाचं लक्ष त्याच्याकडे गेलं आणि तो ओरडला, "अरे, माझ्या वडिलांचा पुतण्या." वांगलुंगनं दचकून वर पाहिलं आणि त्याला त्याच्या काकाचा मुलगा दिसला. त्याचेही कपडे इतरांसारखेच होते – राखाडी आणि मळलेले, पण त्याचा चेहरा मात्र इतरांपेक्षा जास्त क्रूर आणि जंगली होता. तो कर्कशपणे हसला आणि सोबत्यांना हाकारून म्हणाला, "आपण इथे थांबू शकतो मित्रांनो. हा बडा माणूस माझा नातेवाईक आहे."

वांगलुंग घाबरून काही बोलण्याच्या आतच तो सारा जमाव त्याच्या स्वत:च्या दरवाज्यातून आत घुसायला लागला आणि त्याचं त्यांच्यापुढे काही चाललं नाही. घाणेरडं पाणी सगळ्या कानाकोपऱ्यात पसरावं, तसे ते सगळे त्याच्या घरभर पसरले. जमिनीवर झोपले, पुष्करणीत हात बुचकळून पाणी प्याले, नक्षीदार टेबलावर

सुऱ्या आपटायला लागले आणि एकमेकांशी मोठ्यानं ओरडत बोलायला लागले.

वांगलुंग कमालीचा हताश होऊन नातवाला उचलून थोरल्याकडे धावला. थोरला स्वत:च्या चौकात वाचत बसला होता. वडिलांना पाहून तो उठून उभा राहिला. धापा टाकत वांगलुंगनं त्याला सारी हकिकत सांगितली, तेव्हा विव्हळतच तो बाहेर गेला.

जेव्हा तो आपल्या चुलतकाकाच्या समोर गेला, तेव्हा त्याला शिव्या द्याव्या की त्याच्याशी सभ्यपणे वागावं, हेच त्याला कळत नव्हतं. फक्त पाठोपाठ आलेल्या वडिलांकडे बघून त्याच्या तोंडून आणखी एक रडवा सुस्कारा बाहेर पडला, ''प्रत्येकाकडे सुरी आहे हो एक.'' आणि मग त्यानं सभ्यपणानं वागायचं ठरवलं. तो मोठ्यानं म्हणाला, ''ये-ये काका, खूप दिवसांनी घरी परतलायंस.''

तो चुलतकाका प्रचंड हसून म्हणाला, ''थोडे पाहुणेही आहेत माझ्याबरोबर.'' ''तुझे पाहुणे आहेत ना, मग त्यांचंही इथं स्वागतच होणार.'' थोरला म्हणाला, ''आम्ही जेवण बनवतो तुम्हा सर्वांसाठी. म्हणजे पुढे निघण्याच्या आधी तुम्ही पोटभर जेवू शकाल.'' आणखी हसत काका म्हणाला, ''जेवण बनवा, पण घाई नाही काहीच. आम्ही थोडे दिवस विश्रांती घेणार आहोत इथं. थोडे दिवस किंवा एक महिना किंवा एक वर्ष, दोन वर्षं. पुढचा हुकूम मिळेपर्यंत याच शहरात राहायचं आहे आम्हाला.''

हे ऐकल्यावर तर वांगलुंग आणि त्याच्या मुलांची भीतीनं गाळणच उडाली. पण ते लपवणं भागच होतं, कारण त्यांच्या सगळ्यांच्याच हातात चमकत्या सुऱ्या होत्या. मग ते दोघे कसेबसे म्हणाले, ''चांगलंच आहे की मग, आम्ही नशीबवान आहोत नशीबवान.''

मग जेवण तयार करण्यासाठी जायला हवं, असं म्हणत थोरल्यानं वडिलांचा हात धरला आणि ते दोघे घाईनं आतल्या चौकात गेले. तिथं पोहोचल्याबरोबर थोरल्यानं मधलं फाटक अडसर लावून बंद करून घेतलं आणि ते दोघे एकमेकांकडे मोठ्या पेचात पडून बघतच राहिले. काय करावं, काही सुचत नव्हतं.

तेवढ्यात मधला धावत घरी आला आणि त्यानं जोरात दार ठोठावलं. त्याला आत घेतलं, तेव्हा तो कोसळलाच, इतक्या घाईनं तो आला होता. तो श्वासही न घेता सांगायला लागला, ''सगळीकडे सगळ्या घरांमध्ये शिपाई भरलेत. अगदी गरिबांच्या घरातसुद्धा. तुम्ही अजिबात तक्रार करू नका कशाबद्दल, हेच सांगायला मी इतका धावत आलो. आज माझ्या दुकानात माझ्या चांगल्या ओळखीचा एक कारकून हे सगळं ऐकून घरी गेला. तिथे – म्हणजे त्याच्या आजारी बायकोच्या

खोलीतसुद्धा हे लोक घुसले होते. तो जरा नाराजी दाखवतोय, तर सरळ आरपार सुरा भोसकला की त्यांनी – चरबीमधून सुरा खुपसून काढावा तसा – अगदी त्याच्या दुसऱ्या बाजूनं बाहेर आला सरळ. जे त्यांना हवं असेल, ते आपण द्यायला पाहिजे. ही लढाई लवकर दुसरीकडे जाऊ दे, अशी देवाची प्रार्थना करायची फक्त.''

त्या तिघांनी एकमेकांकडे जड दुःखी नजरेनं पाहिलं. तिघांच्याही मनात एकाच वेळी विचार आला – आपल्या बायकांचा आणि या भुकेल्या हावरट जनावरांचा. थोरल्याला त्याच्या नीटनेटक्या, पद्धतशीर बायकोची आठवण झाली आणि तो म्हणाला, ''आपण सगळ्या बायकांना अगदी आतल्या चौकात ठेवू. म्हणजे आपल्याला त्यांच्यावर लक्ष ठेवता येईल. शिवाय मधले दरवाजे बंद ठेवता येतील आणि मागचं गुप्त शांतिद्वार सहज उघडता यावं, असं करून ठेवू या.''

त्यांनी असंच केलं. सगळ्या बायकांना आणि मुलांना त्यांनी लोटसच्या चौकात आणलं. तिथं कक्कू आणि तिच्या दासी यांच्याबरोबर लोटस एकटीच राहायची. तिथं ही सगळी माणसं आल्यावर सगळ्यांनाच गर्दी व्हायला लागली, त्रास व्हायला लागला. तरी ती सारी तिथंच एकत्र राहायला लागली. वांगलुंग आणि थोरला रात्रंदिवस फाटकावर नजर ठेवून बसायचे. मधलाही जेव्हा जमेल, तेव्हा घरी यायचा.

तरीही वांगलुंगच्या चुलतभावाला काही ते बाहेर थांबवू शकत नसत. काही झालं, तरी तो त्यांचा नातेवाईक होता ना, तो दरवाजावर धडाधड थाप मारायचा. दार उघडलं की आत यायचा आणि मनात येईल तिथं फिरायचा. थोरला कडू चेहऱ्यानं त्याच्यामागे फिरत असायचा, पण त्या उघड्या चमकत्या सुरीच्या धाकानं अवाक्षरही बोलायचा नाही. चुलतभाऊ वस्तू न वस्तू पारखून बघायचा. बायका न्याहाळून त्यांची किंमत जोखायचा.

थोरल्याच्या बायकोकडे बघून घोगरं हसत तो म्हणाला, ''वा! हा तर अगदी नाजूक घास पटकावलयंस की रे पुतण्या! अगदी शहरी बाईसाहेब आणि कमळाच्या कळीसारखी पावलं.''

मधल्याच्या बायकोला उद्देशून म्हणाला, ''अगदी गावरान मेवा दिसतोय. लाल मांसाचा तुकडाच जणू.'' तो असं बोलला, कारण ही बाई गुबगुबीत होती. रुंद हाडाची आणि लाल वर्णाची होती, पण कुरूप नव्हती. त्याची नजर गेली, की थोरल्याची बायको आकसून जायची, बाहीआड चेहरा लपवायची, तर ही खुशाल गमतीनं हसायची. या वेळी ती चावटपणे म्हणाली, ''काही काही लोकांना आवडतो की गावरान मेवा किंवा लाल मांसाचा तुकडासुद्धा.'' हे ऐकल्यावर तर चुलतभाऊ लगेच उत्तरला, ''मला आवडतं हां, मला आवडतं.'' आणि त्यानं तिचा हात पकडण्याचं सोंग केलं.

हे सगळं चालू असताना थोरला शरमेनं चूर होऊन तिथंच उभा होता. खरं म्हणजे, या माणसानं आणि या बाईनं एकमेकांशी अक्षरसुद्धा बोलणं योग्य नव्हतं, तर हे काय चाललं होतं? त्यानं आपल्या बायकोकडे एक चोरटी नजर टाकली. त्याला या आपल्या चुलतकाकाची आणि या भावजयीची शरम वाटत होती. त्याची बायको त्याच्याहून अधिक मोठ्या घराण्यातली होती. तिच्यासमोर तर आणखीनच लाज वाटत होती. त्याची ही चोरटी नजर, बायकोची भीती चुलतभावानं बरोबर ताडली आणि तो दुष्टपणानं म्हणाला, ''मी तर बाबा थंड बेचव माशासारख्या या बाईपेक्षा, हा लालबुंद मांसाचा तुकडा रोज खाणं पसंत करीन.'' या बोलण्यावर थोरल्याची बायको भारदस्तपणे उठली आणि आतल्या खोलीत निघून गेली. चुलतभाऊ घोगरट हसत, तिथंच गुडगुडी ओढत बसलेल्या लोटसला म्हणाला, ''या शहरी बायका फारच चोखंदळ असतात, नाही का मालकीणबाई?'' मग एकदा लोटसकडे नीट निरखून बघत तो म्हणाला, ''मालकीणबाई खऱ्याच, माझा चुलतभाऊ वांगलुंग श्रीमंत आहे की नाही, याची मला थोडी जरी शंका असती, तर तुमच्याकडे बघून माझी खात्री पटली असती. केवढ्या लठ्ठमुठ्ठ झाल्याहात तुम्ही, पर्वतच जणू एखादा. चांगलंचुंगलं भरपूर खाल्लेलं दिसतंय, फक्त श्रीमंतांच्या बायकाच अशा दिसू शकतात.''

फक्त बड्या घरच्या स्त्रियांनाच हाक मारली जाते, अशा 'मालकीणबाई' या नावानं त्यानं हाक मारल्यामुळं लोटस फारच खूश झाली होती. ती आपल्या लठ्ठ गळ्यात खोल गुरगुरत हसली. गुडगुडीतली राख काढून ती पुन्हा भरण्यासाठी एका दासीच्या हातात देत ती कक्कूकडे वळून म्हणाली, ''हा जंगली माणूस विनोदपण करू शकतो हं!'' हे बोलत असताना तिनं पूर्वीसारखी मान वाकडी करून तिरप्या नजरेनं चुलतभावाकडे पाहिलं. अर्थात आता तिचं हे बघणं सुंदर राहिलेलं नव्हतं. आता एके काळी बदामी असलेले मोठेमोठे डोळे गालांच्या गुरोळ्यात झाकले गेले होते. तिचं ते बघणं बघून चुलतभाऊ खदखदा हसला आणि म्हणाला, ''वा, वा! म्हातारी झाली तरी कुत्री ती कुत्रीच.''

हे सगळं चालू असताना थोरला भयंकर संतापून, पण चूपचाप असा तिथंच उभा होता.

सगळं पाहून झाल्यानंतर मग चुलतभाऊ त्याच्या आईला पाहायला गेला. ती कुठं झोपलीय ते दाखवण्यासाठी वांगलुंग स्वत: त्याच्याबरोबर होता. काकू तिच्या बिछान्यावर गाढ झोपलेली होती. तिला जागच येत नव्हती. पण बंदुकीचा दस्ता तिच्या उशाशी जमिनीवर आपटून-आपटून शेवटी मुलानं तिला जागं केलंच. ती जागी झाली, तरी स्वप्नात असल्यासारखी मुलाकडे पाहात राहिली. तो उतावळेपणानं म्हणाला, ''एवढा तुझा मुलगा आलाय आणि तू झोपूनच राहतेस?'' तिनं डोकं वर

उचललं आणि त्याच्याकडे निरखून पाहात ती पुटपुटली, "मुलगा, माझा मुलगा." खूप वेळ त्याच्याकडे टक लावून पाहिल्यावर, आता काय करावं, ते न कळल्यासारखी तिनं आपली अफूची गुडगुडी त्याच्यापुढं सारली आणि दासीला म्हणाली, "याच्यासाठी एक गुडगुडी भर."

तोही तिच्याकडे निरखून पाहात होता. तो म्हणाला, "नको! मी नाही ओढत अफू." वांगलुंग काकूच्या अंथरुणाशेजारीच उभा होता. आईची दशा पाहून हा मला विचारेल, 'काय केलंस माझ्या आईला तू? चांगली लठ्ठ, गोरी होती, ती अशी सुरकुतलेली पिवळी कशी झाली?' म्हणून त्याला खूप भीती वाटली आणि तो घाईघाईनं म्हणाला, "थोडी कमी ओढती अफू, तर बरं झालं असतं. पैसेपण बरेच खर्च होतात. पण तिच्या वयामुळे तिला काही कमीजास्त बोलता येत नाही आणि मग ती ओढते अफू तिला हवी तेवढी." बोलता बोलता एक सुस्काराही टाकला त्यानं आणि चुलतभावाकडे चोरट्या नजरेनं पाहिलं. पण चुलतभाऊ काहीच बोलला नाही. तो फक्त टक लावून आईकडे पाहात राहिला. ती पुन्हा मागे टेकली आणि गाढ झोपी गेली, तेव्हा तो उठला आणि बंदूक काठीसारखी ठेवत बाहेर निघून गेला.

बाहेरचा एवढा निरुद्योगी लोकांचा जमावसुद्धा वांगलुंगला आणि त्याच्या कुटुंबाला नकोसा, तिटकारा करण्यासारखा वाटत नव्हता; इतका हा चुलतभाऊ वाटत होता. हे लोक फळं-फुलं तर तोडत होतेच, पण झाडांच्या फांद्याही तोडत होते. नाजूक नक्षीच्या टेबल-खुर्च्यांवर वाटेल तसं बसून त्यांची तोडमोड करत होते. पुष्करणीमध्ये घाण करत होते. त्यामुळे मासे मरून पांढरी पोटं दाखवत तरंगत होते. तरीही या चुलतभावाइतका राग त्यांना या कशाचाही येत नव्हता.

कारण हा चुलतभाऊ मनात येईल तसा आत यायचा, जायचा, दासींकडे वाकड्या नजरेनं बघत राहायचा. झोप नसल्यानं थकलेल्या, खोल गेलेल्या डोळ्यांनी वांगलुंग आणि त्याचा थोरला एकमेकांकडे पाहात राहायचे. हे सगळं कक्कूनं पाहिलं आणि ती म्हणाली, "याला एकच उपाय आहे. त्याला त्याच्या सुखासाठी एक दासी दिली पाहिजे. म्हणजे मग नको तिथं त्याचा हात जाणार नाही."

तिची सूचना वांगलुंगनं मोठ्या उतावीळपणे मान्य केली, कारण घरातल्या या सगळ्या त्रासानं त्याचं जगणं कडू करून टाकलं होतं. तो म्हणाला, "चांगली कल्पना आहे." चुलतभावाला कोणती दासी हवीय हे विचारायला त्यानं कक्कूला लगोलग पाठवलंच; कारण त्यानं सगळ्या दासी नजरेखालून घातल्या होत्याच.

कक्कू परतून म्हणाली, "मालकीणबाईंच्या पायगती झोपणारी ती फिकट छोटी दासी आहे ना, ती हवीय त्यांना."

या फिकट गोऱ्या दासीचं नाव होतं पेअर ब्लॉसम. दुष्काळाच्या एका वर्षी ती

अगदी लहान, केविलवाणी होती, तेव्हा वांगलुंगनं तिला विकत घेतलं होतं. ती नाजूक होती, म्हणून तिचे खूप लाड व्हायचे. ती फक्त कक्कूला मदत करायची आणि लोटसची छोटीछोटी कामं करायची. तिची गुडगुडी भरणं किंवा तिला चहा ओतणं अशी. अशाच वेळी कधीतरी चुलतभावानं तिला पाहिलं होतं.

पेअर ब्लॉसमनं हे ऐकलं आणि लोटससाठी चहा ओतता ओतताच ती किंचाळली. कारण कक्कूनं हे सगळ्यांच्या समोरच सांगितलं होतं. तिच्या हातातली किटली जमिनीवर पडून फुटून गेली. सगळा चहा जमिनीवरून वाहायला लागला. पण हे काहीही त्या मुलीच्या ध्यानात आलं नाही. तिनं धाडकन स्वत:ला लोटसच्या पायावर घालून घेतलं आणि फरशीवर डोकं आपटत ती विव्हळायला लागली, "नको, बाईसाहेब, मी नाही – मला नको – मला त्याची मरणाची भीती वाटते." लोटसला राग आला आणि ती फुणफुणत म्हणाली, "माणूसच आहे ना तो. बाई आणि पुरुषाचं जे असतं, तेच होणार ना की काही वेगळं होणारे! उगाच तमाशा करू नको." आणि ती कक्कूकडे वळून म्हणाली, "घेऊन जा गं, या बटकीला आणि देऊन टाक त्याला." हे ऐकल्याबरोबर तर ती नाजूकशी मुलगी आपले दोन्ही हात एकमेकांत घट्ट अडकवून इतकी केविलवाणेपणानं रडायला लागली की, ती या भीतीनंच मरूनच जाईल की काय, असं वाटायला लागलं. तिचं सारं शरीर थरथर कापत होतं आणि आपल्याला यातून कुणीतरी वाचवावं, अशा चेहऱ्यानं ती साऱ्यांकडे पाहात होती.

आता वांगलुंगचे मुलगे तर काही वडिलांच्या बायकोविरुद्ध बोलू शकत नव्हते. ते बोलले नाहीत, म्हणून त्यांच्या बायका काही बोलल्या नाहीत. धाकट्यानं काही बोलण्याचा प्रश्नच नव्हता. पण तो तिथं उभा राहून एकटक पेअर ब्लॉसमकडे पाहात होता. त्याच्या मुठी वळलेल्या होत्या आणि जाड काळ्या भिवयांची एक सरळ रेषा डोळ्यांवर तयार झाली होती. पण तो काही बोलला नाही. मुलं आणि दासदासी सगळे चिडीचूप झाले होते. फक्त या भेदरलेल्या मुलीच्या रडण्याचा अतिशय केविलवाणा आवाज येत होता.

वांगलुंग मात्र अस्वस्थ झाला होता. लोटस चिडायला नको, म्हणून थोड्या साशंक मनानं त्यानं त्या मुलीकडे पाहिलं. त्याचं मन हळवं होतंच. त्याला तिची दया आली. त्या मुलीची नजर त्याच्याकडे गेली. त्याच्या मनातले विचार तिला त्याच्या चेहऱ्यावर दिसले असावेत. कारण ती त्याच्याकडे धावली आणि त्याच्या पावलांवर डोकं ठेवून मोठ्यानं हुंदके द्यायला लागली. त्यानं खाली तिच्याकडे पाहिलं. तिचे गदगदणारे खांदे किती वाळकुटे आहेत ते त्याला दिसलं. चुलत भावाच्या जुन्या ओबडधोबड रानटी शरीराचीही त्याला आठवण झाली. त्याचं तोंड कडू झालं. तो सौम्यपणे कक्कूला म्हणाला, "या लहान पोरीला

जबरदस्ती करणं चांगलं नाही.'' लोटस एकदम तिखटपणे म्हणाली, ''तिला सांगितलंय, तसं तिनं करायला हवं. एवढ्याशा गोष्टीसाठी एवढं रडणं, ओरडणं अगदी मूर्खपणाचं आहे. आज नाहीतर उद्या सगळ्याच बायकांना या गोष्टीला तोंड द्यावं लागतं.''

तरी वांगलुंग लोटसला म्हणाला, ''दुसरं काही करता येतं का आधी बघू आणि मी तुला हवी तशी दुसरी दासी विकत घेऊन देतो ना. पहिल्यांदा मला काय करता येईल, ते तर बघू दे.'' लोटसला एकदम आठवण झाली. तिला खूप दिवसांपासून एक परदेशी घड्याळ आणि एक माणकाची अंगठी हवी होती. ती एकदम गप्प झाली. वांगलुंग कक्कूला म्हणाला, ''जा, माझ्या चुलतभावाला सांग, त्या दासीला कसलातरी घाणेरडा रोग आहे. तरी तीच त्याला हवी असली, तर जरूर पाठवून देतो. पण आम्हाला भीती वाटते, तशी त्यालाही भीती वाटत असली, तर दुसरी चांगली धडधाकट दासी पाठवतो.'' त्यानं आजूबाजूला उभ्या असलेल्या दासींवर नजर फिरवली. साऱ्यांनी लाज वाटत असल्यासारख्या पण हसत-हसत माना फिरवल्या. पण एक मात्र धिटाईनं तशीच उभी राहिली. चांगली विशीच्या वरची धष्टपुष्ट होती. तिचा चेहरा एकदम लालवरला आणि हसत हसत ती म्हणाली, ''फार दिवस ऐकतेय मी या गोष्टीबद्दल. तो तयार असेल, तर मला एकदा आजमावूनच पाहायचंय काय असतं ते. एवढा काही कुरूप नाहीय तो.''

सुटकेचा श्वास टाकत वांगलुंग म्हणाला, ''जा तर मग.''

कक्कू म्हणाली, ''अगदी माझ्यापाठोपाठ ये, तो समोरची सोडून दुसरी कोणी मागणार नाही हे नक्की.'' आणि त्या दोघी तिथून निघून गेल्या.

ती छोटी दासी अजून वांगलुंगचे पाय धरून पडूनच होती. ती आता कुठं रडायची थांबली. लोटस तिच्यावर खूप रागावली होती. ती एक शब्दही न बोलता आपल्या खोलीत निघून गेली. वांगलुंगनं हळुवारपणे त्या दासीला वर उठवलं. ती अगदी गळून गेलेली, फिकुटलेली अशी त्याच्यासमोर उभी राहिली. तिचा गोरटेला चेहरा लांबट गोल आणि अगदी नाजूक असा होता. इवलीशी जिवणी लालबुंद होती, हे त्याला आत्ता दिसलं. तो मायेनं तिला म्हणाला, ''पोरी, तिचा राग शांत होईपर्यंत थोडे दिवस आपल्या मालकिणीच्या नजरेआड राहा आणि तो आत येईल, तेव्हा लपून बस, नाहीतर परत त्याची नजर जाईल तुझ्यावर!''

तिनं एकदाच नजर उचलून पूर्णपणे त्याच्या नजरेला नजर भिडवली. चूपचाप भाव होते तिच्या त्या नजरेत आणि मग एखाद्या सावलीसारखी निःशब्दपणे ती तिथून निघून गेली.

चुलतभाऊ तिथं एकूण दीड महिना राहिला. त्याच्या मनात येईल, तेव्हा तो त्या दासीला भोगायचा. तिला त्याच्यापासून दिवस गेले. ती नोकरांच्या चौकात

त्याबद्दल बढायाही मारायची. मग एके दिवशी अचानक लढाईचं बोलावणं आलं, आणि वाऱ्यावर भूस उडून जावं, तसे ते सारे शिपाई निघून गेले. मागे फक्त त्यांनी केलेली मोडतोड आणि प्रचंड घाण शिल्लक राहिली. चुलतभावानं सुरी कमरबंदात खोचली आणि बंदूक खांद्यावर घेऊन तो त्यांच्यासमोर येऊन उभा राहिला. कुचेष्टेनं हसत म्हणाला, "आता मी जरी परत आलो नाही, तरी माझा वंश तुमच्यासाठी ठेवून जातोय, माझ्या आईसाठी नातू. सगळ्याच पुरुषांना हे जमतं असं नाही – महिना, दोन महिन्यांसाठी कुठे थांबावं लागलं, तरी तिथे एक मुलगा सोडणं – शिपायाच्या आयुष्याचा हा एक मोठा फायदा आहे, बघ! तो आपलं बीज मागे ठेवून जातो आणि दुसऱ्यांना त्याची काळजी घ्यावी लागते."

आणि त्या सगळ्यांकडे पाहात मोठ्यानं हसत तो आपल्या वाटेनं निघून गेला.

■

बत्तीस

सगळे शिपाई निघून गेल्यानंतर पहिल्यांदाच वांगलुंग आणि त्याचे दोघे मुलगे यांचं एकमत झालं की जे काही घडलं, ते साफ धुऊन काढलं गेलं पाहिजे. त्यांनी पुन्हा एकदा सुतार, गवंडी बोलावले, नोकरांकडून सगळे चौक साफ करून घेतले. सुतारांनी मोठ्या कौशल्यानं मोडलेल्या जाळीदार खुर्च्या आणि टेबलं दुरुस्त केली. सगळ्या पुष्करणींमधली घाण काढून टाकण्यात आली. त्या पुन्हा एकदा पाण्यानं भरून त्यात सोनेरी मासे सोडण्यात आले. थोरल्यानं पुन्हा एकदा फुलझाडं लावली आणि झाडांच्या मोडलेल्या, ओरबाडलेल्या फांद्या कापून नीटनेटक्या केल्या. एका वर्षभरामध्ये सगळी हवेली पुन्हा पहिल्यासारखी झाली. प्रत्येक मुलगा आपापल्या चौकात परत गेला होता आणि पुन्हा एकदा सगळं सुरळीत चालू झालं.

चुलतभावापासून जी दासी गरोदर राहिली होती, तिला वांगलुंगनं काकूची ती जिवंत असेपर्यंत देखभाल करायचं काम सोपवून दिलं. काकू मेल्यानंतर तिला शवपेटीत ठेवायचं कामही तिच्यावरच सोपवलं. या दासीला मुलगी झाली, तेव्हा वांगलुंगला अतिशय आनंद झाला. कारण मुलगा झाला असता, तर या दासीनं घराण्यातल्या आपल्या जागेवर हक्क सांगितला असता. आता काय, दासीला दासी झाली होती आणि ती होती त्याच पायरीवर राहिली होती.

तरीही वांगलुंगनं अत्यंत न्यायीपणानं तिला सांगितलं की, म्हातारी काकू मेल्या नंतर ती खोली आणि खोलीतलं सामानसुमान तिलाच मिळेल. साठ खोल्यांच्या या हवेलीत एक खोली कमीजास्त झाल्यानं काही फरक पडणार नव्हता. त्यानं त्या दासीला थोडे पैसेही दिले. आता तिची फक्त एकच मागणी होती. तीही वांगलुंगनं पैसे देतानाच मान्य करून टाकली. ती म्हणाली, "मालक, हे पैसे तुमच्याजवळच राहू द्या – माझा हुंडा म्हणून आणि तुमची हरकत नसेल, तर एखाद्या चांगल्या

शेतकऱ्याबरोबर माझं लग्न लावून द्या. म्हणजे तुमचंही नाव मोठं होईल. शिवाय एका पुरुषाबरोबर थोडे दिवस का होईना, पण राहिल्यानंतर आता एकटं झोपणं मला कठीण वाटायला लागलंय.''

याला वांगलुंग लगेच कबूल झाला. तेव्हाच त्याला एक गोष्ट फार तीव्रतेनं जाणवली ती अशी – तो इथं एक बाई एका गरीब माणसाला देण्याचं वचन देत होता. तो स्वत:ही एके काळी गरीब माणूस होता आणि याच हवेलीत एका दासीसाठी आला होता. त्याला गेली कित्येक वर्षं ओ-लानची आठवणसुद्धा आली नव्हती. आताही तिची आठवण आली, ती दु:खाची नव्हे, तर गतकाळातल्या आठवणींचा जडपणा येऊन आलेली आठवण होती ती, इतका तो तिच्यापासून दूर आला होता.

तो भरल्या अंत:करणानं म्हणाला, ''ती अफिमबाज म्हातारी मेली की मी तुझ्यासाठी माणूस शोधीन. आता काही फार दिवस लागणार नाहीत.''

आणि त्यानं सांगितल्याप्रमाणे केलंही. एके दिवशी सकाळी ती दासी त्याच्याकडे येऊन म्हणाली, ''तुमचं वचन पूर्ण करायची वेळ आलीय मालक, आज सकाळी आजीबाई झोपेतच वारल्या. मी त्यांना शवपेटीत ठेवलंय.''

आपल्या शेतावरच्या सर्व माणसांचे चेहरे वांगलुंगनं डोळ्यासमोर आणले. त्याला चिंग मरायला कारण झालेल्या त्या गावंढळ पोराची आठवण झाली – त्याचे वरचे दात खालच्या ओठावर उतरले होते तो. तो मनाशी म्हणाला, 'त्यानं काही मुद्दाम नाही केलं ते. चांगला मुलगा आहे तोपण आणि शिवाय मला दुसरा कुणी आठवत नाहीय.'

त्यानं त्या पोराला बोलावणं पाठवलं. आता तो चांगला बाप्या झाला होता, पण त्याचे दात अजून तसेच होते आणि गावंढळपणाही तसाच होता. वांगलुंगच्या काय मनात आलं, कुणास ठाऊक? पण तो मोठ्या दिवाणखान्यातल्या ओट्यावरच्या भल्यामोठ्या खुर्चीत तो बसला. त्यानं त्या दोघांना समोर बोलावून घेतलं. सावकाश बोलला, ''ही बाई मी तुला देतोय. तुला हवी असली तर. माझ्या स्वत:च्या चुलतभावाखेरीज दुसऱ्या कुणाही पुरुषाचा हिच्याशी संबंध आलेला नाही.''

मोठ्या कृतज्ञतेनं तो माणूस 'हो' म्हणाला. कारण ती दासी चांगली धट्टीकट्टी होती, चांगल्या स्वभावाची होती. शिवाय तो इतका गरीब होता की त्याला हिच्याहून चांगली बायको कुठं मिळणार होती?

मग वांगलुंग त्या ओट्यावरून खाली उतरला आणि त्याला वाटलं की, आपल्या आयुष्यानं एक वर्तुळ पुरं केलंय. त्यानं आयुष्यात जे-जे काही करायचं ठरवलं होतं, ते तर सारं केलं होतंच; शिवाय त्याच्या स्वप्नातही आल्या नव्हत्या, अशा गोष्टीही त्यानं मिळवल्या होत्या. हे कसं काय घडू शकलं, हे त्याचं त्यालाच

कळत नव्हतं. आणि आता मात्र त्याला खरंच अगदी शांत जीवन जगता येईल, असं त्याचं वयही झालं होतं म्हणा. पासष्टीच्या जवळ तो येऊन ठेपला होता. त्याचे नातू आता तरण्या बांबूसारखे भराभर वाढत होते. सगळ्यात मोठा नातू जवळजवळ दहा वर्षांचा झाला होता. सगळ्यात धाकट्या मुलाचं लग्नही लवकरच करावं लागलं असतं आणि तेवढं एकदा झालं की, मग त्याचं कोणतंच कर्तव्य बाकी राहिलं नसतं.

तरीही त्याला शांतपणा नव्हताच. त्या शिपायांचं येणं गांधीलमाशांच्या येण्या सारखं झालं होतं. त्यांचे डंख अजून ठुसठुसत होते. एकाच चौकात राहात असताना एकमेकांशी चांगल्या वागणाऱ्या दोघी जावा आता एकमेकींचा कमालीचा द्वेष करायला लागल्या होत्या. छोट्या-छोट्या शेकडो कुरबुरींतून हा द्वेष जन्मला होता. दोघींची मुलं एकत्र राहायची, खेळायची, साहजिकच भांडायचीसुद्धा. प्रत्येक आई आपल्या मुलाच्या बाजूनं भांडायला धावायची आणि दुसरीच्या मुलाला चांगलं ठोकायची. नेहमी तिचं मूल बरोबर असायचं आणि दुसरीचं चूक आणि मग त्या दोघी एकमेकींशीच भांडायला लागायच्या.

शिवाय एके दिवशी चुलतभावानं खेड्यातल्या मुलीची स्तुती केली होती आणि शहरी मुलीची चेष्टा केली होती, ती तर कुणी विसरणं शक्यच नव्हतं. धाकटी जाऊ शेजारून जायला लागली की मोठी जाऊ नाक मुरडायची. एक दिवस तर धाकटी तिथून जात असतानाच थोरली नवऱ्याला म्हणाली, ‘‘घरात इतकी असभ्य बाई असलेली सहन करणं कठीणच आहे. कुणाही माणसानं तिला ‘लाल मांसाचा तुकडा म्हणावं’ आणि तिनं फिदीफिदी हसावं.’’ धाकटीही थांबली नाही मग – तिनं मोठ्यानं उत्तर दिलं, ‘‘माझ्या जावेला एक पुरुष थंड मासा म्हणाला, म्हणून तिला माझा मत्सर वाटतोय, दुसरं काही नाही.’’ आणि त्या दोघी एकमेकींकडे संतापानं, द्वेषानं बघत राहिल्या. अर्थात थोरलीला स्वतःच्या रीतिभातीचा, पद्धतशीर वागण्याचा अभिमान असल्यामुळे ती फक्त रागाने बघायची, धाकट्या जावेकडे पूर्ण दुर्लक्षच करायची. पण जेव्हा तिची मुलं तिच्या चौकातून बाहेर खेळायला यायची, तेव्हा मात्र ती ओरडून म्हणायची, ‘‘रीतभात नसलेल्या अडाणी पोरांशी खेळायचं नाही हं!’’ हे ती जावेला ऐकू जाईल, अशा आवाजातच म्हणायची. मग धाकटी स्वतःच्या मुलांना हाका मारून सांगायची, ‘‘सापाच्या पिल्लांशी खेळू नका हं मुलांनो, चावतीलबिवतील तुम्हाला.’’ असे त्यांचे हेवेदावे वाढतच चालले. त्यात महत्त्वाची गोष्ट अशी होती की, या दोन भावांचंही काही एकमेकांवर फार प्रेम नव्हतंच. थोरल्याला नेहमी वाटायचं, आपली बायको शहरी आहे, तिच्या तुलनेत आपण कमी पडता कामा नये आणि मधल्याला वाटायचं थोरला उधळ्या आहे, संपत्तीचा आपला वाटा आपल्याला मिळण्याआधीच तो पैसा उडवून टाकेल. शिवाय मधल्याला

वडिलांच्या सर्व कारभाराची माहिती असायची. किती पैसा आला आणि किती गेला, याची वित्तंबातमी असायची. सर्व पैसा जरी वांगलुंगच्या हातात यायचा आणि त्याच्याकडूनच खर्चला जायचा, तरी मधल्याला जेवढी माहिती होती, तेवढी थोरल्याला नव्हती. त्याला प्रत्येक गोष्ट लहान मुलासारखी वडिलांना विचारावी लागायची, हेही त्याला बोचायचं. अशी दोघा भावांमधली तेढ बायकांच्या हेव्यादाव्यामुळे आणखीच वाढायला लागली होती. दोघांचेही चौक या मत्सरानं, रागानं भारलेले असायचे आणि आपल्या नशिबातच शांती नाही की काय, असं म्हणत वांगलुंग विव्हळत राहायचा.

ज्या दिवशी वांगलुंगनं त्या छोट्या दासीला चुलतभावापासून वाचवलं होतं, तेव्हापासून त्याच्यात आणि लोटसमध्ये एक छुपी तेढ निर्माण झाली होती. त्या दिवसापासून ती दासी लोटसच्या मर्जीतून उतरली होती. ती रात्रीबेरात्री लोटसच्या कण्हण्यानं उठायची, तिचे पाय, अंग चेपून द्यायची, तिची गुडगुडी भरायची, सगळं काम मन लावून करायची; पण लोटस काही खूश व्हायची नाही.

खरं म्हणजे तिला या तरुण मुलीचा मत्सर वाटत होता. त्यामुळे वांगलुंग खोलीत बसला की तिला बाहेर पिटाळायची आणि 'तिच्याकडे टक लावून बघत असता', असा आरोप वांगलुंगवर करायची. आता खरं म्हणजे वांगलुंगच्या मनात ती दासी म्हणजे, एक भयंकर घाबरलेली गरीब बिचारी लहान पोरगी एवढंच आलं होतं. त्याच्या खुळीबद्दल त्याला जसं प्रेम होतं, तसंच या दासीबद्दलही होतं, बस! पण लोटसचा हा आरोप ऐकून त्यानं एकदा खरंच तिच्याकडे निरखून पाहिलं. ती खरोखरच पेअरच्या बहरासारखी फिकट आणि खूप सुंदर होती. तिचं रूप बघून गेल्या दहा-बारा वर्षांत त्याच्या मनात न आलेली भावना पुन्हा एकदा जागी व्हायला लागली.

त्यामुळे एकीकडे तो हसत म्हणत होता, "तू काय मला अजून गरम रक्ताचा तगडा जवान समजतेस की काय? तुझ्या खोलीसुद्धा मी वर्षातून दोनदा-तीनदाच तर येतो." आणि दुसरीकडे त्या तरुण मुलीकडे चोरून पाहात होता, चळत होता.

आता लोटस बाकी सगळ्या बाबतीत अडाणी असली, तरी एका गोष्टीत चांगली हुशार, माहितगार होती. ती म्हणजे बायकांशी पुरुषांचं वागणं. तिला चांगलं माहीत होतं की पुरुष म्हातारे झाले, तरी एकदा केव्हातरी थोड्या काळापुरतं का होईना, पण त्यांचं तारुण्य परत येतंच. म्हणून तर ती रागावून या दासीला चहागृहात विकून टाकण्याच्या गोष्टी करत होती. पण शेवटी तिला या सगळ्या आरामाची सवय झाली होती आणि कक्कू म्हातारी आणि आळशी झाली होती. त्यामुळे या चपळ तरतरीत दासीवरच तिचा सगळा आराम अवलंबून होता.

लोटसच्या मनात एखादी इच्छा येण्याआधीच ती दासी ती वस्तू आणून समोर ठेवायची, इतकी ती हुशार होती. म्हणून तिला विकून टाकणं लोटसच्या जिवावर आलं होतं. पण काढून तर टाकायला हवंच होतं. या नव्याच अनोळखी कात्रीत सापडल्यामुळे लोटस आणखीच चिडचिडी बनली होती. कोणतीही गोष्ट तिला पसंत पडेनाशी झाली होती. तिच्याबरोबर राहणं सगळ्यांनाच कठीण व्हायला लागलं होतं. तिच्याशी बोलण्या-बसण्यात काहीच आनंद राहिलेला नव्हता. म्हणून वांगलुंगसुद्धा दिवसचे दिवस तिच्या चौकाकडे वळेनासा झाला होता. त्यानं ठरवलं होतं – ही तिची मन:स्थिती थोड्या दिवसात पालटेल, मग बघू, पण त्याला स्वत:लाही खरं वाटू नये, इतका वेळ तो त्या नाजूक मुलीचा विचार करत असायचा ही गोष्ट मात्र खरी.

ही इतकी सगळी गडबड पुरेशी नव्हती म्हणून की काय, वांगलुंगच्या धाकट्या मुलानं आणखीनच एक वाद उभा केला. आता हा धाकटा आपली वाया गेलेली वर्षं भरून काढण्यासाठी आपल्या पुस्तकांमध्ये इतका गढलेला असायचा की कुणाला त्याची आठवणही व्हायची नाही. एक सडपातळ मुलगा पुस्तकं छातीशी धरून इकडेतिकडे जातोय आणि एखाद्या पाळीव कुत्र्यासारखे त्याचे म्हातारे शिक्षक त्याच्यापाठोपाठ जाताहेत, असं दृश्य सगळ्यांच्या माहितीचं झालं होतं.

पण त्या तरुण मुलानं शिपायाचं आयुष्य जवळून पाहिलं होतं. शिपायांचा मुक्काम त्यांच्या हवेलीत होता; तेव्हा त्यांच्या लढाईच्या, लुटालुटीच्या गोष्टी त्यानं गुपचूप पण मन लावून ऐकल्या होत्या. तो म्हाताऱ्या गुरुजींकडून सारख्या लढाईच्या गोष्टीच ऐकत असायचा. तीन राज्य, स्वाय तलावाच्या काठी जुन्या जमान्यात राहणारे लुटारू यांच्या गोष्टी ऐकणं त्याला फार आवडायचं.

तो आता वडिलांकडे येऊन म्हणाला, "मी ठरवलंय काय करायचं ते. मी शिपाई होऊन लढाईवर जाणार आहे." हे ऐकून वांगलुंगला धक्काच बसला. मुलानं शिपाई होण्यापेक्षा आणखी वाईट काय होणार होतं? तो मोठ्या आवाजात ओरडला, "हा काय वेडेपणा आहे? मला माझ्या मुलांच्याकडून शांतता मिळणार आहे की नाही कधीतरी?" त्यानं मुलाबरोबर खूप वाद घातला. मुलाच्या जाड काळ्या भिवया एकत्र येताहेत हे पाहिल्याबरोबर तो गोड, प्रेमळ आवाजात म्हणाला, "माझ्या पोरा, पुराणकाळापासून लोक म्हणत आले आहेत – साधा खिळा बनवायला चांगलं लोखंड वापरू नये आणि शिपाई व्हायला चांगल्या माणसानं जाऊ नये. तू तर माझा सगळ्यात धाकटा मुलगा आहेस. तू कुठं जंगलात फिरतोहेस, या विचारानं मला झोप तरी लागेल का बरं?" पण त्या मुलानं पक्कं ठरवलं होतं. त्यानं भिवया जुळवत वडिलांकडे पाहिलं आणि इतकंच म्हटलं, "मी जाणार." मग वांगलुंगनं आणखी मनधरणी केली, "तुला हवं त्या शाळेत पाठवतो. तुला काही विचित्र,

विलक्षण शिकायला पाठवतो मी, पण तू शिपाई होऊ नकोस. माझ्या सारख्या पैसेवाल्या जमीनदाराचा मुलगा शिपाई असणं, हे खानदानाला कमीपणा आणणारं आहे.'' तरी तो मुलगा गप्पच होता. ते बघून वांगलुंगनं त्याला आणखी विनवलं, ''तुझ्या म्हाताऱ्या बापाला तर सांगशील, तुला शिपाई का व्हायचंय ते?'' त्यावर मात्र त्या मुलाचे डोळे चमकले आणि तो एकदम म्हणाला, ''आजवर झाली नाही अशी लढाई होणारेय, असं लोक म्हणताहेत. मोठी क्रांती होणारेय, लढाई होणारेय आणि आपण सगळे स्वतंत्र होणारोत.'' हे सगळं वांगलुंग फार आश्चर्यानं ऐकत होता. विचार करतच तो म्हणाला, ''तू हे काय म्हणतोहेस ते काही मला कळत नाहीय. आपला देश स्वतंत्रच आहे की, आपली सगळी जमीन मोकळी आहे. मी ती माझ्या मनाप्रमाणे कुणालाही कसायला देऊ शकतो आणि त्यातून मला चांगला पैसा, धान्य सगळं मिळतं. तुला खायला-ल्यायला मिळतंय. मग 'स्वातंत्र्य मिळणार, स्वातंत्र्य मिळणार' असं तू काय म्हणतोहेस, तेच मला कळत नाहीय.'' तो मुलगा कडवटपणानं पुटपुटला, ''तुम्हाला कळणार नाही, तुम्ही म्हातारे झालाहात आता. तुम्हाला कळणार नाही.'' वांगलुंग विचारात पडून आपल्या धाकट्याकडे पाहात राहिला. तीन मुलांच्याप्रमाणे हा मुलगाच त्याला धक्के देणारा ठरत होता. त्याचा दुःखानं पिळवटलेला तरुण चेहरा पाहून तो मनाशी म्हणाला, 'या मुलाला मीच तर सगळं दिलंय, त्याचं आयुष्यसुद्धा. त्याला शेती सोडायलासुद्धा मी परवानगी दिली. खरं म्हणजे माझे दोन मुलगे चांगले शिकलेले असताना आणखी तिसऱ्याला शिकण्याची काहीच जरूरी नव्हती. पण माझ्यानंतर माझा एकही मुलगा मात्र शेती बघायला राहिला नाही – तरी मी परवानगी दिली त्याला.' मुलाकडे टक लावून पाहातच तो पुढे म्हणाला, ''या मुलाचं जे काही आहे, ते सगळं मीच त्याला दिलेलं आहे.'' त्यानं मुलाकडे आपणही निरखून पाहिलं. मुलगा चांगला उंचापुरा झाला होता. अजून बाप्या झाला नसला, तरी मुलगाही राहिला नव्हता. त्याच्या चेहऱ्यावर वासनेला मात्र लवलेशही नव्हता. म्हणून थोडं बिचकतच वांगलुंगनं मनाशी विचार केला – त्याला कदाचित ही एक गोष्ट हवी असेल आणि मग मोठ्यानं सावकाश म्हटलं, ''शिवाय, तुझं लग्नही आता करून टाकावं म्हणतोय मी, पोरा!''

पण त्या मुलानं जुळलेल्या काळ्याभोर जाड भिवयांखालून वडिलांकडे जळजळीत नजरेनं पाहिलं आणि म्हटलं, ''मग तर मी नक्कीच पळून जाईन. माझ्या थोरल्या भावासारखं बायको म्हणजे मला सर्वस्व नाही वाटत.'' आपली चूक वांगलुंगच्या लगेच ध्यानात आली आणि तो घाईघाईनं म्हणाला, ''नाही-नाही, लग्न नाही करणार तुझं, पण तुला एखादी दासी हवी असली तर – ''

मुलानं छातीवर हात दुमडले आणि मोठ्या जिद्दीनं उत्तर दिलं, ''मी काही साधा, सामान्य मुलगा नाहीय, मी काही स्वप्नं पाहिलीयेत. मला कीर्ती मिळवायचीय.

बायका तर काय सगळीकडेच मिळतात.'' एकदम कसली तरी आठवण झाल्यासारखे त्याचे हात खाली पसरले आणि प्रौढीचा मुखवटा दूर झाला. तो नेहमीच्या आवाजात म्हणाला, ''शिवाय आपल्याकडच्या सगळ्या दासी एकजात कुरूप आहेत. मला हवीशी वाटेल, अशी एकसुद्धा त्यांच्यात नाहीय. वाटलीच हवीशी, तर एकच आतल्या चौकात कामाला आहे ती गोरटेलीशी.'' तो पेअर ब्लॉसमबद्दल बोलतोय हे वांगलुंगच्या लक्षात आलं आणि त्याच्या मनात एक चमत्कारिक मत्सर उफाळून आला. त्याला एकदम आपण खूप म्हातारे झालो आहोत असं वाटायला लागलं – म्हातारे, पोट सुटलेले आणि केस पांढरे व्हायला लागलेले आणि त्याचा मुलगा तरुण सडपातळ. या क्षणी ते बापलेक नव्हतेच, तर दोन पुरुष होते – एक म्हातारा आणि एक तरुण आणि वांगलुंग एकदम संतापून म्हणाला, ''दासीपासून लांबच राहा. ते बड्या लोकांचे प्रकार मी इथं माझ्या घरात चालू देणार नाही. आपण चांगल्या वळणाचे शेतकरी लोक आहोत. सभ्यपणानं वागणारे, हे असलं काही इथं चालायचं नाही.'' यावर त्या मुलानं खांदे उडवले. आपल्या ठळक भिवया उचलून वडिलांकडे पाहिलं आणि म्हटलं, ''तुम्हीच पहिल्यांदा म्हणालात...'' आणि तो वळून निघून गेला.

तिथं आपल्या खोलीत टेबलाजवळ वांगलुंग एकटाच राहिला. त्याला फार थकलेलं, एकटं-एकटं वाटायला लागलं आणि तो स्वत:शीच पुटपुटला. ''माझ्या घरात मलाच शांतता नाही, एवढी गोष्ट खरी.''

त्याच्या मनात खूप गोष्टींबद्दलच्या खूप रागांचा गोंधळ उडाला होता. पण त्याला कारण कळत नसलं, तरी एवढं निश्चित कळत होतं की, सगळ्यात जास्त राग कसला आला असेल, तर तो त्याच्या मुलाची नजर एका गोरटेल्या नाजूक दासीकडे वळली होती आणि त्याला आवडली होती याचा.

■

तेहतीस

पेअर ब्लॉसमबद्दल त्याचा धाकटा मुलगा काय बोलला होता, ते वांगलुंगच्या मनातून जाता जात नव्हतं. म्हणून तो ती जाता-येता तिच्याकडे सतत टक लावून बघत राहायचा. त्याच्याही नकळत तिचा विचार त्याच्या मनात भरून राहायचा आणि त्याला ती खूप आवडायची. पण तो कुणाशीच काही बोलला नाही.

त्या वर्षी उन्हाळा सुरू होता होता. एका रात्री हवा जडावली होती. हवेत उबदार धुकं आणि सुगंध होता. तेव्हा तो एकटाच आपल्या चौकात केशियाच्या झाडाखाली बसला होता. केशियाच्या फुलांचा गोड मादक सुगंध त्याच्या नाकात भरला आणि अचानक त्याचं रक्त एखाद्या तरुण माणसासारखं सळसळून उठलं. आजचा सबंध दिवसभरच ही सळसळ त्याला जाणवत होती. शेतात जाऊन उघड्या पायांना मातीचा स्पर्श अनुभवत भरपूर फिरून यावं, असंही एकदा त्याच्या मनात येऊन गेलं होतं.

हे त्यानं केलं असतं, पण कुणी पाहिलं असतं, तर काय म्हटलं असतं, याची त्याला लाज वाटली होती. तो काही आता शेतकरी नव्हता तर शहरातला एक बडा जमीनदार माणूस होता. म्हणून मग तो दिवसभर उगाचच या चौकातून त्या चौकात फिरत राहिला होता. लोटसच्या चौकापासून दूरच राहिला होता. ती दिवसभर चौकात बसून गुडगुडी ओढत असायची, पण पुरुष अस्वस्थ झाला, तर तिच्या तीक्ष्ण नजरेला ते पडणारच होतं. तो एकटाच होता. आज त्याला सतत भांडणाऱ्या सुनाही नकोशा वाटत होत्या आणि नेहमी सुखावणारी नातवंडंही नको होती.

दिवस फार मोठा आणि फार एकाकी गेला. त्याचं रक्त सळसळतच होतं. इतकं की, कातडीखालून ते वाहात जाताना ते जाणवत होतं. त्याला त्याच्या सगळ्यात धाकट्या मुलाची आठवण झाली – तो कसा तरुण, मजबूत, सडपातळ

दिसत होता; ते आठवलं. ती मुलगी तर त्याला विसरताच येत नव्हती. तो स्वत:शीच म्हणाला, "एकाच वयाची आहेत दोघं. तो अठराचा झाला असेल आणि तीही तेवढीच आहे." त्याला हेही आठवलं की थोड्याच वर्षांत तो सत्तरीला पोहोचणार होता आणि त्याला आपल्या सळसळत्या रक्ताची शरम वाटली. त्याच्या मनात आलं, 'ती दासी त्या पोराला देणंच ठीक होईल.' तो पुन:पुन्हा हेच घोकत होता, पण प्रत्येक वेळेला ते वाक्य आधीच दुखऱ्या मांसात सुरा खुपसावं, तसं त्याला दुखवत होतं. त्याला सुरा खुपसणंही भाग होतं आणि ती वेदना सहन करणंही भाग होतं.

असा तो दिवस फार लांबलचक आणि एकाकी गेला. रात्र पडली, तरी तो एकटाच होता. त्याच्या साऱ्या घरात मित्रासारखा तो कुठेही कुणाकडेही जाऊ शकेल, असं कुणीच नव्हतं आणि रात्र तर केशियाच्या फुलांनी अधिकाधिक उबदार, मादक, मऊ होत होती.

असा तो अंधारात झाडाखाली एकटाच बसला होता, तेव्हा त्याच्या जवळच्या चौकाच्या दारावरून कुणी तरी गेलं. त्यानं चटकन वर पाहिलं. ती पेअर ब्लॉसम होती. त्यानं हाक मारली, "पेअर ब्लॉसम." त्याचा आवाज अगदी हलका होता. काहीतरी ऐकलं, असं वाटून मान खाली करून ती थबकली. त्यानं पुन्हा हाक मारली. त्याचा आवाज जेमतेम घशाबाहेर आला, "इकडे, माझ्याजवळ ये." त्याचा आवाज ऐकून ती घाबरत घाबरत त्याच्या चौकाच्या दारातून आत आली आणि त्याच्यासमोर उभी राहिली. अंधारात ती त्याला नीटशी दिसतही नव्हती, जाणवत मात्र होती. त्यानं हात पुढे करून तिचा कोट धरला आणि कसंबसं घुसमटत म्हटलं, "पोरी..." या शब्दाबरोबर तो थबकला. त्याच्या मनात आलं, 'आपण म्हातारे झालोत, आपली नातवंडं हिच्या वयाची व्हायला आलीत आता – हे आपण काय करतोय – शरम वाटली पाहिजे आपल्याला....'

तो काय बोलतोय हे बघायला ती थांबली होती. तिला त्याच्या रक्तातली उष्णता जाणवली आणि एखादं फूल देठातून तुटून खाली कोसळावं, तशी ती हलकेच त्याच्या पायाशी आली. त्याची पावलं पकडून तशीच पडून राहिली. तो सावकाश म्हणाला, "पोरी, मी म्हातारा माणूस आहे, खूप म्हातारा." यावर तिचा आवाज काळोखात केशियाचा श्वास असावा, तसा उमटला, "मला म्हातारी माणसं आवडतात, मला म्हातारी माणसंच आवडतात. ती खूप दयाळू असतात."

तो थोडा वाकत कनवाळूपणे म्हणाला, "तुझ्यासारख्या तरुण मुलीला खरं म्हणजे एखादा चांगला उंचनिंच तरुण माणूस पाहिजे, तुझ्यासारखी तरुण मुलगी." मनातल्या मनात त्यानं म्हटलं, 'माझ्या मुलासारखा.' पण तो हे मोठ्यानं बोलू शकला नाही, न जाणो त्याचा विचार या मुलीच्या मनात उगाचच पेरला जायचा.

वांगलुंगला काही ते सहन झालं नसतं.

पण ती म्हणाली, "तरुण माणसं दयाळू नसतात, फार राक्षसी असतात." त्याच्या पायाजवळून उमटणारा तिचा बालिश थरथरता आवाज ऐकून त्याचं हृदय त्या मुलीवरच्या प्रेमानं काठोकाठ भरून आलं. त्यानं तिला हलकेच उठवलं आणि आत आपल्या खोलीत नेलं.

सगळं झाल्यानंतर त्याला स्वत:च्या म्हातारपणातल्या या प्रेमाचं आश्चर्य वाटायला लागलं. त्याच्या आयुष्यातल्या दुसऱ्या प्रेमापेक्षा हे काहीतरी वेगळंच होतं. त्याच्या दोन्ही बायकांवर त्यानं वासनेच्या आवेगात जवळजवळ झडप घातली होती, तसं पेअर ब्लॉसमच्या बाबतीत घडलं नव्हतं.

नाही. त्यानं तिला अगदी हळुवारपणे जवळ घेतलं होतं. त्याच्या जुन्या म्हाताऱ्या शरीराशेजारी तिच्या हलक्याफुलक्या तारुण्याचा स्पर्श त्याला पुरेसा वाटत होता. दिवसभर ती नुसती दिसली, तरी त्याला समाधान होत होतं. तिच्या फडफडत्या कोटाचा हाताला झालेला स्पर्श त्याला सुखवत होता आणि रात्री तिचं शेजारी शांत असणंही त्याला खूप व्हायचं. या म्हातारपणातल्या प्रेमाचं, चटकन तृप्त होणाऱ्या हळुवार प्रेमाचं त्याला मोठंच नवल वाटत होतं.

तिला वासना फारशी नव्हतीच. बापाला चिकटून झोपावं, तशी ती त्याला चिकटून राहायची – लहान मुलगीच तर होती ती.

वांगलुंगचं हे वागणं काही पटकन सगळ्यांना कळलं नाही, कारण तो स्वत: कुणाशीच काही बोलला नाही याबद्दल. काही कारणही नव्हतं त्यानं बोलायचं, स्वत:च्या घरात मालक होता तो!

पण कक्कूच्या नजरेनं ही गोष्ट बरोबर टिपली आणि एका पहाटे पेअर ब्लॉसमला वांगलुंगच्या चौकातून बाहेर पडताना तिनं पकडलंच. तिची तीक्ष्ण नजर चमकत होती. ती हसतहसत म्हणाली, "वा! शाबास! हे तर मोठे मालकच झाले की आता!"

वांगलुंगनं तिचं बोलणं खोलीतून ऐकलं आणि अंगरख्यावर कमरबंद आवळत तो घाईनं बाहेर आला. कक्कूकडे बघून ओशाळं हसत मोठ्या अभिमानानं पुटपुटला, "तरी मी तिला सांगत होतो. एखादा तरुण निवड म्हणून, पण तिला म्हाताराच हवाय."

"मालकीणबाईंना ही आनंदाची बातमी सांगायला पाहिजे." कक्कू म्हणाली. तिचे डोळे खुनशी झाले होते.

"हे कसं काय घडलं, माझं मलाच कळलं नाही." वांगलुंग सावकाश बोलला. "माझ्या घरात आणखी एक बाई मला वाढवायची नव्हती. पण तरी हे आपोआपच घडलं!" यावर कक्कू उत्तरली, "हो पण, मालकीणबाईंना

सांगायला तर हवंच ना!''

लोटसच्या रागाला वांगलुंग भयंकर घाबरायचा. तो कळवळून म्हणाला, ''तुला सांगायचं तर सांग. पण ती माझ्यावर चिडणार नाही, असं काही केलंस, तर भरपूर बक्षीस देईन मी तुला.''

कक्कूनं हसत हसत मान डोलावली आणि तसं वचनही दिलं. वांगलुंग आपल्या खोलीत जो जाऊन बसला, तो कक्कू परतेपर्यंत बाहेर यायलाच तयार होईना.

शेवटी एकदाची कक्कू आली आणि सांगायला लागली, ''सांगितलं खरं मी मालकीणबाईंना, पण त्या भयंकर संतापल्या. पण मी त्यांना आठवण करून दिली की, खूप दिवसांपासून ते परदेशी घड्याळ त्यांना हवंय. शिवाय त्यांना माणकाच्या दोन अंगठ्या हव्यात – एकेका हातात एकेक अशी आणि त्यांना आणखीही काही काही हवंय, आठवेल तसतसं तुम्हाला सांगणार आहेत त्या. पेअर ब्लॉसमच्या जागी एक नवी दासी हवीय. हिनं त्यांच्या चौकात आता पाऊलही टाकायचं नाहीय. तुम्हालाही 'येऊ नका' असा निरोप आहे. 'तुम्हाला बघितलं तरी कससंच होतं' म्हणाल्या.''

वांगलुंगनं आनंदानं सगळं कबूल केलं, ''जे तिला हवंय ते आणून दे. मी कशाला नाही म्हणणार नाही.''

लोटसला एवढ्यात भेटायला नको, म्हणून त्याला आनंदच वाटला. इतक्या सगळ्या हव्या त्या गोष्टी मिळाल्यावर तिचा राग नक्कीच कमी झाला असता.

आता तिन्ही मुलगे उरले होते. आपण केलेल्या कृत्याची त्या तिघांसमोर त्याला कमालीची शरम वाटत होती. तरी तो पुन्हापुन्हा स्वत:ला बजावत होता, 'माझ्या घरात मी मालक आहे आणि मला हवी ती दासी – माझ्या पैशानं विकत घेतलेली – मी घेतली तर काय बिघडतं?' तरीसुद्धा त्याला लाज वाटत होती, ती होतीच आणि अगदी खोल मनात थोडी फुशारकीसुद्धा होतीच – इतक्या म्हातारपणी, आपल्याला 'आजोबा' शिवाय दुसरं काही म्हणण्यासारखं नाही, असं सगळ्यांना वाटत असताना, आपली वासना इतकी जागृत आहे याची. तो मुलगे त्याच्या चौकात येण्याची वाट पाहात राहिला.

ते तिघेही आले – एकेकटे, वेगवेगळे.

मधला पहिल्यांदा आला. तो आला आणि जमीन, पिकं, थोडासा दुष्काळ, त्यामुळं थोडसं कमी येणार असलेलं उत्पन्न यांच्याबद्दल बोलत बसला. पण आजकाल वांगलुंगला पावसापाण्याशी काही घेणं नव्हतं. या वर्षी कमी उत्पन्न झालं, तर मागच्या वर्षीचा पैसा शिल्लक असायचा. त्याचं सारं घर पैशानी भरलेलं होतं. धान्यबाजारात त्याचं येणं होतं. शिवाय मोठ्या दरानं व्याजी लावलेले पैसे

होते. मधला त्याचं व्याज वगैरे व्यवस्थित गोळा करायचा. त्यामुळे आता आकाशाकडे लक्ष द्यायची त्याला काही जरूर नव्हती.

पण मधला असंच बोलत राहिला. बोलता-बोलता त्याची चोरटी नजर मात्र शोधकपणे इकडेतिकडे फिरत होती. आपण काय ऐकलंय ते खरं आहे का हे तो पाहतोय हे वांगलुंगच्या लक्षात आलं. त्यानं झोपायच्या खोलीत लपलेल्या पेअर ब्लॉसमला हाक मारली आणि म्हटलं, "मला आणि माझ्या मधल्या मुलाला चहा आण बरं पोरी!" ती लाल चेहऱ्यानं खाली मान घालून आवाज न करता बाहेर आली. डोळ्यांवर विश्वास बसत नसावा, तसा मधला तिच्याकडे पाहातच राहिला. अर्थात तोंडानं बोलत होता जमिनीबद्दलच – हा सालकरी बदलला पाहिजे, तो अफू ओढतो, त्याच्या जमिनीतून यावं तितकं उत्पन्न येत नाहीय, हेच तो बोलत राहिला आणि वांगलुंगनंही त्याची मुलं कशी आहेत वगैरे विचारलं. मधला म्हणाला, "त्यांना शंभर दिवसाचा खोकला झाला होता, पण आता उन्हाळा आलाय, आता जाईल तो."

चहा पिऊन होईपर्यंत ते असंच बोलत राहिले. मधला पोटभर बघून झाल्यावर निघून गेला आणि वांगलुंगच्या मधल्याची भेट उरकली.

त्याच दिवशी दुपारनंतर थोरला आला. चांगला उंचापुरा, देखणा, थोडी मध्यम वयाची आढ्यता. वांगलुंगला या आढ्यतेचीच भीती वाटायची. त्यानं प्रथम पेअर ब्लॉसमला हाक मारलीच नाही. तो शांतपणे आपली गुडगुडी ओढत बसला. थोरला तिथं अगदी सभ्यपणे ताठ बसला होता. त्यानं रीतसर वडिलांच्या तब्येतीची चौकशी केली, हवं नको विचारलं. वांगलुंगनंही चटकन उत्तर दिलं, "मी अगदी ठीक आहे." आणि थोरल्याकडे बघता बघता त्याच्याबद्दलची वांगलुंगच्या मनातली भीती विरघळूनच गेली.

आज त्याला त्याचा थोरला मुलगा खरा काय आहे ते स्पष्ट दिसलं. शरीरानं तगडा पुरुष, पण आपल्या शहरी बायकोला घाबरणारा, आपण कुठे कमी खानदानी दिसू की काय, याचीच सतत काळजी करणारा आणि मग वांगलुंगलाही ठाऊक नसलेला जमिनीचा विशिष्ट बलदंडपणा त्याच्यामध्ये उसळून आला आणि मग पूर्वी त्याला थोरल्याची पर्वा नव्हती, तशीच आजही वाटेनाशी झाली. त्यानं एकदम पण सहजपणे पेअर ब्लॉसमला हाक मारून म्हटलं, "पोरी, माझ्या थोरल्यासाठी चहा ओत बरं."

या वेळी ती अगदी थंडपणे निश्चलपणे बाहेर आली. तिचा लांबटगोल चेहरा तिच्या नावाच्या फुलासारखाच पांढरा पडला होता. आत आल्याबरोबर तिची नजर खाली वळली. अगदी संथ हालचाली करत तिनं सांगितलेलं काम केलं आणि ती पुन्हा आत निघून गेली.

ती चहा ओतेपर्यंत दोघेही गप्प होते. पण ती निघून गेली आणि त्यांनी चहाचे कप उचलले, तेव्हा वांगलुंगनं सरळ थोरल्याच्या नजरेला नजर भिडवली. थोरल्याच्या डोळ्यात वडिलांचं कौतुक होतं. एका पुरुषाला दुसऱ्या पुरुषाबद्दल वाटावं तसं. चहा पिऊन झाल्यावर शेवटी एकदा थोरला घोगऱ्या, कापऱ्या आवाजात म्हणाला, "मला हे खरंच वाटत नव्हतं." "का बरं?" वांगलुंगनं शांतपणे म्हटलं, "हे माझं स्वत:चं घर आहे." थोरल्यानं एक मोठा सुस्कारा सोडला आणि थोड्या वेळाने तो म्हणाला, "तुम्ही पैसेवाले आहात. तुम्ही तुमच्या मनासारखं वागू शकता." त्यानं आणखी एक सुस्कारा सोडला आणि म्हटलं, "खरंय, मलाही वाटतं, पुरुषाला एक पुरेनाशी होतेच कधी ना कधी तरी आणि मग एक दिवस..." वाक्य अर्धंच सोडत तो थांबला. पण त्याच्या आवाजाला मत्सराची किनार होतीच. एका पुरुषाला स्वत:च्या मनाविरुद्ध दुसऱ्या पुरुषाचा मत्सर वाटावा तशी. वांगलुंगनं ते पाहिलं आणि तो मनातच हसला. त्याला थोरल्याचं गरम रक्त माहीत होतं. हेही माहीत होतं की ती नीटनेटकी, आदबशीर बायको त्याला फार काळ लगाम घालू शकणार नव्हती. कधी ना कधीतरी त्याच्यातला पुरुष जागा होणार होताच.

मग आणखी काही न बोलता थोरला काहीतरी नवा विचार मनात उगवल्या सारखा आपल्या वाटेनं निघून गेला. वांगलुंग गुडगुडी ओढून तसाच बसून राहिला. म्हातारपणीदेखील आपण आपल्या मनासारखं करू शकतो, याचा त्याला अभिमान वाटत होता.

मात्र धाकटा आला, तेव्हा रात्र पडलेली होती. तोही एकटाच आला. आता वांगलुंग त्याच्या चौकातल्या मधल्या खोलीत बसला होता. लाल मेणबत्त्या पेटवून समोरच टेबलावर ठेवल्या होत्या. तो गुडगुडी ओढत होता आणि टेबलाच्या दुसऱ्या बाजूला गुंतवलेले दोन्ही हात मांडीवर ठेवून पेअर ब्लॉसम नि:शब्दपणे बसलेली होती. मधूनच कधीतरी ती नजर उचलून वांगलुंगकडे बघायची – एखाद्या मुलानं निर्भयपणी सरळ सरळ डोळे भिडवावे तशी – त्यात कोणतेही विभ्रम नव्हते. तो तिच्याकडे पाहात आपल्या कृत्याबद्दलचा अभिमान चाखत होता.

आणि अचानक त्याचा सगळ्यात धाकटा मुलगा त्याच्यासमोर खडा झाला. चौकातल्या अंधारातून एकदम उगवल्यासारखा. तो येताना कुणालाच दिसला नव्हता. तरी तो तिथं एका वेगळ्याच पवित्र्यात उभा होता. वांगलुंगला एकदम खूप वर्षांपूर्वी खेड्यात शेतकऱ्यांनी धरून आणलेल्या रानटी वाघाची आठवण झाली. तो वाघ बांधलेला होता, तरी उडी घ्यायच्या तयारीत होताच. त्याचे डोळे चमकत होते. या मुलाचे डोळे तसेच लखलखत वडिलांच्या चेहऱ्यावर स्थिर झालेले होते. त्याच्या कोवळ्या चेहऱ्याला न शोभणाऱ्या त्या जाड, काळ्या भिवया एकत्र झाल्या होत्या. बऱ्याच वेळानं तो अगदी खालच्या आवाजात म्हणाला, "आता मी शिपाई

व्हायला जाणारच, जाणारच शिपाई व्हायला.''

पण तो त्या मुलीकडे पाहात नव्हता. फक्त वडिलांकडे पाहात होता. वांगलुंगला मोठ्या दोघांची अजिबात भीती वाटली नव्हती, पण जन्मापासून दुर्लक्षित असलेल्या या मुलाची खूप भीती वाटली.

वांगलुंगनं चाचरत-चाचरत काही बोलण्यासाठी तोंडातून गुडगुडी बाहेर काढली, पण त्याच्या तोंडून शब्दच फुटला नाही. तो मुलाकडे पाहात राहिला आणि मुलगा परत परत म्हणत राहिला, ''आता मी जाणार, आता मी जाणार.'' त्यानं एकदम वळून त्या मुलीकडे बघितलं. ती दचकून आकसली आणि दोन्ही हातांनी तिनं चेहरा झाकून घेतला. या तरुण माणसानं तिच्यावरची आपली नजर खेचून काढली आणि एका छलांगेत तो चौकातून निघून गेला. वांगलुंगनं बाहेरच्या उन्हाळी काळ्याभोर रात्रीमध्ये चौकात त्याला शोधण्याचा प्रयत्न केला, पण तो नव्हताच. सगळीकडे शांतता पसरली होती.

अखेरीस बऱ्याच वेळाने तो या मुलीकडे वळला. त्याच्या मनातली सारी फुशारकी, आनंद गळून गेला होता. तो अगदी बापुडवाणेपणानं म्हणाला, ''माझ्या लाडक्या पोरी, मी खूप म्हातारा आहे गं! मला माहीत आहे, मी खूप म्हातारा आहे.'' पण त्या मुलीनं चेहऱ्यावरचे हात खाली घेतले आणि आजवर कधीच दर्शवला नव्हता, एवढ्या आवेगानं ती म्हणाली, ''तरुण माणसं किती दुष्ट असतात, मला म्हातारी माणसंच आवडतात.''

दुसऱ्या दिवशी सकाळी वांगलुंगचा तिसरा मुलगा घरातून निघून गेलेला होता. तो कुठं गेलाय, हे कुणालाच माहीत नव्हतं.

■

चौतीस

हिवाळा सुरू व्हायच्या आधी जसा एकदा तडकून उष्मा वाढतो आणि मग विझतो, तसंच वांगलुंगच्या म्हातारपणाच्या पेअर ब्लॉसमबद्दलच्या इच्छेचं झालं. ती थोड्या काळाची रक्तातली सळसळ थांबली आणि वासनाही भरून गेली. त्याला ती अजूनही आवडायची, पण कोणत्याही वासनेनं नव्हे.

ही ज्वाळा विझल्यानंतर तो एकदम म्हातारपणाच्या थंडीनं गारठलाच. एकदम म्हाताराच होऊन गेला. तरीही ती त्याला आवडायची. ती आपल्या चौकात आहे, तिच्या वयाच्या मानानं फार समजूतदारपणानं आपली सेवा करतेय, याचं त्याला फार सुख व्हायचं. तो तिच्याशी फार ममतेनं वागायचा. त्याचं प्रेम दिवसेंदिवस बापाला मुलीबद्दल वाटावं, तसं होत चाललं होतं.

त्याच्यासाठी म्हणून ती त्याच्या खुळीशीही प्रेमानं वागायची. त्यानंही त्याला फार बरं वाटायचं. म्हणूनच एक दिवशी वांगलुंगनं फार दिवस मनात ठेवलेली गोष्ट तिला सांगितली. इतक्या आयुष्यात 'आपल्या मरणानंतर या खुळीचं काय होईल, ती जेवली की नाही, ती उपाशीच आहे याची काळजी घेणारं कोणंय मागे?' या विचारानं त्याला खूप वेळा अस्वस्थ केलं होतं. म्हणून त्यानं औषधाच्या दुकानातून एक विषारी पावडर आणून स्वत:जवळ ठेवली होती. त्यानं ठरवलं होतं, आपलं मरण डोळ्यासमोर दिसायला लागलं की, ही पावडर खुळीला खायला घालायची. पण या गोष्टीची त्याला स्वत:च्या मरणाहून जास्त धास्ती वाटायची. पेअर ब्लॉसम किती एकनिष्ठ आहे हे पाहून त्याला समाधान झालं होतं ते याच विचारानं.

एक दिवस त्यानं तिला स्वत:जवळ बोलावून सांगितलं, "मी तुझ्याखेरीज दुसऱ्या कुणावरही माझ्या या खुळीला सोपवू शकत नाही. माझ्यानंतरही ती जगतच राहील, कारण तिच्या मनाला कसलाच त्रास नाहीय. तिला जीव घेणारा असा

काहीच त्रास, काळज्या नाहीयेत. मला पक्की खात्री आहे, मी मेल्यानंतर तिला जेवायखायला घालायचे कष्टही कोणी करणार नाही की, तिला थंडीवाऱ्यातून, पावसातून उठवून आत घरात आणायची कोणाला आठवण राहणार नाही आणि प्रेमानं कुणी उन्हाशीही नेऊन बसवणार नाही. तिला रस्त्यावरही काढतील कदाचित. या बिचाऱ्या खुळीला आजपर्यंत तिच्या आईनं आणि मी खूप सांभाळलंय. आता मी तुला तिच्या सुटकेचा एक उपाय सांगतोय, तो नीट लक्षात ठेव. मी मेल्यानंतर ही पावडर तिच्या भातात मिसळ आणि तिला खायला घाल. म्हणजे मग ती माझ्यामागोमाग येईल, माझ्या मनाला शांतता मिळेल.''

त्याच्या हातातल्या त्या पुडीपासून ती एकदम मागेच सरकली आणि तिच्या नेहमीच्या हळू आवाजात म्हणाली, ''माझ्याच्यानं एखादी कीडमुंगीही मारवत नाही, तर मी हा जीव कसा घेऊ? नाही, मालक – पण मी या खुळीला अगदी नीट सांभाळीन, तुम्ही माझ्याशी खूप मायेनं, कनवाळूपणानं वागलाहात म्हणून – माझ्याशी कुणीच असं वागलं नाही कधीच.'' तिचं बोलणं ऐकून वांगलुंगचं हृदय भरून आलं. आजवर ही अशी परतफेड कुणीच केली नव्हती. त्याचं मन तिच्याबद्दल आणखीच संतुष्ट झालं. तो म्हणाला, ''तरीही हे ठेवच तुझ्याजवळ पोरी. तुझ्या शिवाय माझा दुसऱ्या कुणावरही विश्वास नाहीय, पण कधी ना कधी तरी तुझंही मरण जवळ येईल, मला त्याचा विचारही करवत नाहीये, पण – आणि तुझ्यानंतर मात्र खुळीला कुणीच नाही – अगदी कुणी नाही. माझ्या सुना त्यांची मुलंबाळं आणि भांडणं यातच गुंतलेल्या असतात आणि माझे मुलगे पुरुष आहेत. या अशा गोष्टीत लक्ष घालायला त्यांना वेळ कुठंय!'' तेव्हा कुठं त्याच्या मनात काय आहे ते तिला कळलं. तिनं काही न बोलता ती पुडी घेऊन ठेवून दिली. वांगलुंगचा तिच्यावर पूर्ण विश्वास होता. आता त्याची खुळीची काळजी मिटली होती.

हळूहळू वांगलुंग आणखी आणखी आपल्या वयाच्या कोशात शिरायला लागला. एकटाच गुंगत राहायला लागला. या दोघांखेरीज त्याच्या चौकात दुसरं कुणी नसायचंच – त्याची खुळी आणि पेअर ब्लॉसम. कधीकधी तो जागा व्हायचा. त्याचं लक्ष पेअर ब्लॉसमकडे जायचं आणि अगदी अस्वस्थ होऊन तो म्हणायचा, ''पोरी, हे असं शांत जगणं तुझ्यासारखीला चांगलं नाही गं?'' पण ती नेहमीच मोठ्या कृतज्ञतेनं गोड आवाजात म्हणायची, ''शांत आहे आणि सुखरूपपण आहे ना!''

कधीकधी तो म्हणायचा, ''मी तुझ्यासारखीसाठी फार म्हातारा आहे ग, माझी सगळी आग विझून गेलीय.'' यावर ती मोठ्या कोवळेपणानं, कृतज्ञतेनं म्हणायची, ''तुमची माझ्यावर माया आहे ना, बस! मला दुसरं काहीही कुणाकडूनही नकोय!'' एकदा ती असं म्हणाल्यानंतर वांगलुंगनं मोठ्या कुतूहलानं तिला विचारलं, ''तुझ्या

एवढ्याशा वयात असं काय घडून गेलंय की, तुला पुरुषांची एवढी भीती बसलीय?'' उत्तरासाठी तिच्याकडे वळताना त्याला तिच्या डोळ्यात भयंकर भीती दिसली. तिनं पटकन हातांनी डोळे झाकून घेतले आणि ती पुटपुटली, ''तुमच्याखेरीज प्रत्येक पुरुषाचा मला तिटकारा वाटतो – माझ्या वडिलांचासुद्धा – त्यांनी विकून टाकलं मला. मी पुरुषांबद्दल फक्त वाईटच ऐकलंय, मला कमालीचा तिटकारा वाटतो सगळ्या पुरुषांचा.'' तो आश्चर्यानं म्हणाला, ''मला तर वाटत होतं, इथं माझ्या घरात तुझं आयुष्य शांतपणे गेलं असेल.'' नजर खाली वळवत ती उत्तरली, ''माझं मन तिटकाऱ्यानं भरून गेलंय. मला फक्त तिटकाराच वाटतो सगळ्या तरुण पुरुषांचा.'' मग पुढे काहीही बोलणं तिनं टाळलंच. वांगलुंग विचारात पडला. लोटसनं हिला आपल्या पूर्वायुष्याच्या काही गोष्टी सांगितल्या असाव्यात की, कक्कूनं काही चहाटळ गोष्टी सांगून घाबरवलं असावं की, तिच्यावर खरंच काही वाईट प्रसंग गुदरला असावा – जो तिनं कुणालाही सांगितला नाही, की काय झालं तरी काय असावं?

पण एक सुस्कारा सोडून त्यानं हे विचारही सोडून दिले. त्याला आता आपल्या स्वत:च्या चौकात या दोघींना घेऊन शांतपणे बसायचं होतं, बस! त्याला आता शांततेखेरीज दुसरं काहीही नको होतं.

असाच वांगलुंग शांत बसून होता आणि दिवसांमागून दिवस. वर्षांमागून वर्षानं त्याचं वय वाढत होतं. तो त्याच्या वडिलांसारखाच उन्हाशी बसून डुलक्या घेत राहायचा. मनात म्हणायचा, झालं संपत आलं आयुष्य, चांगलं समाधानात गेलं.

अगदी क्वचित तो दुसऱ्या चौकात जायचा आणि त्याहूनही क्वचित तो लोटसकडे जायचा. ती त्याच्या दासीबद्दल कधीच काही बोलायची नाही. पण त्याचं स्वागत मात्र नीट करायची. तीसुद्धा आता म्हातारी झाली होती आणि चांगलंचुंगलं खाणंपिणं, थोडा खर्चाला पैसा मिळाला की तिची तृप्ती व्हायची. आता ती आणि कक्कू जवळजवळ बसून गप्पा मारत असायच्या. दासी आणि मालकिणीसारख्या नव्हेत, तर मैत्रिणीसारख्या. इकडचं-तिकडचं बोलायच्या, जास्त करून चहागृहातल्या दिवसांच्याच आठवणी काढायच्या आणि मोठ्यानं न बोलण्यासारख्या अनेक गोष्टी एकमेकांशी कुजबुजायच्या, खायच्या प्यायच्या आणि झोपायच्या. जाग्या होऊन पुन्हा खाण्याआधी पुन्हा अशाच गप्पा करायच्या.

कधीकधी वांगलुंग मुलांच्या चौकांमध्ये जायचा. ते सारे त्याला आदरानं वागवायचे. त्याच्यासाठी धावपळ करून चहा आणायचे. तो सगळ्यात धाकटं नातवंडं दाखवायला आणायला सांगायचा. पुन:पुन्हा विचारायचा, ''आता मला किती नातवंडं किती आहेत?'' कारण मिळालेलं उत्तर तो पटकन विसरूनही

जायचा. मग कुणीतरी चटकन उत्तर द्यायचं, ''दोन्ही मुलांची मिळून अकरा नातू आणि आठ नाती.'' आणि तो हसत-हसत उत्तर द्यायचा, ''या आकड्यात दर वर्षी दोन वाढवले, की माझ्या लक्षात राहील, नाही!'' मग तो थोडा वेळ तिथं बसायचा. नातवंडं त्याच्याभोवती गोळा होऊन त्याच्याकडे पाहात राहायची. त्याचे नातू चांगले उंचनिंच झाले होते. तो त्यांच्याकडे निरखून पाहात पुटपुटायचा, ''तो तिकडे आहे ना तो त्याच्या पणजोबासारखा दिसतोय. हा तर अगदी छोटा लिऊशेठच आहे आणि हा तर लहानपणाचा मीच की!'' मग तो त्यांना विचारायचा, ''शाळेत जाता का रे?'' सगळे एकदम म्हणायचे, ''जातो ना आजोबा.'' तो पुन्हा विचारायचा, ''चारी पुस्तकं नीट शिकवतात ना तुम्हाला?'' मग सारे नातू लहानांना म्हाताऱ्यांबद्दल वाटणाऱ्या स्वच्छ तुच्छतेनं म्हणायचे, ''नाही आजोबा, आता कुणीच चारी पुस्तकं शिकत नाहीत, क्रांतीनंतर.'' तो विचारात पडून म्हणायचा, ''हं, हं! मी ऐकलं होतं खरं काहीतरी क्रांतीबद्दल. पण मला माझ्याच आयुष्यात लक्ष देण्यासारख्या इतक्या गोष्टी होत्या की, तिकडे बघायला वेळच मिळाला नाही. माझी जमीन होती ना.'' हे ऐकून ती नवी पोरं कुचेष्टेनं हसली आणि मग परक्यासारखा होऊन वांगलुंग तिथून उठलाच.

त्यानंतर मग त्याचं मुलांच्या चौकात जाणंही बंदच झालं. कधीतरी तो कक्कूला विचारायचा, ''आता इतक्या वर्षांनंतर तरी माझ्या सुना एकमेकींशी बऱ्या वागतात का? कमी भांडतात का?''

कक्कू पचकन जमिनीवर थुंकून म्हणायची, ''दोन मांजऱ्यांसारख्या वागतात एकमेकींशी. पण थोरला मात्र बायकोच्या तक्रारींना कंटाळायला लागलाय आता. सारखं, 'माझ्या वडिलांच्याकडे असं होतं आणि तसं होतं,' असं सांगत असते. कोणालाही कंटाळा येईल तिचा. नवीन बायको आणणारेय असं ऐकलंय. आजकाल चहागृहात खूप वेळा जातो तो.''

''असं का?'' वांगलुंग म्हणाला. त्यानं या गोष्टीवर विचार करायला लागण्या आधीच त्याचा त्यातला रस संपला आणि तो 'गरम चहा घ्यावा', असा विचार करायला लागला. या वर्षी थंडी किती लवकर पडायला लागलीय, असंही त्याच्या मनात आलं.

मग पुन्हा केव्हातरी त्यानं कक्कूला विचारलं, ''माझ्या धाकट्या मुलाला जाऊन बरेच दिवस झाले. कुणाला काही बातमी आहे का गं त्याची?''

कक्कूला माहीत नाही, असं या हवेलीत काही नसायचंच.

''तो काही पत्र वगैरे लिहीत नाही, पण दक्षिणेकडून येणारा एखादा माणूस कधीकधी सांगतो काही काही – 'क्रांती-क्रांती' असं काहीतरी आहे, त्याच्या सैन्यात तो मोठा अधिकारी झालाय, म्हणतात. पण ते काय आहे, ते काही मला माहीत

नाही. कसला तरी व्यापारधंदा असेल कदाचित!''

पुन्हा वांगलुंग म्हणाला, "असं का?'' त्यानं या गोष्टीवर आणखी विचार केलाही असता, पण संध्याकाळ व्हायला लागली होती आणि त्या झोंबऱ्या वाऱ्यात त्याची हाडं दुखायला लागली होती. आता त्याचं मन वाटेल तिकडे भरकटत असायचं. कोणत्याही एका गोष्टीवर तो फार काळ स्थिरपणे विचार करूच शकत नसे. शिवाय त्याच्या म्हाताऱ्या शरीराला खाण्यापिण्याच्या, गरम चहाच्या गरजा इतर कोणत्याही गोष्टींपेक्षा जास्त महत्त्वाच्या वाटायच्या. पण रात्री जेव्हा तो आपल्या बिछान्यात कुडकुडत पडायचा, तेव्हा मात्र पेअर ब्लॉसमचं तरुण ऊबदार शरीर त्याच्याशेजारी पडून त्याला सुखवायचं, आराम द्यायचं.

असं ऋतूचक्र फिरत राहिलं. वसंत आलेला वांगलुंगला जाणवणं मंदावायला लागलं. एकच गोष्ट अजून अगदी पूर्वीसारखी शाबूत होती आणि ती म्हणजे, त्याचं जमिनीवरचं प्रेम. तो आपल्या जमिनीपासून दूर आला होता, त्यानं शहरात घर केलं होतं आणि आता तो खूप श्रीमंत, बडा माणूस झाला होता; पण त्याची पाळंमुळं जमिनीतच खोलवर गेलेली होती. महिनोन् महिने त्याला जमिनीची आठवण यायची नाही, पण दर वर्षी वसंत आला की तो शेतावर जायचाच. आता काही त्याला नांगर धरवत नव्हता किंवा दुसरंही काही करवत नव्हतं. तरीही दुसऱ्यानं का होईना, पण त्याची जमीन नांगरली जाताना त्याला बघावीशी वाटायचीच आणि तो जायचाही. तो कधीकधी आपलं अंथरूण-पांघरूण आणि एखादा नोकर बरोबर घेऊन जायचा आणि तिथंच आपल्या जुन्या मातीच्या घरात राहायचा, आपल्या जुन्या खाटेवर झोपायचा – इथंच तर त्याची मुलं जन्माला आली होती आणि इथंच ओ-लान मेली होती. तो पहाटे जागा होऊन बाहेर जायचा. आपल्या थरथरत्या हातांनी एखादी विलोची काडी किंवा पीचच्या बहराची डहाळी खुडायचा आणि दिवसभर ती हातात वागवायचा.

अशाच एका सरत्या वसंतात तो आपल्या शेतात भटकताना तो एका मातीच्या भिंती घालून बंदिस्त केलेल्या जागेपाशी पोहोचला. थोड्याशा उंचवट्यावर ही जागा होती. इथंच तर त्यानं आपली माणसं पुरली होती. तो काठीवर भार देऊन थरथरत तिथं उभा राहिला. त्या कबरीकडे पाहताना त्याला त्याची सगळी माणसं लख्ख आठवली. त्याच्या घरात राहणाऱ्या त्याच्या मुलांपेक्षा ती मेलेली माणसं त्याला स्वच्छ दिसत होती. त्याची खुळी आणि पेअर ब्लॉसमखेरीज दुसरं कुणीही इतकं स्वच्छ दिसायचं नाही त्याला! आणि बघता-बघता त्याचं मन फार पार वर्षांपूर्वीच्या काळात जाऊन पोहोचलं. त्याला ते सारं आयुष्य अगदी काल-परवा घडल्यासारखं दिसायला लागलं – अगदी त्याची धाकटी मुलगीसुद्धा – जिच्याबद्दल गेल्या

कित्येक वर्षं त्याला काहीसुद्धा कळलं नव्हतं. अगदी तीसुद्धा त्याच्या घरात होती, तेव्हा जशी दिसायची तशी – सुंदर मुलगी, रेशमाच्या धाग्यासारखे पातळ आणि लाल ओठ असलेली – तीही या मेलेल्या माणसांइतकी दूर गेली होती आता. विचार करता करता त्याच्या एकदम मनात आलं, 'आता माझीच पाळी आहे इथं यायची.' मग तो आत गेला आणि त्यानं काळजीपूर्वक एक जागा स्वत:साठी निश्चित केली. वडील आणि काका यांच्याखाली, चिंगच्या थोडं वर आणि ओ-लानपासून जवळच. त्यानं एकदा त्या जागेकडे टक लावून पाहिलं – शेवटी स्वत:च्या जमिनीकडे परतणार होता तो आणि पुटपुटला, 'शवपेटीचं बघितलं पाहिजे.' हा विचार त्याच्या वृद्ध दुर्बल मनात मोठ्या कष्टानं घट्ट धरून ठेवला. शहरात परतल्याबरोबर त्यानं थोरल्याला बोलावणं पाठवलं आणि सांगितलं, "मला तुला काहीतरी सांगायचंय."

"सांगा ना मग." थोरला म्हणाला, "आहे मी इथं."

पण जेव्हा वांगलुंगनं बोलायला तोंड उघडलं, तेव्हा त्याला आपल्याला काय सांगायचंय ते एकदम आठवेनासंच झालं. इतक्या कष्टानं मनात धरून ठेवलेला विचार नाठाळपणे हातातून सरकून गेला म्हणून त्याच्या डोळ्यांत पाणी तरारलं. त्यानं पेअर ब्लॉसमला बोलावलं आणि विचारलं, "पोरी, मी काय सांगणार होतो गं?" ती हळुवारपणे म्हणाली, "आज तुम्ही कुठे गेला होतात?" तिच्या चेहऱ्याकडे मोठ्या विश्वासानं नजर लावून पाहात वांगलुंग उत्तरला, "मी शेतावर गेलो होतो." तिनं पुन्हा विचारलं, "शेतावर कुठं?" आणि एकदम तो विचार त्याला आठवला. ओल्या डोळ्यांनी हसत तो म्हणाला, "आठवलं, आता आठवलं मुला. मी माझ्या कबरीची जागा निश्चित करून आलोय. माझे वडील आणि काका यांच्याखाली, तुझ्या आईच्या शेजारी आणि चिंगच्या वर आणि मला मरायच्या आधी माझी शवपेटी पाहायचीय." वांगलुंगचा मुलगा रीतीप्रमाणे कर्तव्यबुद्धीने ओरडला, "असं काहीतरी काय बोलता, बाबा? पण मी करतो तुमच्या म्हणण्याप्रमाणे." मग त्याच्या मुलानं एकाच मोठ्या सुगंधी ओंडक्यातून तासून काढलेली नक्षीदार शवपेटी विकत आणली. हे लाकूड सुगंधी तर होतंच; पण माणसाच्या हाडांपेक्षा जास्त टिकाऊ, लोखंडासारखं मजबूत होतं. वांगलुंगला फार बरं वाटलं, त्यानं ती शवपेटी खोलीत आणून घेतली. तो रोज तिच्याकडे बघत बसायचा.

एक दिवस त्याला आणखी काहीतरी सुचलं. त्यानं सांगितलं, "ही शवपेटी शेतावरच्या मातीच्या घरात नेऊन ठेवा. माझे उरलेले दिवस मी तिथंच राहणार आहे आणि तिथंच मरणार आहे." जेव्हा घरातल्या सगळ्यांनी पाहिलं की, हे त्यानं अगदी नक्की ठरवलंय तेव्हा त्यांनी त्याच्या मनासारखं केलं. तो स्वत:च्या घरात गेला. तो, त्याची खुळी आणि पेअर ब्लॉसम – शिवाय त्याला लागणारे नोकरचाकर. अशा रीतीने वांगलुंग, स्वत: सुरू केलेलं खानदान शहरातल्या हवेलीत सोडून पुन्हा

आपल्या जमिनीत राहायला आला.

वसंत उलटला. उन्हाळा संपून सुगी आली आणि हिवाळ्याच्या आधी येणाऱ्या उन्हाळ्यात वांगलुंग त्याचे वडील बसायचे, त्या भिंतीला पाठ देऊन बसायला लागला. आजकाल तो त्याचं खाणंपिणं आणि त्याची जमीन याशिवाय तिसऱ्या गोष्टीचा विचारही करत नसे. पण जमिनीचा विचारसुद्धा काय पेरावं – किती पीक येईल, असा नसायचा तर जमिनीबद्दलच असायचा. कधीकधी तो खाली वाकून मूठभर माती हातात उचलून घट्ट मुठीत धरून बसायचा, तेव्हा त्या मातीत जीव आहे असं त्याला भासायचं. आपली शवपेटी आणि कसलीही घाई न करता आपली वाट पाहणारी ममताळू जमीन! बस! एवढाच विचार तो करत बसायचा.

त्याचे मुलगे अगदी व्यवस्थितपणे रोज त्याला भेटायला यायचे. दोन दिवसांत एकदा तर यायचेच. त्याच्या वयाला तब्येतीला मानवेल, असं नाजूकसाजूक खाणं पाठवायचे. पण त्याला उकळत्या पाण्यात कालवून शिजवलेलं पीठच भुरके मारून खायला आवडायचं – त्याच्या वडिलांसारखं.

कधी-कधी मुलगे रोज येत नाहीत, म्हणून तो पेअर ब्लॉसमकडे कुरकुरायचा. ती नेहमी त्याच्याजवळ असायची. म्हणायचा, "एवढे कशात गुंतलेले असतात ते?"

पण पेअर ब्लॉसमनं समजावलं, "ते दोघे तरुण आहेत. पुष्कळ गोष्टींत गुंतलेले असणार ते. तुमच्या थोरल्याला आता एका धनवान गटाचा अधिकारी बनवलं गेलंय आणि त्यानं एक नवीन बायकोही आणलीय. तुमचा दुसरा स्वत:साठी एक मोठा धान्यबाजार बांधतोय." तर तो तिचं ऐकायचा, पण ती सांगायची, ते सगळंच त्याला कळायचं नाही. शिवाय त्याच्या शेतावर त्याची नजर पडली की त्याला हे सगळं विसरायलाच व्हायचं.

पण एक दिवस असा उजाडला, की त्याला थोडाच वेळ, पण सगळं अगदी लख्ख दिसलं. त्या दिवशी त्याचे दोन्ही मुलगे त्याला भेटायला आले होते. संभावितपणे त्याची विचारपूस करून झाल्यावर दोघेही बाहेर शेतात गेले. वांगलुंग शांतपणे आवाज न करता त्यांच्यापाठोपाठ जात होता. ते दोघे उभे होते त्यांच्या मागेच येऊन तो उभा राहिला. मऊ मातीवर त्याची चाहूल किंवा त्याच्या काठीचा आवाज त्यांना ऐकू आला नव्हता. वांगलुंगनं आपल्या मधल्या मुलाचा गुळमुळीत आवाज ऐकला. तो म्हणत होता, "आपण हे शेत विकू आणि हेपण आणि दोघे जण निम्मेनिम्मे पैसे वाटून घेऊ. तुझा हिस्सा मी उसना घेतो, तुला चांगलं भरपूर व्याज देईन. आता आगगाडी थेट जाणार आहे, तेव्हा मी तांदूळ अगदी समुद्रापर्यंत

पोहोचवू शकतो आणि मी....''

त्या म्हाताऱ्याला फक्त एवढंच ऐकू आलं होतं – 'शेत विकू या' आणि तो मोठ्यानं चिरक्या, थरथरत्या आवाजात रागानं ओरडला, ''दुष्ट आळशी मुलांनो, शेतं विकता?'' ठसका लागून तो खाली पडायचाच, पण त्या दोघांनी त्याला सावरून धरलं. तो रडायलाच लागला. दोघांनीही त्याला शांतवण्याचा प्रयत्न केला. ''नाही, नाही आम्ही कधीच शेती विकणार नाही.''

''शेती विकली की घराणं संपलंच. शेवट सुरूच होतो तिथं.'' तो मोडलेल्या आवाजात म्हणाला, ''आपण भुईतून आलो आणि मातीतच जाणार शेवटी. जर जमिनीला धरून राहिलात; तरच टिकाल, जमीन कुणी हिरावून घेऊ शकत नाही.'' त्या म्हाताऱ्या माणसाचे उरलेसुरले आसू त्याच्या गालांवर सुकून तिथं मिठाचे डाग पडले. त्यानं खाली वाकून मूठभर माती उचलली, घट्ट धरली आणि तो पुटपुटला, ''तुम्ही जमीन विकलीत की संपलातच.''

त्याच्या दोन्ही मुलांनी दोहो बाजूंनी त्याचे हात धरून त्याला आधार दिला. त्याच्या मुठीत ती उबदार माती तशीच होती. त्यांनी त्याची पुष्कळ समजूत घातली. पुन:पुन्हा त्याला सांगितलं – थोरला आणि मधला दोघांनीही – ''बाबा, तुम्ही निष्काळजी राहा, काही काळजी करू नका. जमीन विकायची नाहीच कधी, हे नक्कीच आहे.'' पण त्या म्हाताऱ्याच्या थरथरत्या डोक्यावरून दोघांनीही एकमेकांकडे पाहिलं आणि दोघेही हसले.

■